AF905803

வானவில் நிலையம்

வானவில் நிலையம்

ஷாராஜ்

எழுத்து
பிரசுரம்

Title: Vanavil Nilayam
Author's Name: Shahraj

Published by Ezutthu Prachuram

Ezutthu Prachuram
(An imprint of Zero Degree Publishing)
No. 55(7), R Block, 6th Avenue,
Anna Nagar,
Chennai - 600 040

Website: www.zerodegreepublishing.com
E Mail id: zerodegreepublishing@gmail.com
Phone : 89250 61999

Ezutthu Prachuram First Edition: August 2022
ISBN: 978-93-93882-26-4
TITLE NO EP: 359

Rs.

Layout: Vijayan, Creative Studio
Printed at Clictoprint, Chennai, India

சமர்ப்பணம்

எனது கவிதாநாயகிகளான
ஜெயந்திக்கும், சந்த்ரிகாவுக்கும்...

முன்னுரை

நான் மிக நேசித்த காதல்கள்

நான் எழுதியதில் இரண்டாவதும், வெளியானதில் முதலாவதுமான நாவல், பிஞ்ச் செயலியில் தொடராக வெளியான, ‘வானவில் நிலையம்’.

பிஞ்ச்சில், காதல் கதை நாவல் வேண்டும் என்றே என்னிடம் கேட்கப்பட்டது. சிறுகதைகள் எழுதிய துவக்க காலங்களில் நான் பல காதல் கதைகள் எழுதியவன்தான். பிற்பாடு அதைக் கைவிட்டுவிட்டேன்.

2020-லிருந்து நாவல் எழுதத் தொடங்கிய பின், எனது முக்கிய நோக்கம் சமூக நாவல்களே. சில தேவைகளுக்காகக் குடும்ப நாவல்களை எழுதினாலும், அவற்றிலும் சமூக அம்சம் சிறிதளவாவது இடம்பெற வேண்டும் என்பது என் எண்ணம். சிறுகதைகளிலேயே அன்பு, பாசம், உறவுகள் ஆகியவற்றை மட்டுமே கொண்டு, வெறுமனே குடும்பக் கதைகளை எழுதுகிற

முந்தைய கட்டத்தைத் தாண்டியிருந்த எனக்கு, வெறும் குடும்ப நாவல் எழுதுவது இயலாத காரியம். இப்படிப்பட்ட நிலையில் காதல் நாவல்கள் எழுதும் எண்ணமே எனக்கு இருந்திருக்கவில்லை. பிஞ்ச்-ல் காதல் நாவல் வேண்டும் எனக் கேட்டபோது, என்றும் எனது நினைவில் இருந்த இரு காதல் கதைகளில் ஒன்றான இதை, தற்காலத்துக்கு ஏற்ப எழுதினேன்.

என்னைக் கவர்ந்த, மறக்க முடியாத காதல் கதைகள் எனில் உலக இலக்கியக் கதையில் இடம்பெற்ற மூன்று காதல்கள்தாம். இந்த மூன்றிலுமே அவற்றின் கதாநாயகிகளே என்னைக் கவர்ந்தனர்.

அவர்கள்:

- நாஸ்தென்கா - வெண்ணிற இரவுகள், நாவல் - தாஸ்தயேவ்ஸ்கி
- கேத்தரின் - போருக்கு விடைகொடுப்பு, நாவல் - ஹெமிங்வே
- ராஸ்தா - ஜிப்ஸிகள், சிறுகதை - மக்ஸீம் கார்க்கி

ஆனால், வாழ்வில் என்றும் நான் மறக்க இயலாதபடியான இரு நிஜக் காதல்களைப் பற்றி, 20 ஆண்டுகளுக்கு முன்பு அறிய நேர்ந்தது. ஒன்று, எனது நண்பன் ஒருவனின் காதல்; இன்னொன்று, கோவையில் தொழிற்துறை ஓவியராக என்னுடன் சிறிது காலம் பணியாற்றிய ஒருவரின் காதல். இவ்விரு காதல்களிலும் கூட, அந்தக் காதலிகளின் குணச்சித்திரங்களும், காதல்களுமே சிறப்புக்குரியனவாக இருந்தன. நான் மிக நேசித்த காதல்கள் அவை. மனதில் என்றும் ரீங்கரித்துக்கொண்டிருக்கிற, மிகப் பிடித்தமான மெல்லினிமைப் பாடல் போன்ற உணர்வு தரக் கூடியவை.

அதில் சக ஓவியராகப் பணியாற்றியவரின் காதல் கதையை மூலக் கதையாகக் கொண்டு, தற்போதைய காலகட்டம், எனது எழுத்து முறைக்கு ஏற்ப, பிஞ்ச் செயலியில் இந்த நாவலை எழுதினேன். அதில் மூன்று முக்கிய அம்சங்களைக் கடைப்பிடித்தேன்.

1. ஜனரஞ்சகப் பொழுதுபோக்கு நாவலாக இல்லாமல், வாழ்வியல் பதிவாக, நடுநிலை நாவல் வகைமையில் எழுதுவது,
2. விளம்பரப் பலகைகள், பதாகைகள் எழுதும் தொழிற்துறை ஓவியர்கள், ஃப்ளக்ஸ் பேனர் வரவால் மில்லேனியம் சமயத்தில் தொழில் இழந்தது பற்றிய சமூகப் பதிவைச் செய்வது,
3. ஸ்கிஸாய்ட் பர்ஸனாலிட்டி என்னும் மனப்பிளவு நோய்மை குறித்த பதிவுகளும் விபரங்களும்.

இவற்றை மேற்கொண்டதால் நாவல் வெறுமனே காதல், குடும்பக் கதை என்பதாக இல்லாமல், (ஓவிய) சமூகம், உளவியல் ஆகிய பரிமாணங்களையும் கொண்டுவிட்டது.

★★★

இந்த நாவலின் மாறுபட்ட கதைக் களம், கதாபாத்திரங்களின் குணச்சித்திரங்கள், உளவியல், கதையின் மெல்லுணர்ச்சி, அழகியல் ஆகியவை இதன் வாசகர்களில் பெரும்பாலானோருக்கும் பிடித்திருந்தது. ஆனால், நாவல் தொடங்கி வளர்ந்துகொண்டிருந்தபோது, பொழுதுபோக்கு ஜனரஞ்சக நாவல்களை மட்டுமே வாசிக்கவும், விரும்பவும் கூடிய வாசகர்கள், இந்த நாவல் மெதுவாகச் செல்வது, விறுவிறுப்பும் பரபரப்பும் இல்லாதது, கதைத்தன்மை ஆங்காங்கே மட்டுப்படுவது (இதற்குக் காரணம் எனது ஆவணப் புனைவுத் தன்மை) ஆகியவற்றைக் குறையாக உணர்ந்தனர். ஆனால் போகப் போக இதன் காரண காரியங்களை உணர்ந்து, புரிதலோடு, கதையில் ஒன்றிவிட்டனர். விதிவிலக்காக ஓரிருவர் இக் கதை வாசிப்பிலிருந்து விலகினர். அதற்கு இரு காரணங்கள்: 1.அவர்களின் வாசிப்புத்தன்மை / தரம், 2.நாவல் எழுத்தில் எனது அனுபவக் குறைவு.

சிறுகதையில் எனக்கு நீண்ட கால எழுத்து அனுபவம் உண்டு, தவிர, சிறுகதை எழுதத் துவங்கியதிலிருந்தே அதன்

வடிவம், தொழில்நுட்பங்கள், கச்சிதம் ஆகியவை ஓரளவு வசப்பட்டுவிட்டன. அதனால், அப்போதே எனது கதைகள் ஒரு வார்த்தை கூட சேர்க்கவோ, நீக்கவோ முடியாதபடி கன கச்சிதமாக உள்ளன என்று எழுத்து - பதிப்புத் துறையின் முக்கியப் பிரமுகர்கள் சிலரால் சொல்லப்படும்படி இருந்தன. நாவல் எழுத்து எனக்குப் புதிது என்பதாலும், இந்த நாவலை அவ்வப்போது சில அத்தியாயங்களாக எழுதிக் கொடுத்த முறை எனக்கு முற்றிலும் புதிது என்பதாலும், கதையோட்டம், கச்சிதத் தன்மை ஆகியவற்றில் சில பிசகுகள் ஏற்பட்டன. நாவலில் ஆங்காங்கு ஏற்பட்ட தொய்வுக்கு இது காரணமாகிவிட்டது. வாசகர்களும், சக படைப்பாள நண்பர்கள் சிலரும் அவற்றைச் சுட்டிக் காட்டினர்.

எனினும், நாவல் ஒவ்வொரு அத்தியாயமாக வெளியாகிக்கொண்டிருக்கும்போதே சில வாசகர்கள் நுட்பமாக வாசித்து, நிறை குறைகளையும், பாராட்டுகளையும் தெரிவித்து வந்தனர். அப்போதே ஒரு வாசகர், இந்த நாவல் அச்சு நூலாக வெளியிடப்பட்டால் அதன் முதல் பிரதியை நான் வாங்க விரும்புகிறேன் எனவும் எழுதியிருந்தார். சில குறைகள் இருப்பினும் நல்ல நாவலைத்தான் எழுதிக்கொண்டிருக்கிறோம் என்கிற திருப்தியையும், ஊக்கத்தையும் இந்தக் கருத்துகள் தந்தன.

நாவல் முடிந்த பின், ‘அருமை. ஆனால் சீக்கிரம் முடிந்துவிட்டதே’ எனச் சிலர் கருத்திட்டிருந்தனர். அற்புதமான கதை, நெகிழ வைக்கும் கதை, நல்ல வாழ்க்கைப் பதிவு, எதார்த்தமான கதை, மிக நுணுக்கமான உணர்வுகள் வார்த்தைகளில் மிக அழகாக விவரிக்கப்பட்டுள்ளது, காதலைக் கடந்து வாழ்க்கையின் எதார்த்தத்தைப் புரிய வைத்தது, கதையின் முடிவு வரிகள் அருமை என்பது உள்ளிட்ட பின்னூட்டங்களைப் பார்க்கையில் மகிழ்ச்சியும் திருப்தியுமாக இருந்தது.

‘மாதங்கி, கைலாசநாதன் பாத்திரங்கள் சிறப்பாக உள்ளன. ஏராளமான செய்திகளும் தகவல்களும் கொண்டது, பெற்றோரின் நடத்தை, காதலர்களின் உணர்வுகள், கலை, ஓவியம், நிஜ

வாழ்வியல் தருணங்கள் யாவும் நன்கு சித்தரிக்கப்பட்டுள்ளன' என்று ஒரு வாசகர் எழுதியிருந்தார்.

ஒரு வாசகி, 'நான் ஆரம்பத்தில் இருந்து கடைசி வரை படித்த ஒரே கதை இதுதான். ஆனால், சீக்கிரமாக முடிந்துவிட்டதே என்று வருத்தமாக உள்ளது. ஐ லவ் திஸ் ஸ்டோரி' என்று எழுதியிருந்தார்.

இவை ஒருபுறம் இருக்க, இந்த நாவலில், பெயர்ப் பலகைகள் எழுதும் தொழிற்துறை ஓவியத் தொழில், ஃப்ளக்ஸ் பேனர் வரவால் நலிவுற்றது பற்றிப் பதிவு செய்திருக்கிறேன் என்பதும், தமிழில் முதல் முறையாகவும் விரிவாகவும் ஸ்கிஸாய்ட் பர்ஸனாலிட்டி பற்றி எழுதியிருக்கிறேன் என்பதுமே என்னளவில் முக்கியமானது. நானும் இதே தொழிற்துறை ஓவியனாக இருந்து, ஃப்ளக்ஸ் வரவால் தொழில் இழந்தவன்தான். அதே போல, எனக்குள்ளும் ஸ்கிஸாய்ட் பர்ஸனாலிட்டி சிறிதளவு உள்ளது. எனவேதான் இவ்விரு விஷயங்களையும் நாவலில் அனுபவபூர்வமாக வெளிப்படுத்த முடிந்தது.

மில்லேனியம் வாக்கில் நான் தொழில் இழந்த பின், சைன் போர்ட் ஓவியர்களின் தொழில் நலிவை இலக்கிய நாவலாகவும், இந்தக் காதல் கதையை ஜனரஞ்சகத் தொடர்கதையாகவும் வெளியிடும் நோக்கில், வெவ்வேறு நாவல்களாக எழுத முயற்சித்துக் கைவிட்டிருந்தேன். அவற்றை இன்னும் எழுதவில்லையே என்ற மனக்குறை பத்தாண்டுகளுக்கு மேலாகவே இருந்துவந்தது. இப்போது அந்த இரண்டையுமே இணைத்து இந்த நாவலாக எழுதிவிட்டது நிறைவளிக்கிறது.

★★★

செயலியில் நாவல் வெளியானபோது ஏற்பட்டிருந்த வாசகர்களும் சக படைப்பாள நண்பர்கள் சிலரும் சுட்டிக்காட்டிய - கச்சிதக் குறைகளை நிவர்த்தி செய்யும் விதமாக, இப்போது எடிட் செய்து, செப்பனிட்டு, பிரதியை மேம்படுத்தியுள்ளேன். 'கண்ணில் விளக்கெண்ணெய் ஊற்றி' மூன்று முறை மெய்ப்புப்

பார்த்திருந்தும், எப்படியோ தப்பித்துவிட்டிருந்த ஓரிரு எழுத்துப் பிழைகள், தட்டச்சுப் பிசகுகள் ஆகியனவும் இப்போது சரிசெய்யப்பட்டுள்ளன.

ஆகவே, வானவில் நிலையம் நாவலுக்கு இந்த அச்சுப் பிரதியையே இறுதிப் பிரதியாகக் கொள்ளவும்.

★★★

இந்த நாவல் பிஞ்ச் செயலியில் வெளிவரக் காரணமாக இருந்தவர்கள் கி.ச.திலீபன், பிஞ்ச் நிர்வாகத்தார், அதன் தமிழ்ப் பிரிவு பொறுப்பாளர் ம.பிரியதர்ஷினி ஆகியோர்.

நாவலுக்குத் தேவையாக இருந்த பல்கலைக்கழக ஆய்வுகள் தொடர்பான தகவல்களை விரிவாகத் தந்து உதவியவர் பேரா.ந.மனோகரன் (கேரளா). ஃப்ளக்ஸ் பேனர் தொழில் குறித்த விரிவான விபரங்களைத் தந்து உதவியவர் ஓவியர் ஜீவா (கோவை). பஞ்சாலை / நூற்பாலை, செயற்கை வைரத் தொழிற்சாலை ஆகியவை தொடர்பாக, நாவலுக்குத் தேவையான தகவல்களைத் தந்து உதவியவர் கரு. பாலா.

முனைவர் ஜே.மஞ்சுளாதேவி, கொழிஞ்சை ப்ரதீப்குமார் ஆகியோரும் ஆய்வுகள் தொடர்பான சிறு தகவல்களை அளித்து ஒத்தாசை செய்தனர். பலராம் செந்தில்நாதன், குடல்வால் அறுவை சிகிச்சை தொடர்பான தகவல்களை நல்கினார். பொள்ளாச்சி முத்துக்குமார், நாவல் கதை விவாதத்தில் முக்கிய பங்காற்றினான். வா.மு.கோமு நாவல் எழுதுவதில் தொடர்ந்து ஊக்கமளிக்கவும், நாவல் வெளியானபோது வாசித்து, தமது மேலான விமர்சனங்களைக் கூறவும் செய்தார். அச்சில் வெளியிடுவதற்காக நாவலை செப்பனிட்டபோது, பேரா. மோ.செந்தில்குமார் மூலம் எடிட் செய்யத் திட்டமிட்டிருந்தேன். அவரது நேர நெருக்கடி காரணமாக அது இயலாமல் போய்விட்டது. எனினும் அவரது ஆலோசனைப்படி நாவலில் இருந்த 122 ‘மற்றும்’களில் 120-ஐ நீக்கிவிட்டேன்.

இங்கு குறிப்பிடப்பட்ட அனைவருக்கும் எனது நெஞ்சார்ந்த நன்றிகள்.

பிஞ்ச் செயலியில் இந்த நாவலை வாசித்து, நிறை குறைகளைச் சொல்லியும், பாராட்டியும் ஊக்கப்படுத்திய வாசகர்களுக்கு இதயம் கனிந்த நன்றிகள்.

எனது முதல் நாவலையும், மூன்று சிறுகதைத் தொகுப்புகளையும் சிறப்புற வெளியிட்ட ஸீரோ டிகிரி பப்ளிஷிங் மூலமே இந்த நாவலும் வெளியாவது மிகுந்த மகிழ்ச்சிக்குரியது. அதற்காக பதிப்பகத்தாருக்கு எனது மனமுவந்த நன்றிகள்.

- ஷாராஜ்,
பொள்ளாச்சி.
அலைபேசி: 98432 64062
மின்னஞ்சல்: shahrajscape@gmail.com

பொருளடக்கம்

அத்தியாயம் 1

இரவின் நிறம் வெண்மை

இரவு விளக்கின் குளுமையான மெல்லிய நீல ஒளி அவளைச் சுட்டெரிப்பது போல் இருந்தது. ஊர் உறங்கும் அமைதியில், சுவர்க் கடிகாரத்தின் விநாடி ஓசைகள் பேரொலியாகக் கேட்டன. நிமிடங்கள் நகர்வது மணிகள், நாட்கள், வாரங்களைக் கடப்பது போல் ஆயிற்று. உறங்காத இரவுகளுக்கு யுகங்களின் நீளம் என்று சாமுத்ரிகா (23) எண்ணிக்கொண்டாள். காதலின், காமத்தின் உறங்காத இரவுகள் எனில் அவற்றுக்கு நீளம் குறுகிவிடும் என்றும்; பிரிவின், ஆற்றாமையின், வேதனையின் இரவுகளுக்கு நீளம் மிகுந்துவிடும் என்றும் கேள்விப்பட்டிருக்கிறாள். அவளுக்கு காதல், காமம் இரண்டின் அனுபவங்களும் இல்லை. ஆற்றாமையின் அனுபவம் மட்டுமே. அதுவும், திருமணம் ஆகி, முதல் இரவு என்று சொல்லப்பட்ட, ஆனால், அதற்குரிய காரியம் நிகழாத அந்தக் கருப்பு இரவு முதல் இன்று வரை, ஏழு மாதங்களாக நீடிக்கும் முடிவற்ற ஆற்றாமை.

உறங்காத இரவுகளை ஆங்கிலத்தில் வெண்ணிற இரவுகள் என்று சொல்வார்களாம். ரஷ்ய நாவலாசிரியர் ஃபியோதர்

தாஸ்தயேவ்ஸ்கி, 'வெண்ணிற இரவுகள்' என்ற உலகப் பிரசித்தி பெற்ற நாவலை எழுதியிருக்கிறார். இதோ, இப்போது சாமுத்ரிகா சுவரில் சாய்ந்தவாறு கட்டில் மீது அமர்ந்து, முழங்காலைக் கட்டிக்கொண்டு, சோகமான சிந்தனைவயத்தில் ஆழ்ந்திருக்கிறாளே, அதற்கு வலது புறம், கதவை ஒட்டியவாறு இருக்கும் சுவர் அடுக்கறையில் உள்ள சில இலக்கிய நூல்களில் அதுவும் இருக்கிறது. தாஸ்தயேவ்ஸ்கியின் வெண்ணிற இரவுகள், வேறு இரு நாவல்கள் ஆகியவை கொண்ட தொகுப்பு, ஹெமிங்வேயின் போரே நீ போ, வைக்கம் முகம்மது பஷீரின் இளம் பருவத்துத் தோழி, பாத்தும்மாவின் ஆடு போன்ற சில மொழிபெயர்ப்பு நாவல்கள்; மோகமுள், அம்மா வந்தாள், சில நேரங்களில் சில மனிதர்கள் போன்ற சில தமிழ் நாவல்கள்; லா.ச.ரா., வண்ணதாசன் போன்ற சிலரின் சிறுகதைத் தொகுப்புகள் உட்பட மேலும் சில நூல்கள் அங்கே உள்ளன. அவை இளங்கோவுடையவை என்று மாமியார் கன்னிகா பரமேஸ்வரி தெரிவித்திருந்தாள். ஆனால், அவற்றில் பெரும்பாலும் மாதங்கி என்ற பெயரே எழுதப்பட்டிருந்தது. அவை அவள் அவனுக்கு வாசிக்க இரவல் கொடுத்தவையாக இருக்கலாம். வெண்ணிற இரவுகள், இளம் பருவத்துத் தோழி ஆகியவற்றின் வெற்று முன் பக்கத்தில், 'எனக்கு மட்டுமான இளங்கோவுக்கு' என்று சாய்வான பெண் கையெழுத்தில் எழுதி, வேக வீச்சில் இதய வடிவப் புறக் கோடு கீறி, மாதங்கி இளங்கோ என்று ஆங்கிலத்தில் கையொப்பமும் இடப்பட்டிருந்தது.

சாமுத்ரிகாவுக்கு கதைகளோ, நாவல்களோ வாசிப்பதில் ஆர்வம் இல்லை. எனினும், திருமணம் ஆகி வந்திருந்த சமயத்தில், மாதங்கியின் அன்பளிப்பால் ஆர்வமாகியும், இளங்கோவின் ரசனையை அறிந்துகொள்ளவும், பொழுதுபோக்கவுமாக அந்த நாவல்களை வாசித்துப் பார்த்தாள். அதில் வெண்ணிற இரவுகள் அவனுள் மிகுந்த தாக்கத்தை ஏற்படுத்தியிருப்பது தெரிந்தது. பல உணர்ச்சிகரமான வர்ணனைகள், வசனங்களுக்குக் கீழே பென்சிலால் அடிக்கோடிட்டு, பக்கவாட்டுகளில் தனது உணர்ச்சி மேலீட்டுக் கருத்துகளையும் எழுதி வைத்திருந்தான். அதைச் செய்தது அவன்தான் என்பதை கையெழுத்து,

எழுத்துப் பிழைகள் ஆகியவற்றால் இவளால் புரிந்துகொள்ள முடிந்தது. இளங்கோவுமே அந்த நாவலின் நாயகன் போன்ற குணாதிசயங்கள் கொண்ட கனவுலகவாசிதான். அதனால்தான் அந்த நாவல் அவனை மிகவும் பாதித்திருக்க வேண்டும். வெண்ணிற இரவுகள், கதாநாயகனின் உறங்காத இரவுகளை அடிப்படையாகக் கொண்ட, உணர்ச்சிகரமான கற்பனாவாதக் கதை. இங்கே உறங்காத இரவுகள் இவளுடையதாகிவிட்டன. இளங்கோ கீழே பாய் விரித்து, சுகமாகத் தூங்குவான். அல்லது பெரும்பாலும் போதையில் மயங்கியிருப்பான். இவள் இந்தக் கட்டிலில் படுத்துக்கொண்டோ அல்லது இதுபோல் அமர்ந்துகொண்டோ, நள்ளிரவுக்கு அப்பால் வரை உறக்கம் வராமல் வெதும்பிக்கொண்டிருப்பாள்.

படுக்கையில் மட்டும் அல்ல; சாதாரண அன்றாடப் பழக்க வழக்கங்கள் எதிலுமே அவர்கள் கணவன் மனைவியாக இல்லை. அவன் அவளிடம் அப்படித்தான் நடந்துகொண்டான். கணவன் மனைவிக்கு உரிய நெருக்கமோ, பாசமோ, அன்னியோன்னியமோ அவனிடம் இல்லை என்பது மட்டுமல்ல; அவன் அவளிடம் சாதாரண அன்பைக் கூட காட்டுவதில்லை. அவளிடம் பேசுவதோ, பழகுவதோ இல்லை. அவ்வளவு ஏன், ஒரு வேலைக்காரி என்கிற அளவுக்குக் கூட அவளிடம் எதையும் பேசுவதோ, செய்விப்பதோ கிடையாது. அவனது வீட்டுக் காரியங்களை அவனே செய்துகொள்வான் அல்லது திருமணத்துக்கு முன்பு போலவே தாயிடம் கேட்கவும் சொல்லவும் செய்வான். அவனுக்கு உணவு பரிமாறவோ, காஃபி கொடுக்கவோ மாமியார் இவளைச் செய்விக்கும்போதும் அதை விரும்பாமல் இவளை சகல விதத்திலும் புறக்கணிப்பான்.

அவன் அவளை வெறுக்கவில்லை; ஆனால், விரும்பவும் இல்லை.

அவள் யாரோ, தான் யாரோ என்பதாகவே விட்டு விலகியிருந்தான். இரண்டு தனிமைகள் அருகருகே வசிக்கும் அறையாகத்தான் அவர்களின் இந்தப் படுக்கையறையும் இருந்தது.

திருமணமானது முதல் இப்போது வரை இவள் தனித்து உறங்குவதும், உறங்காமல் நெடுநேரம் ஆற்றாமையோடு விழித்திருப்பதும், அவ்வப்போது இதுபோல் அவனுக்காகக் காத்திருப்பதும். வாடிக்கையாக அல்ல; வாழ்க்கையாகவே ஆகிவிட்டது.

★★★

அன்று 2001 ஆகஸ்ட் 17, ஆவணி 1.

ஒரு மாதம் முன்பு, ஆடி விலக்குக்காக சாமுத்ரிகாவை பிறந்த வீட்டுக்கு அவளின் அம்மா தெய்வாத்தாள் அழைத்துச் சென்றிருந்தாள். நேற்றோடு ஆடி மாதம் முடிந்துவிட்டது. இன்று திரும்பக் கொண்டுவந்து விட்டுச் சென்றிருந்தாள்.

இன்று ஆவணி ஒன்றாம் தேதி வெள்ளிக்கிழமையிலேயே வருவதால், சாமுத்ரிகாவைத் திரும்பக் கொண்டுவந்து விடுவதற்கு நாளைத் தள்ளிப் போடாமல், இந்த நன்னாளிலேயே அழைத்து வந்துவிடும்படி தெய்வாத்தாளிடம் சாமுத்ரிகாவை அழைத்துச் செல்லும்போதே கன்னிகா சொல்லியிருந்தாள். அவள் ஜாதகம், நல்ல நேரம் கெட்ட நேரம் ஆகியவற்றில் சற்று நம்பிக்கை கொண்டவள். எப்போதும் அதைப் பார்க்கிறவள் அல்ல. அவசியமான சந்தர்ப்பங்கள், கஷ்ட காலங்கள் ஆகியவற்றின்போது நாட்காட்டியையோ, ஜோதிடர்களையோ அணுகுவாள். புதுமணத் தம்பதியினரின் ஆடி விலக்கம் சாதாரணமான வரவு – போக்கு போல அல்ல; சம்பிரதாய ரீதியானது. மேலும், சாமுத்ரிகா இங்கிருந்து செல்வதை விட, அவள் திரும்பி வரும் நாள், நேரம் ஆகியவை முக்கியமானவை. எனவே, கன்னிகா நாட்காட்டியில் நல்ல நேரம் பார்த்துவிட்டு, "இந்த வருசம் ஆவணி ஒண்ணு, வெள்ளிக் கௌமையன்னைக்கே வர்றது நம்ம நல்ல நேரம்னுதான் தோணுது. இல்லாட்டி நாள் தள்ளி, புதன் கௌமையன்னைக்குத்தான் வரச் சொல்லியிருப்பேன். நீங்க ஆவணி ஒண்ணு, வெள்ளிக் கௌமை வெடியால ஏளு மணிக்கெல்லாம் வந்துருங்கொ.

ஏள்ரைல இருந்து ஒம்பதே பத்து வரைக்கும் குளிகை. அதனால, அதுக்கு முன்னாடியே வந்தரோணும். பலகாரம் (சிற்றுண்டி) சாப்படறக்கெல்லாம் நின்னுட்டிருக்க வேண்டாம். இங்கயே உங்குளுக்கும் சேத்தி செஞ்சு வெச்சர்றன். ஆடி முடிஞ்சு, ஆவணிலருந்து எல்லாம் நல்லதா நடக்குட்டும்" என்று சொல்லியிருந்தாள்.

அவள் சொன்ன விஷயம் அவர்களுக்கும் மகிழ்ச்சியையும் நம்பிக்கையையும் ஏற்படுத்தியது.

அதன்படியே இன்று காலை சுமார் ஏழே கால் மணி வாக்கில் இவளும் தாயாரும் வந்துவிட்டனர். மாமனாரும் மாமியாரும் இவர்களை வரவேற்று குசலம் விசாரித்துப் பேசிக்கொண்டிருக்கையில், வெளியே உள்ள குளியலறையில் குளித்துவிட்டு, லுங்கியும், வெற்று உடம்பில் போர்த்திய ஈரத் துண்டுமாக இளங்கோ (29) உள்ளே வந்தான். கறுப்பு எனினும் அவனுக்கு களையான முகம் என்று எல்லோருமே சொல்வார்கள். சிறிதளவு மது - கட்டிங் எனப்படுகிற, கோட்டரில் பாதி அளவான 90 மில்லி - அருந்தினாலே அவனுக்கு முகம் இறுகி, களை இழக்கத் தொடங்கிவிடும். அதைப் பார்த்தாலே, அவன் மிகுந்த நிதானத்தில் இருந்தாலும், மது அருந்தியிருக்கிறான் என்பதைத் தெரிந்துகொள்ளலாம். மது அளவும், போதை அளவும் அதிகமாக ஆக, முகம் பிணக் களையே கொண்டுவிடும். போதை மிதப்பில் அவன் உற்சாகமாகப் பேசிக்கொண்டிருந்தாலும், அப்போது அவனது முக இறுக்கத்தையும், அந்தப் பிணக் களையையும் பார்க்க சகிக்காது. நேற்று எந்த அளவுக்குக் குடித்தானோ, குளியல் முடிந்த பின்னும் இரவின் போதை மிச்சம் அவனது கண் சிவப்பிலும், முக இறுக்கத்திலும் அப்பட்டமாகத் தெரிந்தது.

தெய்வாத்தாளைப் பார்த்து, "வாங்க அத்தே" என்று உணர்ச்சியற்று சம்பிரதாயமாகச் சொல்லிவிட்டு, இவளிடம் எதுவும் சொல்லாமல், கூடத்தை ஒட்டியுள்ள இவர்களின் அறைக்குள் சென்றுவிட்டான்.

இவளுக்கும் மற்றவர்களுக்கும் அது சங்கடத்தை உண்டாக்கியது.

கைலாசநாதன் செய்வதறியாது நின்றார். அதைக் கண்ட கன்னிகா, உடனே அதைச் சமாளிக்கும் விதமாக, “நீ சூட்கேஸை எடுத்துட்டு உள்ள போ சாமுத்ரிகா” என்றாள்.

இவளும் சூட்கேஸை எடுத்துக்கொண்டு அறைக்குள் கொண்டுவந்து வைத்துவிட்டு, மீண்டும் கூடத்திற்குச் சென்று, அம்மா சுமந்து வந்திருந்த, இவளின் மிச்ச துணிகள் அடங்கிய பயணியர் பையையும் எடுத்து வந்து வைத்தாள்.

தன்னைக் கண்டவுடன் இளங்கோ ஒரு வார்த்தை கூட பேசாதது அவளுக்கு பெருத்த ஏமாற்றத்தையும், வருத்தத்தையும் அளித்திருந்தது. அவனைப் பற்றித் தனக்குள் எவ்வளவு வேதனைகள், துயரங்கள் இருந்தாலும் அவற்றை மறைத்துக்கொண்டு, ஒரு மாதத்துக்குப் பிறகு புகுந்தவீடு திரும்புகிற உற்சாகத்தில், அவனைக் காண்பதற்கு எவ்வளவு ஆவலாக அவள் வந்திருந்தாள்! அதில் ஆயிரத்தில் ஒரு பங்கு கூட அவனிடம் இல்லையே!

போகட்டும். அது கூட பரவாயில்லை. இவர்களுக்குள் உள்ள நெருக்கமின்மை இவளின் மாமனார் மாமியார் இருவருக்கும் தெரிந்ததே. ஆனால், இவளின் அம்மாவுக்கு அது தெரியாது. முதல் முறையாக இதை அவள் காண நேர்ந்திருக்கிறது. இங்கே நடந்துகொண்டிருக்கும் அந்தரங்கம் எதையும் சாமுத்ரிகா அவளிடம் சொன்னதில்லை. இளங்கோ இன்னும் குடிப் பழக்கத்தை விடவில்லை என்றாலும், தங்களுக்குள் இயல்பான வாழ்க்கை நடந்துகொண்டிருப்பதாகவே அவளிடமும், அண்டை அயலாரிடமும் சொல்லியிருந்தாள். இப்போது ஒரு மாதம் கழிந்து வீடு திரும்பியிருக்கும் இவளிடம் அவன் எதுவும் பேசாததைக் கண்டு அம்மா என்ன நினைப்பாளோ, ஏதேனும் சந்தேகப்படுவாளோ என்று கவலையாக இருந்தது. அவள் முன்னிலையில் நடிப்பாகவாவது அவன் இவளிடம் சில வார்த்தைகள் பேசியிருக்கலாம். அல்லது வா என்று ஒற்றை எழுத்தில் ஒரு வார்த்தை; அல்லது அது கூட வேண்டாம், முகம் பார்த்து, பொய்யாகவாவது ஒரு புன்னகை. அதைக் கூட செய்யாமல், இவளை ஒரு பொருட்டாகவே மதிக்காமல்

வந்துவிட்டானே என்ற துக்கம் தொண்டையை அடைத்தது.

கூடத்தில் மாமியாரும் அம்மாவும் உரையாடிக்கொண்டிருப்பது கேட்டது.

கன்னிகா தெய்வாத்தாளிடம், “எவ்வளவுதான் எடுத்துச் சொன்னாலும் அவன் குணம் இன்னும் மாறவே மாட்டேங்குது. மத்தவீக கூடன்னு இல்ல; எங்க கூடவே செரியாப் பேச மாட்டான். எதாச்சு தேவைங்கும்போது அத்தியாவசியத்துக்கு ஒண்ணு ரெண்டு வார்த்தை பேசறதோட செரி. சின்ன வயிசுல இருந்தே அப்புடித்தான். சாதாரணமா அப்புடி இருக்கறது கூடத் தேவுல. வீட்டுக்கு ஆராச்சு ஒறம்பறைக வந்தா, ‘வாங்க’ன்னு சொல்லோணும், குசலம் விசாரிக்கோணும்கறது கூடக் கெடையாது. இதனால எங்க சொந்த பந்தத்துல கூட நெறையப் பேருக்கு சங்கட்டம். அவன் குணம் அப்புடின்னு தெரிஞ்சதுனால அப்பறம் அவுங்குளும் அதையக் கண்டுக்கறதில்ல. அவன் செரியாப் பேசுலயேன்னு நீங்களும் ஒண்ணும் தப்பா நெனைச்சுக்காதீங்க சம்மந்தியம்மா” என்று மன்னிப்புக் கோரும் தொனியில் கேட்டுக்கொண்டாள்.

“அய்யய்யோ,... அப்புடியெல்லாம் ஒண்ணும் இல்லீங்க. மாப்பளையோட கொணம், பளக்க வளக்கம் இப்புடியிப்புடின்னு மொதல்லயே நீங்க ரெண்டு பேரும் சொல்லியிருக்கறீங்களாச்சு! அதும்மில்லாம சாமுத்ரிகாவும் நெறைய சொல்லியிருக்கறா. அவுரை மாற ஆர்ட்டிஸ்ட்டுக, எளுத்தாளருக, சிந்தனையாளருக எல்லாம் பெரும்பாலும் அப்புடித்தான் தனிமைய விரும்புவாங்க, மத்தவீக கூட அதிகமா பளக்க வளக்கம் இருக்காது, தானுண்டு - தன்னோட சோலி உண்டுன்னு இருப்பாங்க, எந்த வம்பு - தும்புக்கும் போக மாட்டாங்க, யாரு கூடவும் அதிகமாப் பேச மாட்டாங்கன்னு மத்தவங்களும் சொல்றதை மொதல்லயே கேட்டிருக்கறன். நம்மளையாட்ட சாமானியமானவீகள்லயே ஒவ்வொருத்தரு அப்புடித்தான். எங்க சொந்தத்துலயே, காலேஜ் படிச்சுட்டிருக்கற ஒரு பையன் இப்புடித்தான். என்னேரமும் ரூம்புக்குள்ளயே அடைஞ்சு கெடப்பான். மத்த பசக மாற பிரண்டுக கூட சாலியா இருக்கறது, ஊரு சுத்தறது,

வெளையாட்டு கிளையாட்டு எதுவும் இருக்காது. அவனாப் பேசவும் மாட்டான்; நாமளா ஏதாச்சு கேட்டாலும், 'ம்', 'ஓ' 'ஆமா', 'இல்ல'ன்னு ஒத்தை எளுத்துல, ஒத்தை வார்த்தைலயே பதில் சொல்லுவான்" என்று உள்ளுக்குள் வருத்தத்தை மறைத்துக்கொண்டு – அவளும் சகஜம் காட்டினாள்.

அதைக் கேட்டு சாமுத்ரிகாவுக்கும் சற்றே ஆசுவாசம்.

சாமுத்ரிகாவை இளங்கோ வரவேற்காதது பற்றியோ, வேறெதும் கேட்கவோ சொல்லவோ செய்யாதது பற்றியோ அவர்கள் எதுவும் பேசிக்கொள்ளவில்லை. அனைவருக்கும் அது உறுத்தலாக இருந்தாலும், அதைக் காட்டிக்கொள்ளாமல் தவிர்க்கிறார்கள் என்பதை அவளால் புரிந்துகொள்ள முடிந்தது.

இப்போதேனும் ஏதாவது பேசுவானா என்ற எதிர்பார்ப்புடன், அவனைப் பார்த்தபடி நின்றாள். பீரோவிலிருந்து வெள்ளை பனியனையும், சிவப்பு, மஞ்சள் கறுப்பு என பல வண்ண பெய்ன்ட் துளிகள் சிறிதும் பெரிதுமாக ஆங்காங்கே படிந்துள்ள சட்டையையும் எடுத்து அணிந்துகொண்ட அவன் அவளைக் கண்டுகொள்ளவே இல்லை. அடுத்ததாக, பீரோவைச் சாத்திவிட்டு, அதில் பதிக்கப்பட்டுள்ள நீள் கண்ணாடியில் பார்த்தபடி தலை வாரிக்கொண்டிருந்தான். அவன் இவளிடம் பேசுவான் என்று தோன்றவில்லை. நாமாவது பேசலாமா என யோசித்துக்கொண்டிருந்தாள்.

சாமுத்ரிகா சாந்த சுபாவி. இந்த 21ஆம் நூறாண்டிலும் அச்சம், மடம், நாணம் வகையறா. குடும்பப் பாங்கான குண நலன்கள். சத்தமாகப் பேசக் கூட மாட்டாள். அந்நியர்களிடம் பேசவே தயங்குவாள். ஏழை விதவைத் தாயின் வளர்ப்பு.

இளங்கோவிடம் பேசவும் அவளுக்குத் தயக்கம். அவன் முரடனோ, கோபக்காரனோ அல்ல. மிக மென்மையானவன்தான். ஒருவேளை, தன்னை விடவும் மென்மையானவனாக, வேறு யாரையும் விட மென்மையானவனாக இருக்கக் கூடும். ஆனால், அவன் அவளிடமிருந்து விலகியே இருந்தான். அப்படி இருக்கவே விரும்பினான். இவள் அவனுக்கு பணிவிடைகள்

செய்வதைக் கூட அனுமதிப்பதில்லை. பிறகு எப்படி அவனிடம் பேச முடியும்?

இருப்பினும் இப்போது பிறந்த வீடு சென்று ஒரு மாதம் கழித்துத் திரும்பியுள்ள நிலையில், அவன் எதுவும் பேசாவிட்டாலும், தானாவது பேச வேண்டும் என விரும்பினாள். எனவே, தயக்கத்தை மீறி, சிரமப்பட்டு, "எப்படி இருக்கறீங்க?" என்று கேட்டேவிட்டாள்.

"ம்... இருக்கறேன்."

முகம் திருப்பாமலே எந்திரத்தனமாகச் சொல்லிவிட்டு, டால்கம் பவுடரைச் சிறிதளவு இடது உள்ளங்கையில் கொட்டி, இரு கைகளிலும் தேய்த்து, முகத்தில் பூசிக்கொண்டான். அவனது கருத்த நிறத்தால் அந்த மெல்லிய பவுடர் பூச்சும் வெளிப்படையாகத் தெரிந்தது. டியோடரன்ட் ஸ்ப்ரேவை சட்டையின் அக்குள் பகுதிகளில் தெளித்துக்கொண்டு வெளியேறிவிட்டான். தான் கேட்ட பிறகும் பதிலுக்கு தன்னைப் பற்றி நலம் விசாரிக்கவில்லையே சம்பிரதாயத்துக்காகவாவது என்ற வருத்தம் அவளில் படிந்தது.

★★★

அடுத்து என்ன செய்வது என்று தெரியவில்லை. சூட்கேஸிலும், பயணியர் பையிலும் உள்ள துணிகளை எடுத்து பீரோவில் வைக்கலாம் என தயாராகிக்கொண்டிருக்கையில், "சாமுத்ரிகா,... அவனுக்கு சாப்படறக்குக் குடு" என்று மாமியாரின் அழைப்பு.

இவள் பரிமாற நிற்பது இளங்கோவுக்குப் பிடிக்காது என்பதை விட, அதை அவன் தவிர்க்கவே பார்ப்பான். அதனால் கன்னிகாவையே வரச் சொல்வான். அதுவும், அவன் தனியே சாப்பிட அமர்ந்தால், "நீயே வாம்மா" என்பான். சில சமயம் கன்னிகா வந்து பரிமாறுவாள். சில சமயம் அடுக்களையில் இருந்தபடியோ, அல்லது வெளியே வேறு ஏதேனும் வேலைகளைச் செய்வதாக பாவித்தோ, "எனக்கு வேற சோலி இருக்குது" என்றுவிடுவாள். அல்லது அந்த நேரம் பார்த்து

கைவலி, கால்வலி, இடுப்பு வலி என்று ஏதாவது சாக்கு சொல்லி கூடத்தில் உட்காரவோ, படுக்கையில் படுத்துக்கொள்ளவோ செய்வாள். சாமுத்ரிகா பரிமாறுவதை ஏற்றுக்கொண்டாக வேண்டிய நிர்ப்பந்தத்திற்கு அவனை ஆளாக்குவதற்காக கன்னிகா செய்யும் சதித் திட்டம் இது என்பது அவனுக்கும் தெரியும். ஆனால், அதுபற்றிப் பேச மாட்டான். அதைப் பேசினால் அடுத்தடுத்து ஒவ்வொன்றாகப் பேச்சு வளர்ந்து அவனுக்குச் சிக்கல் ஆகிவிடும். எனவே, வேறு வழியில்லாமல் சாமுத்ரிகாவின் பரிமாறலை ஏற்றுக்கொள்வான்.

கன்னிகா அவனுக்குப் பரிமாறுவதைப் பார்த்தால், கைலாசநாதன் கண்டிப்பார். "எதுக்கு நீ இன்னும் அவனுக்குப் பரிமாறிட்டிருக்கற? அவனுக்குன்னு ஆளு வந்தாச்சல்ல?" என்பார். அல்லது "எதுக்கு இன்னும் நீயே எல்லா வேலையவும் இழுத்துப் போட்டு செஞ்சுட்டிருக்கற? அப்பறம் கை வலி, கால் வலிங்கறக்கா? உனக்குக் கொஞ்சம் ரெஸ்ட்டு குடுக்கணும்னுதான் வீட்டுக்கு மருமக வந்திருக்கறா. காப்பி டீ வெச்சுக் குடுக்கறது, குளிக்கறக்கு தண்ணி எடுத்து வெக்கறது, சாப்பாடு பரிமார்றது - இதையெல்லாம் அவகிட்ட செய்யச் சொல்ல வேண்டீதுதான?" என இவர்கள் நெருங்கி இருக்க நேரும்படியான வேலைகளை இவள் செய்யும்படியாகப் பணிப்பார்.

அவரது நோக்கமும் கன்னிகாவின் திட்டமும் ஒன்றுதான். எப்படியாவது இவளை அவனிடம் நெருங்க வைத்துவிட வேண்டும் என்பது. இளங்கோவும் அவரும் ஒரே சமயத்தில் சாப்பிட வந்தால், பரிமாறுவதற்கு சாமுத்ரிகாதான் நிற்க வேண்டும் என்பதும் மாமனாரால் விதிக்கப்பட்டிருந்தது.

இப்போது மாமியார் இளங்கோவுக்குச் சிற்றுண்டி பரிமாற இவளை அழைத்தது எப்போதும் போன்றதே எனினும், இன்றைய அழைப்புக்கு முக்கிய காரணம் இங்கத்திய நிலவரம் தெய்வாத்தாளுக்குத் தெரியாமல் இருக்கட்டும் என்பதற்காகவே என்பது சாமுத்ரிகாவுக்குத் தெரிந்தது. அவளும் அதற்கேற்ப, அது ஒரு இயல்பான நிகழ்வு என்கிற தோற்றம் ஏற்படும்படியாக கவனத்தோடு சென்றாள்.

கன்னிகா, தெய்வாத்தாள், கைலாசநாதன் மூவரும் கூடத்தில் அமர்ந்து பேசிக்கொண்டிருந்தனர். அடுத்துள்ள உணவறையில், உணவு மேஜை ஸ்டூலில் இளங்கோ காத்திருந்தான். அவ்வறையை ஒட்டி உள்ளே உள்ள சமையற்கட்டிற்கு சாமுத்ரிகா சென்றாள். சந்தகை, தேங்காய்ப் பால், சட்னி ஆகியவற்றை மாமியார் செய்து வைத்திருந்தாள். இன்று இவர்களும் வருவதால் சிறப்புச் சிற்றுண்டியாக இருக்கட்டுமே என்று அவள் மெனக்கெட்டு சந்தகை, தேங்காய்ப் பால் தயார் செய்திருக்கிறாள் போலும். இளங்கோவுக்கும் அது பிடித்தமான உணவு. ஆக, இதையும் திட்டமிட்டே மாமியார் செய்திருக்க வேண்டும். சாமுத்ரிகா மெலிதான நெகிழ்ச்சியோடு, சந்தகை, தேங்காய்ப் பால் ஆகியவற்றை முதலில் எடுத்துச் சென்றாள். இளங்கோவுக்கு சந்தகையைப் பரிமாறியபடியே, "நீங்களும் வாங்க மாமா" என மாமனாரை அழைத்தாள்.

"இல்ல, நான் அப்பறம் சாப்புட்டுக்கறேன். ஆஃபீஸ் போறக்குள்ள சித்த நேரம் உங்கம்மாகிட்டப் பேசிட்டிருக்கலாம்னுதான் பேசிட்டிருக்கறோம். நீ அவனுக்குக் குடு" என்றார்.

இதுவும் இயல்பானதே எனினும், அதில் அவரது திட்டமும் இருக்கலாம். சாமுத்ரிகா உள்ளூர புன்னகைத்தவாறு, இளங்கோவின் தட்டில் தேங்காய்ப் பாலை ஊற்றினாள். அவன் ஒரு கவளம் சாப்பிட்டதும், "இனிப்பு போதுமா? இல்ல, இன்னும் கொஞ்சம் அஸ்கா போடணுமா?" என்று கேட்டாள்.

தேங்காய்ப் பாலில் இனிப்பு சற்றுத் தூக்கலாகப் போட்டுச் சாப்பிடுவது அவனது வழக்கம்.

அவன் தலை நிமிராமல், "போதும்" என்றான்.

"இனிப்பு நார்மலாத்தான் போட்டிருக்கறேன். அது அவனுக்குக் கம்மியாத்தான் இருக்கும். சக்கரை கொண்டு வந்து குடு" என்றாள் மாமியார்.

சாமுத்ரிகா சமையற்கட்டுக்குள் சென்று அஸ்கா பாட்டிலோடு திரும்பினாள். ஒரு தேக்கரண்டி அஸ்காவை எடுத்து அவனது

தட்டில், தேங்காய்ப் பால் உள்ள இடத்தில், அவனது வலது கை வசமாகப் போட்டதும் அதைச் சேர்த்துக் கலக்கிச் சாப்பிடலானான்.

சந்தகை – தேங்காய்ப் பால் என்றால் ருசித்துச் சாப்பிடுவான் என்று மாமியார் சொல்லியிருக்கிறாள். ஆனால், இப்போது அவன் சாப்பிடுவது அந்த மாதிரி தெரியவில்லை. இதற்கு முன்பும் ஓரிரு முறை அப்படித்தான். அவனது விருப்ப உணவுகள் என்று சொல்லப்பட்ட எதையும், சொல்லப்பட்டது போல அவன் ரசித்தோ, கூடுதலாகவோ சாப்பிடவில்லை. அவனது விருப்பத்திற்குரிய காரியங்களாக இருந்த இசை, வாசிப்பு, குறிப்பிட்ட உணவுகள் ஆகிய அனைத்திலுமே நாட்டம் இழந்துவிட்டான். சந்தகை தேங்காய்ப் பாலையும் ஏனோதானோவென்று அவன் சாப்பிட்டுக்கொண்டிருக்க, சாமுத்ரிகா சமையற்கட்டிற்குச் சென்று தேங்காய்ச் சட்னியை எடுத்து வந்து மேஜையில் வைத்தாள்.

இளங்கோ உள்ளங்கையில் உணவு படாமல், விரல் நுனிகளில் சிறிது சிறிதாக உணவை எடுத்து, நாக்கை நீட்டாமல், அளவாக வாய் திறந்து, உள்ளே போட்டதும் வாய் மூடி மென்று, சத்தம் வராமல், அமைதியாகவும் பொறுமையாகவும், நன்றாக மென்று சாப்பிடுவான். சாப்பிடுவதில் பரபரப்போ, வேகமோ காட்ட மாட்டான். இதனால் அவன் சாப்பிட்டு எழச் சற்று அதிக நேரம் ஆகும். ஆனால், அழகாகச் சாப்பிடுவான். அவன் சாப்பிடுகிற அழகைப் பார்த்துக்கொண்டே இருக்கலாம் போல இருக்கும். ஒரு பருக்கை கீழே சிந்தாது. தவறுதலாகச் சிந்திவிட்டால் அதற்காக வருத்தப்படுவான். குழம்பில் கிடக்கும் மிளகாய் தவிர்த்து கடுகு, கருவேப்பிலை, பூண்டு, வெங்காயம் எதையும் வீணாக்க மாட்டான். அவை அனைத்தையும் சாதம் அல்லது பிற வகை உணவோடு சேர்த்தே சாப்பிடுவான். அவன் உண்டு முடித்த உணவுத் தட்டு, மிச்ச மீதி சிறிதும் இல்லாமல் கழுவியது போல இருக்கும். அவன் கலைஞன் என்பதால் சாப்பிடுவதில் கூட கலைநயத்தைப் பின்பற்றுகிறானோ என்று இவளுக்குத் தோன்றும்.

தேங்காய்ப் பாலோடு உண்பதற்காகப் போட்டிருந்த சந்தகையைச் சாப்பிட்டு முடித்துவிட்டான்.

"இன்னும் கொஞ்சம் தேங்காப் பாலோட சாப்படறீங்களா?"

"வேண்டாம்."

"சரி, இருங்க; தட்டக் கழுவிட்டு வர்றேன்." எச்சிற் தட்டை சமையலறை வாஷ் பேஸினுக்கு எடுத்துச் சென்றாள்.

தேங்காய்ப் பால் ஊற்றிச் சாப்பிட்ட தட்டில் இனிப்பின் மிச்சம் இருக்கும் என்பதால், அடுத்ததாக சட்னி ஊற்றிச் சாப்பிடுவதற்கு முன்பு தட்டைக் கழுவிக்கொள்வது கைலாசநாதன், இளங்கோ இருவருக்கும் வழக்கம். கைலாசநாதன் அப்படிச் செய்வதில் நியாயம் உள்ளது. அதில் ஊனு (சாப்பிட்ட தட்டு / இலையில் மிச்சமுள்ள, சோறு குழம்பு ஆகியவற்றின் மிச்சக் கலவை) இருக்கும். ஆனால், இளங்கோ சாப்பிடுவதில் அப்படி இருக்காது. வழித்துத் துடைத்துச் சாப்பிட்டுவிடுவான். ஒரு பருக்கை கூட மிச்சம் வைக்க மாட்டான். இப்போதும் அப்படித்தான், சந்தகையின் ஒரு சிறு துணுக்கைக் கூட மிச்சம் வைக்காமல் சாப்பிட்டிருந்தான்.

'ம்க்-கும்! இதுல இனி கழுவறக்கு என்ன மிச்சம் இருக்குது? இப்பவே கழுவித் தொடைச்ச மாதிரித்தான் இருக்குது' என எண்ணிக்கொண்ட சாமுத்ரிகா, தட்டை முகத்துக்கு முன்பாகப் பிடித்து, அதில் முகம் பார்த்தாள். பழைய எவர்சில்வர் தட்டு என்பதால் முகம் தெளிவாகத் தெரியவில்லை. மங்கலாகத் தெரிகிற தன் முக பிம்பத்தை உற்றுப் பார்த்துக்கொண்டிருந்தபோது, விளிம்போரத்தில் தேங்காய்ப் பால் ஊனு சிறிதளவு இருப்பது தெரிந்தது. லேசான ஆர்வத்தோடும், சற்றுக் குறுகுறுப்போடும் அதைத் தன் ஆட்காட்டி விரலில் வழித்தெடுத்து, நுனி நாவில் தேய்த்துச் சுவைத்தாள். கூடுதல் சர்க்கரை சேர்க்கப்பட்ட தேங்காய்ப் பாலின் சுவையை விட, கணவனின் எச்சில் உணவு என்கிற எண்ணம் இனித்தது.

★★★

அத்தியாயம் 2

மகாலட்சுமியாக வருவதற்கு சம்மதமா?

எட்டே முக்கால் வாக்கில் இளங்கோ பேன்ட் அணிந்துகொண்டு வேலைக்குக் கிளம்பினான். அப்போது கைலாசநாதன் சாப்பிட்டுக்கொண்டிருக்க, கன்னிகா அவருக்குப் பரிமாறிவிட்டு, அவரைக் கவனித்துக்கொண்டே கூடத்தில் அமர்ந்திருக்கும் தெய்வாத்தாளிடம் பேச்சுக் கொடுத்துக்கொண்டிருந்தாள். இளங்கோவுக்கும் கைலாசநாதனுக்கும் மதிய உணவு கொடுத்தனுப்ப வேண்டும் என்பதால், அலுவல் நாட்களில் காலைச் சிற்றுண்டியோடு மதிய உணவையும் சேர்த்துச் செய்துவிடுவது வழக்கம். சாமுத்ரிகா, கன்னிகா செய்து வைத்திருந்த மதிய உணவை, இளங்கோவின் டிஃபன் கேரியரில் போட்டு எடுத்து வந்தாள். தனது தோள் பையோடு வந்த அவன், கூடத்தில் அவளிடம் அதை வாங்கி பைக்குள் வைத்துக்கொண்டு, கன்னிகாவிடம், “போய்ட்டு வர்றம்மா” என்று சொல்லிவிட்டு, தெய்வாத்தாளிடம், “வர்றனுங்கத்தே” என்றான். அவளும் மரியாதையாக எழுந்து நின்று, “சரிங்க மாப்பள” என்றாள்.

இவளிடம் சொல்லிக்கொள்ளவில்லை. அம்மாவும் அதை சட்டை செய்யவில்லை என்பது போல் இருந்தது.

வாயிற்படி அருகே கிடக்கும் செருப்புகளை அணிந்துகொண்டு நகர்ந்த அவனையே கடுமையாகப் பார்த்துக்கொண்டிருந்த கன்னிகா வெளியே இறங்கி அவனோடு வாசல் எல்லை வரை சென்று, “அவகிட்டயும் சொல்லிட்டுப் போறக்கு என்னடா? உன் மாமியார் என்ன நெனைப்பாங்கொ? வந்தபோதும் அப்புடித்தான், வான்னு ஒரு வார்த்தை அவளைக் கேக்குல நீயி. அவ மனசு என்ன பாடுபடும்?” என்று குரல் தணித்து கடிந்துகொள்வது கேட்டது. “இன்னைக்காச்சும் நேரமே காலமே, ரெண்டு கால்ல வா” என்றும் அடிக் குரலில் அதே கடுமையோடு உத்தரவிட்டாள்.

சாமுத்ரிகா லேசாகத் தலைநீட்டி எட்டிப் பார்க்க, அவன் பதில் ஏதும் சொல்லாமல் போய்க்கொண்டிருந்தான்.

★★★

இளங்கோவின் காதல் தோல்வி விவகாரம், ஊரும் உறவும் அறிந்த ஒன்று. சாமுத்ரிகாவுக்கும், முன்கூட்டியே சொல்லப்பட்டதுதான்.

முறைப்படியான பெண் பார்த்தல் படலத்துக்கு ஒரு வாரம் முன்னதாகவே கைலாசநாதன் தனியே வந்து தெய்வாத்தாளிடம் இளங்கோவின் காதல் தோல்வியையும், அதனால் அவன் பாதிக்கப்படக்கூடாது என்பதற்காகவே இந்த அவசரத் திருமண ஏற்பாடு என்பதையும் கூறி, பையன் கறுப்பு, எட்டாங் க்ளாஸ் ஃபெயில், காதல் தோல்விக்கு முன்பிருந்தே குடிப் பழக்கம் உண்டு என்பதையும் தெரிவித்து, பெண் கொடுக்க சம்மதமா என்று கேட்டிருந்தார். எங்கள் குடும்பத்தையும், பையனையும் பற்றி நீங்களும் விசாரித்துக்கொள்ளுங்கள் என்றும் சொல்லியிருந்தார். அந்த வெளிப்படைத் தன்மை அவர் மீது தெய்வாத்தாளுக்கும் இவளுக்கும் மரியாதையை ஏற்படுத்தியிருந்தது. விசாரித்ததில் அவர்களின் குடும்பம் பற்றியும், இளங்கோ பற்றியும் அவர் சொன்ன மாதிரியான

அபிப்ராயங்களே வந்தன. வரதட்சணை வேண்டாம், திருமணச் செலவையும் நாங்களே பார்த்துக்கொள்கிறோம் என்று சொல்லியிருந்ததால் இது கடவுளாகக் கொடுத்த வாய்ப்பு என்பதாகவே தெய்வாத்தாள் எண்ணத் தொடங்கிவிட்டாள்.

பெண் பார்த்தல் படலத்தின்போது கைலாசநாதன் அனைவர் முன்னிலையிலும் சாமுத்ரிகாவிடம் அனைத்தையும் வெளிப்படையாகவே சொன்னார்:

“எங்க குடும்பம், இவன் விசியம், இவனோட குணம், பழக்க வழக்கம் எல்லாத்தையும் சொல்லிட்டேன். நீயும் ஏழைக் குடும்பத்துல பொறந்ததுனால, கஷ்ட நஷ்டம் தெரிஞ்சு வளந்திருப்பே; அவனுக்கும், குடும்பத்துக்கும் அனுசரணையா இருப்பேங்கற நம்பிக்கைலதாம்மா உன்னையப் பொண்ணு கேக்கறோம். ஒண்ணு, உறுதியா உனக்கு உத்தரவாதம் தர்றேன். அவனுக்கு குடி, பீடி சிகரெட்டு பழக்கம் இருக்குதே தவுத்து, அவன் ரொம்ப நல்லவன். அவன்னால யாருக்கும், எந்த உயிருக்கும் கெடுதல் செய்ய முடியாதுங்கறது மட்டுமில்ல; அதைப் பத்தி நெனைச்சுக் கூட பாக்க முடியாது. அப்புடிப்பட்ட குணம். அதே மாற, நீ எங்க வீட்டுக்கு வந்தா, மருமகளா மட்டும் இல்ல; எங்குளுக்கு மூணாவது மகளாவும் உன்னைப் பாத்துக்குவோம். பெரிய மருமகளையும் அப்புடித்தான் பாத்துட்டிருந்தம். அவளும் நல்ல பொண்ணு; எங்கள அவளும் அப்பா, அம்மான்னுதான் கூப்புடுவா; அப்புடித்தான் நடந்துக்குவா. ஆனா, பெரியவன் ஒரு வேலைல உருப்படியா இருக்காம, பொறுப்பிலாமத் திரிஞ்சதுனால, அவனுக்குப் பொறுப்பு வருட்டும்னு தனிக்குடித்தனம் வெச்சுட்டோம். ரெண்டு புள்ளைகளையும் கட்டிக்குடுத்தாச்சு. இனி வர்ற மருமகதான் எங்குளுக்கு கூடயே இருக்கற மக.”

சாமுத்ரிகாவுக்கு சிவப்பு நிறம், அமைதி தவழும் அழகிய வட்ட முகம், சிறிய கண்கள், சிரிக்கும்போதும் புன்னகைக்கும்போதும் கன்னத்தில் பணக் குழி, குறுகிய இரட்டை வளைவு விளிம்புத் தாடை, ஒல்லியான உடல். அவளின் அழகு இளங்கோவின் சகோதரிகளை அசர வைத்துவிட்டது. சினிமா நடிகை ஆக

வேண்டியவள் போல இருக்கும் இந்தச் செக்கச் சிவந்த அழகிக்கு, கருப்பனான இளங்கோவைப் பிடிக்குமா என்கிற சந்தேகம் அவர்களுக்கு பலமாகவே இருந்ததாக, பின்னர் அவர்கள் சொல்லத் தெரிந்திருந்தது. கன்னிகா பரமேஸ்வரிக்கோ, இவளைப் பார்த்த உடனே, எப்படியாவது இவளை மருமகளாக ஆக்கியே ஆகவேண்டும் என்கிற தீர்மானம்தான் உண்டயிற்றாம். அதற்குக் காரணம் அவளது அழகல்ல. அவளது முகத்தில் தென்பட்ட லட்சுமிகரம். அதுபற்றி, பெண் பார்த்தல் படலத்தின்போது, கணவருக்குப் பிறகு பேசிய தனது பேச்சிலும் குறிப்பிட்டிருந்தாள்.

“நாங்களும் ஒண்ணும் வசதியானவங்க கெடையாது. உங்களை விட கொஞ்சம் தேவுல; அவ்வளவுதான். இருந்தாலும், சொத்து, சுகம் இல்லாட்டியும், எங்கூட்டுல நிமுதியும், சந்தோசமும் நெலைச்சிருந்துச்சு. அது இப்பக் கெட்டுப் போச்சு. எனக்கு மனசுக்குப் படறதைச் சொல்றேன். மகாலச்சுமிங்கறது அளகு, செல்வம், சொத்து சுகம் மட்டும் இல்ல. அதுக்கும் மேல, மத்தவீகளுக்கு சந்தோசம், ஆறுதல், நிம்மதி, நம்பிக்கை, ஊக்கம் - இதெல்லாம் குடுக்கற ஒரு லச்சணம் இருக்குதே… அதுதான் ஐசுவர்யம் லச்சுமி கடாட்சம்னு எனக்குத் தோணுது. உனக்கு சாமுத்திரிகான்னு பேரு வெச்சவீக, அந்த லச்சணம் தெரிஞ்சுதான் வெச்சாங்களோ என்னுமோ. உம் முகத்துல நாஞ் சொல்ற மாற மகாலட்சுமி களை நெறைஞ்சு இருக்குது. கன்னத்துல பணக் குளி உளுகற ஏளை. ஆனா, அததுக்குன்னு ஒரு கால நேரம் வரும். நீ எங்கூட்டு மருமகளா வந்தா, இப்ப இருக்கற எங்க மனக் குறை தீந்து, இவனும் மீளுவான்னு தோணுது. ஆரோட கட்டாயத்துக்காகவும் இல்லாம, உன்னோட சுய விருப்பத்தோட, எங்கூட்டு மகாலச்சுமியா வர்றக்கு உனக்கு சம்மதமா?” என்று கேட்டாள் அவள்.

ஏற்கனவே கைலாசநாதனின் வெளிப்படையான பேச்சுகளால் அவர் மீது மதிப்பும் மரியாதையும் கொண்டிருந்த இவளுக்கும், தாய், தங்கைக்கும், அன்றைய அவரது பேச்சு இன்னும் மன நிறைவு தந்திருந்தது. அதோடு இளங்கோ குடும்பத்தார்

அனைவரையும் பார்த்தும், அவர்களது பேச்சு, பழக்க வழக்கங்களைக் கண்டும் திருப்தியாகியிருந்தனர். கூடுதலாக கன்னிகா சொன்ன வார்த்தைகள் தெய்வாத்தாளுக்கும் சாமுத்ரிகாவுக்கும் மிகுந்த நெகிழ்ச்சியை உண்டாக்கின.

சாமுத்ரிகா தாயைப் பார்த்தாள். சம்மதம் என்று சொல்லட்டுமா என்று கேட்டது அந்தப் பார்வை. அந்த ஏழை விதவைத் தாயும், மகளைப் பற்றி இத்தகைய பாராட்டுகளையும் நம்பிக்கையையும் கேட்ட பூரிப்பு கண்களில் மின்ன, புன்னகையுடன் ஆமோதிப்பாகத் தலையசைத்தாள்.

சாமுத்ரிகா, சம்மதம் என்பதைச் சொல்லாலோ, மௌனத்தாலோ தெரிவிக்கவில்லை. தனது மகிழ்ச்சியையும், மனப்பூர்வ சம்மதம் என்பதையும் வெளிப்படுத்தும் விதமாக, கைலாசநாதன் தம்பதியினரிடம் சென்று, சம்மணமிட்டு அமர்ந்திருக்கும் அவர்களின் முன்பு மண்டியிட்டவாக்கில் அமர்ந்து, அவர்களின் பாதங்களைத் தொட்டு வணங்கினாள். அவர்களின் கரங்கள் அவளின் தலையில் தாய் - தந்தையின் வாஞ்சையோடு ஆசீர்வாதமாகப் படிந்தன.

★★★

தாயைப் பார்த்துப் பெண் எடு என்பார்கள். தெய்வாத்தாள் தாய் - தந்தையைப் பார்த்துப் பெண் கொடுத்தாள். சாமுத்ரிகாவும் அவர்களைப் பார்த்தும், அவர்களது வாக்குறுதியில் நம்பிக்கை கொண்டுமே இளங்கோவை மணந்துகொண்டாள்.

பெண் பார்க்க வந்தவர்கள் சென்றதுமே, உடன் இருந்த நெருங்கிய உறவினர்களும், வேண்டப்பட்ட அண்டை அயலவர்களும், “அதுக்குள்ள எதுக்கு சம்மதம் சொன்னீங்க? யோசிச்சுச் சொல்றம்னு சொல்லியிருக்கலாமல்ல?” என்றனர்.

“மாப்பளை லச்சணமாத்தான் இருக்கறாரு; ஆனா, கருமுசுன்னு இருக்கறாரே. குடிகாரன், லவ் ஃபெய்லியரு வேற. படிப்பும் எட்டாங்க்ளாசு ஃபெயிலுத்தானாமா. என்னதான்

வரதட்சணை வேண்டாம், கல்யாணச் செலவை நாங்களே பாத்துக்கறோம்னாலும், அதுக்காக செக்கச் செவேர்னு சேட்டு புள்ளையாட்ட, அளகு ரதியா இருக்கற புள்ளைய இப்புடி ஒரு மாப்பளைக்குக் குடுக்கோணுமா? இதைவிட நல்ல மாப்பளை கெடைக்காமயா போயிரும்? தெய்வாத்தாதான் காசு பணம் செலவில்லீங்கறக்காகப் பாக்கறான்னா, சாமுத்திரிகாவுக்குமா புத்தி கெட்டுப் போச்சு?" என்று நிச்சயதார்த்தத்தின்போதும் அடுத்த கட்ட வட்டங்கள் குறைகூறின.

திருமணத்தின்போது இளங்கோவின் காதல் தோல்வி குறித்தும், மாதங்கி குறித்தும் அவனது உறவினர்கள் பலரும் பலவிதமாகப் பேசுவதும், இவர்களின் உறவினர்கள் காதில் விழுந்து, பின் இவர்கள் காதுக்கு வந்தது.

எதையும் இவர்கள் பொருட்படுத்தவில்லை.

முதலிரவில் இளங்கோ இவளின் முகம் பார்க்காமல் எங்கோ பார்த்துக்கொண்டு சொன்னான்:

"என்னால என்னைக்கும் மாதங்கிய மறக்கவே முடியாது. சாதாரணமா, பெரியவங்களா மேஜரா ஆனதுக்கப்பறம், ஒண்ணு ரெண்டு வருசம் காதலிக்கறவங்களுக்கே அப்புடித்தான் இருக்கும். பொழுதுபோக்குக்குக் காதலிக்கறவங்க, மேலோட்டமாக் காதலிக்கறவங்களுக்கு வேண்ணா, காதலிச்சவங்களையும், காதலையும் ஈஸியா மறந்தர்லாம். உண்மையா, ஆழமா காதலிச்சவங்களுக்கு அது முடியாது. இது எல்லார்த்துக்கும் தெரியும். அதுவும், நாங்க எங்க அறியா வயசுலருந்து காதலிச்சோம். உடல் ரீதியா எங்குளுக்குள்ள தொடர்பு இல்லையே தவிர, மனசால புருசன் பொண்டாட்டியாத்தான் வாழ்ந்துட்டிருந்தோம். அதுவும் நான்..." என்றவன் சற்றே தயங்கி, "எங்குளுக்குக் கல்யாணமாகி, பொண்ணும் பையனுமா ரெண்டு கொழந்தைங்க இருக்கற மாதிரி கூட கற்பனை பண்ணி, அந்தக் கொழந்தைகளுக்குப் பேரெல்லாம் வெச்சு..."

அதைச் சொல்லும்போதே அவனுக்கு விக்கித்தது.

"நான்... நான் ஒரு மாதிரி... கற்பனைலயே வாழ்றவன். சின்ன

வயசுலருந்தே அப்புடித்தான். எனக்கு ஃப்ரெண்ட்ஸ் அதிகமாக் கெடையாது. ரெண்டு மூணு பேர்தான். அவங்க கூடயும் நெருக்கமா இருக்க மாட்டேன். என்னால வேற யார் கூடயுமே நெருக்கமாப் பழக முடியாது. அவுங்க உலகம் வேற, என்னோட உலகம் வேற. ஃபேமிலிலயும், யாரோடவும் ஒட்டுதலா இருக்க மாட்டேன். என்னைத் தவிர வேற எல்லாருமே வேற ஒரு உலகத்துல இருக்கறாங்க, நான் மட்டும் தனியா ஒரு உலகத்துல இருக்கறேன்கற எண்ணம், உணர்வுதான் எனக்கு எப்பவும். என்னோட உலகத்துல, நானும், மாதங்கியும், எங்களோட அந்தக் கொழந்தைகளும்தான் பல வருஷமா, சந்தோஷமா வாழ்ந்துட்டிருந்தோம். அதையெல்லாம் எப்புடி என்னால மறக்க முடியும்?”

ஒரு கணம் மௌனத்தில் ஆழ்ந்தவன், “இல்ல; மறந்துதான் ஆகணும். இல்லாட்டி, நெனைக்காமயாவது இருக்கணும். ஆனா, அதுக்குக் கொஞ்ச காலம் ஆகும். அதுவரைக்கும்...” என்றுவிட்டு, பெட்ஷீட்டையும் ஒரு தலையணையையும் எடுத்துக்கொண்டு, தரையில் விரித்து, திரும்பிப் படுத்துக்கொண்டான்.

★★★

கொஞ்ச காலம் என்று அவன் சொன்னதை அவள் சில நாட்கள் என எடுத்துக்கொண்டிருந்தாள். நாட்கள் வாரங்களாகி, மாதங்கள் ஏழும் கடந்துவிட்டன.

சில நாட்களில் அல்லது ஓரிரு மாதங்களில் பழைய காதலை மறந்து, தன்னோடு இயல்பாக வாழ்வான் என இருந்த அவளின் நம்பிக்கை, பொய்த்துவிட்டது. இனியும் அப்படியே இருந்துவிடுவானோ என்ற கவலை வாட்டிக்கொண்டிருந்த சமயத்தில் இந்த ஆடிப் பிரிவு வேறு.

அதை நினைக்கையில் அவளுக்கு விரக்தியான சிரிப்புதான் மேலிடும். இவர்களுக்குள் தாம்பத்திய உறவே இல்லை. பிறகு இந்த விலக்கம் எதற்கு? ஆனால், அதை வீட்டிலோ மற்றவர்களிடத்திலோ சொல்லவா முடியும்? அதனால் உலக

நடப்பை அனுசரித்து, அந்த வழமையைக் கடைப்பிடித்தாயிற்று. அதன் மூலம் ஊரார் கண்களில் இவர்களும் தாம்பத்தியத்தில் இருப்பது போன்ற தோற்றத்தை ஏற்படுத்தியாயிற்று. அதற்குத்தான் இந்த விலக்கம் பயன்பட்டதேயன்றி, இந்த ஆடிப் பிரிவு இவர்களுக்குள் தேவையே இல்லை. இவர்களைப் பொறுத்தவரை கடந்த ஏழு மாதங்களுமே ஆடி மாதம்தான்.

ஆவணி பிறந்துவிட்டது என்று இன்று திரும்பி வந்திருக்கிறாள். இதுவும், இனிவரும் மாதங்களும் ஆடியாகவே நீடிக்குமா, அல்லது மாற்றம் வருமா?

இளங்கோ காலையில் நடந்துகொண்ட முறையைப் பார்த்தால் இப்போதைக்கு மாற்றம் வரும் என்று தோன்றவில்லை.

அவன் தொழிலுக்குச் செல்லும்போது கன்னிகா அவனிடம் இன்றைக்காவது இரவில் நேரத்தோடேயும், குடிக்காமலும் வருமாறு சொல்லியிருந்தும், இதோ, பத்தரை மணி ஆகியும் இன்னும் காணோம். வழக்கம் போல குடித்துவிட்டு, இனி மேல்தான் வருவான். பதினொன்று, பதினொன்றரை கூட ஆகலாம்.

அவனுக்காகக் காத்துக்கொண்டு விழித்திருக்க வேண்டாம், தூங்கு என்று மாமியார் சொல்லிச் சென்றிருந்தாள். இவளுக்குத் தூக்கம் வரவில்லை. இளங்கோவைப் பற்றியும், தனது வாழ்க்கையைப் பற்றியும் எதையெதையோ நினைத்துக் கவலைப்பட்டுக்கொண்டிருந்தாள்.

அம்மா காலையில் விடைபெறும்போது சொன்னதும் நினைவில் உறுத்தியது.

கைலாசநாதன் அலுவலகத்துக்குக் கிளம்பிய பின் மாமியார், அம்மா, இவள் மூவரும் ஒன்றாகவே அமர்ந்து சிற்றுண்டி அருந்தினர்.

அப்போது அம்மா, “இவ எப்பவும் உங்களைப் பத்தியும், மாமனாரைப் பத்தியும்தான் பேசிட்டிருப்பா. பெத்த மகளை மாதிரிப் பாத்துக்கற மாமனார் - மாமியார் கெடைக்கறக்கு

அவ மட்டுமில்ல; இப்படிப்பட்ட சம்பந்தம் கெடைக்கறக்கு நானும்தான் குடுத்து வெச்சிருக்கணும்” என்றுவிட்டு, “ஆனா,… மொதல்ல இவ பொய் பேச மாட்டா. இப்ப அளகா பொய் பேசறா அதுவும் எங்கிட்டயே” என்றாள்.

சாமுத்ரிகாவுக்கு அதிர்ச்சி. “பொய்யா…? நானா…? நான் என்னம்மா பொய் சொன்னேன்?”

அம்மா வருத்தத்தோடு இவளைப் பார்த்தாள்.

“நான் உனக்கு அம்மா. இருபத்தஞ்சு வருசத்துக்கு முந்தி கல்யாணமாகி, ரெண்டு புள்ளை பெத்தவ. அதுக்கப்பறம் எத்தனை புருசன் பொண்டாட்டிகளைப் பாத்திருப்பேன். அவுங்குளுக்குள்ள என்ன நடக்குது எது நடக்குலீங்கறதைப் புரிஞ்சுக்க முடியாதா? புதுசாக் கல்யாணமான பொண்ணுகளோட எந்த சந்தோசம் எப்புடி இருக்கும், எந்த வெசனம் எப்புடி இருக்கும்கறது எனக்குத் தெரியாதா? புருசன் குடிகாரன், கல்யாணமானதுலருந்து பத்து நாளோ, ஒரு மாசமோ குடிக்காம இருந்தான்; அப்பறம் குடிக்க ஆரம்பிச்சுட்டான், சத்தம் ரவுசு பண்றான்னு மூக்கைச் சிந்தற புள்ளைக ஒடம்புல கூட ஒரு மினுக்கம், சந்தோசம் தெரியும். உன்னோட மூஞ்சீல நீ என்னதான் சிரிப்பை, சந்தோசத்தைக் காட்டுனாலும், புருசன் கூட சந்தோசமா இருக்கறதா அளகளகாப் பொய் சொல்லி அடுத்தவீகளை ஏமாத்துனாலும், உன்னோட ஒடம்பு கலையாம இருக்கறதுலருந்தே தெரியுது உண்மை என்னன்னு. நானும் உன்னை சங்கடப்படுத்த வேண்டாமேன்னு, நீ சொன்னதை நம்பீட்ட மாதிரி இருந்தேன். ஆடி மாச வெலக்கத்துக்குப் பொறந்த ஊடு போன புதுப் பொண்டாட்டி, ஒரு மாசம் கிருமிச்சுத் திரும்பி வந்தா புருசன் எப்புடி சந்தோசப்படுவான். அது இங்க துளி கூட இல்லியே. அது கூட போச்சாது; வந்தவளை வான்னு ஒரு வார்த்தை கேக்குல; அவுரு வேலைக்குப் போகீல உங்கட்ட சொல்லீட்டும் போகுல. இதுலருந்தே தெரியாதா, ஆடிக்கு முன்னாடியும் ஆறு மாசம் என்ன நடந்திருக்குதுன்னு…”

“இல்லம்மா… அது வந்து…”

“ஹ்ம்... அதுக்கு இன்னொரு பொய் சொல்லப்போறயா? உன்னோட பொய்யினால, நீ சந்தோசமா இருக்கறதா என்னையோ மத்தவங்களையோ நம்ப வெக்கலாம்கறது தவுத்து, உண்மைல யாருக்கு என்ன பிரயோஜனம்?”

கன்னிகா குறுக்கிட்டு, “இல்ல, சம்மந்தியம்மா; அது,...” என்று இழுத்தாள். என்ன சொல்வதென்று தெரியாததால் மேற்கொண்டு அவளால் எதுவும் சொல்ல இயலவில்லை.

“சம்மந்தியும் நீங்களும் சொன்ன வார்த்தைய நம்பித்தான், உங்க ரெண்டு பேர்த்தோட குணத்துக்காகத்தான், உங்க மகனுக்கு என் பொண்ணக் குடுத்தேன். அப்பவும் சரி, இப்பவும் சரி; உங்க யாரையும் நான் தப்பு சொல்லுல சம்மந்தியம்மா. மாப்பளையோட நெலைமையையும் என்னால புரிஞ்சுக்க முடியுது. ஆனா, மாசம் ஏளாயிருச்சு. இனியும் இப்புடியே இருந்தா... அதனாலதான் இப்ப இத உங்க ரெண்டு பேர்த்துகிட்ட மட்டும் பேசறேன். மாப்பளைகிட்டயோ, சம்மந்திகிட்டயோ நான் இதப் பத்திப் பேசறது நல்லா இருக்காது. நீங்களே பேசி, இவங்க ரெண்டு பேரும், எல்லாரையும் மாற வாளறதுக்கு ஒரு வளி பண்ணுனீங்கன்னாப் போதும்.”

“சரிங்க. அப்புடியே பண்ணீர்லாம். நாங்களும் இதுவரைக்கும் எவ்வளவோ முயற்சி பண்ணுனோம். சாமுத்ரிகாகிட்டயும் இது பத்தி நெறையப் பேசியிருக்கறோம். சில காரணங்களால அவனை ரொம்பக் கட்டாயப்படுத்த முடியல. இனியும் அதைப் பாத்துட்டிருந்தா முடியாது. கூடிய சீக்கிரமே இதுக்கு ஒரு முடிவு கண்டர்றோம்.”

அம்மாவின் முகத்தில் நம்பிக்கையும் எதிர்பார்ப்பும் படர்ந்தன. இவளது மனதில் நம்பிக்கையும் நம்பிக்கையின்மையும் சம பலத்தோடு மோதிக்கொண்டிருந்தன.

★★★

அத்தியாயம் 3

எப்போதுதான் விடிவுகாலமோ?

பொய் சொல்வது அம்மாவுக்குப் பிடிக்காது. சிறு வயதிலிருந்தே, எந்தச் சூழ்நிலையிலும் உண்மையே பேச வேண்டும் என்று இவளுக்கும் தங்கைக்கும் போதித்து வளர்த்திருந்தாள். இவளும் இதுவரை யாரிடமும் எந்தப் பொய்யும் சொன்னதில்லை. முதல் முறையாக இப்போதுதான் பொய் சொல்லியிருக்கிறாள். குடும்ப கௌரவத்துக்காகவும், கணவன் மனைவிக்கு இடையிலான அந்தரங்கப் பிரச்சனை வெளியே தெரியக் கூடாது என்பதற்காகவும் சொல்லப்பட்ட நியாயமான பொய் அது. அம்மாவுக்கும் அது புரிந்ததால்தான் பிறந்தவீட்டில் இருந்த ஒரு மாத காலமும், இவளது பொய்யை நம்பிய மாதிரியே நடித்திருக்கிறாள். ஆனாலும், அவள் மனம் எவ்வளவு வேதனைப்பட்டிருக்கும் என்பதை உணர முடிந்தது. மகளின் வாழ்க்கை இப்படி ஆகிவிட்டதே என்ற வேதனை, மகள் பொய் சொல்கிறாளே என்ற வருத்தம் இரண்டும் இருந்திருக்குமல்லவா அம்மாவுக்கு.

எவ்வளவு பெரிய தவறு செய்துவிட்டோம்! உலகில் வேறு யாரிடம் வேண்டுமானாலும் பொய் சொல்லியிருக்கலாம்.

அம்மாவிடம் மட்டும் சொல்லியிருக்கவே கூடாது. அதற்கு மன்னிப்பே கிடையாது.

அம்மா, முன்பெல்லாம் பொய்யை மன்னிக்கவே மாட்டாள்.

இவளின் தங்கை யவனிகா இவளைப் போல அல்ல. எதையும் தீவிரமாக எடுத்துக்கொள்ளாத, குதூகலப் பேர்வழி. ஒழுக்கத்திலோ, பிற முக்கிய காரியங்களிலோ தவறு செய்வதில்லை. ஆனால், முக்கியமற்ற விஷயங்களில் சிறுபிள்ளைத்தனமாக நடந்துகொள்வாள். விளையாட்டு, துடுக்குத்தனம், சோம்பேறித்தனம் கொண்டவள். வழக்கமாக ஒவ்வொரு வீட்டிலும் இளைய பிள்ளைகள், கடைக்குட்டிகள் எப்படி இருப்பார்களோ அப்படித்தான் அவளும்.

அப்பா இருந்தபோது அவரது செல்லத்தில் வளர்ந்த அவள், அவரது மரணத்துக்குப் பின்னும் முன்பு போலவே இருந்தாள். வீட்டு வேலைகளைச் செய்யாதிருப்பதற்காக தலைவலி என்று படுத்துத் தூங்குவாள். சேர்ந்து படிக்கப் போகிறேன் என்று புத்தகம் நோட்டுகளைத் தூக்கிக்கொண்டு அண்டைத் தெருவுக்குப் போய், அங்குள்ள தோழிகளோடு விளையாடிக்கொண்டிருப்பாள். இந்தப் பொய்கள் தெரிய வரும்போது அம்மா அவளைத் திட்டுவதும், அடிப்பதும் வழக்கம். யவனிகா ஒன்பது, பத்து வகுப்புகளுக்குப் போன பின்பு, வளர்ந்த பிள்ளையை அடிப்பது நன்றாக இராது என்பதால் அதைக் கைவிட்டுவிட்டாள். ஆனால், பொய்களுக்கு தண்டனையாக அவளோடு இரண்டு - மூன்று நாட்களுக்குப் பேசாதிருப்பது வாடிக்கையாயிற்று.

யவனிகா சொன்னது விளையாட்டுத்தனமான சின்னச் சின்ன பொய்கள்தான். அதற்கே அம்மா கோபமும் வருத்தமும் கொள்வாள். அப்படிப்பட்டவளிடம் எவ்வளவு பெரிய, தீவிரமான பொய் சொல்லியிருக்கிறோம் என இவ்வளவு நாளாக இவளுக்கும் மனதை வருத்திக்கொண்டேதான் இருந்தது. அம்மா இன்று அதை வெளிப்படுத்திவிட்டதால் கொப்புளம் உடைந்தது போல, பெரும் வேதனை தீர்ந்து,

ஆசுவாசம். எனினும், புண் இன்னும் ஆறவுமில்லை; வலி முழுதாகத் தீரவுமில்லை.

இளம் வயதுகளில் போல இப்போது யவனிகா பொய் சொல்வதில்லை. மாறாக, அப்போது எந்தப் பொய்யும் சொல்லியிராத தான், இப்போது மாபெரும் பொய்யைச் சொல்ல வேண்டியதாகிவிட்டது.

தனக்குத் திருமணம் ஆகாமல் இருந்திருந்து இதுபோன்ற பெரிய பொய்கள் எதையேனும் சொல்லியிருந்தால் அம்மாவின் எதிர்வினைகள் கடுமையாக இருந்திருக்கும் என்பது நிச்சயம். ஆனால், இப்போது மகளைக் கட்டிக் கொடுத்தாயிற்றே என்பதால்தான் தன் மீது கோபமோ, மனஸ்தாபமோ கொள்ளாமல் இருந்திருக்கிறாள் என்பது புரிந்தது.

அம்மா சென்ற பின், “உங்கம்மா ரொம்பப் பாவம் சாமுத்திரிகா. எனக்கு அவுங்ககிட்ட என்ன பேசறது, எப்புடி சமாதானப்படுத்தறதுன்னே தெரியில. நீயி அவுங்ககிட்ட உண்மையச் சொல்லாதது தப்புத்தான்னு நாஞ் சொல்ல முடியுமா? நம்ம குடும்ப விசியம் வெளிய தெரியக் குடாதுன்னு – நீயி மகராசி – உங்கம்மாகிட்டயே மறைச்சிருக்கற. காப்பாத்துன கையவே கொட்டுன தேளாட்ட, நீ செஞ்சது தப்புன்னு நானெப்புடிச் சொல்ல முடியும்? மத்தவீககிட்டன்னா, அது செரித்தான்னு நான் மல்லுக்கட்டி வேண்ணாலும் பேசுவேன். உங்கம்மாகிட்ட அப்புடிப் பேச முடியுமா? முளுங்கவும் முடியாம, துப்பவும் முடியாமங்கறதை இன்னைக்குத்தான் நான் அனுபவிச்சன், போ!” என மாமியாரும் சங்கடப்பட்டாள்.

“எல்லாம் இவன்னால வந்தது” என்று மகனைக் குறைபட்டுக்கொண்ட அவள், “அவந்தான் அப்புடின்னா நீயி அதைவிட இருக்கறயே. குடிப் பளக்கம் ஆகாதுன்னு அவனுக்கு எத்தனை வருசமா புத்திமதி சொல்லீட்டிருக்கறோம்; அவன் மண்டைல ஏர்றதே இல்ல. அதனாலதான் நானு உனக்கு மந்தரஞ் சொல்லிக் குடுத்தேன். நீயி அதைய யூஸ் பண்ண மாட்டீங்கறயே…” என்றாள்.

சாமுத்ரிகாவுக்கு அதைக் கேட்க வெட்கமாகவும், தர்ம சங்கடமாகவும் இருந்தது. அவள் மந்திரம் என்று சொன்னது தலையணை மந்திரம், முந்தானை மந்திரம் ஆகியவைதான். அதற்கு எங்கே வாய்ப்பு?

★★★

இவர்களின் நடக்காத முதலிரவுக்குப் பிந்தைய ஓரிரு நாட்களிலேயே, இளங்கோ தரையில் பாய் விரித்துப் படுத்துறங்குவது கன்னிகாவுக்குத் தெரிந்துவிட்டது. சாமுத்ரிகா விடியற்காலமே எழுந்து, குளித்து, வாசல் பெருக்கிக் கோலம் இட்டு, வீட்டு வேலைகளையும் தொடங்கிவிடுவாள். இளங்கோ ஏழு, ஏழரை வரை தூங்குவான். அவன், கீழே படுத்திருப்பது தெரியாமல் இருக்குமா?

மாமியார் அது குறித்து புருவச் சுழிப்போடு சாமுத்ரிகாவிடம் கேட்டாள். “என்ன, அவன் கீள படுத்துட்டிருக்கறான்?”

இந்தக் கேள்வி வரக் கூடும் என்பது முன்பே தெரிந்து, இவள் அவனிடம் அதைத் தெரிவித்திருந்தாள். “அப்புடிக் கேட்டா, எனக்கு வீடு சுத்துனதுனால கீழ படுத்துட்டேன்னு சொல்லீரு” என்றான்.

“வீடு சுத்தறதா? அப்புடின்னா?”

“மப்பு ஜாஸ்தியாயிருச்சுன்னா ரோடு, நெலமெல்லாம் மேலயும் கீழயும் ஆடும். கட்டடம் சாயும். வீடு, ரூமெல்லாம் கிறுகிறுன்னு சுத்தும்.”

“ஓ… அதுவா?”

“ஆமா. அப்புடி வீடு சுத்துனா வாந்தி வரும். எந்திரிச்சு நடக்கற நெலைல இருந்தன்னா வெளிய போயி வாந்தி எடுத்துட்டு வந்து படுப்பேன். இல்லாட்டி படுக்கைலயே கக்கி வெச்சிருவேன். மெத்தைல வாந்தி ஆயிட்டா க்ளீன் பண்றது சிரமமாச்சே. அதனால, வீடு சுத்தற மாதிரி இருந்தா, கீழ பெட்ஷீட்டோ, பாயோ விரிச்சுப் படுத்துருவேன்.”

சாமுத்ரிகா அவன் சொன்னது போலவே கன்னிகாவிடம் சொன்னாள்.

அவளிடமிருந்து நீண்ட ஆவலாதிகள் வெளிப்பட்டன.

“அவனுக்கு ஒரு ஃப்ரண்டாவது இல்ல. ஆருகிட்டயும் அவ்வளவாப் பளகவும் மாட்டான். எப்புடியோ, பதனேளு பதனெட்டு வயிசுலயே பீடி சீரேட்டு, பீரு பிராந்தின்னு பளகீட்டான். நானும்மு அவுங்கய்யனும்மு, முடிய முடியச் சொல்லிப் பாத்தும் கேக்குல. குடி ஜாஸ்த்தியாயி, ரோட்டுல உளுந்து கெடக்கற அளவுக்கு ஆயிப்போச்சு. அக்கம் பக்கமெல்லாம் சிரிச்சு, எடைல மூணு சலக்கா குடிய நிறுத்துனான். அஞ்சாறு மாசம், இல்லாட்டி ஒரு வருசத்துக்கு மேல குடிக்காம இருப்பான். அப்பறம் மறுக்கா வேதாளம் முரங்க மரம் ஏறீரும். அவனைக் கெடுக்கறக்கு ஃப்ரண்டுகளும்மில்ல, வேற கெட்ட சாவுகாசமும் கெடையாது. அப்பறம் எப்புடித்தான் போதைக்கு அடிமையானான்னே தெரியில.”

“ஃப்ரண்டுக ரெண்டு மூணு பேரு இருக்கறதா சொன்னாரே. ஆனா, அவுங்ககிட்டயும் நெருக்கமாப் பளக மாட்டேன்னாரு.”

“கூட வேலை செய்யறவீக, அக்கம் பக்கத்துக் கடைக்காரங்க, ஆட்டோ ட்ரைவருன்னு ஆராச்சையாச்சும்தான் ஃப்ரண்டுகன்னு சொல்லுவான். மத்தபடி நாம சொல்றாப்புடி ஃப்ரண்டுக அவனுக்குக் கெடையாது. நம்மளையாட்ட நார்மலா இருக்கறவீக கூடத்தான் அவனுக்குப் பேச்சுப் பளக்கமே இல்லியே. ஆனா, ஏளை பாளைக, இத்துப் போனவீக, பிச்சைக்காரங்க, அரை லூசுக, தெருப் பைத்தியம் இதுக கூடல்லாம் சகஜமாப் பேசீட்டிருப்பான். அதுகள்லயும் அவனுக்கு ஃப்ரண்டுக இருக்குமோ என்னுமோ. செரி, அது எப்புடியோ போகுட்டும். அது அவுங்கய்யன் சொல்றாப்புடி ஒரு மனிதாபிமானம், அவன் ஒரு ஆம்பளைத் தெரஸான்னே வெச்சுக்கலாம். குடி கெடுக்கற குடி என்னத்துக்கு?”

“இல்லீங்கத்தே,... ஆர்ட்டிஸ்ட்டுக, கவிஞருக, சிந்தனையாளருகல் லாம் குடிகாரங்களாத்தான் இருப்பாங்களாமா. சொன்னாங்க.

அப்பத்தான் அவுங்குளுக்கு நல்லா மைண்டு வேலை செய்யுமாமா."

"ம்க்-க்கும்! வண்டி வாகனமெல்லாம் பெட்ரூலு, டீசல்ல ஓடறாப்புடி, அசுதீமா அவுங்க மைண்டு மட்டும் பிராந்தி, விஸ்கில ஓடுதாக்கு? அப்ப நம்ம மைண்டு என்ன, நொய்யல் ஆத்துத் தண்ணீல ஓடுதா? குடிகாரனுகளுக்கு ஏதோ ஒரு சாக்கு. ஒடம்பு வலி, வேலை சிரமம், லவ் ஃபெய்லியரு, பொண்டாட்டி புடுங்கலுன்னு ஒவ்வொரு காரணத்தைச் சொல்லீட்டுக் குடிக்கறான். அதையக் குடிச்சா மூளை வேலையா செய்யுது? நாலு கால்ல நடந்துட்டும், ரோட்டுல - சாக்கடைல உளுந்துட்டும், வாந்தியெடுத்துட்டும் மயங்கீட்டல்ல கெடக்கறானுக. குடிச்சா மூளை வேலை செய்யாது; ஸ்ட்ரைக்குதான் பண்ணும். அதிருக்குட்டும்; அவன் குடிக்கறதை எங்கனாலதான் நிறுத்த முடியில. நீ சொல்லி நிறுத்த வேண்டீதுதான?"

"நீங்க சொல்லியே கேக்காதவரு நான் சொல்லியா கேக்கப் போறாரு?"

"என்ன நீயி,... புரியாமப் பேசீட்டிருக்கற? அய்யனம்மாளும், மத்தவீகளும் சொல்றது வேற; பொண்டாட்டி சொல்றது வேற. அதுவும் நீங்க புதுசாக் கல்யாணமானவீக. 'குடிச்சுட்டு வந்தீங்கன்னா, நாத்தம் தாங்க முடியில. எனக்கு வாந்தி வர்ற மாற இருக்குது. அதனால, குடிச்சா எங்கிட்ட வரக் கூடாது; தனியாத்தான் படுக்கணும்'னு சொல்ல வேண்டீதுதான. அப்ப அதுக்கொசரமாச்சும் குடிக்காம வருவானல்ல. அப்புடித்தான குடிகாரப் புருசனுகளை எல்லாப் புதுப் பொண்டாட்டிகளும் வளிக்குக் கொண்டு வர்றாளுக. நீயும் அப்புடிப் பண்ணு."

அவள் எதுவும் சொல்லவில்லை. தலைகுனிந்து, வெட்கமும் வேதனையுமாக மௌனித்திருந்தாள்.

சாமுத்ரிகாவும் சற்றுக் கூச்ச சுபாவி. தோழிகளிடமே பொதுவான காதல் விஷயங்களையோ, மாதவிலக்குப் பிரச்சனைகளையோ ஆழமாக விவாதிக்க மாட்டாள். தனது அந்தரங்கங்களை யாரிடமும் பகிர்ந்துகொள்ளாதவள். அடுத்தவர்

அந்தரங்கங்களைக் கேட்கவோ, தலையிடவோ விரும்புவதும் இல்லை. அவளுக்கென அதிகமான அந்தரங்க ரகசியங்களும் கிடையாது விரும்பத் தகாததும் மறக்க விரும்புகிறதுமான சில அசிங்கமான நினைவுகளைத் தவிர. அவற்றை அவள் அம்மாவிடமும் சொன்னதில்லை. சொன்னால் அவள் மிகவும் சங்கடப்படுவாள், அண்டை அயல், சொந்தங்களிடையே உறவுகளும் பாதிக்கப்படும் என்பதால் தவிர்த்துவிட்டாள்.

பாலியல் தொடர்பாக அவள் இதுவரை யாரிடமும் பேசியதில்லை. தோழிகள் பேசும்போதும் கலந்துகொள்ள மாட்டாள். இப்போது மாமியாரே தன்னிடம் அதுபற்றிப் பேசுவது அவளுக்கு வியப்பாகவும், திகைப்பாகவும் இருந்தது. மகன் மருமகள் தாம்பத்திய உறவு பற்றி எப்படி அவளால் மருமகளிடமே பேச முடிகிறது? கூச்சமே இருக்காதா?

வெளிக்காட்டக் கூடாதென நினைத்தும், வேதனையை முகம் காட்டிக்கொடுத்துவிட்டது.

“ஊடு சுத்தும்கறதுக்காக மட்டும்தான் அவன் தனியாக் கீள படுத்துட்டிருக்கறானா?”

நேராக முகத்தைப் பார்த்து, கூரிய பார்வையோடு மாமியார் கேட்க, சாமுத்ரிகா சொல்ல முடியாத அவஸ்தையோடு நெளிந்தாள். மாமியாருக்கு வெட்கம், கூச்சம், சங்கோஜம், நாகரிகம் எதுவுமே கிடையாது என எண்ணிக்கொண்டாள்.

இவள் பதில் சொல்லாவிட்டாலும் மாமியார் விடவில்லை.

“எப்பருந்து அவன் தனியாப் படுக்கறான்?”

பெரும் தயக்கத்தோடு, தலைநிமிராமல், “மொதல் நாள்ல இருந்தேதான்...” என்றாள்.

“அப்பறம் ஏன் நீ அதை எங்கிட்ட சொல்லல?”

“இதை எப்படி உங்ககிட்ட...???”

“எங்கிட்டத்தான் சொல்லோணும். இல்லாட்டி, உங்க அம்மாகிட்டயோ, நெருங்குன ஃப்ரண்டுககிட்டயோ சொல்லி,

பிரச்சனையத் தீக்கப் பாக்கோணும். வெளியாளுககிட்ட சொல்லி, குடும்ப விசியம் வெளிய தெரியறதை விட, நம்ம குடும்ப விசியத்தை நமக்குள்ளயே பேசித் தீத்துக்கறது நல்லது."

"இல்லீங்கத்தே... அவுரே சொன்னாரு..."

"என்ன சொன்னான்?"

முதலிரவில் அவன் சொன்னதை அப்படியே தெரிவித்தாள்.

மாமியாரிடமிருந்து ஒரு பெருமூச்சு.

"அவனுக்கு அந்த அளவுக்கு, அறியா வயிசுலருந்து அவ பளக்கம். எங்ககிட்டயே ஆரு கூடவும் ஒட்டுதலா இருக்க மாட்டான். அவகிட்ட மட்டும்தான்" என சற்று மௌனம் காத்தவள்,

"ஆனா, அவளுக்கு அப்புடி இல்ல பாரு. சிங்காரிச்சு மூக்கறுத்துப் போட்டா. புள்ளைக உசுருக்கு உசுரா லவ் பண்ணீட்டு, கடைசீல அல்வா குடுத்துட்டுப் போயிருவாளுகன்னு சினிமாவுல காமிக்கறது செரியாத்தான் இருக்குது. அதுவும் காலேஜ் புள்ளைகன்னா சொல்லவா வேணும். பளகறதும் நல்லாப் பளகுதுக; ஏமாத்தறதும் நல்லா ஏமாத்துதுக. புள்ளைக, பொம்பளைக என்னைக்குமே வேய்க்கானம்தான். பசங்களுக்கும், ஆம்பளைகளுக்குந்தான் புத்தி இருக்காது. லவ் ஃபெய்லியருன்னு ஆம்பளைகதான் தாடி வெச்சுட்டு, தேவதாஸா, குடிகாரனா சுத்தறானுக. இல்லாட்டி பைத்தியக்காரனுகளா ஆகறானுக, தற்கொலை பண்ணீட்டு சாகறானுக. எந்தப் புள்ளையாச்சு லவ் ஃபெய்லியருன்னு பரட்டச்சியாவோ, பைத்தியக்காரியாவோ, குடிகாரியாவோ ஆகியிருக்கறாளா? தனியா தற்கொலை பண்ணியிருக்கறாளா? லச்சத்துல ஒருத்தி, கோடில ஒருத்தி வேண்ணா அப்புடி இருப்பா. மத்தவளுக எல்லாம் மாதங்கிகதான்" என்று ஏமாற்றுதலின் குறியீடாகவே அவளை ஆக்கிவிட்டு,

"செரி, அவன் சொன்னாப்புடி கொஞ்ச நாள் பொறுத்துப் பாக்கலாம்" என்றாள்.

பத்து நாள் கழிந்ததிலிருந்தே, "என்ன... இன்னும் அவன்

தனியாத்தான் படுத்துட்டிருக்கறான்?” என்று கேட்கத் தொடங்கிவிட்டாள்.

“அவன் அப்புடி இருந்தாலும் நீயி அரசல் புரசலாப் பேச, பக்கத்துல நெருங்கிப் போக, தொடப் புடிக்கன்னு இருந்தாத்தான ஆகும்?” என்று மந்திரங்களை ஓதவும் செய்தாள்.

இவளுக்கு அவ்வாறு நடந்துகொள்ள மனம் ஒப்பவில்லை. அது விபச்சாரத்தனம், தன் தரத்திலிருந்து கீழிறங்கும் செயல் என்பதாகவே எண்ணினாள். கணவன் மனைவி ரொமான்ஸாக இருப்பது வேறு; விருப்பமற்றவனை மயக்க சரசமாடுவது வேறு அல்லவா!

அதை மாமியாரிடம் சொல்லவே, “நீயென்ன அடுத்த ஆம்பளையவா மயக்கப் போற? உம் புருசனத்தான? அதுல என்ன தப்பு? ஆடற மாட்டை ஆடிக் கறக்கோணும், பாடற மாட்டைப் பாடிக் கறக்கோணும்கறாப்புடித்தான் இது.”

அவள் எவ்வளவோ எடுத்துக் கூறியும் இவள் அதற்குச் சம்மதிக்கவில்லை. எனவே, இவளுக்கு ஏற்றவாறு, வேறு வகைகளில், இவர்களின் நெருக்கத்திற்கான வழிகளை மாமியார் ஏற்படுத்தத் தொடங்கினாள். ஞாயிறுகளில் இவளைத் திரைப்படத்துக்கோ, கோயில்களுக்கோ அழைத்துச் செல்லுமாறு இளங்கோவை வற்புறுத்துவாள். அவனும் கோனியம்மன் கோவில், ஈச்சனாரி, அனுவாவி, மருதமலை, பேரூர், தென் திருப்பதி என்று பல கோயில்களுக்கும், சில திரைப்படங்களுக்கும் அழைத்துச் சென்றான். பேசா மடந்தையாக, ஒரு மனித எந்திரம் போல உடன் இருந்தானே அன்றி, அவற்றால் எந்தப் பலனும் இல்லை.

மாமியார் மாமனார் இருவராலும், வீட்டில் இளங்கோவுக்கு சாமுத்ரிகாவே உணவு பரிமாற வேண்டும், குளிக்க தண்ணீர் எடுத்து வைக்க வேண்டும் என்பது போன்ற சட்ட திட்டங்கள் அமலாக்கப்பட்டு, இவர்களின் நெருக்கத்துக்கு முயற்சி மேற்கொள்ளப்பட்டது. அதுவும் வீண்.

மாதங்கள் ஓடிக் கடந்துவிட்டன. காலவரையற்ற அவனது

விலக்கத்தோடு, தேவையே இல்லாத ஆடி விலக்கமும் வேறு. இன்று திரும்பிவந்த நிலையில் அவனது செயல்களும் அப்படி. இனி எப்படியோ?

"ஹ்ம்ம்ம்,... உங்கம்மாவோட சங்கட்டம் தாங்காம, 'பாத்துப் போடறன் புடிச்சுப் போடறன்'னு, நானென்னுமோ பெரிய இவளாட்டம் வீர வசனம் பேசீட்டேன். எங்க பேச்சு அவனுக்கு ஏசறதும்மில்ல; உனக்கும் அவனை வளிக்குக் கொண்டுட்டு வர்ற சாமார்த்தியமில்ல. இன்னி என்னதான் பண்றதோ?"

கன்னிகாவின் இன்னுமொரு பெருமூச்சு காற்றில் கரைந்தது.

மாலையில் கைலாசநாதன் வீடு திரும்பிய பின் அவரும் இன்று காலையில் இளங்கோ நடந்துகொண்ட முறை பற்றி அதிருப்தி தெரிவித்துக்கொண்டார்.

"சம்மந்தியம்மா முன்னாடி நம்ம மூஞ்சீல கரியப் பூசீட்டான். அந்தம்மா பெருந்தன்மையா அதைப் பத்தி எதுவும் காட்டிக்குல. இருந்தாலும் அவுங்குளுக்கு சங்கடம் இருந்திருக்கும்" என்கவும், அவர் சென்ற பின் தெய்வாத்தாள் தங்களிடம் பேசிய விபரத்தை கன்னிகா அவரிடம் கூறினாள்,

அதைக் கேட்டவர், "நாம இன்னீமு அவங்கிட்ட கொளந்தப் புள்ளை கணக்கா தஞ்சமாப் பேசீட்டிருக்கறது செரியில்ல. தாங்கத் தாங்க பட்டக்ஸ் அட்டாலிக்குப் போகும்ங்கறாபுடித்தான் ஆயிப்போச்சு. பெரியவங்கிட்ட பேசுனாப்புனாப்புடி, இன்னைக்கு ரெண்டுல ஒண்ணு, இவங்கிட்டயும் கடுசாப் பேசீற வேண்டீதுதான்" என்றார் தீர்மானமாக.

★★★

மணி பதினொன்றுக்கு மேல் ஆகிவிட்டது. சாமுத்ரிகாவுக்கு லேசாக உறக்கம் வருகிற மாதிரி இருந்தது. தலையை உலுக்கி, கண்களை அகல விரித்தாள்; கண் மூடி, இமை மீது மென்மையாகத் தடவிவிட்டுக்கொண்டாள். பிறகு முகம் முழுக்க இரு உள்ளங்கைகளாலும் சில தடவை அழுந்தத்

தேய்த்துவிட்டாள். உறக்கச் சோர்வு விலகி, விழிப்புணர்வு உண்டாயிற்று.

இதேபோல் இளங்கோவின் வரவு காத்து இருந்த தொடக்க நாட்களில், மாமனார் தூங்கிவிட்டாலும், அவர்களின் அறைக் கதவை சாத்திவிட்டு, மாமியார் இவளுக்குத் துணையாக, பத்தரை மணி வரை கூடத்தில் மிகக் குறைந்த ஒலியில் தொலைக்காட்சித் தொடர் பார்த்துக்கொண்டிருப்பாள். பிறகு அதை விட்டுவிட்டதோடு, இவளிடமும் காத்திருக்காமல் தூங்குமாறு சொல்வாள். ஆனால், இளங்கோ வருகிற வரை இவள் காத்திருப்பாள்.

அவனுக்கு இவள் தனது மனைவி என்ற உணர்வு மட்டுமல்ல; அப்படியொரு எண்ணமே கூட துளியும் இல்லை. சூழ்நிலையின் நிர்ப்பந்தத்தால், தான் தாலி கட்ட நேர்ந்த ஒரு பெண். அப்படித்தான் பார்க்கிறான், தன்னிடம் நடந்துகொள்கிறான் என்பது இவளுக்கு நன்றாகவே தெரியும். இவளுக்கும் அவன் மீது கணவன் என்ற காதலோ, பாசமோ உணர்வு ரீதியாக ஏற்பட்டுவிட்டதா, இல்லையா என்பது இவளுக்கே சரியாகத் தெரியவில்லை. எனினும், அவன் தனது கணவன், இனியுள்ள காலம் முழுதும் அந்த உறவோடு இருக்கப் போகிறவன், இனி தனது வாழ்க்கை முழுதுமே அவனைச் சார்ந்தும், ஆதாரமாகக் கொண்டுமே என்பதில் தெளிவுற்றிருந்தாள். திருமணத்துக்குப் பின் எல்லாப் பெண்களின் நிலையும் அதுதானே. அந்த நடைமுறை, திருமணம் என்னும் சடங்கு ஏற்படுத்திய பந்தம், அவளுக்குள் அவன் மீது ஒரு பிணைப்பை ஏற்படுத்திவிட்டது. அவனுக்கும் அது இயல்பாக ஏற்படும் நாளுக்காக அவள் இனியும் பல மாதங்கள், வருடங்கள் காத்திருக்கவும் தயார். ஆனால், குடும்பத்தவர்கள், உற்றார் உறவினர்கள், ஊரார் என எல்லோரும் கேட்கும் கேள்விகளை எதிர்கொள்ள முடியவில்லையே.

‘அளகா பொய் பேசறா அதுவும் எங்கிட்டயே’ என்ற அம்மாவின் சங்கடம், ‘இன்னி என்னதான் பண்றதோ?’ என்ற மாமியாரின் கவலை, ‘ரெண்டுல ஒண்ணு கடுசாப்

பேசிற வேண்டீதுதான்' என்ற மாமனாரின் தீர்மானம் ஆகிய மூன்றையும் அவள் நினைத்துக்கொண்டாள்.

இரவின் ஊரடங்கிய நிசப்தத்தில், தெருவில் தூரத்திலிருந்து ஆட்டோ சத்தம் கேட்டது. ஒன்பதரை மணிக்கு மேல் பேருந்து வரத்து இராது என்பதால் இளங்கோ அதற்குப் பிறகு வருவதாயின் ஆட்டோவிலேயே வருவான். இந்த ஆட்டோவிலும் அவன்தான் வருகிறானா? அல்லது வேறு யாரோவா?

சுவர்க் கடிகாரத்தைப் பார்த்தாள். பதினொன்றே காலுக்கு மேல் ஆகியிருந்தது.

ஆட்டோ சத்தம் நெருங்கி, இவர்களின் வீட்டுக்கு முன்பு வந்து நின்றது.

"மாப்ள,... மாப்ள...! வீடு வந்துருச்சு, எந்திரி மாப்ள!"

ஊர் உறங்கும் நேரம் என்பதால் ஓட்டுநர் மொய்தீன் பாய், தணிந்த சத்தத்தில், கனிவான உப்புக் காகிதக் குரலில் மீண்டும் மீண்டும் சொல்வது கேட்டது.

திருமணத்துக்குப் பிறகு இளங்கோ மித மிஞ்சிய போதையில் மூன்று நான்கு முறை இதேபோல் அவரது ஆட்டோவில் வந்திருக்கிறான். உக்கடத்தில் ஆட்டோ ஓட்டிக்கொண்டிருக்கும் மொய்தீன் ஆத்துப்பாலத்தைச் சேர்ந்தவராம். இளங்கோவுக்குப் பழக்கமானவர். வழக்கமாக தமிழக இந்து - முஸ்லிம்கள் உறவு முறையில் அழைத்துக்கொள்வது போல அவன் அவரை மாமா என்றும், அவர் அவனை மாப்ள என்றுமே அழைத்துக்கொள்வார்கள் என்பதோடு, அவர் அவன் மீது வாஞ்சையும் கரிசனமும் கொண்டவர். மிதமிஞ்சிய போதையிலும், தாமத இரவுகளிலும் அவன் வரும்போது அவனை பத்திரமாக வீடு கொண்டுவந்து சேர்ப்பது அவர்தான்.

இரவு நேரத்தில், தூங்கப் படுத்த பின் வெளியிலிருந்து யாரேனும் அழைத்தாலோ, கதவு தட்டினாலோ, அழைப்பு மணி அழுத்தினாலோ பெண்கள் போய் கதவு திறக்கக்

கூடாது என்பது இந்த வீட்டின் நியதி. ஆண்கள்தான் திறக்க வேண்டும். திருட்டு, பிற ஆபத்துகள் ஆகியவற்றிலிருந்து பாதுகாத்துக்கொள்ள அதை மட்டுமன்றி, வேறு சில நடைமுறைகளையும் அவர்கள் கடைப்பிடித்தனர். அதன்படி, ஆண்கள்தான் டார்ச் விளக்கோடு சென்று கூடத்து விளக்கைப் போட்டு, வெளியே இருப்பது யார் என்று கேட்டு, ஜன்னல் வழியேயும் பார்த்து உறுதிப்படுத்திக்கொண்ட பின், கதவைத் திறக்க வேண்டும். கைலாசநாதனோ, இளங்கோவோ தாமத இரவில் வந்தால் கதவு தட்டிவிட்டோ அழைப்பு மணி ஒலித்துவிட்டோ, கன்னிகாவை அழைத்து, இடைவெளி விட்டு மூன்று முறை குரல் கொடுப்பார்கள். அதன்மூலம் அவர்கள்தான் என்பதை உறுதிப்படுத்திக்கொள்ளலாம்.

சாமுத்ரிகா கட்டிலிலிருந்து எழுந்து, அறையின் குழல் விளக்கை எரியவிட்டு, அந்த வெளிச்சம் சென்று பிரதிபலித்துத் துலங்கும் கூடத்தைப் பார்த்தபடி நின்றாள். தங்களின் படுக்கையறையிலிருந்து டார்ச் விளக்கோடு வெளிவந்த கைலாசநாதன், கூடத்து விளக்கைப் போட்டுவிட்டு, ஜன்னல் திறந்து, கம்பிகளை ஒட்டி முகம் பதித்து வாசலைப் பார்த்தார். பிறகு கதவு திறந்து, ஆட்டோவை நோக்கிச் சென்றார். சாமுத்ரிகா நிலைப்படிக்குச் சென்று எட்டிப் பார்த்தாள்.

“வர்ற வளிலயே ரெண்டு வாட்டி வாந்தி. நல்ல வேளை, அன்னைக்காட்ட வண்டிக்குள்ள எடுக்குல. அப்புடியே நீங்க கால்மாட்டுல புடிங்க. நான் தலைமாட்டுல புடிக்கறன். உள்ள கொண்டு போயிப் படுக்க வெச்சர்லாம்.”

கைலாசநாதனிடம் அவரது வயதை ஒத்த மொய்தீன் சொல்லிக்கொண்டிருக்கையில் கன்னிகாவும் உறக்கக் கலக்கத்தோடு வந்து, ஆட்டோவை நோக்கி விரைந்தாள். சாமுத்ரிகாவும் பின்னே சென்றாள்.

மொய்தீன் இளங்கோவின் தலைமாட்டில், தோள்பட்டைக்குக் கீழே பிடித்துக்கொள்ள, கைலாசநாதன் டார்ச்சை கன்னிகாவிடம் கொடுத்துவிட்டு, கால்மாட்டில் பிடித்துக்கொண்டார். மிதமிஞ்சிய போதையில் மயங்கியிருக்கும் இளங்கோவின்

உடம்பை அவர்கள் இருவரும் வீட்டுக்குள் எடுத்துச் செல்ல, ஆட்டோவில் இருந்த இளங்கோவின் பையை எடுத்துக்கொண்ட கன்னிகா கோபத்தோடு, அறிவு கெட்ட நாயி, அவனே இவனே என்று அவனைத் திட்டியவாறே பின்தொடர்ந்தாள்.

“நீ திட்டறது இப்ப அவனுக்குக் கேக்கவா போகுது? போயி அவன் படுக்கறக்கு ஏதாச்சு விரி, போ” என்றார் கைலாசநாதன்.

அவள் அதற்கு எத்தனிக்க, சாமுத்ரிகாவே முன் சென்று, படுக்கை அறையில் இளங்கோ எப்போதும் படுக்கும் இடத்தில் அவனது பாயை விரித்துத் தலையணையைப் போட்டாள். அதில் அவனைக் கிடத்திவிட்டு, “கைல சரஸ்வதி இருக்குது. வீட்டுக்கு மகாலச்சுமியும் வந்தாச்சு. இருந்தாலும் அவனைப் புடிச்ச மூதேவி இன்னும் உடுலயே...” என ஆற்றாமையோடு சொல்லிவிட்டு மொய்தீன் விடைபெற்றார். வாடகைப் பணத்தை அவர் பிற்பாடு இளங்கோவிடம் வாங்கிக்கொள்வார்.

ஆட்டோ கிளம்பிச் செல்லும் சத்தம். கைலாசநாதன் முன் கதவைத் தாழிட்டு, கூடத்து விளக்கையும் அணைத்துவிட்டு தங்களின் அறைக்குத் திரும்பினார்.

இளங்கோவின் சட்டை வேர்த்து நனைந்திருந்தது. சிறிதளவு வாந்திச் சிதறல்களும் படிந்திருந்தன. மது நாற்றமும், வாந்தி நாற்றமும் குமட்டின. சாமுத்ரிகா அதைப் பொறுத்துக்கொண்டு அவனது சட்டையைக் கழற்றிவிட்டாள். கன்னிகா மின்விசிறி வேகத்தை அதிகப்படுத்தினாள். சவக்களை போல இறுகிய இளங்கோவின் முகம், நிஜமாகவே இறந்துவிட்டானோ என்ற அச்சத்தை ஏற்படுத்தியது. துண்டு எடுத்து அவனது முகத்தையும் கழுத்தையும் துடைத்துவிடும்போது அவளுக்கு அழுகை முட்டிக்கொண்டு வரும்போல் இருந்தது.

“எப்பத்தான் விடிவு காலமோ, கடவுளே...?” தலையில் கைவைத்தபடி கன்னிகா சுவரோடு சாய்ந்து சரிந்து அப்படியே கீழே குத்த வைத்து அமர்ந்துகொண்டாள்.

★★★

அத்தியாயம் 4

இரண்டு நிபந்தனைகள்

மணி ஒன்றரை கடந்துவிட்டது. சாமுத்ரிகாவுக்கு இன்னும் உறக்கம் வரவில்லை. காரணம் கவலைகள் மட்டுமன்றி, அறைக்குள் நிறைந்திருந்த கடுமையான மது நாற்றமும்தான். கீழே படுத்திருக்கும் இளங்கோவிடமிருந்து வீசுகிற அந்தத் துர்நாற்றத்தால் குமட்டிக்கொண்டிருந்தது. சுவாசத்திற்கு மட்டும் இடைவெளி விட்டு மூக்கைப் பொத்தியபடி, சுவரை நோக்கித் திரும்பிப் படுத்திருந்தாள். இயல்பாக சுவாசிக்கவும் முடியாமல், நாற்றத்தைப் பொறுக்கவும் இயலாமல், உறக்கம் எட்டிச் சென்றுகொண்டிருந்தது.

இந்த நாற்றம் நாறுகிறதே,... இதை எப்படித்தான் குடிக்கிறார்களோ?

அப்பாவுக்கு, குடிகாரர்களைக் கண்டாலே பிடிக்காது. அவர் இருந்திருப்பின் ஒரு குடிகாரனை மருமகனாக்கிக்கொள்ள ஒருபோதும் சம்மதித்திருக்க மாட்டார். அம்மா கூட, இளங்கோ இந்த அளவுக்குப் பெருங்குடியன் என்பதை அறிந்தால் மிக வேதனைப்படுவாள். தெரிந்து தெரிந்தே இவளைப் பாழுங்கிணற்றில் தள்ளிவிட்டதாக வெம்பவும் கூடும். இந்தத்

திருமணத்துக்கு அம்மாவும் தானும் ஒப்புக்கொண்டது தவறோ என்று சாமுத்ரிகாவுக்கு இப்போது தோன்றிக்கொண்டிருந்தது.

★★★

தெய்வாத்தாள் பொது விழுமியங்கள், நல்லொழுக்கங்கள், நல்ல பழக்கவழக்கங்கள் ஆகியவற்றைக் கறாராகக் கடைப்பிடித்து, அவற்றை மகள்களுக்கும் மடைமாற்றினாள். குறிப்பாக, பெண்கள் எப்படியெல்லாம் ஒழுக்கத்தோடு இருக்க வேண்டும் என்பதில் கடுமையான சட்டதிட்டங்களையே வகுத்திருந்தாள். எப்படி உட்காரவும், நிற்கவும், நடக்கவும் வேண்டும் என்பது முதற்கொண்டு, இன்ன உடைகள்தான் உடுத்த வேண்டும், இந்த அளவுக்கே அலங்காரங்கள் செய்துகொள்ள வேண்டும் என ஒவ்வொன்றிலும் மகள்களுக்குக் கட்டுப்பாடுகள் விதிப்பாள். சுடிதார் மட்டுமே அவள் அனுமதித்த ஒரே நவீன உடை. லிப்ஸ்டிக், பர்ஃப்யூம் போன்றவை ஆண்களைக் கவர்ந்திழுக்கும் என்பதால் தடைசெய்திருந்தாள்.

மகள்கள் வெளியே செல்லும் இடங்கள் எங்கிலும் அவளது கவனமும், கண்காணிப்பும் இருக்கும். சிறுமிகளுக்கும், இளைஞிகளுக்கும் வரக்கூடிய தொந்தரவுகள், ஆபத்துகள் பற்றியும் விரிவாகக் கூறி, அவற்றுக்கு ஆளாகாமல் இருப்பதற்கான வழிகளையும், அதை மீறி வரும் தொந்தரவுகளைச் சமாளிப்பது, ஆபத்திலிருந்து தப்பிப்பது ஆகியவை பற்றியும் சொல்வாள். உயர்நிலைப் பள்ளி நாட்களின் வளரிளம் பருவத்திலிருந்து அதில் இன்னமும் தீவிரம் கொண்டாள்.

அப்போதெல்லாம் வெளியே எங்கு சென்றாலும் பேருந்திலும், வகுப்பறையிலும், வழித் தடங்களிலும் கூட எங்கிருந்தோ ரகசியமாக அம்மாவின் கண்கள் கண்காணித்துக்கொண்டிருக்கின்றனவோ என்கிற சந்தேகம் சாமுத்ரிகாவுக்கு ஏற்படும். கூட்டத்தில் பல சமயம் சுற்றுமுற்றும் திரும்பிப் பார்த்து, அம்மா இருக்கிறாளா, கூட்டத்தோடு கூட்டமாக ஒளிந்திருந்து அவளது முகம் உளவு பார்த்துக்கொண்டிருக்கிறதா என்று தேடுவாள். எங்கு

சென்றாலும் தன்னைப் பின்தொடர்ந்து கண்காணித்தபடி அம்மாவின் கண்கள் வந்துகொண்டிருப்பதான உணர்வு அவளுக்கு பத்தொன்பது, இருபது வயது வரையிலும் நீடித்திருந்தது.

பெண்கள் குறிப்பாக, இளைஞிகள் ஆண்களிடம் விலகியும், எச்சரிக்கையாகவும் இருக்க வேண்டிய அவசியத்தைப் பற்றிச் சொல்லும்போதெல்லாம், 'சீலை போயி முள்ளுல உளுந்தாலுஞ் செரி; முள்ளு வந்து சீலைல உளுந்தாலுஞ் செரி; சீலைக்குத்தான் கேடு' என்கிற பழமொழியைத் தெய்வாத்தாள் தவறாமல் சொல்வாள்.

அதுதான் எப்போதும், எந்தத் தவறும் செய்துவிடாமல் தன்னைக் காத்துவந்தது என்பதைப் பல்வேறு சந்தர்ப்பங்களிலும் சாமுத்ரிகா உணர்ந்திருந்தாள். குறிப்பாக, எட்டாம் வகுப்பு முதல் வரத் தொடங்கிய, எண்ணற்றவர்களின் பலவிதமான காதல் துன்புறுத்தல்களிலிருந்தும், தன்னுள் மூளும் பருவ உணர்ச்சிகளிலிருந்தும் தப்பித்தது அப்படித்தான். அதுபோலவே, அம்மா கொடுத்திருந்த தைரியமும் அறிவுரைகளும்தான், நெருங்கிய உறவினர்கள், அண்டை அயல்வாசிகள் உட்பட சிலரின் பாலியல் தொந்தரவுகளை முறியடிக்கவும் வழிசெய்தது.

★★★

1992ல், சாமுத்ரிகா ஒன்பதாம் வகுப்பு படித்துக்கொண்டிருந்தபோது அவளது தந்தை அகால மரணம் அடைந்துவிட்டார். இவர்களுக்கு வீட்டில் வேறு ஆண் துணையும் இல்லை. பொருளாதார வசதியோ, உதவி செய்யும் வகையிலான உறவுகளோ கிடையாது. தெய்வாத்தாள்தான் இவர்களின் வீடு உள்ள என்.ஜி.ஜி.ஓ.காலனியிலேயே இருக்கும் பஞ்சாலை ஒன்றில் ஹௌஸ் கீப்பிங் எனப்படுகிற சுத்திகரிப்பு வேலை செய்து, இவளையும் யவனிகாவையும் மேல்நிலை வரை படிக்க வைத்தாள். பெண்கள் மட்டுமான ஏழைக் குடும்பம் எவ்வளவு ஜாக்கிரதையாக வாழ வேண்டும் என்பதை, தந்தையை இழந்ததிலிருந்தே இவர்கள் நன்கு உணர்ந்திருந்தனர்.

95-ல் சாமுத்ரிகா ப்ளஸ் டூ முடித்தாள். மேற்கொண்டு அரசுக் கல்லூரியிலேனும் படிக்க வைக்க பலரும் வற்புறுத்தினர்.

“காலேஜ்லல்லாம் படிக்க வெச்சா அதுக்கு ஏத்த மாப்பளை பாக்கோணும். அப்புடிப்பட்ட மாப்பளைக்கு வரதட்சணை ஜாஸ்தி கேப்பாங்க. அவ்வளவு குடுக்க நம்மனால முடியாது” என்று சொல்லிவிட்டாள் தெய்வாத்தாள்.

அதனால் சாமுத்ரிகா இரண்டு வருடங்கள் வீட்டில் சும்மா இருந்தாள். அப்போதே ஓரிரு வரன்கள் வந்துகொண்டிருந்தன. நல்ல வரன் அமைந்தால் திருமணம் செய்து கொடுத்துவிடலாம் என்கிற எண்ணம் தெய்வாத்தாளுக்கு. எனவே, இவள் வேலைக்குப் போகிறேன் என்றபோதும், “கொஞ்ச காலத்துக்கு வேண்டி எதுக்கு வேலைக்குப் போயிட்டு?” என்று மறுத்துவிட்டாள்.

ஆனால், படிப்பு குறைந்த, கூலி வேலைக்கார வரன்களுக்குக் கூட கேட்கப்பட்ட வரதட்சணை அதிகமாக இருந்ததால், அதைத் தர இயலாது என்ற நிலையில் திருமணம் கூடி வரவில்லை.

“வரதட்சணை கம்மியாக் கேக்கற மாப்பளை வந்து, கல்யாணம் நடக்கும்போது நடக்குட்டும். அதுவரைக்கும் நான் வேலைக்குப் போனா, அந்தப் பணமும் சேருமல்லம்மா. உனக்கும் கொஞ்சம் பாரம் கொறையும். நீ மட்டுமே வேலைக்குப் போயி கஷ்டப்பட்டுட்டிருக்கறயே. ரெண்டு பேரு சம்பாரிச்சா நாம இவ்வளவு வறுமைல இல்லாம, ஓரளவுக்காச்சும் நல்ல சோறு சாப்புட்டு, நல்ல துணிமணி உடுத்தி, இவ்வளவு கஷ்டமில்லாம வாளலாமே” என்றாள் சாமுத்ரிகா.

அதன் பிறகே தெய்வாத்தாள் சம்மதித்து, அவள் பணிபுரியும் பஞ்சாலையிலேயே இவளுக்கு வேலை வாங்கிக் கொடுத்தாள். திருமணம் செய்துகொடுக்க வேண்டிய இரு மகள்கள் உள்ள ஏழை விதவைத் தாய் என்னும் அடிப்படையில், அவளுக்கு உதவும் விதமாக, சாமுத்ரிகாவுக்கு அந்த வேலை கிடைக்க முதலாளியிடம் பரிந்துரை செய்தவர் அக்கௌண்டன்ட் வெங்கிடுபதி.

இவளும் சம்பாதிக்க ஆரம்பித்ததிலிருந்துதான் வீட்டில் கடை அரிசி, விரும்பிய காய்கறிகள், ஞாயிறு கவுச்சி, நல்ல துணிமணிகள் எனப் புழங்கின. தெய்வாத்தாள் சீட்டு சேரவும் தொடங்கினாள்.

98-ல் யவனிகாவும் ப்ளஸ் டூ முடித்தாள். அவளுக்கு செயற்கை வைரம் பட்டை தீட்டும் நிறுவனத்தில் வேலை கிடைத்தது. அவளது சொகுசு விருப்பத்துக்குத் தக்க வேலை. நாள் முழுக்க குளிர்சாதன வசதியிலேயே ஜில்லென்று இருக்கலாம். கைநிறையச் சம்பளம். அங்கே வேலைக்குச் செல்வதே கௌரவத்திற்கும், மதிப்புக்கும் உரியதாக இருந்தது. படித்த பெண்கள்தான் அங்கு வேலைக்கு எடுத்துக்கொள்ளப்பட்டனர். அதிக சம்பளமாதலால் அதற்கேற்ப அவர்களும் ஆடை அலங்காரங்களில் பவிசு காட்டிக்கொண்டிருப்பார்கள். ஏழை வீட்டுப் பெண்கள் எனினும், வசதியான குடும்பத்தவர்கள் போன்ற தோற்றமும், பாவனைகளும் காணப்படும். சாமுத்ரிகா உள்ளிட்ட பஞ்சாலைப் பணிப் பெண்களும் இளைஞிகளும் பணி முடிந்து வீடு திரும்பும்போது சோர்ந்த முகம், கலைந்த தலை, தலையில் பஞ்சுத் துணுக்குகளோடு பேருந்தில் வருவார்கள். ஆனால், செயற்கை வைரத் தொழிற்சாலைப் பெண்கள் நாள் முழுக்க குளிர்சாதன வசதியில் இருந்த புத்துணர்வோடு, காலையில் வேலைக்குப் போகும்போது இருந்த மாதிரியே காட்சியளிப்பர். அதனால் அவர்கள் வேலைக்குச் சென்று வரும் வழித்தடங்களில் பிற ஆலைப் பணிப் பெண்கள் பொறாமையோடும், மற்றவர்கள் வியப்போடும் பார்ப்பர்.

சாமுத்ரிகா சம்பளத்தை அப்படியே அம்மாவிடம் கொடுத்துவிட்டு, தனக்கு வேண்டிய அத்தியாவசியச் செலவுகளுக்கு மட்டும் பணம் வாங்கிக்கொள்வாள். யவனிகாவோ, தனக்கு வேண்டிய தொகையை எடுத்துக்கொண்டு, மீதியைத்தான் கொடுப்பாள். விருப்பப்படி ஆடை அலங்காரப் பொருட்கள், தின்பண்டங்கள், அவளுக்குத் தேவையான ஆடம்பரப் பொருட்கள் வாங்குவதில் அதிகப் பணத்தை விரயமாக்குவாள்.

“ஆசைக்குப் பத்து நல்ல ட்ரஸ்சு, எப்பாச்சு கடைத் தீனி, அத்தியாவசிய சாமானஞ் சட்டு பத்தாதா? எதுக்கு இப்புடி கடை வெக்கறாப்புடி வாங்கிக் குமிக்கற? நம்ம நெலைமைக்கு இந்த ஆடம்பரம் தேவையா?” தெய்வாத்தாள் ஒவ்வொரு முறையும் சொல்லிக்கொண்டே இருப்பாள். யவனிகா கேட்பதில்லை.

இயல்பாகவே பெண்களுக்கு ஆடை அலங்காரங்களில் உள்ள மோகம் அவளுக்கும் இருந்தது. தந்தை இறந்த பிறகு அவள் விரும்புகிறவை கிடைக்காத ஏக்கமும் கொண்டிருந்தாள். சிறுமியாக இருந்தபோதே அப்படி. குமரியான பின் தோழிகளும், மற்ற இளைஞிகளும் அணிந்துள்ளவற்றைப் பார்த்து ஆசைப்படுவதும், அம்மாவிடம் கேட்டு நச்சரிப்பதும், கிடைக்காத நிராசையில் ஏங்குவதும் தொடர்கதையாகியிருந்தது. சம்பாதிக்க ஆரம்பித்ததும் தனது ஆசைகளை நிறைவேற்றிக்கொள்ளத் தொடங்கிவிட்டாள்.

அவள் மட்டுமல்ல; செயற்கை வைரத் தொழிற்சாலைக்குப் பணிக்குச் செல்கிற இளைஞிகள் எல்லோருமே அப்படித்தான். பாவாடை தாவணி, சேலை ஆகிய தமிழ்க் கலாச்சார உடைகள் தவிர்த்து, சுடிதார் என்னும் நவ நாகரிகத்துக்கு இளைஞிகள் மாறிக்கொண்டிருந்த அந்தக் காலகட்டத்தில், செயற்கை வைரத் தொழிற்சாலை இளைஞிகள் சுடிதார் அணிவதும், அதற்கு மாறுவதும் இயல்பாக இருந்தது. அதை ஒட்டியே யவனிகாவும் நிறைய சுடிதார்களையும், அணிகல - அலங்காரப் பொருட்களையும் வாங்கிக்கொண்டிருந்தாள்.

“துணிக்கும், செருப்புக்கும், அலங்காரத்துக்கும் வெட்டியா செலவு பண்ற காசுல ஒளுங்கா நகை நட்டு எடுத்து வெச்சாலாவது நாளைக்குக் கல்யாணத்துக்கு உபயோகமாகும்” என்று தெய்வாத்தாள் சொல்லும்போதெல்லாம், “போம்மா...! எனக்கொண்ணும் வரதட்சணையும் குடுக்க வேண்டீதில்ல; நகை நட்டும் போட வேண்டீதில்ல. வைரக் கம்பெனில வேலை செய்யற புள்ளைகன்னா மாப்பளைக போட்டி போட்டு, கட்டுன சீலையோட - சுடிதாரோட வந்தாப் போதும்னு கட்டீட்டுப் போவாங்க” என்பாள்.

அவள் சொல்வதும் உண்மைதான். அதே போல, அந்தப் பெண்கள் கைநிறைய சம்பாதித்துக் கொடுப்பதாலேயே சில வீடுகளில் பணத்தாசைப் பெற்றோர் குறிப்பாக, தந்தைமார்கள் அப் பெண்களை மணம் முடித்துக் கொடுக்காமல் இழுத்தடிப்பதும் உண்டு.

செயற்கை வைரப் பெண்கள் வறுமைக்குப் பிறந்தவர்களாயினும், வேலைக்குச் செல்லத் தொடங்கிய சில மாதங்களிலேயே உடல் செழிப்பும், முகப் பொலிவும் வந்துவிடும். யவனிகாவின் அடர் மாநிறம் கூட, குளிர்சாதன வசதியிலேயே ஊறி, வெளிர் மாநிறமாக ஆகிவிட்டது. அவளது நடை, உடை, அலங்காரம், பேச்சு யாவுமே ஸ்டைலாக ஆகி, அவளுக்கும் காதல் தூண்டில்கள் விழலாயின. அவளது நடவடிக்கைகளைப் பார்த்தால், எவனையாவது இழுத்துக்கொண்டு ஓடிவிடுவாளோ என்கிற சந்தேகமும் தெய்வாத்தாளுக்கு இருந்தது.

சாமுத்ரிகாவை அவள் ஊசி முனையளவு கூட சந்தேகித்ததில்லை. இவளுக்கு நினைவு தெரிய, இவளைத் திட்டியதோ, கடிந்து பேசியதோ கிடையாது. அதற்குத் தக்கபடியே இவளும் நடந்துகொண்டிருந்தாள்.

வாழ்வில் முதல் முறையாக அம்மாவை சங்கடப்படுத்திவிட்டோம் என்பது அவளுக்கு மீண்டும் ஞாபகம் வந்தது. எண்ணங்கள் எங்கெங்கோ சென்றாலும், மீண்டும் மீண்டும் அம்மாவிடமே வந்து நிற்கின்றனவே எனவும் எண்ணிக்கொண்டாள். எதையெதையோ நினைத்து மனமும் களைத்துவிட்டது. மெல்ல மெல்ல உறக்கம் கண்களைத் தழுவியது.

★★★

கன்னிகாவும் கைலாசநாதனும் கூடத்தில் காரசாரமாக விவாதித்துக்கொண்டிருக்கிற சத்தம் கேட்டு விழித்தபோது காலை ஏழு பத்து. இவ்வளவு நேரம் தூங்கிவிட்டோமா எனத் திகைத்தபடி, கீழே பார்த்தாள். இளங்கோவும் இன்னும் தூங்கிக்கொண்டிருந்தான். அது தூக்கமோ அல்லது

போதை மயக்கமோ? இரவில் படுத்தவசத்திலிருந்து சற்று விலகி, ஒருக்களித்துப் படுத்திருந்தான். முகத்தின் சவக்களை மறைந்திருந்தாலும், இன்னும் போதை வீக்கம் இருந்தது. சாமுத்ரிகா எழுந்து கண் துடைத்துக்கொண்டு, படுக்கையை ஒழுங்குபடுத்திவிட்டு, மாற்றுடை, துண்டு ஆகியவற்றை எடுத்துக்கொண்டு வெளியேறினாள்.

கூடத்தில் வழக்கம் போல மடக்கு இரும்பு நாற்காலியில் கைலாசநாதன் அமர்ந்திருக்க, கன்னிகா உணவறைக்குச் செல்லும் கதவற்ற நிலைக்கு அருகே காய்கறி, வெங்காயம் – மிளகாய் அரிந்தபடி அவருடன் பேசிக்கொண்டிருந்தாள்.

சாமுத்ரிகா கூடத்தில் நின்று, “வெடிஞ்சதே தெரியிலீங்கத்தே” என மன்னிப்புக் கோரும் தொனியில் சொன்னாள்.

“அதனால என்ன, பரவால்ல. நானும் வந்து பாத்தேன். நீயி தூங்கறக்கு என்னேரம் ஆச்சோ; அசந்து தூங்கறயேன்னு எளுப்புல. நாமதான் வெசனப்பட்டு வெடிய வெடிய முளிச்சிட்டிருக்கோணும். அவனுக்கு ஏதாச்சு உண்டா? நம்ம நிமுதியும் கெடுத்து, தூக்கத்தையும் கெடுத்துட்டு, மட்ட மலாச்சுன்னு மப்புல கெடக்கறான். அதையத்தான் நானு இன்னேரம் இவுருகிட்டப் பேசீட்டிருந்தேன். ‘நம்ம தலையெளுத்து; அவனைப் பெத்த பாவத்துக்கு நாமதான் அவன்னால அன்னைலருந்து இன்னைவரைக்கும் நிமுதி இல்லாம இருக்கறம்னா, அந்தப் புள்ளை தலைல அவனைக் கட்டி வெச்சு, அவ சந்தோசத்தையும், அவுங்க குடும்ப சந்தோசத்தையும் கெடுத்துப் போட்டமே,... அந்தப் பாவம் நம்மளையச் சும்மா உடுமா?’ன்னு கேட்டுட்டிருந்தேன்...”

“அய்யோ... அப்புடியெல்லாம் ஏனுங்த்தே பேசறீங்க?” சாமுத்ரிகா பதறினாள்.

“பின்ன என்ன? இவுரோட வைராக்கியத்துக்கொசரம், மாதங்கி கல்யாணத்துக்கு முந்தி இவன் கல்யாணம் நடத்தியே ஆகோணும்னு பண்ணுனது. அவனும் இவுரு பேச்சை மீற முடியாம செரீன்னுட்டான். இப்ப என்னாச்சு? உங் கண்ணீரைக் குடிக்கற பாவம் சேந்ததுதான் மிச்சம்.”

“எனக்கு அந்த மாதிரியெல்லாம் ஒண்ணும் இல்லீங்கத்தே. நீங்க இப்புடிப் பேசறதுதான் சங்கடமா இருக்குது.”

“செரி, நீ எந்திரிச்சு வந்ததுமே ஏன் அதையப் பேசிட்டு? போயிக் குளிச்சுட்டு வா; அப்பறம் பேசிக்கலாம்.”

★★★

சாமுத்ரிகா குளித்துவிட்டு, ஈரத் தலையில் முடிந்த துண்டோடு திரும்பியபோது கைலாசநாதன் தொலைக்காட்சியில் செய்தி பார்த்துக்கொண்டிருந்தார். சமையற்கட்டில் கன்னிகா சமையல் தொடங்கியிருந்தாள். இவள் ஒத்தாசைகள் செய்ய, கன்னிகாவே இரண்டாவது அடுப்பில் காஃபி வைத்து இவளுக்குக் கொடுத்துவிட்டு, தனக்குள் கொதித்துக்கொண்டிருக்கும் ஆவலாதிகளைக் கொட்டலானாள்.

“மோகனுஞ் செரி, இளங்கோவுஞ் செரி; ரெண்டு பேருமே அப்பனுக்கு மகனுக தப்பிப் பொறந்திருக்கறானுக. அவுரு எந்தக் கெட்ட பளக்கமும் இல்லாத மனுசன். இவனுக ஏறுக்கு மாறு. இவன் குடிகாரக் குப்பன்னா, பெரியவன் சூதாட்டச் சுப்பன்.

“மோகனுக்கு குடி, பொகை, பான்பராக்குன்னு வேற எந்தக் கெட்ட பளக்கமும் கெடையாது. ஆனா, மேனா மினுக்கி. ஒளுக்கமா வேலைக்குப் போகவும் மாட்டான்; எந்த வேலைலயும் நெலைக்கவும் மாட்டான். வேலைக்குப் போனா, லாட்டரி டிக்கெட்டு வாங்கியே பாதி சம்பளத்தைத் தீத்துப் போடுவான். என்னைக்காச்சும் ஆயரம், ரெண்டாயரம் ப்ரைஸ் உளுந்தா, அந்தப் பணம் மொத்தத்துக்கும் லாட்டரி வாங்கீருவான். அவனுக்கு நோகாம நோம்பி கும்படோணும், ஒளைக்காம லச்சாதிபதியா – கோடீஸ்வரனா ஆகோணும்னு பேராசை. அதுவும் ஒரு நம்பர் லாட்டரி சூதாட்டத்துல எக்கச்சக்கமா பணத்தைத் தொலைச்சான். பொண்டாட்டி புள்ளைக நகைகளை அடமானம் வெச்சும் சூதாடி, அத்தனை பணத்தையும் அம்போன்னு உட்டு... பெரிய பிரச்சனையே ஆயிப் போச்சு. செல்வி, தாலியைக் கள்ட்டி அவன் முஞ்சீல

வீசியெறிஞ்சுட்டு, கொளந்திகளையும் உட்டுப்போட்டு அவ ஊட்டுக்குப் போயிட்டா. அப்பறம் நாங்கல்லாம் போயிப் பேசிப் பாத்தும் முடியில. 'தீத்துட்டுருங்கொ. (பஞ்சாயத்து மூலம் விவாகரத்து). இல்லாட்டி கோர்ட்டு மூலமா டைவர்சுன்னாலுஞ் செரி. அவங்கூட இன்னமே என்னால குடித்தனம் நடத்த முடியாது. பசங்க புள்ளைகளும் எனக்கு வேண்டாம். இன்னி இருக்கற காலமாச்சும் நானு எங்கயாச்சு வேலைக்குப் போயோ, எரந்து தின்னோன்னாலும் நிமுதியாப் பொளைச்சுக்கறன். அவங்கூட காலம் பூரா மண்டையோடைச்சு மாவெளக்கு எடுக்கறக்கு முடியாது. இன்னி என் ஒடம்புல தெம்பும் இல்ல; மனசுல அப்புடி ஒரு எண்ணமும் இல்ல'ன்னு ஒத்தைக் கால்ல நின்னா.

"அவுங்கூட்டுலயும் அவுங்கய்யன் தீத்துட்டர்லாம்னே பேசீட்டிருந்தாரு. அப்பறம் அவீக சொந்தக்காரங்களைப் பாத்து, கைல கால்ல உளுந்து, அவுங்கூட்டுல பஞ்சாயத்து. மோகன், லாட்டரிய உட்டுருவேன்னு கோயல்ல சத்தியம் பண்ணுனதுனால, மறுக்கா செல்வி தாலிய மாட்டீட்டு அவன் கூட வாள வந்தா.

"எப்புடியோ இப்ப அந்த லாட்டரித் தொல்லை இல்ல. இருந்தாலும், இன்னும் அவன் ஒளுங்கா வேலைக்குப் போகாம, குறுக்கு வளீல பணக்காரனாகறக்கு வளி தேடீட்டுத் திரிவான்.

"இவனும்மு அப்புடித்தான், படிப்பு வல்ல; ரெண்டு விஸ்க்கா ஃபெயிலாயிட்டேன்னு எட்டாம்ப்புல, பாஞ்சு வயிசுல படிப்பை நிறுத்தீட்டு, வேலை பளகப் போனான். இருவது வயிசுல சொந்தமா ஆர்ட்ஸ் கடை போட்டு, நல்லாத்தான் சம்பாரிக்கறான். அவன் தலையெடுத்ததுக்கப்பறந்தான் நாலு காசு சேத்தி வெச்சு, பளைய காலத்து ஓட்டூட்டை இடிச்சுட்டு, காங்க்ரீட் ஊடு கட்டுனம். தங்கச்சி கல்யாணத்துக்கும் பாதி – முக்கால் அவன்தான்.

"மோகனால ஒரு பைசாக்குப் பிரயோஜனமில்ல. இங்க வந்து புடுங்கீட்டுப் போறக்குத்தான் பாப்பான்..."

சமையலை கவனித்துக்கொண்டே பாடு பழமைகளை அவள் சொல்லிக்கொண்டிருக்க, சாமுத்ரிகா காஃபி குடித்து முடித்து, சமையலுக்கு ஒத்தாசை செய்தபடியே கேட்டுக்கொண்டிருந்தாள். மச்சாண்டார் பற்றிச் சில விஷயங்கள் முன்னமே இவளுக்குத் தெரியும். திருமணத்துக்கு முன்பும் பிறகும் மாமனார் - மாமியாரே சொல்லியிருக்க, அண்டை அயலார்களும் அவ்வப்போது அவரது பொறுப்பின்மை பற்றிப் பேச்சுவாக்கில் சொல்லியிருக்கின்றனர். எனினும், அவரால் குடும்பத்தில் இவ்வளவு பிரச்சனைகள் நடந்திருப்பது இப்போதுதான் தெரிந்தது. செல்வி தாலியைக் கழற்றி வீசிவிட்டாள் என்கிற தகவல் அவளுக்குப் பேரதிர்ச்சியளித்தது. திரைப்படங்களிலோ, தொடர்களிலோ காணக் கூடிய காட்சி, வீட்டிலேயே நடந்துவிட்டதா என யோசித்துக்கொண்டிருக்கையில், “அம்மா,... காப்பி” என்று கூடத்திலிருந்து இளங்கோவின் குரல்.

“ஏன், களுதை மூத்தரம் வேண்டாமா?” என்றாள் கன்னிகா கடுப்பாக.

சாமுத்ரிகாவுக்கு அந்த நிலையிலும் சிரிப்பு வந்தது. சிரமப்பட்டு அடக்கிக்கொண்டாள்.

“அண்ணன் அப்புடின்னா தம்பி இப்புடி. ரெண்டுகளும் வாய்ச்சிருக்குது பாரு எங்குளுக்குன்னு” கன்னிகா எரிச்சலோடு மீண்டும் காஃபி பாத்திரத்தை இரண்டாவது அடுப்பில் வைத்தாள்.

★★★

“கன்னிகா பரமேஸ்வரி,... கன்னிகா பரமேஸ்வரி...” கூடத்திலிருந்து கைலாசநாதனின் அழைப்பு.

அவர் எப்போதும், யாரையும் முழுப் பெயர் சொல்லியே அழைப்பார்; குறிப்பிட்டுப் பேசுவார். சுருக்கப் பெயரையோ, இரட்டைப் பெயர்களில் ஒன்றையோ, செல்லப் பெயர், பட்டப்பெயர் ஆகியவற்றையோ சொல்லி அழைக்கவோ குறிப்பிடவோ மாட்டார்.

கன்னிகா என்றோ, பரமேஸ்வரி என்றோ, பரமு என்றோ அழைக்கப்படும் கன்னிகா பரமேஸ்வரியை, கன்னிகா பரமேஸ்வரி என்றும்; மோகன் என்று அழைக்கப்படுகிற மோகனசுந்தரத்தை மோகனசுந்தரம் என்றும் செல்வி என அழைக்கப்படுகிற தமிழ்ச்செல்வியை தமிழ்ச்செல்வி என்றுமே முழுப் பெயரையும் சொல்லி அழைப்பார்.

அதே போல சாமுத்ரிகாவின் பெயரை பலரும் சாமுத்திரிகா என்றே சொல்வார்கள். கைலாசநாதன் சாமுத்ரிகா என்று சரியாக உச்சரிப்பார்.

எண்ணம், பேச்சு, செயல், பழக்கவழக்கங்கள் யாவும் சரியாகவும், கச்சிதமாகவும், முழுமையாகவும் இருக்கவேண்டும் என்ற அவரது கருத்து அல்லது கொள்கையின் வெளிப்பாடுதானோ அது என்று சாமுத்ரிகாவுக்குத் தோன்றும்.

ஆனால், கன்னிகா பரமேஸ்வரிக்கு கைலாசநாதன் இப்படி முழுப் பெயரைச் சொல்லிக் கூப்பிடுவது பிடிக்காது.

“எதுக்கு இப்புடி ‘கன்னிகா பரமேஸ்வரீஈஈஈ... கன்னிகா பரமேஸ்வரீஈஈஈ’ன்னு கோர்ட்டு டவாலியாட்ட ஏளு மொளத்துக்கு நீட்டறீங்கொ? நானிங்க சமையல் முசுவுல இருக்கறன். என்ன வேணும்? இல்லாட்டி என்ன விசியம் சொல்லுங்கொ” என்று குரல் கொடுத்தாள்.

தொலைக்காட்சி அணைக்கப்பட்டு, “சமையல சாமுத்ரிகாகிட்ட ஒப்படைச்சுட்டு, நீ இங்க வா” என அவரது குரல் கட்டளையாக ஒலித்தது.

கன்னிகாவும் இவளிடம் சைகை காட்டிவிட்டு கூடத்திற்குச் சென்றாள்.

சாமுத்ரிகா சமையலைத் தொடர்ந்தவாறு, கூடத்திலிருந்து ஒலிக்கும் அவர்களது பேச்சில் கவனம் கொண்டாள். பேச்சு இளங்கோவின் குடி, இவர்களுக்கு இடையிலான உள் விவகாரம் குறித்ததாகவே இருந்தது. காஃபி தயாரானதும் அதை தம்ளரில் எடுத்துச் சென்று, ப்ளாஸ்டிக் நாற்காலியில், போதைக் கலக்கம் வீக்கமும் விலகாத முகத்தோடு அமர்ந்திருந்த இளங்கோவுக்குக் கொடுத்தாள்.

கைலாசநாதன், “சமையல் கெடக்குட்டும் சாமுத்ரிகா. ஸ்டவ்வ ஆஃப் பண்ணிட்டு நீயும் வா” என்றார்.

இவளும் அவ்வாறே செய்து, கன்னிகாவுக்குப் பக்கமாக நின்றுகொண்டாள்.

கன்னிகா நேற்று இளங்கோ நடந்துகொண்ட விதங்களையும், தெய்வாத்தாள் கூறியவைகளையும் அவனிடம் தெரிவித்து, இடது - வலது என வெளுத்துவாங்கிக்கொண்டிருக்க, அவன் ஒரு வார்த்தையேனும் பேசவில்லை.

“இத்தனை பேசியும், கேட்டும் வாயே தெறக்காம, ஊமாங்கெடாயாட்ட உக்காந்துட்டிருக்கறான் பாரு. காலங்காத்தால வேலை மெனக்கெட்டு இவன்கிட்டப் பேசறதுல ஒரு பிரயோஜனமும் இல்ல” என்றாள் கன்னிகா.

“இனி அப்புடி இருக்க முடியாது, கன்னிகா பரமேஸ்வரி. மோகனசுந்தரம் விசியத்துல முடிவெடுத்த மாதிரி இவன் விசியத்துலயும் நான் முடிவெடுத்தாச்சு” என்றார் கைலாசநாதன்.

அது என்னவோ, ஏதோ என்று கன்னிகாவும் சாமுத்ரிகாவும் பதற்றத்தோடு அவரைப் பார்த்தனர். ஆனால் இளங்கோ சலனமற்று இருந்தான்.

“ரெண்டு கண்டிசன். ஒண்ணு, அவன் குடிய விடறானோ இல்லையோ, குடிச்சுட்டு வீட்டுக்கு வரக் கூடாது.”

“அது கரெக்ட்டு. அதை நீங்க எப்பவோ சொல்லியிருந்தா, இன்னைக்கு இந்த அளவுக்கு வந்திருக்காது. செரி, இப்பவாச்சு சொன்னீங்களே. அடுத்த கண்டிசன் என்னொ?”

“அதைச் சொல்றக்கு முன்னாடி... அவங்கிட்ட இதைச் சொல்லியாகணும். செஞ்சதை சொல்லிக் காமிக்கக் கூடாது. இருந்தாலும் சொல்றன். சின்ன வயிசுல இருந்து, உன்னை ஒவ்வொரு கண்டத்துலருந்தும் நான் காப்பாத்தியிருக்கறன். ஒரு தகப்பனா என்னோட கடமை அது. அது மட்டுமில்லாம, உன்னோட குணம், கேரக்டர் எனக்கு நல்லாத் தெரியும்ங்கறதுனாலதான், கண்ணாடிப்

பாத்தரத்தைக் கையாள்ற மாதிரி உன்னைக் கையாண்டு, காப்பாத்திட்டு வர்றன். குடி விசியத்துல இது நாள் வரைக்கும் உன்னை ரொம்பக் கண்டிக்காம விட்டதும் அதனாலதான். மாதங்கி விசியத்துல, நீ மனசொடைஞ்சு, ஏதாவது தப்பான முடிவுக்குப் போயறக்குடாதுன்னுதான் அவசர அவசரமா பொண்ணு பாத்து, அவ கல்யாணத்துக்கு முன்னாடி உன் கல்யாணத்தை நடத்துனேன். அப்பவும், உங்கிட்ட கேட்டு, நீ சம்மதிச்சதுனாலதான அதுக்கு ஏற்பாடு பண்ணுனோம்? அதுக்கப்பறம் நீ இவ கூட குடித்தனம் நடத்தாம, உன் பாட்டுக்கு இருந்தா என்ன அர்த்தம்? உன்னோட சங்கடத்தை மட்டும் பாத்துட்டிருந்தாப் போதுமா? உன்னால மத்தவங்களுக்கு எவ்வளவு சங்கடம், பிரச்சனைங்கறது தெரியுமா? உன்னைப் பத்தி மட்டுமே நெனைச்சுட்டிருக்காத. குடும்பத்தையும் நெனைச்சுப் பாரு. கெடைக்காத வாழ்க்கைக்காகக் கவலைப்பட்டுட்டு இருக்காம, கெடைச்ச வாழ்க்கைய நல்லபடியா வாழப் பாரு.”

அப்போதும் அவனிடம் எந்தச் சலனமும் இல்லை.

“ரெண்டாவது கண்டிசன் இதுதான். இன்னும் ஒரு வருசத்துல எங்குளுக்கு உங்க மூலமா ஒரு பேரனோ, பேத்தியோ பெத்துக் குடுக்க வேண்டியது உங்க ரெண்டு பேர்த்து பொறுப்பு. உனக்கு இவ்வளவு காலம் நான் செஞ்ச உதவிக்கு நீ எனக்கு நன்றிக் கடன் செய்யணும்கற எண்ணம் இருந்தா, இதை நீ பண்ணியாகணும். அவ்வளவுதான்.”

அதுவே அரச கட்டளை; அதோடு பேச்சு முடிந்தது என்பது போல அவர் ரிமோட் மூலம் தொலைக்காட்சியை மீண்டும் இயக்கி, அதில் பார்வையானார்.

சாமுத்ரிகாவுக்கு அவரது பேச்சு உள்ளூர மகிழ்ச்சியைக் கொடுத்தது. கன்னிகாவின் முகத்திலும் நீண்ட காலப் பிரச்சனைக்குத் தீர்வு கண்ட திருப்தி. இளங்கோ மட்டும் அதிர்ச்சியில் உறைந்திருந்தான்.

★★★

அத்தியாயம் 5

அவன் ஒரு தனி உலகம்

கைலாசநாதன் இளங்கோவிடம் பேசிய விஷயங்களும், அவர் அவனுக்கு இட்ட நிபந்தனைகளும் அவனை பலமாகத் தாக்கி, நிலைகுலையச் செய்தன. இது அவனுக்கு வாழ்வில் இரண்டாவது பேரதிர்ச்சி. அவரது பேச்சும் கட்டளையும் அவன் சற்றும் எதிர்பாராதவை.

எதிர்பாராத நேரத்தில், எதிர்பாராத நபரிடமிருந்து, எதிர்பாராத விதமான தாக்குதல்கள். தற்காத்துக் கொள்ளவோ, திருப்பித் தாக்கவோ, புறமுதுகிட்டு ஓடவோ இயலாத விதமானவை. அவற்றால் ஏற்பட்ட காயங்களையும், வலிகளையும் தாங்கிக்கொள்ளவும் இயலவில்லை.

வேறு யாராவது அவனை இப்படிப் பேசியிருந்தாலோ, திட்டியிருந்தாலோ இந்த அளவுக்கு பாதிக்கப்பட்டிருக்க மாட்டான். ஒருவேளை, அதை அவன் பொருட்படுத்தாமலே இருந்திருக்கலாம். அப்பா என்பதால்தான் இப்படி.

அதேபோல, அறிந்தோ அறியாமலோ, வேறு யாருக்காவது இத்தகைய மனக் கஷ்டங்களைச் செய்திருந்தாலும் இந்த

அளவுக்கு வருந்தியிருக்க மாட்டான். அப்பாவுக்கு அதைச் செய்துவிட்டோமே, இப்படிப் பேசுகிற அளவுக்கு அவரை ஆளாக்கிவிட்டோமே என்பதுதான் அவனைப் பெரிதும் வேதனைப்படுத்தியது. இளம் வயது முதலே அவன் அறியாமல், உணராமல் அவரை வேதனைப்படுத்திக்கொண்டே இருந்திருக்கிறான் என்பதும், அப்போதிருந்தே அவர் அவனைக் குறித்துக் கவலையுடன்தான் இருந்திருக்கிறார் என்பதெல்லாம் இப்போது அவர் சொல்லித்தான் அவனுக்குத் தெரிந்தது. அது அவனுக்குத் தாங்கொணாத குற்ற உணர்ச்சியை ஏற்படுத்தியது.

கைலாசநாதன் இதற்கு முன் அவனிடம் இவ்வளவு அதிகமாகப் பேசியதோ, திட்டியதோ, முகம் கடுத்ததோ கிடையாது. இதுதான் முதல் முறை. அவர் அவனைத் திட்டியதை விட, அவர் வருந்தும்படி நடந்துகொண்டோமே என்பதில்தான் அவனுக்கு மிகுந்த வருத்தம். தனது தவறான செயல்களால் அவர் எந்த அளவுக்கு பாதிக்கப்பட்டிருக்கிறார், இடிந்து போயிருக்கிறார் என்பதே அவனை மன உளைச்சலுக்கு ஆளாக்கியது.

கைலாசநாதன் இப்படிப் பேசுவார் என்று கன்னிகா பரமேஸ்வரியும் எதிர்பார்த்திருக்கவில்லை. இருப்பினும் அவளுக்கு அது வாழ்வில் மிக முக்கியமான பெருமகிழ்ச்சிக்குரியதாயிற்று. “ரொம்ப லேட்டானாலும் செரியான ஒரு முடிவைச் சொல்லியிருக்கறீங்க” என அவரைப் பாராட்டவே செய்தாள்.

இளங்கோ ஆற்றொணாத துக்கத்தோடு அமர்ந்திருப்பதைக் கண்டு அவள் மிகுந்த திருப்திப்படுவதும் அவளது முகத்திலேயே வெளிப்பட்டது.

“சொன்னது கேட்டுதல்லோ? இனிமேலாச்சு ஒளுங்கு மரியாதியா, ஊட்டுக்கு லச்சணமா நடந்துக்கொ. இல்லாட்டி, உங்கப்பாவோட வைராக்கியம் உனக்கே தெரியும்; அப்பறம், உங்கண்ணனாட்ட தனிக் குடித்தனம் போகோணும். இல்லாட்டி, நீயும் இவளும் என்னுமோ பண்ணுங்கோன்னு உங்களைய இங்க உட்டுட்டு, நாங்க ரெண்டு பேரும் எங்காச்சு தனிக் குடித்தனம் போக வேண்டீதுதான். இத்தனை காலம், யாரைப் பத்தியும் நெனைக்காம, உம் போக்குலயே இருந்தே. இனியாச்சு சொன்ன

பேச்சுக் கேட்டு, எங்க கடைசிக் காலத்துலன்னாலும் ஆறுதலைக் குடு. இதுவரைக்கும் போனது எப்புடியோ போகுட்டும். புடிச்சிருந்த பூடைச் சனி, இந்த சனிக்கெளமையோட, இந்த நிமுசத்தோட உட்டுருச்சுன்னு, தலைமுளுகீட்டு வா" என்று, நல்லெண்ணெய் எடுத்து வந்து அவனது உச்சிக்கு வைத்துவிட்டு, குளிக்க அனுப்பிவைத்தாள்.

முதலில் கழிப்பறைக்குச் சென்றவன், அங்கிருந்து வெளியேறியதும், விசனத்தில் ஆழ்ந்தபடி வெகு நேரமாகப் பல் துலக்கிக்கொண்டிருந்தான்.

சமையல்கட்டு ஜன்னலிலிருந்து அதைக் கண்ட கன்னிகா, "ஏன்டா, இன்னுமா தண்ணி வாக்குல நீயி? காமணி நேரமாவா பல்லு வெளக்கீட்டிருக்கற? பல்லே தேஞ்சிருக்கும்" என்கவும்தான் சுயநினைவு திரும்பி குளிப்பறைக்குள் நுழைந்தான்.

குளிக்கையில், அம்மா சொன்ன பீடை ஞாபகம்.

அவளின் வார்த்தைப்படி தான் நாலு காலில் வருவது, தெருவில் விழுந்துகிடப்பது, ஆட்டோவிலும் படுக்கையிலும் வாந்தியெடுப்பது, வீடு சுற்றுவது, அண்டை அயலவர்கள் பார்த்துச் சிரிப்பது யாவும் மின் பிம்பங்களாக மனதுள் வெட்டின. வீடு சுற்றும்போது முடிந்தவரை வெளியில் சென்று, வாசலுக்கு அப்பால் அமர்ந்து வாந்தி எடுப்பான். சுய நினைவற்று கொண்டுவரப்பட்டிருந்தால், வாசலோரமே இருத்தி, வயிற்றில் கிடக்கும் மதுவை வாந்தி எடுக்க வைப்பதற்காக, கன்னிகா கொழகொழவென்று புளியைக் கரைத்து, மாட்டுக்குக் கொட்டம் பிடிப்பது போல் ஊற்றி, வாந்தியெடுக்க வைப்பாள். அவனே எடுத்தாலும், அவள் எடுக்க வைத்தாலும், பக்கெட் பக்கெட்டாகத் தண்ணீரை ஊற்றி, வாசலைச் சுத்தப்படுத்துவாள். இதன் காரணமாக தெருவில் இளங்கோவுக்கு பக்கெட் என்ற பட்டப் பேர் நிலவுகிறது.

குடிப் பழக்கத்தை சனி என்றோ, பீடை என்றோ சொல்வது ஒருவகையில் சரிதான். அதிலிருந்து விடுபடுவதும் நல்லதே.

ஆனால், அப்பாவின் இரண்டாவது நிபந்தனை...

அதை நினைக்கும்போதுதான் திகைப்பாகவும், கவலையாகவும் இருந்தது.

குளித்து முடித்த பின்னும் மண்டைக்குள் இரவின் போதை மிச்சம். இரவு சாப்பிடவில்லை, மதுக்கூட சாக்கணாவையும் வாந்தியெடுத்துவிட்டான் என்பதால் நல்ல பசி. ஆனால், பல முறை வாந்தியெடுத்ததினால் நெஞ்செரிச்சல், தொண்டையிலும் மேல் அண்ணத்திலும் வலி. இந்த நிலையில் காலைச் சிற்றுண்டி சாப்பிட இயலுமா என்று தெரியவில்லை. ஆனால், இன்னும் உடலில் மிச்சமிருந்த நேற்றைய போதைக்கு, இப்போது காரம் கேட்கிற சாக்கணாத் தேட்டம்.

சாமுத்ரிகா தட்டில் இட்லியை வைத்துவிட்டு, தேங்காய்ச் சட்னியையும், சாம்பாரையும் ஊற்றினாள். கைலாசநாதனின் பேச்சால் அவளது முகத்தில் ஆவலும் எதிர்பார்ப்பும் படிந்திருந்தன. ஆனால், இளங்கோ அதைக் கவனிக்கவில்லை.

“காரச் சட்னி...” என்று தனக்குத் தானே சொல்வது போல மெதுவாகக் கேட்டுக்கொண்டு, பக்கத்தில் இருந்த, மூடி வைத்த டபராவையும் கிண்ணத்தையும் திறந்து பார்த்தான். அவற்றில் நேற்றைய வத்தல் மிச்சங்களே இருந்தன.

“காரச் சட்னி வெக்கல. இட்லிப் பொடி வேணும்னா தரட்டுமா?”

“வேண்டாம்” என்றுவிட்டு ஊறுகாய் பாட்டிலை அவனே எட்டி எடுத்து, ஊறுகாய்ச் சாறு போட்டுக்கொண்டு, அதைத் தொட்டு இட்லியைச் சாப்பிடலானான்.

★★★

அவன் வேலைக்குக் கிளம்பும்போது கன்னிகா அவனையே குறிப்பாகப் பார்த்தபடி நின்றுகொண்டிருந்தாள். சாமுத்ரிகாவிடம் சொல்லிவிட்டுச் செல்கிறானா இல்லையா என்பதைக் கண்காணிக்கவே அப்படி நிற்கிறாள் என்பது அவனுக்குப் புரிந்தது. விருப்பம் இல்லையெனினும், அவளைப்

பார்த்தும் பார்க்காமல், பட்டும் படாமல், “போய்ட்டு வர்றேன்” என்று சொல்லிக்கொண்டான்.

அதற்கே சாமுத்ரிகாவின் முகத்தில் அவ்வளவு சந்தோஷம்.

அவனுக்கு அதையும், பொதுவாக அவளையும் நினைக்கப் பாவமாகவே இருந்தது.

பெண்கள் எவ்வளவு அற்ப விஷயத்துக்குக் கூட சந்தோஷமும் துக்கமும் படுகிறார்கள். வீட்டுக்குள் அவர்களது சமையலுக்கும், வெளியில் அவர்களது அழகு, ஆடை அணிகலன்கள் ஆகியவற்றுக்கும் கிடைக்கிற பாராட்டுகள், குடும்பத்தில் அவர்களுக்குக் கிடைக்கும் அங்கீகாரம், அவர்களின் பிறந்த நாள்களுக்குச் சொல்லப்படும் வாழ்த்து... பெண்களை மகிழ்ச்சிப்படுத்த சில எளிய ஆயத்த வார்த்தைகளே போதும்.

அவனுக்கு அது தெரியும். ஆனால், அதை அவன் செய்வதில்லை. அவனுக்குப் பிடித்திருந்தால் மட்டுமே பாராட்டுவான். அவர்களை மகிழ்விப்பதற்காகப் பாராட்டமாட்டான். மற்றவர்களைத் திருப்திப்படுத்துவதற்காகவோ, சம்பிரதாயத்துக்காகவோ அவன் எதையும் செய்வது கிடையாது. மனதில் பட்டதைத்தான் சொல்வான், செய்வான்.

சாமுத்ரிகாவிடம் சொல்லிக்கொள்ள வேண்டும் என்று இயல்பாக அவனுக்குத் தோன்றாததால்தான் இன்று வரை அவளிடம் விடைபெற்றதில்லை. இன்று கன்னிகாவுக்காக அதைச் செய்தது மிகச் செயற்கையாக, மிக அன்னியமாக இருந்தது. தனக்கு இயல்பல்லாத ஒன்றைச் செய்ய நேர்ந்த அதிருப்தியும்.

அவசரமில்லாமல் எப்போதும் போல் சாவகாசமாக, பேருந்து நிறுத்தம் நோக்கி நடந்தான்.

இன்னமும் நேற்றைய ஹேங்க் ஓவர் போகவில்லை. அதைப் போக்க வேண்டுமெனில், ஒரு ஸ்மால் அடித்தால் போதும். வழக்கமாக இதுபோன்ற தருணங்களில் ஓவியக் கூடத்துக்குச் சென்றபின் அதைத்தான் செய்வான். ஆனால், இன்று அது முடியாது, கூடாது.

குடியை விடச் சொல்லி கைலாசநாதன் சொல்லவில்லை. ஆனால், குடித்துவிட்டு வீட்டுக்கு வர வேண்டாம் என்றுவிட்டார். குடித்துவிட்டு வீட்டுக்குச் செல்லாமல் வேறெங்கு செல்வது? குடிப்பதற்காக வேறு எங்கேனும் தங்க முடியுமா? அது தேவையா? குடியை விட்டுவிடுவதே ஒரே வாய்ப்பு. எல்லாக் குடிகாரர்களையும் போல, குடி தனக்கு உற்சாகமளிக்கக்கூடியது எனினும், குடும்பத்தாரை குறிப்பாக, அப்பாவை – இந்த அளவுக்குச் சங்கடப்படுத்துகிறது என்றால்... அதைத் தியாகம் செய்யத்தான் வேண்டும். 'உன்னைப் பத்தி மட்டுமே நெனைச்சுட்டிருக்காத. குடும்பத்தையும் நெனைச்சுப் பாரு' என்று அப்பா சொன்னதற்காகவாவது...

குடியை விடுவது ஒன்றும் அவனுக்குச் சிரமம் அல்ல. ஏற்கனவே மூன்று முறை விட்டவன்தான். இனி, நான்காவது முறையாகவோ, கடைசி முறையாகவோ இன்றோடு விட்டுவிடலாம்.

புகைப் பழக்கத்தை நிறுத்துவதுதான் சிரமம். அதையும் ஏழெட்டு தடவை நிறுத்தியிருக்கிறான். ஆனால், குடிப் பழக்கத்தை வருடக் கணக்காக நிறுத்துவது போல புகையை நிறுத்த முடியவில்லை. சில வாரங்கள், அல்லது சில தினங்களுக்குள்ளாகவே மூளை மந்தமாகி, அதே நினைப்பில் உழல, இதற்குப் பதிலாக பேசாமல் புகைத்தேவிடலாம் என்று தொடர்ந்துவிடுவான். மூளையை ஆல்கஹால் அடிமைப்படுத்துகிறது என்றால், நிகோடின் கொத்தடிமையாக்கிவிடுகிறது.

'புகைப் பழக்கத்தை நிறுத்துவது சுலபம். நானே 35 தடவை நிறுத்தியிருக்கிறேன்' என்று ஜெயகாந்தன் வேடிக்கையாக சொல்லியிருக்கிறாராம். மாதங்கி சொன்ன தகவல்.

இடையர்பாளையம் பிரிவு பேருந்து நிறுத்தத்தை அடைந்ததும், பெட்டிக்கடைக்குச் சென்று சிகரெட் வாங்கிப் பற்றவைத்துக்கொண்டான். ஓரமாக ஒதுங்கி, ஓரிரு இழுப்புகள் சென்றதுமே மூளைக்குள் ஒரு சுறுசுறுப்பு. சாலைப் போக்குவரத்தையும், வந்து செல்லும் பேருந்துகளையும் கண்கள் பராக்குப் பார்க்க, அப்பா பேசியது பற்றிய நினைவிலும், சிந்தனையிலும் மனம் உழன்றது.

★★★

இளங்கோ எப்போதும் யாரையும் கடிந்து பேசியதில்லை. யாரையும் புண்படுத்தியதில்லை. அப்படிச் செய்வது அவனுக்குப் பிடிக்காது. அறியாமல் ஏதாவது தவறு செய்துவிட்டாலோ, அவனை யாரேனும் குற்றப்படுத்திப் பேசினாலோ அவனால் தாங்க இயலாது. பல நாட்களுக்கு அதையே எண்ணித் துன்புறுவான். இரவில் சரியாகத் தூக்கமும் வராது. சம்பந்தப்பட்டவர்களிடம் சென்று அறியாமல் தவறு செய்துவிட்டதைக் கூறி மன்னிப்புக் கேட்கவோ, அவர்கள் அவனைத் தவறாகக் கருதியிருப்பின் அவர்கள் ஏற்கிறார்களோ, இல்லையோ தனது தன்னிலை விளக்கத்தைக் கொடுக்கவோ செய்தால்தான் பாரம் இறங்கி ஆசுவாசமடைவான். அதன் பிறகே நல்ல தூக்கம் வரும்.

ஆனால், இப்போது தான் செய்திருப்பது மாபெரும் தவறு என்று பட்டது. இதற்கு மன்னிப்பே கிடையாது. அவனாலேயே அவனை மன்னிக்க முடியவில்லை எனும்போது, எப்படி மன்னிப்பு கேட்பது? மேலும், மன்னிப்பு கேட்பது இதற்கான பரிகாரமும் அல்லவே.

சிறுவயது முதலே அவன் எந்த உயிருக்கும் சிறு தீங்கேனும் செய்ததில்லை என்பது மட்டுமல்ல; அதை நினைக்கவே அவனால் முடியாது என்பது பற்றி, சாமுத்ரிகாவைப் பெண் பார்த்த அன்று, அவளிடம் கைலாசநாதன் சொன்னது அவனுக்கு ஞாபகம் வந்தது. அவர் அதைச் சொன்ன பிறகுதான் அவனுக்கே அது தெரிந்தது. யாருக்கும், எந்த உயிரிக்கும் கெடுதல் விளைவிக்கக் கூடாது என்றெல்லாம் லட்சியம் கொண்டு அவன் அப்படி இருக்கவில்லை. அது அவனது இயல்பு. அவனை யாரும் தொந்தரவோ, இம்சையோ, துன்புறுத்தலோ செய்யக் கூடாது; அவனும் யாரையும் அவ்விதம் செய்ய மாட்டான். அவ்வளவுதான். ஆனால், அது குறித்து கைலாசநாதன் சொன்ன மாதிரி வேறு யாரும் சொன்னதில்லை. ‘தான் உண்டு தன் வேலை உண்டு என்று இருப்பான்; எந்த வம்புதும்புக்கும் போக மாட்டான்’ என்றுதான் மற்ற எல்லோருமே சொல்வார்கள் - கன்னிகா உட்பட. கைலாசநாதன் மட்டுமே அவனை இவ்வளவு ஆழமாகவும் நுட்பமாகவும் புரிந்துகொண்டிருந்தார்.

அவனைப் பற்றி மற்ற யாருக்கும் சரிவரத் தெரியாது. அவனுக்கோ, அவனைப் பற்றி, தானாக ஒன்றுமே தெரியாது. கைலாசநாதனுக்கும் மாதங்கிக்கும் மட்டுமே அவனைப் பற்றி நன்றாகத் தெரியும். அவர்கள் சொல்லித்தான் அவனுக்கும் அதில் சில விஷயங்கள் தெரியும்.

அவன் ஒரு தனி உலகம் என்பார் கைலாசநாதன்.

அவன் தனியன் என்பாள் மாதங்கி.

இது மற்றவர்களுக்குத் தெரியாது. தெரிந்தாலும் புரிந்துகொள்ள முடியாது. கைலாசநாதனால் மட்டுமே அவனைப் புரிந்துகொள்ள முடியும். மாதங்கியால் மட்டுமே அவனைப் புரிவது மட்டுமன்றி, உணர்ந்துகொள்ளவும் முடியும்.

★★★

சிறுவயது முதலே இளங்கோ அசராசரியாக இருந்தான். பல சமயங்களில் அவன் நடந்துகொள்வது மற்றவர்களுக்கு விசித்திரமாகவும் படும். அவன் வித்தியாசமானவன், வினோதமானவன் என்றே சொல்வார்கள். அவன் என்ன நினைக்கிறான், ஏன் சில சமயங்களில் விசித்திரமாக நடந்துகொள்கிறான் என்பது யாருக்கும் புரியாது.

மற்ற சிறுவர்கள் போல அவன் சுறுசுறுப்பாக இல்லை. ஓடியாடி விளையாடுவதில் ஆர்வம் கிடையாது. கூச்ச சுபாவி, தனிமை விரும்பி, பகற்கனவுவாசி.

குனியமுத்தூர், இடையர்பாளையம் பிரிவுக்கு வரும் முன்பு, அவனது பத்து வயது வரை அவர்கள் கிராமத்தில் இருந்தனர். இலையுதிர் காலத்தில் மரங்களில் இலைகள் உதிர்வதை, மணிக் கணக்காக ஒரே இடத்தில் அமர்ந்து ரசித்துக்கொண்டிருப்பான். எறும்புச் சாரி எங்கிருந்து வருகிறது, எங்கே செல்கிறது, அது கொண்டு செல்லும் உணவுத் துணுக்கு என்ன, எதிர்ப்படும் எறும்புகள் முகத்தோடு முகம் வைத்துத் தங்களுக்குள் என்ன உரையாடிக்கொள்கின்றன என்பது பற்றித் தீவிரமாக

ஆராய்வான். பழங்களையும் கொட்டைகளையும் தின்னுவதாக மட்டுமே அறியப்படுகிற அணில், தேக்கு மரத்தின் பட்டைகளை உரித்து, உள்ளே இருக்கும் புழு, பூச்சிகளைத் தின்கிறது என்பதையும் ஒரு நாள் கண்டறிந்தான். புழுதிக் குருவிகள் மணலில் உடல் புதைத்து புழுதிக் குளியல் செய்வது ஏன்; அதில் அவைகளுக்கு அப்படியென்ன உல்லாசம்? பருவகாலப் பூச்சிகள் அந்தந்தப் பருவம் முடிந்ததும் எங்கே சென்றுவிடுகின்றன?

இந்த அற்புதமான விஷயங்களில் அவனைத் தவிர வேறு சிறுவர்கள் யாருக்குமே ஆர்வம் இல்லை. அவர்களுக்கு ஆர்வமானவற்றில் அவனுக்கு ஆர்வம் இல்லை. எனவே, அவனுக்கு நண்பர்களும் யாரும் இல்லை.

தனிமையும், கதைகளும், கற்பனைகளுமே அவனது தோழர்கள்.

நினைவு தெரிந்த நாள் முதலாக அவன் தனிமைவாசியாகவே இருந்தான். தனி உலகமாகவும்.

அவனுள், அவனுக்கு மட்டுமான உலகம். அதில் அவனுக்கு வேண்டியவை யாவும் இருந்தன; வேண்டாதவை எதுவும் இல்லை. அந்த உலகைப் படைத்தது அவன்தான். எனவே, அவனுக்கு ஏற்ப அதைப் படைத்துக்கொண்டான்.

அவனது கற்பனைகள், கனவுகள், விருப்பங்கள் ஆகியவற்றால் நெய்யப்பட்ட வண்ணமயமான உலகம் அது.

அடர்ந்த காடு. அதில் பல வகையான, சுவை மிக்க கனிகளைத் தரும் கனி மரங்கள். முயல், மான், சேட்டைக்காரக் குரங்கு, மனிதர்களையோ மற்ற விலங்குகளையோ கடித்துத் தின்னாத சிங்கம் புலிகள், நேசம் மிகுந்த காட்டு யானைகள், அவனும் உட்கார்ந்து சவாரி செய்து பறந்துபோகலாம் என்கிற அளவுக்குப் பெரிதாக உள்ள பட்டாம்பூச்சிகள் ஆகியவை இருக்கும். அவற்றோடு அவனும் இருப்பான். அங்கே சகல விதமான பூச்சிகள், பறவையினங்கள், பிராணிகள், சிறிய - பெரிய விலங்குகள், ஊர்வன நீந்துவன பறப்பன, மரங்கள் - செடிகள் - கொடிகள், புல் - பூண்டுகள் என அனைத்து விதமான ஜீவராசிகளுக்கும் இடம் இருக்கும்; அனுமதி இருக்கும்.

ஆனால், அவனைத் தவிர அங்கே வேறு எந்த ஒரு மனிதருக்கும் அனுமதி இல்லை. பெரியவர்களுக்கு மட்டுமல்ல; சிறுவர் சிறுமிகளுக்கும்.

முழுக்க முழுக்க அவனுக்கு மட்டுமான உலகம். அந்த உலகத்தில் அவன் தனித்திருந்தான். ஏகாந்தமாக, பெருமகிழ்ச்சியுடன், பேறுவகையுடன். அந்த உலகம் மட்டுமே அவனுக்கு மகிழ்ச்சியாகவும், குதூகலமாகவும், கொண்டாட்டமாகவும் இருந்தது. அவன் அங்குள்ள பிராணிகள், பட்டாம்பூச்சிகள், வண்டுகள், செடி - கொடிகளுடன் பேசுவான். அவையும் அவனுடன் உரையாடும்.

அவன் வீட்டில் உட்கார்ந்துகொண்டு, ஆடாமல் அசையாமல், மணிக்கணக்காக எதுவும் செய்யாமல், அப்படியே அமைதியாக அமர்ந்திருப்பதில் எல்லோருக்குமே வியப்பு. சிலருக்குப் புதிராகவும் இருக்கும். ஏனென்றால், அவனது வயதொத்த சிறுவர் சிறுமிகள் யாரும் அவ்வாறு இருக்க மாட்டார்கள். இரண்டரை மூன்று வயதுக் குழந்தைகளே எந்நேரமும் ஓடி ஆடி விளையாடிக்கொண்டும், கூச்சலிட்டுக்கொண்டும், சேட்டைகள் செய்துகொண்டும் உற்சாகமாக, குதூகலமாக இருப்பார்கள் அல்லவா. குழந்தைகள் ஆற்றலின் வெளிப்பாடுகள். அவர்களுக்குள் உள்ள அபரிமிதமான ஆற்றலை வெளிப்படுத்தவே அவர்கள் எப்போதும் சத்தமிட்டுக்கொண்டும், ஓடிக்கொண்டும், ஏதாவது சேட்டைகள் செய்துகொண்டும் இருக்கிறார்கள். சாதாரண நிலையில் அவர்களால் அமைதியாக இருக்க இயலாது. அவனோ, இதற்கு நேர்மாறு. அமைதி, மௌனம், சாது, தனியன், வினோதன். குழந்தைகளிடமிருந்தும் சிறார்களிடமிருந்தும் ஒதுங்கி, விளையாட்டு சாதனங்களைக் கொண்டோ, கற்பனை சஞ்சாரத்திலோ தனியாக விளையாடிக்கொண்டிருப்பான். அல்லது ஓவியங்கள் வரைந்துகொண்டு.

குடும்பம் இடையர்பாளையம் பிரிவுக்குக் குடிவந்த பிறகும், அவன் உயர்நிலைப் பள்ளிக்குச் சென்ற பிறகும் இதே நிலை.

அவன் அவனுக்கு மட்டுமான அவனது உலகத்தில். அவனது குடும்பத்தவர், அயல்வாசிகள், சிறுவர்கள், பெரியவர்கள்,

ஆசிரியர்கள் எல்லோருமே வேறோர் உலகத்தில். இவ்விரு உலகங்களும் எதிர் எதிரானவை. எனவேதான் அவனது உலகத்தில் இந்த உலகத்தைச் சேர்ந்த எந்த மனிதர்களையும், சிறுவர் சிறுமிகளையும் கூட அவன் அனுமதிக்கவில்லை.

கைலாசநாதன் மட்டுமே அவனை சகதாபத்தோடு புரிந்துகொண்டிருந்தார். அவனிடம் சக உணர்வோடும் இருந்தார். அதனால், அவர் அவனது மாறுபட்ட நடத்தைகள் பற்றியோ, வினோதமான செயல்கள் பற்றியோ, செயலின்மைகள் பற்றியோ கவலைப்பட்டதில்லை. அப்படி இருக்காதே - இப்படி இரு, அதைச் செய்யாதே - இதைச் செய், அப்படியெல்லாம் நடந்துகொள்ளாதே - இப்படியெல்லாம்தான் நடந்துகொள்ள வேண்டும்... இவ்வாறான அறிவுரைகளும், போதனைகளுமே கன்னிகாவாலும் மற்ற பெரியவர்களாலும் அவனுக்குச் செய்யப்பட்டன. கைலாசநாதன் மட்டுமே அவனை அவனாக இருக்க அனுமதித்தார். ‘அவன் அப்படித்தான், அவனை அவன் போக்கில் விடுங்கள்; தொந்தரவு செய்யாதீர்கள்’ என்று அவர் மற்றவர்களைத்தான் கண்டிப்பார்.

அவன் தனிமைவாசி. வித்தியாசமானவன். மற்றவர்களிடமிருந்து விலகியே இருப்பான். குடும்பத்திலும் பெற்றோரிடமோ, உடன் பிறப்புகளுடனோ ஒட்டுறவாக இருக்க மாட்டான். அவனுக்கு நண்பர்களும் யாரும் இல்லை. பெரியவனாக ஆன பிறகும் அப்படியே.

அவனாக நண்பர்களை ஏற்படுத்திக்கொள்ளவும் இல்லை; அவனிடம் நட்போ, பழக்கமோ வைத்துக்கொள்ள நாடுபவர்களையும் அனுமதிக்கவில்லை. அவர்களிடம் பழகவோ, நட்புகொள்ளவோ விருப்பமில்லை என்பதை அவர்களிடம் சொல்ல மாட்டான். ஆனால், அவர்கள் அவனிடம் நெருங்கிப் பழக முற்படும் சமயங்களில், தனது விருப்பமின்மையைக் காட்டியோ, உணர்த்தியோ ஏதோ ஒரு விதத்தில் அவர்களின் நாட்டத்தை முடக்கிவிடுவான்.

இடைவெளியுடன் கூடிய உறவுதான் அவனுக்குப் பாதுகாப்பானது. எல்லைக் கட்டுப்பாடைத் தாண்டி அவர்களும்

வரக் கூடாது; அவனும் போக மாட்டான். அதையும் மீறி எவரேனும் அவனை அணுக முற்பட்டால் அவர்களை முற்றாகத் தவிர்த்துவிடுவான். சிறுபிராயத்தில் பையன்கள் விளையாட்டுத் தோழமைக்காக அவனை அணுகினர். விடலைக்காலத்தில் புகை குடி போன்ற தீய பழக்கங்களுக்காக சிலரும், தொழில் ரீதியாகச் சிலரும் நட்பு பாராட்ட முயன்றனர். அனைத்து இழுகதவுகளையும் இழுத்திச் சாத்திவிட்டான்.

இவன் மட்டும் ஏன் இப்படி என்பது மற்ற எல்லோருமே கேட்கும் கேள்வி. சிலர் கலகலப்பாகப் பேசிப் பழகும் மோகனசுந்தரத்துடன் ஒப்பிட்டு, அவனுக்கு நேர் மாறாக இவன் இருப்பதைச் சொல்வார்கள். ஐந்து விரல்களும் ஒன்று போலவா என்பார் கைலாசநாதன்.

★★★

இளங்கோவுக்குச் சிறுவயதிலிருந்தே படிப்பு அவ்வளவாக வரவில்லை. சுமாராகப் படித்துக்கொண்டிருந்தான். மற்றபடி, வகுப்பிலும் பகற்கனவு கண்டு, ஆசிரியர்களிடம் அடி வாங்குவதே வாடிக்கை. துவக்கப் பள்ளியில் எப்படியோ ஒவ்வொரு வகுப்பிலும் தேறிவிட்டான். துவக்க வகுப்புகள்தானே என்று தேர்ச்சி போட்டுவிட்டார்கள் போலும்.

உயர்நிலையைக் குனியமுத்தூர் அரசினர் மேல்நிலைப் பள்ளியில்தான் பயின்றான். ஆறாவதிலேயே பரமார்த்த சீடன் என்கிற பேர். பாடம் நடத்தும்போது, கண்திறந்து கனவு காண்பதற்காகப் பிரம்படி, வகுப்பிலிருந்து வெளியேற்றம், முட்டி போடுதல் முதலான தண்டனைகள். வெளியே போகச் சொன்னால் சந்தோஷமாக வெளியேறி, பள்ளி வளாகம் வரை உள்ள குறிச்சிக் குளத்தையும், கரையோர மரங்கள், நாணல், சம்பு போன்றவற்றையும், குளத்தில் உள்ள கொக்கு, நாரை, வாத்து, முங்காங்கோழி ஆகிய நீர்ப்பறவைகளையும் ரசித்துக்கொண்டிருப்பான். அங்கே வெளிநாட்டு ராட்சத அன்னங்கள், பிரம்மாண்டமான ஆஸ்த்ரேலிய பெலிக்கான்,

சைபீரிய நாரைகள், அமெரிக்கக் காட்டு வாத்துகள் ஆகியவையும் வரும்.

ஆறாம் வகுப்பில் ஒரு வருடம் தோல்வி. ஏழாவதில் எப்படியோ தேர்வடைந்துவிட்டான். எல்லை மதிப்பெண்களிலோ, கருணை மதிப்பெண்களிலோ தேர்வாகியிருக்கக்கூடும். எட்டாவதில்தான் மாதங்கி வேற்று ஊரிலிருந்து பி.கே.புதூருக்குக் குடிபெயர்ந்து, அவனது வகுப்பிலும், வாழ்விலும் வந்து சேர்ந்தாள். எட்டாவதிலும் அவன் மீண்டும் தோல்வியுற்றான். மேற்கொண்டு படிக்க விருப்பம் இல்லை. பள்ளிக்குப் போக மாட்டேன் என வீட்டில் முரண்டினான்.

அம்மா கண்டித்து, மிரட்டி, அடித்து பள்ளிக்கு அனுப்ப முயன்றாள்.

அப்பாதான் அவனுக்கு ஆதரவாக நடந்துகொண்டு, “அவனுக்குப் படிப்பு வல்லீன்னா என்ன பண்றது? எது வருதோ, அதைச் செய்யட்டும். படிச்சு வேலைக்குப் போறதை, படிக்காமயே பண்ணீட்டுப் போறான். அவனுக்கு நல்லா வரையறக்குத் தெரியுமாச்சு. போர்டு, பேனரு எழுதற ஆர்ட்டிஸ்ட்டா ஆகுட்டும். கைத்தொழில் பழகீட்டா இன்னொருத்தன்கிட்ட கைகட்டி நிக்கவும் வேண்டீதில்ல” என்று, கோவையில் விளம்பரப் பலகைகள் எழுதும் ஓவியக்கூடம் ஒன்றில் பணி பழகச் சேர்த்துவிட்டார்.

அதுதான் அவனது வாழ்வின் முதல் திருப்புமுனையாக கைலாசநாதன் அவனுக்குச் செய்த முதல் பேருதவி.

அதைப் பற்றி நினைத்துக்கொண்டிருக்கையில் சிகரெட் தீர்ந்தது. மிச்சத் துண்டைக் கீழே போட்டு, நன்றாக நசுக்கி, தீ முற்றிலும் அணைந்துவிட்டதா என்று பார்த்துவிட்டு, நிறுத்தத்தில் காத்திருந்தான். 3-சி வந்து நின்றது.

★★★

அத்தியாயம் 6

சித்திரக்கூடம்

பைஸன் கார்னரில் இறங்கி, தனது ஓவியக்கூடத்தை நோக்கி நடந்துகொண்டிருந்தபோது, தனது ஆற்றாமை தனக்கு முன்னே இறங்கி நடந்துகொண்டிருப்பது போலவும், தான் அதைப் பின்தொடர்வது போலவும் உணர்வு.

ஒன்பதரை ஆகியிருந்ததால் சாலையில் காலை நேரத்து பீக் அவர் போக்குவரத்து. ராஜவீதியிலும், ஐந்து முக்கு சுற்றுப்புறங்களிலும் சில கடைகளே திறந்திருந்தன. சில கடைகள் இன்னும் திறக்கப்படவில்லை; ஓரிரு கடைகள் இப்போதுதான் திறக்கப்பட்டுக்கொண்டிருந்தன. இரு தினங்களுக்கு முன் முடிந்திருந்த சுதந்திர தினக் கொண்டாட்டத்தின் மிச்ச அடையாளங்களாக ஆங்காங்கே தேசியக் கொடிகள்.

இளங்கோவின் ஓவியப் பணியகமான சித்திரக்கூடம், ஐந்து முக்குப் பகுதியில் உள்ள இஸ்மாயில் தெருவில் இருக்கிறது. பரபரப்பான நகர்ப் பகுதி நடுவே, சற்று ஒதுக்குப்புறமாக உள்ள, வாகனப் போக்குவரத்தும், மனித நடமாட்டமும் குறைந்த தெரு அது. தெருவின் கிழக்கு மூலையில், சாலைக்கு

வடபுறச் சாரியில் மாட்டாஸ்பத்திரி. அதற்கு மேபுறமாக மாட்டாஸ்பத்திரியின் டெபுட்டி டைரக்டர் ஆஃபீஸ். இந்த அலுவலகத்துக்கு எதிர்வசமாக, சாலைக்குத் தென்புறமாக உள்ள கடைகளில் சித்திரக்கூடமும் ஒன்று.

இளங்கோ அதை அடைந்தபோது அண்டைக் கடைகள் ஒன்றிரண்டு திறக்கப்பட்டும். ஓரிரு கடைகள் திறக்கப்படாமலும் இருந்தன. வாசலில் இவனது ஒரே உதவியாளனான கோபி நின்றுகொண்டிருந்தான். இன்னும் மீசை முளைக்காத, பதினேழு வயது விடலை. துடிப்பானவன், நல்ல வேலைக்காரன்.

கன்னங்கரலென்று இருப்பதால் அயல் கடைப் பையன்கள் அவனுக்குக் கரடி என்று பட்டப்பெயர் வைத்து, இப்போது இந்தச் சுற்றுமுற்றில் பலரும் அவனை அப்படியே அழைக்கின்றனர். அவன் அது குறித்துக் கவலைப்படுவதில்லை.

இளங்கோவிடம் அவன் சாவியை வாங்கி கதவு திறந்தான். இருவரும் அவரவர் பைகளை இறக்கிவைத்துவிட்டு, தட்டி மறைப்பில் பணி உடைக்கு மாறினர். அவர்களின் பணி உடை என்பது சில வார அல்லது மாத அழுக்குப் படிந்ததும், பல மாத அல்லது சில வருட சாயங்கள் படிந்ததுமான பழைய சட்டையும், பேன்ட்டும்தான். கோபி ஓவியக்கூடத்துக்குள் பெருக்கிக்கொண்டிருக்க, இளங்கோ தனது மேஜை நாற்காலிகளைத் துடைத்துவிட்டு அமர்ந்து, ஆர்டர் புக்கை எடுத்து, செய்யவேண்டிய பணிகளைப் பார்வையிட்டான்.

அவசர வேலைகள் எதுவும் இல்லை. சாதாரணமானவையே. வெளிப்புற வேலைகள் ஒன்றிரண்டு இருந்தன. அவற்றை நாளை மறுநாளோ, செவ்வாயன்றோ பார்த்துக்கொள்ளலாம். இன்று உட்புற வேலைகளைச் செய்தால் போதும். ஆனால், அதற்கும் ஈடுபாடு வரவில்லை. அப்பா பேசியது குறித்த உறுத்தலே காரணம். ஹேங்க் ஓவர் சோர்வும் விலகவில்லை. பேசாமல் கோபியிடம் பணிகளைச் செய்யச் சொல்லிவிட்டு, ஓய்வெடுக்கலாம் போல் இருந்தது.

காலையில் கடை திறந்ததுமே பணி செய்யாமல் ஓய்வெடுத்துக்கொண்டிருந்தால் நன்றாகவா இருக்கும்?

அதனாலும், சோர்வைப் போக்கவும், மனதைத் திசை திருப்பவுமாக, முன்னதாக முடிக்க வேண்டிய பணியை எடுத்து வைத்துக்கொண்டான்.

“பத்துக்கு மூணு லாங்க்ளாத் ஒய்ட் பேனர் - ரெண்டு நம்பர் - ஒண்ணுக்கு மேல ஒண்ணு அடிச்சுவிடு.”

பெருக்கு வேலை முடித்திருந்த கோபி, ஓரம் தைத்து மடித்து வைக்கப்பட்டிருந்த பதாகைத் துணிகளில், பத்துக்கு மூன்று என ஓரத்தில் பென்சிலால் குறித்து வைத்திருந்த இரண்டையும், சுள்ளாணி டப்பா, சுத்தியல் ஆகியவற்றையும் எடுத்துக்கொண்டு, செய்தித்தாள் ஒட்டிய ப்ளைவுட் பலகையில் பேனர்களை அடிக்கத் தொடங்கினான்.

ஒரு வாடிக்கையாளருக்கு ஒரே விஷயத்துடன், ஒரே அளவில், ஒரே ரகத் துணியில், ஒன்றுக்கு மேற்பட்ட பதாகைகள் எழுதவேண்டியிருக்கும்போது, அவற்றைத் தனித் தனியாக அடித்து எழுதுவதைவிட, ஒன்றுக்கு மேல் ஒன்றாக அடித்து எழுதுவார்கள். இப்படிச் செய்யும்போது, மேலே உள்ள பதாகையில் எழுதப்படும் எழுத்துகளின் அச்சுகள் துணியில் ஊடுருவி, அடியில் உள்ள பதாகையிலும் லேசாக, விட்டுவிட்டுப் படியும். அந்த அடையாளத்தை வைத்துக்கொண்டு, முந்தைய பதாகையின் பிரதியெடுப்பை அடுத்தடுத்த பதாகையில் எழுதிவிடலாம். அதிகபட்சம் ஐந்து பதாகைகள் வரை இப்படிச் செய்ய இயலும். இதன் மூலம் ஒவ்வொரு பதாகையிலும் கம்போஸிங் செய்ய வேண்டிய நேரம், சிரமம் ஆகியவை மிச்சப்படும்.

கோபி முதல் பதாகையை நான்கு ஓரங்களிலும் நன்றாக இழுத்து அடித்த பின், அடுத்த பதாகையை அந்தச் சுள்ளாணிகளிலேயே இழுத்துப் பொருத்தினான். விஷயம் எழுதப்பட்ட காகிதம், வெள்ளை சாக்பீஸ், பென்சில் ஆகியவற்றோடு இளங்கோ வந்து, எழுத்துகளுக்கான அளவைக் குறித்து, முதலில் சாக்பீஸால் இடதுபுறம் வரிகளுக்கான எழுத்தளவைக் குறிக்கத் தொடங்கினான். அளவுகள் திருப்தியானதும் அது பென்சிலில் குறிக்கப்பட்டது. பின் அதை மட்டக்கோலில் சாக்பீஸால்

குறித்து, அந்த அளவுகளைப் பதாகையின் வலதுபுறத்திலும் பென்சிலால் குறித்தான். நீலமும் சாக் பவுடரும் கலந்த வெளிர் நீலப் பொடிக் கலவை, சன்ன நூல் கண்டுடன் கோபி தயாராக இருந்தான். இருவரும் சேர்ந்து பதாகையின் குறியிடங்களில் நூல் பிடித்து, அதன் பதிவால் நீலக் கோடுகளை ஏற்படுத்தினர்.

“ப்ளூ, ரெட்டு ரெண்டு கலருதான். ரெண்டு பேனருக்கு வேண்டிய அளவு கலந்து வெச்சுட்டு, நீ பேங்க் போர்டு செக்கண்ட் கோட் வேலையக் கன்டினியூ பண்ணு” என்றுவிட்டு இளங்கோ சாக்பீஸால் எழுத்துகளை மெலிதாக அடையாளப்படுத்தி கம்போஸ் செய்யத் தொடங்கினான்.

பதாகைக்குத் தேவைப்படுவது நீர்ச் சாயம். குருவி நீலப் பொடி, பைண்டர், நீர் ஆகியவற்றைக் கலக்கி நீலச் சாயத்தைத் தயாரிப்பார்கள். சிவப்பு, பச்சை, மஞ்சள், கறுப்பு ஆகிய நிறங்களுக்கு பிக்மெண்ட், எமல்சன், சிறிது பைண்டர், நீர் ஆகியவற்றைக் கலப்பார்கள். நீல நிறத்துக்கும் பிக்மெண்ட் உண்டெனினும் அது பிரகாசமாக இராது என்பதாலேயே அதற்கு மட்டும் நீலப் பொடி.

சைன் போர்ட் எனப்படும் பெயர்ப் பலகைகள், ஹோர்டிங் எனப்படும் பெரிய விளம்பரப் பலகைகள், நிறுவனச் சுவர் விளம்பரங்கள் ஆகியவற்றில் பயன்படுத்தப்படுவது எனாமல் சாயம்.

கோபி நீர்ச் சாய டப்பாக்களைப் பார்த்தான். சிவப்பு நிறம் சிறிதளவு இருந்தது. நீல நிறம் கொஞ்சமே மிச்சம். இரண்டையும் தேவையான அளவு கலந்து வைத்துவிட்டு, நேற்று அவன் விட்டுச் சென்ற பணியைத் தொடர்வதற்காக, தனக்கான எனாமல் சாயங்களையும், அதற்கான தூரிகைகளையும் எடுத்துக்கொண்டு, “வீஈஈ…க்கோஓஓ… வஜ்ர தந்த்தீஈஈ…! ஆயுர்வேத மூலிகைகளாலே தயாரானது! வீஈஈக்கோஓஓஓ…. வஜ்ர தந்த்தீஈஈ…!” என்று பாடிக்கொண்டே சென்றான்.

அது அவனது வித்தியாசமான பழக்கம். நாம் எல்லோரும் சிறு மகிழ்ச்சியை வெளிப்படுத்தவோ, வேலை அலுப்பைப்

போக்கவோ, ஏதேனும் திரைப்படப் பாடல்களை ஓரிரு வரிகள் பாடவோ, அதன் ராகத்தை ஹம் செய்யவோ, சீட்டியடிக்கவோ செய்வோம், ஆனால், கோபி, விளம்பரப் பாடல்களையே பாடுவான். சில சமயம் வசன விளம்பரங்களையும் செய்வான்.

இளங்கோ வேலையில் ஆழ்ந்தால் மற்ற விஷயங்களில் கவனம் செலுத்த மாட்டான். அது அவனது இயல்பு. மேலும், கவனம் பிசகினால் வேலையில் தவறுகள் நேரவோ, கச்சிதம் குறைவுபடவோ நேரலாம் என்பதாலும் அவன் வேலையிலேயே கண்ணும் கருத்துமாக இருப்பான். வேலைன்னு வந்தா வெள்ளைக்காரன் ரகம்.

இப்போது அவனுக்கு அப்பா, நிபந்தனைகள், சாமுத்ரிகா எல்லாம் மறந்துவிட்டது.

★★★

1987-ல், தனது பதினைந்து வயதில் இளங்கோ 8-வது தோற்று, கைலாசநாதன் சேர்த்துவிட்ட ஓவியக்கூடத்தில் பெயர்ப் பலகைகள், பதாகைகள், விளம்பர ஹோர்டிங்குகள் எழுதுகிற வேலை பழகத் தொடங்கினான். ஐந்து ஆண்டுகள் தொழில் பயின்ற பின்னும் சம்பளம் குறைவாகவே தரப்பட்டது. அங்கிருந்து விலகி, ஐந்து முக்கில் உள்ள ஓவியக்கூடமொன்றில் சேர்ந்து 3 வருடம் பணிபுரிந்தான். தொழில் திறனும் மேம்பாடுற்றது 1996-ல், அண்மையிலேயே வாடகைக்கு இடம் கிடைத்து, சொந்தமாக ஓவியக்கூடம் வைத்தான். அதற்கு சித்திரக்கூடம் என்ற பெயரைச் சொன்னது மாதங்கி. அவள் அப்போது முதுகலை தமிழ் இலக்கியம் முடித்து, ஆய்வியல் நிறைஞர் பட்டப் படிப்பைத் தொடங்கியிருந்தாள்.

அதுவரை இவர்கள் உக்கடம் பேருந்து நிலையம், வ.உ.சி. பூங்கா, கோயில்கள் என எங்காவது சந்தித்துப் பேசுவதே வழக்கம். சித்திரக்கூடம் தொடங்கியதிலிருந்து மாதங்கி பலகலைக்கழகத்திலிருந்து திரும்பும்போது வாரம் பத்து நாட்களுக்கு ஒரு முறை இங்கே வருவது வழக்கமாயிற்று.

சில சமயம் ஐந்து முக்கிலிருந்து வருவாள். சில சமயம் மணிக்கூண்டில் இறங்கி, விஜயா பதிப்பகத்தில் ஏதேனும் நூல்கள் அல்லது இலக்கிய இதழ்களை வாங்கிக்கொண்டு வருவாள். எங்கிருந்தாயினும் ஒரு நிமிட நடைதூரம்தான்.

டெபுட்டி ஆஃபீஸுக்கு மேபுறமாக உள்ள, தெற்கு பார்த்த கடை டேஸ்ட்-டீ தேநீரகம். அதன் உரிமையாளரும், டீ மாஸ்ட்டருமான ஜெகன், காரியத்தில் ஒரு கண்ணும், சுற்றுப் புறங்களில் மறுகண்ணுமாக இருப்பவர். அண்டை அயல் கடை கண்ணிகளில் உள்ளவர்கள், தெருவில் வந்து செல்பவர்கள் ஆகியோர் மீது அவரது நோட்டம் இருக்கும்.

மாதங்கி தூரத்தில் வரும்போதே பார்த்துவிடும் அவர், அங்கிருந்தே இளங்கோவை அழைத்து, கைகட்டி வாய் மீது ஒரு விரல் வைத்துக் காட்டுவார். 'டீச்சர் வர்றாங்க' என்பது அதன் அர்த்தம். அல்லது அவள் அருகே வரும்போது கோபி முன்பக்கம் தென்பட்டால், அவன் பேசாமல் அமைதியாக வேலை செய்துகொண்டிருந்தாலுமே, “டே, கரடி! பேசாம, விளம்பரப் பாட்டுப் பாடாம, வேலையப் பாரு. இல்லாட்டி பெஞ்சு மேல ஏறி நிக்க வெச்சிருவேன்” என்று அங்கிருந்தே அதட்டுவார். அது மாதங்கியின் வருகை குறித்து அவர் தரும் சமிக்ஞை என்பது அண்டைக் கடைக்காரர்களுக்கும் தெரியும். மாதங்கிக்கும் தெரியுமாதலால், புன்னகைத்துக்கொள்வாள்.

இளங்கோவுக்கு வெளிப்புற வேலையாக இல்லாதிருந்தால்தான் அவள் அவனை இங்கே சந்திக்க இயலும். அவனது சொந்தக் கடை என்பதால் மணிக்கணக்காக அமர்ந்து பேசிக்கொண்டிருப்பாள். அயலகக் கடைகளில் உள்ளவர்களுக்கு இவர்களின் உறவு தெரிந்து ஆச்சரியம். அவளுக்கோ, அவர்கள் அவனிடம் நட்போடு பழகி வருவதும், அவன் அவர்களிடம் இயல்பாகவும், இணக்கமாகவும் பழகுவதும் ஆச்சரியம்.

அவனுக்குக் குடும்பம், சொந்தங்களோடே ஒட்டுறவு கிடையாது. சமூகத்திலிருந்து ஒதுங்கி தனித்திருப்பவன். பிறருடன் உறவு வைத்துக்கொள்வது அவனுக்குக் கடினமும் தொந்தரவும் ஆகும். அவனுடன் பழகுவது மற்றவர்களுக்குச் சிக்கலானது. குழுக்கள்,

கூட்டங்களில் கலந்துகொள்வதைத் தவிர்ப்பான். சொந்த பந்தங்களின் வீட்டு சுகதுக்க காரியங்கள், ஊர்த் திருவிழா போன்ற தவிர்க்க முடியாத சந்தர்ப்பங்களில் கூட்டத்தோடு கலந்திருக்க நேர்கையில் வியாகூலமாக உணர்வான்; சித்தபிரமை பீடித்தவன் போலவும் காணப்படுவான். புதிர்மையானவன் என்ற பிம்பமும் உண்டு. தனது உணர்ச்சிகளை வெளிப்படுத்திக்கொள்ள மாட்டான். இதனால் ஊரிலும் உறவிலும் அவனைக் குறித்துப் பலவித கருத்துகளும், கருதுகோள்களும் நிலவின. தன்னைப் பற்றி யார், என்ன நினைக்கிறார்கள், என்ன விமர்சிக்கிறார்கள் என்பது பற்றி அவன் அலட்டிக்கொள்வதுமில்லை. இவற்றின் காரணமாகவே அவனுக்கு ஊரில் நட்போ, பழக்கமோ இல்லாதிருந்தது. ஆனால், இங்கே இவர்களுடன் எப்படி இயல்பாகப் பழக முடிகிறது?

மாதங்கி அதைக் கேட்கவே, “இவுங்க என்னை இப்படித்தான் இருக்கணும், இப்படி இருக்கக் கூடாதுன்னு எதுவும் சொல்றதில்ல; அதனாலதான்” என்றான்.

★★★

மாதங்கி துறுதுறுப்பானவள். ஒல்லியான உடல்வாகு, உயரம், நிமிர்ந்த நடை, நேர்கொண்ட பார்வை. மாநிறம், வசீகரமான நீள்வட்ட முகம், நீண்ட, கூர்மையான கிளிமூக்கு, அழகிய நீள்விழிகள், வடிவான உதடுகள். கீழ் உதடு பெருத்திருக்கும். சுருண்ட கேசம்.

உன்மத்த குணம். அத்தகையவர்களுக்கே உரிய வகையில் கூருணர்ச்சி, உணர்ச்சிவயம், உணர்ச்சிக் கொந்தளிப்பு, வெளிப்பாட்டுத் தன்மை, கட்டுப்பாடின்மை ஆகியவை அவளின் இயல்புகளாக இருக்கும். ஈடுபடுகிற எதிலும் தீவிரமாகவும், ஆழ்ந்தும் செல்வாள். அவளுக்கு என்ன தோன்றுகிறதோ, அதைப் பேசிவிடுவாள்; அந்த நேரத்தில் மனதுக்கு என்ன படுகிறதோ, அதை உடனே செய்துவிடுவாள். யோசித்துப் பேசலாம், சிந்தித்துச் செயல்படலாம் என்பது இருக்காது.

எப்போதும் அப்படியல்ல. பொதுவாகச் சாதாரணமாகவே இருப்பாள், பேசுவாள், சிந்தித்துச் செயல்படுவாள். சிந்தனாவாதி வகையறா என்பதால் கருத்தும் செயலும் சிந்தனாபூர்வமாகவே இருக்கும். அவ்வப்போது மெலிதான நகைச்சுவை, நையாண்டி, கேலி கிண்டல்களும் செய்வாள். ஆனால், சில தருணங்களில் யோசனையற்ற பேச்சுகள், அதீத உணர்ச்சிவயம், தேவையற்ற வெளிப்பாடுகள் ஆகியவையும் வரும். பல சமயம் அவை தவறானவையாகவும் இருக்கும். உடனே அதை உணர்ந்து வருந்துவாள்.

அவளும் கீழ் நடுத்தர வர்க்கத்தவளே. ஏழை எளியவர்கள், விளிம்புநிலை மக்கள் ஆகியோரிடம் அவளுக்கு அனுதாபமும் பரிதாபமும் உண்டு. ஏழைகளுடன் பழகவும் செய்வாள். ஆனால், சேரி மக்கள், ப்ளாட்பாரவாசிகள், பிச்சைக்காரர்கள் போன்ற விளிம்புநிலை மக்களிடம் அவள் பழகுவதில்லை. அவர்களை அவளுக்குப் பிடிக்காது. அவர்களது அசுத்தம், ஒழுக்கமின்மை, சமூக விரோதத் தொழில்கள் ஆகியவற்றால் அவர்களை உள்ளூர வெறுத்தாள். சாதாரண மனிதர்களோடு பழகாத இளங்கோ, அந்த வகை மக்களோடு இணக்கமாகவும், நெருங்கியும், அன்னியோன்னியமாகவும் பழகுவது அவளுக்கு வியப்பாக இருந்தது.

ஒன்பதே கால் மணி காலைப் பொழுதொன்றில் இளங்கோவும் அவளும் உக்கடம் பேருந்து நிலையத்தில் நின்று பேசிக்கொண்டிருந்தனர். பயணியர் காத்திருப்புப் பகுதியில் ஊசி பாசி விற்கும் நரிக்குறவ இளஞ்சோடி ஒன்று, தரையில் அருகருகே சம்மணமிட்டு அமர்ந்திருந்தது. வெற்றிலை குதப்பிக்கொண்டிருந்த அந்தப் பெண், அப்போதுதான் கண்ணாடியில் பார்த்தபடி தலைவாரிக்கொண்டிருந்தாள். அருகில் ஆங்காங்கே பயணிகள் இருக்கையில் உட்கார்ந்துகொண்டும், நின்றுகொண்டும் இருந்தனர். அந்த நரிக்குறவ இளைஞன் அத்தனை பேருக்கிடையில் தன் இளம் மனைவியிடம் அங்கே தொடுவது, இங்கே தடவுவது என்று சில்மிஷங்கள் செய்துகொண்டிருந்தான். அவளோ அதில்

பூரிப்படைந்து, “கைய வெச்சுட்டு சும்மா இரு!” என்று செல்லமாக அதட்டி, அவனது கையை மெது சலனத்தில் தள்ளித் தள்ளி விட்டுக்கொண்டிருந்தாள். சில்மிஷம் எல்லை மீறியது. சுற்றிலும் இருப்பவர்கள் முகம் சுளித்தனர். அந்தத் தம்பதி அதைப் பொருட்படுத்தவில்லை. அவர்கள் பாட்டுக்கு சல்லாபத்தில் லயித்திருந்தனர்.

மாதங்கி அந்தப் பெண்ணிடம், “பொது எடத்துல நாகரிகமா நடந்துக்குங்க” என்று கடிந்தாள்.

அவளோ, “நீங்க தியேட்டர்ல, பார்க்குல, பஸ்ஸுல, பைக்குல பண்ணாததா நாங்க பண்ணிட்டோம்?” என்றாள்.

அருகில் இருந்தவர்கள் சிரித்தனர். மாதங்கிக்கு அவமானமாகி விட்டது. காச்சு மூச்சென்று கத்த ஆரம்பித்துவிட்டாள்.

“சேத்துல அடிச்சா நீளத் தெறிக்கும்கறது இதுதானம்முணி. நீ எதுக்கு அதுககிட்ட வாயக் குடுக்கற?” என்று ஒரு பெரியம்மா சொல்லவும்தான் அவளின் கொதிப்பு தணிந்தது. ஆனால், விளிம்புநிலை மக்கள் ஒழுக்கக்கேடானவர்கள் என்பதற்கு வலுவான அத்தாட்சியாக இதையும் எடுத்துக்கொண்டாள்.

இன்னொரு நாள், வ.உ.சி. பூங்கா நுழைவாயில் அருகே திருநங்கைகள் மூவர் வந்துகொண்டிருந்தனர். அதில் இருவர் சேலை, ஒருவர் லுங்கி சட்டை. பெட்டிக் கடை முன்பு இருந்த சிகரெட் விடலைகள், அத் திருநங்கைகளை எண்ணால் குறிப்பிட்டு கேலி பேச, லுங்கி அணிந்த கோத்தி, உடைந்த அரவாணிக் குரலில், “ஆமாடா... நாங்க .... தான்! பாக்கறயா?” என்று ஆவேசமாகி, லுங்கியைத் தூக்கிக் காட்டிவிட்டுச் சென்றார்.

மாதங்கி அதிலிருந்து திருநங்கைகள் மீது பரிதாபப்படுவதை நிறுத்திவிட்டாள்.

தியேட்டரில் ஓர் அனுபவம். இடைவேளையில் இவர்கள் இருவரும் ஓரமாக நின்று காஃபி அருந்திக்கொண்டிருந்தனர். அங்குள்ள பெரிய தூணின் அடியே யாரோ வீசியிருந்த

காலி கோன் கிடந்தது. அதுவும் சாப்பிடக்கூடியதே எனினும் சிலர் அதை விரும்பாமல் கீழேயோ குப்பைத் தொட்டியிலோ போட்டுவிடுவது வழக்கமல்லவா!

அப்போது அங்கே ஏழு - எட்டு வயது இருக்கக் கூடிய, பஞ்சைப் பராரிக் கோலத்தில் உள்ள, வெற்று மேலும், போஸ்ட்டாப்பீஸ் ட்ரௌசருமாக உள்ள ஒரு சிறுவன், இடுப்பில் சுமார் இரண்டு மூன்று வயது இருக்கக் கூடிய அம்மணப் பெண் குழந்தையோடு அங்கே நடமாடிக்கொண்டிருந்தான். “பிச்சை எடுத்தாலும், போட்டுக்க உடுதுணியே இல்லீன்னாலும் சினிமாவுக்கு வந்துருதுக பாரு” என்று அங்கிருந்த பார்வையாளர்கள் பேசிக்கொண்டிருந்தனர். தூண் அருகே கோன் கிடப்பதை அந்தச் சிறுவன் தூரத்தில் இருந்து பார்த்தது இளங்கோவின் பார்வையில் தட்டுப்பட்டது. அவன் மாதங்கியிடம், “அந்தப் பையன் அந்தக் கோனை எடுத்துக் கொழந்தைக்குக் குடுப்பான். ஆனா, அங்க கவனிக்காத மாதிரி இரு” என்றான். மாதங்கியும் வேறெங்கோ பார்வையாக நின்று அள்ளக் கண்ணில் கவனித்தாள்.

சிறுவன், யாரேனும் தன்னைக் கவனிக்கிறார்களா என நோட்டமிட்டபடியே தூணை நெருங்கினான். இவர்கள் கவனிப்பது அவனுக்குத் தெரியவில்லை. வேறு எவரும் கவனிக்கவும் இல்லை. இருந்தும் நேரடியாக அதை எடுத்தால் அருகே உள்ளவர்களுக்குத் தெரியும் என்பதால், தூணில் சாய்ந்து நின்றுகொண்டு, செருப்பற்ற காலைப் பின்னுக்கு நகர்த்தி, கால் பெருவிரலுக்கும் நடுவிரலுக்கும் இடையே கோனைப் பிடித்து மெது மெதுவே பாதத்தைப் பின்னால் உயர்த்தி, வலது கையில் கோனைப் பற்றி, சட்டென்று ட்ரௌசர் பாக்கெட்டுக்குள் போட்டுக்கொண்டான். வேறு யாருக்கும் அது தெரியவில்லை. இவர்களும் தெரிந்ததாகக் காட்டிக்கொள்ளவில்லை. உடனே அச் சிறுவன் அங்கிருந்து விலகி தியேட்டருக்குள் சென்றுவிட்டான்.

மாதங்கி இக் காட்சியைக் கண்டு அதிர்ந்தும், மனம் நொந்தும் போயிருந்தாள். இடைவேளைக்குப் பிறகு அவளால் படத்தில்

ஒன்றவே இயலவில்லை. “படம் முடிஞ்சு போகும்போது அவுங்களப் பாத்து, அந்தக் கொழந்தைக்காவது ஏதாச்சும் வாங்கிக் குடுக்கணும். பாவம், அதுக்கு ட்ரஸ்ஸு கூட இல்ல...” என்றாள்.

“தாராளமா செய்யலாம். செய்ய வேண்டியதுதான். ஆனா, நாம அவுங்களப் பாக்கற சமயத்துல, அந்தப் பையன் யாருகிட்டயாவது பிக்பாக்கெட் அடிச்சுட்டிருந்தா அதைப் பாத்து நீ ஷாக் ஆயறக் கூடாது.”

“என்னது,... அவன் பிக்பாக்கெட்டா? உனக்கு ஏற்கனவே அவனைத் தெரியுமா?”

“அவனைத் தெரியாது. ஆனா, அவுங்களோட பசியத் தெரியும். அது அடுத்ததா என்ன பண்ணும்கறதும் தெரியும்.”

கூட்டமே இல்லாத படத்துக்கு என்று தேர்ந்தெடுத்துத்தான் போயிருந்தார்கள். பக்கவாட்டிலோ, முன்னோ, பின்னோ ஆட்களும் இல்லை; படத்திலும் சொல்லிக்கொள்ளும்படியாக எதுவும் இல்லை என்பதால் அவர்கள் இயல்பாகப் பேசிக்கொண்டிருக்க முடிந்தது. சமூகத்திலிருந்து விலகி தனிமைப்பட்டிட்டிருக்கும் அவனுக்கு ஏதோ ஒரு வகையில் சமூக உணர்வு இருப்பது அவளுக்கு ஆச்சரியமாகவே இருந்தது. “நீ ரொம்பவே வித்தியாசமான ஆள் மட்டுமில்ல; முரண்பாடான கேரக்டரும் கூட” என்றாள்.

அத்தியாயம் 7

எறும்பூரும் நினைவுகள்

அவனது வித்தியாசமான குணச்சித்திரம்தான் எட்டாம் வகுப்பில் அவள் அவனைக் காதலிக்கக் காரணமே.

அவளும் சற்று வித்தியாசமாகவே இருந்தாள். அது அப்போது அவனைக் கவரவில்லை என்றாலும், மற்றவர்கள் அதில் கவரப்பட்டனர்.

எட்டாம் வகுப்பில் இளங்கோவுடன் பயின்ற மற்ற அனைவரும் ஏற்கனவே அதே பள்ளியில் பயின்றவர்கள். மாதங்கி மட்டுமே கோவை நகரத்தின் மெட்ரிகுலேஷன் பள்ளி ஒன்றிலிருந்து, வீடு குடி மாற்றம் காரணமாக குனியமுத்தூர் அரசுப் பள்ளிக்கு வர நேர்ந்தவள். மெட்ரிகுலேஷனிலிருந்து வந்தவள் என்பதால், அவள் வந்த உடனே வகுப்பில் மாணவ மாணவிகளுக்கு அவள் மீது வெளிக்காட்டாத ஒரு மதிப்பு நிலவியது. இங்க்லீஷ்காரனைக் கண்ட இந்தியனுக்கு வருவது போன்ற மதிப்பு.

ஆங்கிலத்தில் இவர்கள் எல்லோருமே மிக பலவீனம். வாட்டு, இஸ்ஸு, திஸ்ஸு என்றுதான் வாசிப்பார்கள். ஆசிரிய

ஆசிரியைகளின் உச்சரிப்பும் அரசுப் பள்ளித்தனமாக, இந்திய, தமிழக உச்சரிப்புடனே இருக்கும். மாதங்கியின் உச்சரிப்பு ப்ரிட்டிஷ் ஆங்கில வகை. இவர்கள் ஆங்கிலத்தை எழுத்துக் கூட்டி வாசிக்கவே ஏழு குட்டிக்கரணம் அடித்துக்கொண்டிருக்கும் நிலையில், அவள் அனாயாசமாக வாசித்தாள் என்பதோடு, ஆசிரிய ஆசிரியைகளோடு ஆங்கிலத்தில் பேசவும் செய்தாள். அதை வகுப்பே வாய்பிளந்து பார்க்கும்.

பள்ளி தொடங்கி பத்து நாட்களுக்குப் பிறகே அவளின் சேர்க்கை. அவளது முதல் நாள் அறிமுகத்தின்போது, ஆங்கிலப் பாடம் எடுப்பவரான வகுப்பாசிரியர், "நீ எந்த ஊரு? எங்க படிச்ச?" என்று தமிழில் கேட்டார். அவள் பாட்டுக்கு தஸ்ஸு புஸ்ஸு என்று ஆங்கிலத்திலேயே விளாசியடிக்கலானாள். மாணவ மாணவிகள் மிரண்டது மட்டுமின்றி, ஆசிரியருமே அரண்டுவிட்டார்.

ஆங்கிலத்தில் எப்போதும் அவள்தான் முதல் மதிப்பெண் என்பதை விட, அது வகுப்பு என்றும் காணாத அதி உச்சங்களில் இருந்தது. மற்ற பாடங்களில் அவள் சாதாரண ரகம். தமிழில் குறைவாகவே மதிப்பெண் பெற்றிருந்தாள். ஒன்பது பத்து வகுப்புகளில்தான் முத்துலட்சுமி டீச்சர் மூலம் தமிழார்வம் பெற்று, தமிழ்ப் பாடத்திலும், பாடத்துக்குப் புறமான தமிழ் இலக்கிய வாசிப்பிலும் ஆர்வம் கொண்டு, பின்னாளில் தமிழ் இலக்கிய மாணவியாகவும், ஆய்வாளராகவுமே ஆகிவிட்டாள்.

ஆனால், எட்டாம் வகுப்பில் அவளது நடை, உடை, பாவனை, பேச்சு, பழக்கவழக்கம் யாவுமே, மெட்ரிகுலேஷனிலிருந்து சீதனமாகக் கொண்டுவந்த ஆங்கில வழமையாகவும், உயர்குடித் தன்மையாகவும், மேற்கத்தியக் கலாச்சார நாகரிகமாகவும் இருந்தன. எக்ஸ்க்யூஸ் மீ, ஸாரி ஆகிய வார்த்தைகளைச் சரளமாகப் புழங்கினாள். அது அரசுப் பள்ளி வரலாற்றில் எங்குமே இல்லாத காரியம். இவர்களின் வகுப்பில் மாணவ மாணவிகள் பலருக்கும் எக்ஸ்க்யூஸ்மீ, என்ற வார்த்தையை உச்சரிக்கவே வராது. மாதங்கியைப் போல தாமும் சொல்ல முயன்று, நாவு திரும்பாமல் திணறினர். அதிகபட்சமாக,

எஸ்க்கியூஸ்மீ, எஸ் கிஸ் மீ என்றுதான் சொல்ல முடிந்தது.

வகுப்பில் மட்டுமன்றி, அந்தப் பள்ளியிலேயே மோசமாகப் படிக்கிறவன் ஒரே ஒருவன்தான். நமது கதாநாயகன் இளங்கோ. அவனது அறிவின்மை, முட்டாள்தனம், மந்த புத்தி, மக்குத்தனம் ஆகியவற்றைக் கண்டு ஆசிரியர்களே அசந்துபோவார்கள். வகுப்பாசிரியருக்கும் கணித ஆசிரியருக்கும் அவனைக் கேள்வி கேட்டு, அவமானப்படுத்தி, திட்டுவதிலும், அடிப்பதிலும் ஆனந்தம். தமிழாசிரியருக்கு அவனை எப்படியேனும் சுமாராகவாவது படிக்க வைத்துவிட வேண்டும் என்ற நல்லெண்ணம், அக்கறை. அறிவியல் ஆசிரியரும், வரலாறு புவியியல் ஆசிரியரும், இது என்ன செய்தாலும் தேறாத கேஸ் என்று விட்டுவிட்டனர்.

தினமும் ஏதேனும் ஒரு பாடவேளையிலாவது அவன் திட்டோ, தண்டனையோ பெறுவது நியமம். தின்னிக் கழுதை, பரமார்த்த சீடன், தடிமாடு, எருமைச் சாணி என ஆசிரிய ஆசிரியைகள் அவனை வகை தொகையாக ஏசுவார்கள். பிரம்படி, பெஞ்சில் ஏறி நிற்பது, முட்டி போடுவது, வெளியேற்றம், பள்ளி மைதானத்தைச் சுற்றி ஓடுவது, இம்போசிஷன் என பள்ளித் தண்டனைகள் அனைத்துக்கும் ஆளாவான். இதுகுறித்து மற்ற எல்லோருக்குமே ஏளன உணர்வு மட்டுமே இருந்தது. அவன் யாருடனும் நட்பாகப் பழகவும் மாட்டான் என்பதால், நட்பு அடிப்படையில் அவனுக்காக வருந்தக் கூட ஒருவரும் இல்லை.

மாதங்கிக்கு முதலில் அவன் மீது மிகுந்த ஆச்சரியம் எட்டாம் வகுப்பு மாணவன் ஒருவன் இவ்வளவு மட சாம்பிராணியாக இருக்க முடியுமா என்று. யாரோடும் பேசாமல், பழகாமல் அவன் தனியனாகவே இருப்பதும் அவன்பால் கவனம் ஈர்க்க வைத்தது. சோர்வாகவும், வித்தியாசமாகவும் காணப்படுகிற அவன், அவளுக்கு வினோதமானவனாகத் தோன்றினான். விளையாட்டுகளிலும் ஈடுபடாமல், எப்போதும் எந்த உணர்ச்சியும் காட்டாமல் இருக்கும் அவனை ஓர் அரிய, விந்தையான உயிரினம் என்பது போலப் பார்க்கத் தொடங்கினாள்.

அப்படி அவள் அடிக்கடி பார்ப்பது தெரிந்து, அவனும்

அள்ளக் கண்ணில் பார்ப்பான். அவனுக்கு வெட்கமாகவும், குறுகுறுப்பாகவும் இருக்கும். ஆனால், ஏனோ தெரியவில்லை, அது அவனுக்குப் பிடித்திருந்தது. அப்படிப் பார்க்கப் பார்க்க, அவளையும் அவனுக்குப் பிடித்துவிட்டது. அவளது அபிநயங்கள், நாட்டியமாடும் கண்கள், ஜிமிக்கிக் கம்மல் ஆகியவற்றை ரசித்தான்.

அப்போதெல்லாம் ஆறு, ஏழு, வகுப்புகளில் மாணவர்களும் மாணவிகளும் பேசிக்கொள்ளவோ, பார்த்துக்கொள்ளவோ மாட்டார்கள். எதிர்பாலாரோடு பேசுவதும் பழகுவதும் தகாத செயல் என்பதான எண்ணமே இரு பாலாருக்கும். தொடக்கப் பள்ளியின் நான்கு, ஐந்து வகுப்புகளிலிருந்தே அந்த நிலைமைதான். மீறி ஏதேனும் எலிமென்ட்ரி பையன்கள், தமக்குத் தெரிந்த எலிமென்ட்ரி புள்ளைகளுடன் பேசினாலே, மற்ற எலிமென்ட்ரி பையன்கள், ‘ஜோடிக்கு ஜோடி - ஜோடா மூடி’ என்று பாட்டுப் பாடி கேலி செய்வார்கள். உயர்நிலைப் பள்ளிக்கு வந்த பின் அந்த நாட்டுப்புறக் கலை வழக்கொழிந்துவிட்டது. இருப்பினும் பசங்களும் புள்ளைகளும் பேசிக்கொள்ளாத, பார்த்துக்கொள்ளாத அந்த உயரிய தமிழ்ப் பண்பாடு, இருபாலாராலும் கட்டிக் காக்கப்பட்டு வந்தது.

பையன்களுக்கு அருகே வரவோ, அவர்களோடு ஓரிரு வார்த்தைகள் பேசவோ நேரிட்டால், புள்ளைகள் நாணிக் கோணி வெட்கப்படுவார்கள். பையன்களுக்கோ அப்போது அச்சம், மடம், நாணம், பயிர்ப்பு நாலும் வந்துவிடும்.

வகுப்பில் யாரேனும் எதிர்பாலாரோடு பேசவேண்டிய நிர்ப்பந்தம் ஏற்படுவது, நடை வழியில் அவர்கள் குறுக்கே நின்றிருந்து, அவர்களை வழிவிடுமாறு கேட்டுக்கொள்ள நேரிடும்போதுதான். வழித் தடையாக நிற்பது ஒரு பையன், ஒரு புள்ளை எனினும், “பாய்ஸ்,... வெலகு”, “கே(ர்)ள்ஸ்,... வளி விடு” என்று கோரிக்கை விடுப்பதே சம்பிரதாயம். கிராமப் புறங்களில் பத்தாம் வகுப்பு வரை கூட இதுதான் மரபு. அவர்கள் உயர்நிலை மாணவ மாணவிகள் என்பதால், பையா, புள்ளை என்று தமிழில் அழைக்காமல், ‘படித்த லட்சண’மாக

பாய்ஸ், கே(ர்)ள்ஸ் என்றே அழைப்பார்கள். ஒருமை பன்மை வித்தியாசம் தெரிந்தாலும், பாய், கே(ர்)ள் என்பது நமது மரபு அல்ல.

இளங்கோ, வழியில் புள்ளைகளைக் கண்டால் எதுவும் சொல்லாமல், அவர்களாக விலகும் வரை தலைகுனிந்து காத்திருப்பான். "ஏய்,... பாவம்ப்பா. அந்த பாய்ஸ் ரொம்ப நேரமா நின்னுட்டிருக்குது. வளி விடு" என்று யாராவது ஒருத்தி சொல்லி, வழி கிடைத்தால் ஆயிற்று.

மாதங்கி, வழியில் யாரேனும் பையன் நின்றிருந்தால், மற்ற புள்ளைகளைப் போல தலைகவிழ்ந்து நாணிக்கோணாமல், நிமிர்ந்து ஏறிட்டுப் பார்த்து, "பாய்,... வழி விடு" என்று கட்டளையிடுவாள். பையன்கள் பம்பி விலகுவார்கள்.

★★★

எட்டாம் வகுப்பில் இயற்கை தன் மாயாஜாலங்களை நிகழ்த்தத் தொடங்கியிருந்தது. மாணவிகளின் உடலில் வளரிளம் பருவ வளர்ச்சிகள் முட்டி மோதின. ஓரிரு மாணவிகளுக்கு ஏழாம் வகுப்பிலேயே அது தொடங்கி, நீடித்துவந்தது; மற்ற மாணவிகள் பலருக்கும் இந்த வகுப்பில்தான் ஆரம்பம். புள்ளைகளின் இந்த மாற்றத்தையும் வளர்ச்சியையும் கண்டு பையன்கள் திகைத்தனர். ஆர்வத்தால் அள்ளக் கண்களில் நோட்டமிடவும் செய்தனர். சக வகுப்பு மாணவர்கள் மட்டுமன்றி, பள்ளியிலும் ஊருக்குள்ளும் விடலைப் பையன்கள், இளைஞர்கள், ஒரு சில நடுத்தர வயது ஆண்கள் கூட அங்கேயே உற்று உற்றுப் பார்ப்பது புள்ளைகளுக்கு இனிய அவஸ்தையாக இருக்கும். உலகம் அவர்களைப் புதிதாகப் பார்த்தது; அவர்கள் உலகத்தைப் புதிதாகப் பார்த்தனர். ஓரிரு மாணவிகளின் வளர்ச்சி, வயசுக்கு மீறி இருந்ததால், அவர்கள் கூன் போட்ட மாதிரி குறுகியும், ஸ்லாக் நுனியை வெளியே இழுத்துப் பிடித்து, அளவைக் குறைத்துக் காட்ட முயற்சித்தும் நடக்க வேண்டியதாயிற்று.

அப்போதுதான் பையன்கள் நைஸாக மாணவிகள் பக்கம்

திரும்பி எல்லோரையுமே கவனிக்கத் தொடங்கினர். அப்போது அவர்களில் பலருக்கும் சில பல புள்ளைகளைப் பார்த்து, 'இந்தப் புள்ளைக நம்ம க்ளாஸ்லயா படிக்குதுக?" என்று பேராச்சரியம். பக்கத்தில் இருப்பவன்களிடம் அதைக் கேட்டால், அவன்களில் சிலருக்கும் அப்படியே இருக்கும். யாரேனும் ஒருவன், "ஆமாடா. சிக்ஸ்த்துல இருந்தே அந்தப் புள்ளைக நம்ம கூடத்தான் படிக்குதுக" என்று சொல்வான். சுமார் இரண்டரை வருடம் ஒரே வகுப்பில் படித்தும் அந்தப் புள்ளைகளின் முகம் கூடத் தெரியாத அளவுக்கு இருக்கக் காரணம், அந்நியப் புள்ளைகளை ஏறெடுத்துப் பார்க்கக்கூடாது என்று பையன்கள் கட்டிக் காத்துவந்த கலாச்சாரம்தான்.

புள்ளைகள் அப்படியல்ல; தலைகுனிந்தபடியே ஒரு நொடியில் ஈரேழு லோகத்தையும் அளந்துவிடுவாள்கள்.

வகுப்புப் புள்ளைகளின் பெயர்கள் என்ன என்று கேட்டால், பையன்களில் பலருக்கும் பாதிப் பேரைத் தெரியாது. காலையில் பெயர் கூப்பிடும்போது காதில் விழுந்திருக்கும். அதன் மூலம், எந்தெந்தப் பெயர்களில் உள்ள புள்ளைகள் நம் வகுப்பில் இருக்கிறார்கள் என்பதும் தெரிந்திருக்கும். ஆனால், இன்னின்னார்தான் அது என்று தெரியாது.

அப்படியொரு காலம் அது. 1986. அந்தக் காலகட்டத்தில் சிறுமிகள் வயதுக்கு வருவது எட்டாம் வகுப்பில் என்பதே பொது நிலை. 70 % மாணவிகள் அந்த வகுப்பில்தான். ஓரிரு ஏர்லி பேர்டுகள் ஏழாம் வகுப்பிலேயே உளுத்தங்களி தின்றுவிடுவாள்கள். சுமார் 5 % பேருக்கு எட்டாம் வகுப்பு முழு ஆண்டு விடுமுறையில் பச்சோலைக் குச்சு கட்டப்படும். 20 % பேருக்கு ஒன்பதாம் வகுப்பில் உலக்கை போடப்படும். மீதமுள்ள ஓரிரு தாமத மயில்கள் பத்தாம் வகுப்பில் குத்த வைப்பாள்கள்.

புள்ளைகளின் வாழ்வில் எப்படியோ; பையன்களின் வாழ்வில் எட்டாம் வகுப்புதான் மகத்தான முதல் வசந்தம். ஏனென்றால், பொதுவே புள்ளைகள் வயசுக்கு வரத் தொடங்குவது அந்த வகுப்பிலிருந்துதானே! புள்ளைகளுக்கும் அதே காரிய

காரணமாக அவ் வகுப்பு முக்கியத்துவம் வாய்ந்ததாக இருக்கும். எனினும், இது தொடர்பாக புள்ளைகளின் நிலை வேறு; பையன்களின் நிலை வேறு. புள்ளைகளுக்கு, சம்பவத்துக்கு முன்போ, சம்பவம் நடந்ததுமோ, அது தொடர்பான அத்தனை காரியங்களும், நூதனங்களும் அத்துப்படியாகிவிடும். இன்னமும் சொல்லப்போனால் கிராமப்புறத்தில் நாலாம்ப்பு, அஞ்சாம்ப்புப் புள்ளைகளே பாலுறவு பற்றி நேரடியாகவும், இலைமறை காய்மறைவாகப் பேசுவதைக் கேட்கலாம். ஆனால், பையன்கள் எட்டு - பத்து வகுப்பு வரை அதன் அரிச்சுவடி கூடத் தெரியாமலோ, அரைகுறையாகவோதான் இருப்பார்கள். பையன்களை ஞானத் தேடலுக்குள் அடியெடுத்து வைக்கச் செய்யும் தெய்வீகக் கேள்வி, எட்டாம் வகுப்பில்தான் தொடங்கும். ‘வயசுக்கு வர்றதுன்னா என்ன?’ அதுதான் வசந்தத்தின் முதல் துளிர்.

நன்றாகப் படிக்கும் ஏட்டுச் சுரைக்காய்களுக்கு நிச்சயமாக இதற்கான பதில் தெரியாது. அறிவு என்பது பாடப் புத்தகங்களுக்கு அப்பாலும், வாழ்க்கை என்பது வகுப்பறைகளுக்கு வெளியிலும்தான் இருக்கிறது என்பதை அறிந்துணர்ந்த மகான்களான கடைசி பெஞ்ச்காரரர்களுக்குத்தான் அதற்கான விடை தெரியும். எனினும் அவர்களுக்கும் அது முழுதாகத் தெரியாது. இதுகுறித்து அவர்கள் சொல்கிற யூகங்கள் கிளர்ச்சியளிக்கக் கூடியவை. உண்மைகளோ, அதிர்ச்சியும் அருவருப்புமானவை. இது தொடர்பான நம்பிக்கைகள், புராணங்கள், ஐதீகங்கள் ஆகியவற்றின் புனைவும், அதிபுனைவும் பையன்களைக் குழப்பப் பரவசத்தில் ஆழ்த்திவிடும்.

பையன்களின் நிலவரம் இதனால் இன்பக் கவலைக்கிடமாகவே இருந்தது. அதற்கு மூலகாரணமான புள்ளைகளோ, அவன்கள் மீது இரக்கமே இல்லாமல் அடுத்தடுத்து வயசுக்கு வந்துகொண்டிருந்தனர். புள்ளைகள் வயசுக்கு வருகிற வரை பாவாடை சட்டை அணிய வேண்டும், வயசுக்கு வந்ததும் திரட்டுச் சீர் நடத்தி, அதன் பிறகு பாவாடை தாவணி அணிந்துகொள்ள வேண்டும் என்பது தமிழ்ப் பண்பாடல்லவா! அதன்படி, எட்டாம் வகுப்புப் பாவாடை சட்டைகள்

திடீரென்று ஒரு வாரம் பத்து நாள் விடுப்பாகும். விடுப்பு முடிந்து வரும்போது தாவணிக்கு மாறியிருக்கும். இதுகுறித்து பையன்களுக்குள்ளும் புள்ளைகளுக்குள்ளும் குசுகுசு பேச்சுகள் நிலவுமேயன்றி வேறெந்த நடவடிக்கைகளும் இராது.

மாதங்கி ஒரு வார விடுப்பிற்குப் பின் பாவாடை தாவணியில் வந்தபோது, ஒரு ப்ளாஸ்டிக் டப்பாவில் சாக்லெட் கொண்டு வந்து மாணவிகளுக்கெல்லாம் விநியோகித்தாள். வயசுக்கு வந்ததற்காக சாக்லெட் கொடுப்பது என்பது பள்ளியில் இதுவரை நிகழாத, யாரும் எங்கும் கேள்விப்பட்டுக் கூட இராத நிகழ்வு. மாதங்கி பையன்களுக்கு சாக்லெட் வழங்கவில்லை. அதே போல, முதல் பாடவேளையின் வகுப்பாசிரியர், இரண்டாவது, மூன்றாவது பாடவேளை ஆசிரியர்களுக்கும் வழங்கவில்லை. நான்காவது பாடவேளை கணக்கு ஆசிரியை, அரைப்பல்லி அம்சவேணி வந்ததும், சாக்லெட் டப்பாவைக் கொண்டு சென்று நீட்டினாள்.

டீச்சருக்கு வியப்பு. காரியம் என்ன என்பது அவருக்குத் தெரியும். ஒரு வார விடுப்புக்குப் பின் புது தாவணி என்றால் யாருக்குத்தான் தெரியாது? இருப்பினும், வயசுக்கு வந்ததற்காக ஒருத்தி சாக்லெட் கொடுக்கிற நிகழ்வை இதுவரை அவரும் பார்த்ததோ, கேட்டதோ இல்லை. எனவே, புன்னகையோடு, “என்ன விசேஷம்? எதுக்கு சாக்லெட்?” என்று கேட்டார்.

வகுப்பு முழுக்க கமுக்கச் சிரிப்பு.

மாதங்கி நாணிக்கோணி நெளிந்து, “எடுத்துக்கங்க டீச்சர்” என்றாள்.

“என்ன விசேஷம்னு சொன்னாத்தான்.”

“ப்ளீஸ் டீச்சர்...”

“என்னன்னு சொல்லாம எப்படி எடுக்க முடியும்?”

சற்று நேரம் அவளோடு விளையாடிய அம்சவேணி டீச்சர், பிறகு, “கங்க்ராஜுலேஷன்ஸ்” என்று புன்னகைத்து வாழ்த்தியபடி சாக்லெட்டை எடுத்துக்கொண்டார்.

அன்று மாலை கடைசிப் பாடவேளை, விளையாட்டு. மாணவர்கள் ஆர்வத்தோடு மைதானத்தை நோக்கி முண்டியடித்து ஓடிவிட்டனர். அதன் பின் மாணவிகளும் நடந்து சென்றனர். இளங்கோவுக்கு விளையாட்டில் விருப்பம் இல்லாததால் வகுப்பறையிலேயே அமர்ந்திருந்தான். அப்போது மாதங்கி திரும்பி வந்து சாக்லெட் டப்பாவை எடுத்து, நாலைந்து சாக்லெட்டுகளை அள்ளி, இவனிடம் வந்து சட்டைப் பாக்கெட்டில் திணித்துவிட்டு, “உனக்கு மட்டும்தான். யாருகிட்டயும் சொல்லாதே. வேற யாருக்கும் குடுக்காதே” என்று சொல்லிவிட்டு, புன்னகையில் பூத்தபடியே ஓடி மறைந்துவிட்டாள்.

இளங்கோவுக்குப் புரிந்தும் புரியாத பரவசம். ஒரு சாக்லெட்டை மட்டும் சாப்பிட்டுவிட்டு, மீதியை ட்ரௌசர் பாக்கெட்டில் வைத்துக்கொண்டான்.

அந்த சாக்லெட்டுகளை இன்றைக்கே முழுவதும் தின்று தீர்த்துவிடாமல், ரொம்ப நாளைக்கு வைத்திருந்து, கொஞ்சம் கொஞ்சமாகக் கடித்துத் தின்ன வேண்டும் என்று இருந்தது.

இரவில் அப்படியே தூங்கிவிட்டான். நள்ளிரவில் தொடையெங்கும் ஏதோ சுருக் சுருக் என்று கடிக்கிற வலி. விழிப்புற்று, தொடையைத் தேய்த்தபடி எழுந்து, இரவு விளக்கொளியில் பார்த்தான். பாக்கெட்டில் இருந்த சாக்லெட்டுக்காக வந்த எறும்புகள் தொடையிலும் காலிலும் மொய்த்துக் கடித்துக்கொண்டிருந்தன. அவற்றை உதறித் தட்டிவிட்டு, வலிக்கிற இடமெங்கும் தேய்த்தும் சொரிந்தும் விட்டுக்கொண்டான். எறும்புகள் சாக்லெட்டுகளை அரிக்கத் தொடங்கியிருந்தன. அவற்றை விரைந்து சுத்தப்படுத்தினான். இனியும் விட்டால் மறுபடியும் அவ்வெறும்புகள் வந்து கடிக்கவும், சாக்லெட்டுகளை அரித்துத் தின்னவும் செய்துவிடும். எனவே, அப்போதே ஒவ்வொரு சாக்லெட்டாக, இனிக்க இனிக்கத் தின்னத் தொடங்கினான்.

★★★

அத்தியாயம் 8

மாப்ள... நீ நடத்து, நடத்து...!

காலையில் விழிப்பு வந்ததுமே இளங்கோவுக்கு மாதங்கியின் ஞாபகம். இரவில் எறும்புக் கடியால் விழித்திருந்தவன், சாக்லெட்டுகள் அனைத்தையும் தின்றுவிட்டு, நாவில் அதன் சுவையுடன், அவளின் நினைவுகள் மொய்க்க வெகு நேரம் புரண்டுகொண்டிருந்தான். காலையில் எழுந்ததுமே அவளது ஞாபகம் வந்ததும் அவனுக்கு ஆச்சரியமாகவும் சந்தோஷமாகவும் இருந்தது.

பையன்கள் யாருக்கும் சாக்லெட் தராமல், தனக்கு மட்டும் தந்ததில் அவனுக்கு மிகுந்த பெருமிதம். ஆனால், ஏன் தனக்கு மட்டும் - அதுவும் நாலைந்து - தந்தாள்? வேறு யாருக்கும் அதைத் தரவும் வேண்டாம், யாரிடமும் சொல்லவும் வேண்டாம் என்றாளே... அது ஏன்?

அவனுக்குத் தெரியவில்லை. ஆயினும், மகிழ்ச்சியளித்தது. அது சாக்லெட்டுக்காக ஏற்பட்டதல்ல. மாதங்கி கொடுத்தது என்பதால்தான்.

சாக்லெட், மிட்டாய், லட்டு, ஜிலேபி, ஐஸ் முதலான

தின்பண்டங்களை அவன் சாப்பிடுவான் என்றாலும், அதில் பெரிய ஆர்வமோ, ஆசையோ இல்லை. தின்பண்டம் வாங்குவதற்காக அம்மா தினமும் கொடுக்கிற 25 காசு, 20 காசுகளைச் சேர்த்து வைத்து, கலர் பென்சில்கள், அன்ரூல்டு நோட்டு அல்லது ட்ராயிங் நோட்டுகள் ஆகியவற்றை வாங்கி, ஓய்வுப் பொழுதுகளில் படம் வரைவதுதான் அவனுக்கு விருப்பம்.

எனினும், மாதங்கி கொடுத்த சாக்லெட்டுகள் அவனுக்குப் பிடித்திருந்தன. காஃபிப் பொடி நிறத்திலும், சுவையிலும், வாசனையிலும் உள்ள சாக்லெட்டுகள். காஃபிக் கொட்டையில் தான் செய்வார்களோ? கடித்தால் சத்தம் வருகிற வகையில் கடுமையாக உள்ள மலிவு விலை சாக்லெட்டுகள் அல்ல. மாவு போன்ற, மென்மையான சாக்லெட்டுகள். அதனால்தான் அவற்றை இரவில் சத்தம் வராமல் கடித்துத் தின்ன முடிந்தன. இல்லாவிட்டால் மற்றவர்களுக்குத் தெரிந்திருக்கும். வெண்ணிலா தனக்கும் வேண்டும் என்று கேட்டிருப்பாள்.

அவன் அந்தச் சாக்லெட்டுகளைச் சாப்பிட்ட பின், அவற்றைச் சுற்றியிருந்த மெழுகுக் காகித உட்புறத் தாள்களை வீசிவிட்டு, வெளிப்புறத் தாள்களை ட்ரௌசர் பாக்கெட்டிலேயே வைத்திருந்தான். காலையில் அவற்றைத் தனது அபூர்வப் பொருள் சேகரிப்புப் பெட்டகத்தில் பத்திரப்படுத்தினான். அவனுக்கு ஒரு பழைய ட்ரங்க் பெட்டி இருக்கிறது. கலர் பென்சில்கள், ஸ்கெட்ச் பென், படங்கள் வரையும் நோட்டுகள், பள்ளி விழா ஓவியப் போட்டியில் வாங்கிய பரிசும் சான்றிதழும் உட்பட அவனது முக்கிய பொருட்கள் யாவற்றையும் அதில்தான் பாதுகாத்து வைத்திருப்பான். அதில் பழைய ஜாமெண்ட்ரி பாக்ஸ் (அண்ணனுடையது), செவ்வக ப்ளாஸ்டிக் பெட்டி (அம்மா கொடுத்தது), வட்டமான சிறிய தகர டப்பா போன்றவற்றில் சிற்சில பொருட்கள் இருக்கும். அந்த டப்பாக்கள் அவனது விலைமதிப்பற்ற பாதுகாப்புப் பெட்டகங்கள். அவற்றில் ப்ரிட்டிஷ் இந்தியா காலத்து ஐந்து ரூபாய் நோட்டு, ஓட்டைக் காசு, கரும் வெள்ளிக் காசு, கூழாங்கற்கள், பொங்கல் வாழ்த்து அட்டைகள், அஞ்சல்

தலைகள், வண்ண மீன்கள் மற்றும் பறவைகளின் படங்கள், கும்மிணிக் காய்கள், மயிலிறகு, தவிட்டுக் குருவியின் இள நீலமும் அடர் நீலமும் கொண்ட இறகு, முள்ளம் பன்றி முள், வெயில் பட்டால் வானவில் காட்டும் கண்ணாடிச் சில் ஆகியவை இருந்தன. அவை யாவும் சிறுவயதிலிருந்து யாராவது கொடுத்தும், ஊரிலோ, சொந்தக்காரர்கள் ஊரிலோ வழியில் கிடந்து எடுத்தும் அவன் சேகரித்து வைத்தவை. இப்போது சாக்லெட் தாள்களையும் வட்டத் தகர டப்பாவில் கும்மிணிக் காய்களோடு சேர்த்து வைத்தான்.

ஐந்தாம் வகுப்புக்காரியும், தின்பண்டப் பிரியையுமான வெண்ணிலா அறைக்குள் கிடந்த உட்புறத் தாள்களைப் பார்த்துவிட்டு, "ம்மா....! யாரும்மா சாக்லெட் சாப்புட்டது? நாலு சாக்லெட் இருந்திருக்குது. எனக்குக் குடுக்கவே இல்ல?" என்று கன்னிகாவிடம் புகார் சொல்லி, தடயத்தைக் காட்டவும் செய்தாள்.

"சாக்லெட் யாருடீ திம்பா? நீயோ இளங்கோவோதான் திம்பீங்க. பெரியவங்களா திம்போம்? அதுவும் அவனுக்கு சாக்லெட்டு, மிட்டாயி அவ்வளவாப் புடிக்காதே. யாராச்சு பொறந்த நாள்னு கொண்டுவந்து குடுத்தாங்களா? நான் பாக்கலியே. ஏன்டீ, அமரு... நீ பாத்தயா? ஏன்டா, மோகா... நீ பாத்தயா? ஏனுங்க, நீங்க பாத்தீங்களா - யாராச்சு சாக்லெட்டு கொண்டு வந்து குடுக்கறதை?" என்று குற்றப் புலனாய்வு செய்து, இறுதியில் இளங்கோவை சந்தேகக் கேஸில் பிடித்தாள்.

"ஆமாம்மா, நான் சாப்புட்டுட்டுப் போட்டதுதான்."

"உனக்கு சாக்லெட்டு புடிக்காதே?"

"இது நல்லா இருந்துச்சு."

"ஏன்டா... நல்லா இருக்குதுங்கறக்காக நாலு சாக்லெட்டை ஒட்டுக்காத் திங்கறதா? சக்கரைக் குட்டிக்கு ரெண்டு குடுத்திருக்கலாமல்ல?"

அவன் ஒன்றும் சொல்லவில்லை.

“ஒண்டிமினி. எனஞ் சேராதவன்” என கன்னிகா திட்டிக் கொண்டிருக்க, வெண்ணிலா நிராசையோடும் குரோதத்தோடும் அவனை முறைத்தாள். அவன் எதையும் லட்சியம் செய்யாமல் குளிக்கக் கிளம்பினான்.

★★★

சிற்றுண்டி அருந்திக்கொண்டிருக்கும்போது மீண்டும் மாதங்கியின் ஞாபகம். அவனுக்கு அவளை சீக்கிரம் பார்க்க வேண்டும் போல் இருந்தது. வழக்கமாக பள்ளிக்குக் கிளம்புவதற்கு அரை மணி நேரம் முன்னதாக, எட்டரைக்கே கிளம்பினான். அதைப் பார்த்துவிட்டு, வெண்ணிலாவுக்குத் தலை பின்னிக்கொண்டிருந்த அமராவதி, “என்னடா நேரத்துலயே கௌம்பற? ஸ்பெஷல் க்ளாஸா?” என்று கேட்டாள். அவன் எதுவும் சொல்லவில்லை.

“இந்த ஊமைக்கோட்டான்கிட்ட எதைக் கேட்டாலும் பதிலே வராது” என அவள் சலித்துக்கொள்ள, “ஒண்டிமினி” என்றாள் வெண்ணிலா, சாக்லெட் பகைமையோடு. இளங்கோ கண்டுகொள்ளாமல் வெளியேறினான்.

அமராவதி பத்தாவது தோல்வியுற்று, டுட்டோரியல் காலேஜிற்குப் போய்க்கொண்டிருந்தாள். அவளை விட மூன்று வயது மூத்தவனான மோகனசுந்தரத்துக்கும் சரியாகப் படிப்பு வரவில்லை. வெவ்வேறு வகுப்புகளில் மூன்று முறை தோல்வியுற்று, ஏழாவதோடு படிப்பை நிறுத்தி, இரண்டு வருடங்கள் தண்டச்சோறாகச் சுற்றித் திரிந்துவிட்டு, கடந்த வருடத்திலிருந்து வேலைக்குப் போய்க்கொண்டிருக்கிறான். இளங்கோவும் ஆறாவதில் தோல்வி. இந்த வருடம் அமராவதியும் தோல்வி.

“படிப்புக்கும் எங்க குடும்பத்துக்கும் ஏளாம் பொருத்தம். பெருசுக மூணும் ஒண்ணையொண்ணு மிஞ்சி, ஞானக் கொளுந்துகளா இருக்குதுக. அமரு இத்தனை வருசம் தப்பிச்சுட்டிருந்தா, எஸ்செல்ஸில அவளும் உக்காந்துட்டா. கவர்மெண்ட் பரிச்சைல, ஒரு பாடத்துல ஒரு மார்க்குல போனாலும் ஃபெயில்தானே.

ஆனா, அதெல்லாம் எங்க அமரு வஞ்சகமில்லாம இங்க்லீசு, கணக்கு, சைன்சுன்னு மூணுலயுமே முக்கோவி பட்டை நாமம் போட்டிருந்தா. பெருசுக மூணுகளுக்குமே சுட்டுப் போட்டாலும் படிப்பு வராது. சக்கரைக்குட்டி ஒருத்திதான் நல்லாப் படிக்கறவ. அவளும் இன்னி அடுத்த வருசம் ஐஸ்கூல் போனவிட்டு எப்புடியோ?" என்பாள் கன்னிகா, அண்டை அயலிலும், உறவினர்களிடத்திலும்.

இளங்கோ இடையர்பாளையம் பிரிவுக்கு வந்து, தெற்கேயிருந்து வரும் நகரப் பேருந்துகள் எதிலாவது மாதங்கி தட்டுப்படுகிறாளா என்று பார்த்துக்கொண்டிருந்தான். அப்படித் தென்பட்டால் அந்தப் பேருந்திலேயே செல்லலாம் என்பதே திட்டம்.

இந்த நிறுத்தத்திற்குத் தெற்கே எங்கோதான் மாதங்கியின் வீடு என்பது அவனுக்குத் தெரியும். எந்த ஊர் என்பது தெரியவில்லை. அவள் வகுப்பில் சேர்ந்த நாளில் வகுப்பாசிரியர் எந்த ஊர் என்று கேட்டபோது இங்க்லீஷில் ஏதோ தாட் பூட் தஸ் புஸ் என்று வெளுத்து வாங்கினாளே,... அதில் ஊர் பேரைச் சொன்னாளா? இங்க்லீஷ் மிரட்டல்தான் ஞாபகம். மாதங்கி என்ற பெயர் கூட, மறுநாளோ, பின்னர் எப்போதோ, வருகைப் பதிவேட்டிற்குப் பேர் கூப்பிடும்போதுதான் தெரியவந்தது.

இடையர்பாளையம் பிரிவிலிருந்து குனியமுத்தூர் பள்ளிக்கு வந்து செல்ல, பல்வேறு ஊர்களிலிருந்து வருகிற நிறையப் பேருந்துகள் உள்ளன. வேலந்தாவளம், வாளையார், க.க.சாவடி, மதுக்கரை மார்க்கெட், கோவைப்புதூர், திருமலையாம்பாளையம், குரும்பபாளையம் முதலான ஊர்களிலிருந்து வருகிற பேருந்துகள். *3 – A, B, C, E, 48, 48 – A, B, 12 E, 96, 110 A, B, C, S-5, S-30, 49, 67, 91, 100,...* என எண்கள். இதில் எந்த ஊர்ப் பேருந்தில் அவள் வருவாள்?

மாலை நேரங்களில் அவள், இவன் செல்லக் கூடிய ஏதேனும் பேருந்திலேயே ஏறினாள் என்பதை எப்போதோ ஓரிரு முறையும், இடையர்பாளையம் பிரிவு தாண்டி தெற்கே எங்கோ செல்கிறாள் என்பதை இன்னும் வேறு ஓரிரு சமயங்களிலும் தற்செயலாகக் கண்டிருந்தான். அவை எந்தப் பேருந்துகள் என்பது

நினைவில்லை. இன்று காலையிலிருந்துதான் அவள் எங்கிருந்து வருகிறாள் எனும் கேள்வி. மதுக்கரையா, கோவைப்புதூரா, திருமலையாம்பாளையமா, வாளையாரா, வேலந்தாவளமா, காக்கா சாவடி எனப்படும் க.க.சாவடியா? எந்த ஊர் அவள்? அல்லது இதில் எந்த வழித்தடத்தில் உள்ள ஊர்? காலை நேரங்களிலும் அவள் இவன் வரும்போதுதான் வருகிறாளா, அல்லது முன்னேயே வகுப்புக்குப் போய்விடுகிறாளா?

வந்து நின்ற நகரப் பேருந்துகள் ஒவ்வொன்றிலும் முன்பக்கம் பெண்கள் பகுதியில் நீலப் பாவாடை, தாவணி வெள்ளை ரவிக்கை சீருடை இருக்கிறதா, அதில் மாதங்கி தட்டுப்படுகிறாளா என்று பார்வையிட்டான். அவனது பார்வைக்கு எட்டிய வரை பேருந்தின் இடது பக்கத்தில் மாதங்கி முகம் தட்டுப்படவில்லை. வலது பக்கமாக உட்கார்ந்துகொண்டோ, நின்றுகொண்டோ இருந்து, தனக்குத் தெரியவில்லையோ என்னவோ.

வந்து செல்லும் பேருந்துகளைப் பார்வையிட்டபடியும், அடுத்த நிறுத்தத்தில் உள்ள நேரு கல்லூரிக்கு நடந்து செல்லும் கல்லூரி மாணாக்கர்களை வேடிக்கை பார்த்தபடியும் இருந்தான். இவர்களின் பள்ளி மாணாக்கர்கள் உட்பட, வேறு பள்ளிகளுக்குச் செல்லும் மாணவர்களும், இங்கே உள்ள கிறிஸ்துவ மெட்ரிக்குலேசன் பள்ளிக்கு வரும் மாணாக்கர்களுமாகப் பலவித பள்ளிச் சீருடைகள் நடமாடின.

“என்னடா பேக்கு மாதிரி பராக்குப் பாத்துட்டு நிக்கற?”

அமராவதியின் குரல் கேட்டுத் திரும்பினான். பை எதுவும் இல்லாமல், கல்லூரி போகிறவர்கள் மாதிரி ரெண்டு புத்தகம் நோட்டு, டிஃபன் பாக்ஸ் ஆகியவற்றை வெறுமனே மார்போடு அணைத்துப் பிடித்தபடி அவளும், தனது சிவன் கண் ஒயர்க் கூடைப் புத்தகப் பையோடு வெண்ணிலாவும் வந்து அருகே நின்றனர்.

“இன்னும் போகலியா நீயி? அப்பறம் எதுக்குடா எட்டரைக்கே வீட்டுலருந்து கௌம்புன? அரை மணி நேரமா இங்க என்ன பண்ற?”

அவன் பதில் சொல்லாமல் தலைகுனிந்தான்.

“ஊமைக்கோட்டான் பதில் சொல்றானா பாரு.”

அதைக் கேட்டு வெண்ணிலா சிரிக்க, அவன் அவளை முறைத்தான்.

அப்போது வேலந்தாவளத்திலிருந்து வருகிற 12 E வந்து நின்றது. அதில் நல்ல கூட்டம். முன்பக்கம் மாதங்கி இருக்கிறாளா என்பதைக் கீழேயிருந்து நகர்ந்து நகர்ந்து இவன் பார்த்துக்கொண்டிருக்க, அமராவதியும் வெண்ணிலாவும் அப் பேருந்தில் ஏறிக்கொண்டனர். மாதங்கி இருக்கிறாளா, இல்லையா என்று தெரியவில்லை. பேருந்து நகர்ந்து வேகம் பிடித்தது. இவன் அப் பேருந்தையே பார்த்துக்கொண்டிருக்க, முன்பக்கத்திலிருந்து மாதங்கியின் முகம் எட்டி இவனைப் பார்த்தது.

★★★

வாலிப வயது ஆன பிறகு இளங்கோ நூற்றுக்கு மேற்பட்ட தடவை யோசித்துப் பார்த்திருக்கிறான், மாதங்கி தன்னை ஏன், எப்படி, எதற்குக் காதலித்தாள் என்று. அவனுக்கு அதற்கான விடை கிடைக்கவே இல்லை.

ஒரு பெண் அல்லது சிறுமி விரும்புகிற அளவிலான குணங்கள் எதுவும் அவனிடம் இல்லை. அல்லது பெண்களை மயக்கக் கூடிய அளவுக்கு அவன் அழகனும் அல்ல. மற்றவர்களை - குறிப்பாக, எதிர்பாலாரைக் கவரவோ, சுவாரஸ்யப்படுத்தவோ கூடிய செயல்கள் எதுவும் அவனிடம் கிடையாது. உலகின் மிகச் சலிப்பூட்டக் கூடிய நபர் அவனாகவே இருக்கக்கூடும். அப்படித்தான் குடும்பத்தினர், அயல்வாசிகள், ஊரார், உற்றார் உறவினர் அனைவருமே அவனிடம் சலிப்புற்றிருந்தனர். மாதங்கிக்கு மட்டும் அவன் சுவாரஸ்யமானவனாக ஆனது எப்படி? அதுகூட அவனது மாறுபட்ட இயல்புகள் காரணமாக இருக்கலாம். ஆனால், காதலிக்கிற அளவுக்குத் தன்னில் என்ன உண்டு?

அது காதலாகவே மலர்ந்ததுதானா, அல்லது அவன் மீது பச்சாதாபம் தோன்றி, காதலாகப் பரிணாம வளர்ச்சியுற்றுவிட்டதா? அல்லது எதிர்பாலின ஈர்ப்பு மட்டுமா?

பின்னாளில் மாதங்கியிடமே இதைக் கேட்டபோது, “உன் மேல எனக்கு ஏன் லவ் வந்துச்சுன்னு தெரியலடா. ஆனா, பரிதாபமோ, பச்சாதாபமோ பட்டு வரல. ஏன்னா… மத்தவங்க உன்னைக் கேலி பண்ணுனாலோ, வாத்தியார் டீச்சர் உனக்கு ஃபனிஷ்மென்ட் குடுத்தாலோ, நீ கவலைப்படவே இல்ல. க்ளாஸ விட்டு வெளிய போகச் சொன்னா, சந்தோஷமா வெளிய போவே. அதனால உன்மேல எனக்கு ஆச்சரியம்தான் வந்துச்சே தவிர, பரிதாபம் தோணல. ஒருவேளை, உன்னோட அந்த குணம்தான் எனக்கு அப்ப ஏதோ ஒரு வகைல ஹீரோயிஸமாத் தோணியிருக்குமோ என்னமோ. ஆனா, ஒண்ணுடா; கண்டிப்பா அது இன்ஃபாக்சுவேஷன் கெடையாது. ப்யூர்லி லவ். அதுவும், நான் வயசுக்கு வர்றதுக்கு முன்னாடி இருந்தே உன்மேல லவ் வந்துருச்சு தெரியுமா?”

அறிவுபூர்வமாகப் பார்த்தால் அது சரியானதாக இருக்காது. வளரிளம் பருவக் காதலை, காதலே அல்ல, வெறும் இனக் கவர்ச்சி என்றுதான் அறிவாளர்கள் கூறுவர். உணர்வாளர்கள் சிலரும் வாதிடுவர். ஆனால், அது எதுவாயினும், வளரிளம் பருவக் காதலில் அதிகாலைப் பனித் துளியின் பரிசுத்தம் இருக்கிறது. இயற்கையாக, இயல்பாக உருவான உணர்ச்சியின் உன்னதம் இருக்கிறது. அறிவாலும், சுயநலத்தாலும், ஆதாய நோக்காலும் களங்கப்படாத வெகுளிமையின் புனிதம் இருக்கிறது.

பெரியவர்களின் அறிவிலிருந்து பார்த்தால், முதலாவதாக, அது காதலிக்கக் கூடிய வயதே அல்ல. ஆனால், எதிர்பாலின ஈர்ப்பு முதல் முறையாக ஏற்படுகிற பருவத் துவக்கம். சிறுவர் சிறுமிகள், ஆணாகவும் பெண்ணாகவும் உடல் ரீதியான வளர்ச்சியையும் மாற்றங்களையும் கொள்ளத் தொடங்கும் பருவம். உடலில் ஹார்மோன்கள் வயலினும் புல்லாங்குழலும் வாசிக்க, மனதில் புதிய உணர்ச்சிகள் களிநடனமிடும். அதுதான் முதல் காதல்.

அனேகமாக, ஒவ்வொரு ஆணுக்கும் பெண்ணுக்கும் ஏற்படக் கூடிய முதல் காதல் அப்போது ஏற்பட்டதாகவே இருக்கக் கூடும். உடலியல் ரீதியாக அதை இனக் கவர்ச்சி என்கிறார்கள். பெருமளவுக்கு அது சரிதான். ஆனால், அது முழுமையானதல்ல. எல்லா வளரிளம் சிறுமிகள் மீதும் அப்போது இனக் கவர்ச்சி ஏற்படும். ஆனால், அதில் ஒருத்தி மீதுதான், அதற்கும் மேல் ஏதோ ஒன்று இதயம் அவளில் நழுவி விழுகிற ஜாலம் - ஏற்படுகிறது. அதைக் காதல் என்று கௌரவப்படுத்துவதில் தவறு ஒன்றும் இல்லை. அறிவு குடிமுழுகிப் போய்விடாது. மானுடத்துக்கு இழுக்கும் நேர்ந்துவிடாது.

ஆனால், வாலிபமாகி, மாதங்கியுடன் ஆன பழக்கத்தாலும், வாசித்த நூல்களாலும் பெற்ற அறிவில் இதைச் சிந்திக்க முடிகிறதே தவிர, காதல் கொண்ட தருணத்தில், அது காதல்தான் என்று அவனுக்குத் தெரியவில்லை.

இளங்கோ கடைசி பெஞ்ச். அவனுக்கு வலது பக்கம் அமர்ந்திருந்தவன் கொண்டையன். அவன் அந்த வருடம் ஃபெயிலாகி, பழைய இடத்தை விட்டுக் கொடுக்காமல் தேய்த்துக்கொண்டிருந்தான். அவனது ரெட்டை மண்டைக்குள் படிப்பைத் தவிர பிற காரியங்கள் குறித்த உலக ஞானம் பலதும் இருக்கும். யாராவது பெரியவர்கள் அவனிடம் என்ன படிக்கற என்று கேட்டால், எய்த் செக்கண்ட் இயர் என்று தெனாவெட்டாகச் சொல்வான். அடுத்தடுத்து, ஒட்டி உரசிக்கொண்டு இருந்தாலும், அவனுக்கும் இவனுக்கும் இடையே பழக்கம் கிடையாது. அவன் வெளியேறும்போது இவனை நகரச் சொல்வது தவிர இருவருக்குமிடையே வேறு பேச்சுவார்த்தைகள் இருந்ததில்லை.

மாதங்கி சாக்லெட் சம்பவத்துக்குப் பின் இவன் அவளைப் பார்ப்பதும், அவள் இவனைப் பார்ப்பதும் கொண்டையனுக்குத் தெரிந்துவிட்டது. வளரிளம் மாணவிகளின் பிரதான அம்சங்கள், அம்சவேணி டீச்சரின் ஜாக்கெட்டில் அக்குள் ஈரம், கந்தசாமி சார் அம்சவேணி டீச்சரிடம் இளித்துப் பேசுவது போன்ற காரியங்களில்தான் அவனது கவனம். அவனும் இவன்

செல்லும் பேருந்திலேயே வந்துகொண்டிருந்தான். மாதங்கியைப் போலவே இடையர்பாளையம் பிரிவு தாண்டிச் செல்வான். இ.பா.பிரிவுக்கு அண்மையில் உள்ள பி.கே.புதூருக்கு அவன் டிக்கெட் வாங்குவதால், அந்தப் பகுதியைச் சேர்ந்தவன் என்பது தெரிந்திருந்தது. வகுப்பிலும், சாயந்திரம் பேருந்து நிறுத்தத்திலும் மாதங்கி இவனை நோக்குவதும், இவன் வெட்கப்படுவதுமாக இருக்க, அதைக் கவனித்த கொண்டையன், “என்னடா,... மாதங்கியும் நீயும் லவ் பண்றீங்களா?” என்று கேட்டான்.

லவ் என்றதுமே இவன் மிரண்டுவிட்டான். வெட்கமும் பிடுங்கித் தின்றது.

காதல் என்பது திரைப்படங்களில் கதாநாயகனும் கதாநாயகியும் மட்டுமே செய்யத் தக்கது; நிஜவாழ்வில் பெரியவர்களே செய்யத் தகாதது என்பது அப்போது இவனுடையதும், மற்ற சில பையன்களுடையதுமான மத நம்பிக்கை. அப்படி இருக்கையில் எட்டாம் வகுப்புப் பையனும் புள்ளையும் காதலிக்க முடியுமா?

இளங்கோ அவசரமாகத் தலையாட்டி மறுத்தான்.

“அப்பறம் ஏன்டா அந்தப் புள்ளை உன்னை சைஸாப் பாத்துச் சிரிக்குது? நீயும் அள்ளக் கண்ணுல பாத்து நெளியற?”

கண்ணும் களவுமாகப் பிடிபட்டதால் தப்ப இயலவில்லை.

“நீ லவ் பண்றயோ இல்லியோ, அந்தப் புள்ளை உன்னை லவ் பண்ணுதுடா” என்றவன், “அந்தப் புள்ளை எங்கூருதான். பத்ரகாளியம்மன் கோயலுக்குப் போற வளீலதான் அவுங்கூடு. நீ வேண்ணா லவ் லெட்டர் எளுதிக் குடு. நான் அந்தப் புள்ளைகட்டக் குடுத்தர்றேன்” என்றான்.

லவ் லெட்டர் கொடுப்பதா? இளங்கோ இன்னும் அரண்டு தலையாட்டி மறுத்தான்.

இவன் அவனைக் கண்டு விலகிச் சென்றாலும், அவன் விடவில்லை. வலிய வந்து நட்பு பாராட்டினான். இவனை நாடி வந்து பேசுவதும், வகுப்பில் இருக்கும்போது முழங்கையால் இடித்து, மாதங்கி இவனைப் பார்ப்பதை ஜாடை காட்டுவதுமாக

இருந்தான். திரைப்படங்களில் மட்டுமே காணத் தக்க சாகசமான காதல், நம் வகுப்பில், நமது பக்கத்தில் இருக்கும் பையனாலும், நம் ஊரைச் சேர்ந்த புள்ளையாலும் செய்யப்படுகிறதே என்ற பிரமிப்பு அவனுக்கு. இவனை ஒரு கதாநாயகனாகவே பாவித்து, தீவிர ரசிகன் போல, ஒண்ணுக்குப் போனாலும், சாப்பிடப் போனாலும் கூடக் கூட வந்துகொண்டே இருந்தான்.

“நீ லவ் லெட்டர் குடுத்தீன்னா அந்தப் புள்ளை வாங்கிக்கும்டா. உனக்கு எழுதத் தெரியிலீன்னா, நான் சொல்லித் தர்றன். ‘மான் விழியே மாதங்கி. நீ சிரித்தால் மனசுக்குள் மத்தாப்பு பூக்கிறது. நீ பேசினால் காதுக்குள் குயில் கொக்கரிக்கிறது. உன் விழியில் விழுந்து, இதயம் நுழைந்து, உயிரில் கலந்து உறவாட வரட்டுமா?’...”

கொண்டையன் இந்த விஷயத்தில் வயதுக்கு மீறிய அறிவோடும், வகுப்புக்கு மீறிய அனுபவத்தோடும், ஒரு சாகசத்துக்குத் துணை நிற்கிற ஆவேசத்தோடும் இருந்தான். இளங்கோவுக்கு பயம். காதல் கடிதம் கொடுத்து, ஆசிரியர்களிடமோ, வீட்டிலோ மாட்டிக்கொண்டால் என்னாவது? அதனால் கொண்டையனின் திட்டத்தையும், உதவியையும் ஏற்கவில்லை.

மீண்டும் ஒரு விளையாட்டுப் பாடவேளை. மற்ற மாணவ மாணவிகள் வெளியேறியிருக்க, இந்தப் பக்கம் இளங்கோ போகாமல் உட்கார்ந்திருந்தான்; அந்தப் பக்கம் மாதங்கியும் தண்ணீர்க் குடுவையில் தண்ணீர் குடிக்கிற பாவனை செய்துகொண்டு தாமதித்தாள். மற்ற அனைவரும் மறைந்ததும் அவளது கையில், நீளவாக்கில் மூன்றாக மடித்து உட் செருகப்பட்ட ஒற்றை வரி நோட்டுக் காகிதம் முளைத்தது. அதை வெட்கத்தோடு அவனிடம் கொடுத்து, “படிச்சுட்டு, கிளிச்சுக் குப்பைத் தொட்டில போட்டுரு. இதே மாதிரி அடுத்த ப்பி.ட்டி. பீரியடுல பதில் லெட்டர் குடு” என்றுவிட்டு ஓடிவிட்டாள்.

இவன் அதிசயித்துப் பார்த்துக்கொண்டிருந்தான்.

அவள் மறைந்ததும், வகுப்பில் வேறு யாரும் இல்லை என்றாலும், பயத்தோடு, ரகசியமாக டெஸ்க்கிற்குள் வைத்து அதைப் பிரித்துப் படித்தான்.

'அன்புள்ள இலங்கோவுக்கு,

நான் உண்னைக் கதலிக்குறன். நீயும் என்னை கதலிக்குறயா? ஐ லவ் யூ. நீயும் எண்னை லவ் பண்ணணும்னு சாமிகிட்ட வேன்டிக்கிட்டேன்.

இந்த லெட்டரைப் படித்த பின் கிளித்துக் குப்பைட்ஹ் தொட்டியில் போட்டுவிடவும். அடுத்த முறை பதில் தரவும்.

இப்படிக்கு,
உன் அன்புக் கதலி மாதங்கி."

அந்தக் கடிதத்தை அவன் கிழிக்கவில்லை. கிழிக்க மனம் வரவில்லை. அதை அவனது ட்ரங்க் பெட்டியில், ப்ளாஸ்டிக் பெட்டகத்தில், மிக ரகசியமாக பத்திரப்படுத்தி வைத்தான்.

★★★

ஒரு வாரத்திற்கு இரு விளையாட்டுப் பாடவேளைகள். அடுத்து வந்த விளையாட்டுப் பாடவேளையில் அவன் பதில் கடிதம் கொடுக்க, மாதங்கி வாங்கிக்கொண்டாள்.

அவளது இரண்டாவது கடிதத்தில், அவன் நன்றாகப் படிக்க வேண்டும் என்றும், நல்ல பெயர் எடுக்க வேண்டும் என்றும் எழுதியிருந்ததோடு, இதயத்துக்குள் அம்பு விட்ட படம் வரைந்து, ஐ லவ் யூ, ஐ லவ் யூ, ஐ லவ் யூ என்று இம்போசிஷன் மாதிரி பக்கம் முழுக்க எழுதியிருந்தாள். அதிலும் மார்ஜின் பகுதியில் கீழிருந்து மேல் நோக்கிய விதமாக, 'இந்த லெட்டரையும் படித்த பின் கிளித்துக் குப்பைத் தொட்டியில் போட்டுவிடவும். அடுத்த முறை பதில் தரவும்' எனக் குறிப்பிட்டிருந்தாள். அவன் அந்தக் கடிதத்தையும் அப்போது கிழிக்கவில்லை.

தொடர்ந்து மாதம் ஓரிரு கடிதங்களாவது வந்துகொண்டிருந்தன. அவற்றை நீண்ட காலம் வைத்திருப்பது ஆபத்து. வெண்ணிலா எதற்காவது பெட்டியை நோண்டி, அவள் கையில் கடிதம் கிடைத்து, அம்மாவுக்குத் தெரிந்துவிட்டால் அடி பின்னி

எடுத்துவிடுவாள். எனவே, அவற்றை எல்லாம் மீண்டும் ஆசையோடு சில முறை வாசித்துப் பார்த்துவிட்டு, வருத்தத்துடன் சுக்கல் சுக்கலாகக் கிழித்துக் குப்பைத் தொட்டியில் போட்டுவிட்டான்.

ஆஃப் ட்ராயர் போட்டுக்கொண்டு காதலிப்பது வெட்கமாக இருந்தது. அம்மாவிடம் பேன்ட் கேட்டு ஓரியாடினான். நடக்கவில்லை. தேர்வுக் கால நீண்ட விடுமுறைகளில், மாதங்கியைப் பார்க்க முடியாத வருத்தத்தில், பேருந்து நிறுத்தத்துக்குச் சென்று அவள் வரும் பேருந்துகளைப் பார்த்துத் திருப்திப்படுவான். யாருமற்ற பள்ளிக்குச் சென்று தன்னந்தனியே சுற்றித் திரிவான். ஏற்கனவே சரியாகப் படிக்காதவனும் கனவுலகவாசியுமான அவன், காதல் விவகாரத்தில் ஈடுபட்டு, கற்பனைகளிலும் பகல் கனவிலும் ஆழ்ந்திருப்பது அதிகரித்தது. விளைவாக, அந்த வருடமும் தோல்வி.

மாதங்கி இல்லாத வகுப்பில் படிக்கப் பிடிக்கவில்லை. பள்ளி செல்ல மறுத்துவிட்டான். அப்பா ஓவியத் தொழில் கற்க சேர்த்துவிட்டார்.

அந்த வருடம், 1987-ல், அமராவதி டுட்டோரியலிலும் தோற்று, வீட்டோடு இருக்கலானாள். மோகனசுந்தரம் முந்தைய வேலையை விட்டுவிட்டு பெட்ரோல் பங்க் வேலைக்குச் சென்றுகொண்டிருந்தான். வெண்ணிலா தேர்ச்சியுற்று ஆறாவதுக்குப் போய்விட்டாள்.

இளங்கோ காலையில் ஓவியக்கூடத்துக்குச் செல்லும்போது மாதங்கி வழக்கமாக வரும் பேருந்தில் செல்வான். அப்போது அவளைப் பார்க்க முடியும். அவளும் பார்ப்பாள். அவன் பொதுவாக பேருந்தில் பெண்கள் பகுதியான முன் பகுதிக்குச் செல்ல மாட்டான். படிக்கட்டில் தொங்குவதும் அவனுக்குப் பிடிக்காது. எனவே, பின்பகுதியில்தான் நிற்பான். சில சமயம் கூட்ட நெரிசல் காரணமாக முன்பகுதி எல்லை வரை செல்ல நேரிடும். அப்போது மாதங்கியை அருகே பார்க்க வாய்க்கும். பேசிக்கொள்வார்கள்.

இதனால்தானோ என்னவோ, அவன் அவளை மறக்காமல் காதலித்துக்கொண்டிருந்தான். வளரிளம் பருவத்தின் ரெண்டும் கெட்டான் வயதிலிருந்து, முதிர்ச்சியுற்ற அரும்பு மீசை விடலைப் பருவம், இன்னும் முதிர்ச்சியுற்ற வாலிபப் பருவம் என இவனுக்குள் காதல் திடம் கொண்டது. ஆனால், மாதங்கி இன்னும் தன்னைக் காதலிக்கிறாளா, காதலிப்பாளா என்கிற கேள்வி இருந்தது. அறிந்தும் அறியாத வயதில் கொண்ட வளரிளம் காதலை இன்னும் அவள் கொண்டிருக்க வேண்டும் என எதிர்பார்ப்பது சரியல்ல. மேலும், அவள் படித்துக்கொண்டிருக்கிறாள். இனியும் படிக்க இருக்கிறாள். தானோ, எட்டாம் வகுப்போடு படிப்பை நிறுத்தி, வேலைக்குச் சென்றுகொண்டிருக்கிறோம். அவளுக்குப் பொருத்தமற்ற இணை. எனவே, தன்னை அவள் மறந்துவிட வாய்ப்பு உண்டு. அப்படி அவள் மறந்துவிட்டாலோ, அவளுக்குத் தகுந்த வேறு ஒருவரைக் காதலித்தாலோ அது தவறில்லை என்றும் நினைத்தான். ஆனால், அவனது எண்ணங்கள் தவறாகிவிட்டன. மாதங்கி அவனை அடுத்த ஜென்மத்திற்கும் சேர்த்துக் காதலித்துக்கொண்டிருந்தாள்.

★★★

1998 மார்ச் முதல் வாரம். கோவை குண்டுவெடிப்புக்குச் சுமார் 20 நாட்கள் கழிந்த நிலை. நகரத்தில் இன்னும் பதட்டமான சூழல் நிலவிக்கொண்டிருந்தது. குண்டுவெடிப்பின் காரணமாக தொழில்கள் கடுமையாகப் பாதிக்கப்பட்டிருந்தன. தொழில் நகரமான கோவையின் ஒட்டுமொத்தத் தொழில்களுக்குமே பலத்த அடி. குறிப்பாக, வெளியூர்களிலிருந்து வருகிற வியாபாரிகள், விநியோகிப்பாளர்கள், வாடிக்கையாளர்கள் ஆகியோர் அச்சத்தால் கோவை வருகையை விடுத்து, வேற்று ஊர்களுக்கு மாறினர். அத்தியாவசியப் பொருட்களின் வியாபாரம் தவிர, பெரும்பாலான கடைகளிலும் வியாபாரமே இல்லை அல்லது மிகக் குறைவு என்று ஆனது. இளங்கோவுக்கும் இதனால் பணி வரத்து குறைந்தது.

மாதங்கி, அன்றும் வழக்கம் போல இளங்கோவைச் சந்திக்க

அவனது ஓவியக் கூடத்துக்கு வந்திருந்தாள். கடந்த வருடம் தமிழ் ஆய்வியல் நிறைஞர் பட்டப் படிப்பை முடித்திருந்த அவள், அவ் வருடம் முனைவர் பட்டப் படிப்புக்கான முதல் ஆண்டில் இருந்தாள். இளங்கோவுக்கு வேலை முசுவு இல்லாததால் அன்று வெகு நேரம் அவளோடு பேசியிருந்துவிட்டு, அவளை வழியனுப்புவதற்காக ஐந்து முக்கு பேருந்து நிறுத்தத்துக்குச் சென்று நின்றுகொண்டிருந்தான். 3-சி வந்து நின்றது. மாதங்கி முன் படிக்கட்டில் ஏறிச் செல்ல, அவளைப் பார்த்தபடி இருந்தான். அப்போது பின் படிக்கட்டிலிருந்து, “டேய், மாப்ள! பி.கே. புதூர்தானே. அதெல்லாம் நான் பாத்து பத்தரமா எறக்கி விட்டர்றன்டா” என்ற குரல் கேட்டது.

அமராவதி அக்காவின் கணவரான பேருந்து நடத்துநர் சேதுராமமூர்த்தி மச்சானின் குரலாக இருக்கிறதே என்று திடுக்கிட்டுத் திரும்பிப் பார்த்தான். பின் படிக்கட்டுக்குக் கீழே அவர்தான் நின்றுகொண்டிருந்தார். வேறு மார்க்கப் பேருந்தில் ஓடிக்கொண்டிருந்த அவர் தற்போது இந்த மார்க்கத்துக்கு மாற்றப்பட்டுவிட்டாரா?

இளங்கோ அசடுவழியும் முகத்தோடு அவரிடம் சென்று, “மச்சா… நீங்க எப்பருந்து இந்த ரூட்டுல?” என்று கேட்டான்.

“அது ஆச்சுடா மாப்பள ஒரு வாரத்துக்கு மேல. நீ கீது காலைல, நைட்ல தட்டுப்படுவியோ, இந்த பஸ்லயே வருவயோன்னு பாத்துட்டிருந்தேன். நீ ஆனா வேற ரூட்டுல போயிட்டிருக்கறயாட்ட இருக்குதே…!?”

பாதி சிரிப்பு, பாதி பதற்றத்தோடு, “அக்காகிட்ட சொல்லீறாதீங்க மச்சா” என்று இறைஞ்சுதலாகக் கேட்டுக்கொண்டான்.

“ச்சே-ச்சே! இதையெல்லாம் போயிச் சொல்லுவனாடா மாப்ள? நீ நடத்து, நடத்து!” என்றுவிட்டு, போலாம் ரைச் என்று இரட்டை விஸில் ஊதியபடி படிக்கட்டில் தொற்றி, பேருந்தை நடத்திச் சென்றுவிட்டார்.

★★★

அத்தியாயம் 9

வீட்டுக்குத் தெரிந்தால் என்னாகுமோ?

எது நடந்துவிடக் கூடாது என்று இளங்கோ பயந்தானோ, அது நன்றாகவே நடந்துவிட்டது. நடத்துநர் மச்சான் அதைச் செவ்வனே நடத்திவிட்டார். தனது கடமையில் கண்ணும் கருத்துமாக, வீட்டுக்குப் போனதுமே பொண்டாட்டியிடம் போட்டுக் கொடுத்துவிட்டார்.

அவர்களின் வீடும் நகரத்தில்தான். சின்னியம்பாளையம். இரவு ஒன்பது மணிக்கு விஷயத்தைக் கேள்விப்பட்ட அமராவதிக்கு, அப்போதே கிளம்பி பிறந்த வீட்டுக்குச் சென்று, இதைத் தாயிடம் தெரிவிக்க இயலவில்லையே என்ற அங்கலாய்ப்பு. பகலாக இருந்தால் உடனே கிளம்பியிருப்பாள். இரவில் இனிமேல் போவது இயலாது. அதனால், "பி.கே.புதூரா? காலேஜ் படிக்கற புள்ளையா? காலேஜ் புள்ளை இவனை எப்புடி லவ் பண்ணுது? அதிசயமா இருக்குதே. புள்ளை எப்புடி, லச்சணமா இருக்குமா? எந்தக் காலேஜ்ல படிக்குதுன்னு உங்குளுக்குத் தெரியுமா? இருந்தாலும் இவன் ஊமாங்கெடாயாட்ட இருந்துட்டு, இப்புடியொரு வேலையப் பண்ணியிருக்கறானே. இந்த ஊமைக்

கோட்டான்கிட்ட எதைக் கண்டு அந்தப் புள்ளை மயங்குச்சு? ஒண்ணுமே புரியிலயே...!?" என்று புலம்பியபடி கணவனுக்குச் சாப்பிடக் கொடுத்தாள்.

படுத்த பிறகு, "ஏனுங்க... அந்தப் புள்ளை லச்சணமா இருக்குதுங்கறீங்க... காலேஜ் படிக்குதுங்கறீங்க...! அப்பறம் எப்புடி இவனைப் போயி...? அந்தப் புள்ளைக்கு ஏதாச்சு குறை இருக்குதா? நல்லா நடக்குதா? வாய் பேசுமா? காதுல மிசின் கீது இருந்துச்சா? ஏதாச்சுப் பெருஞ்சீக்கு இருக்குமோ?" என்று கேள்விக் கணைகளைச் சரமாரியாகத் தொடுத்துக்கொண்டிருந்தாள்.

"அவனவன் செஞ்ச பாவத்துக்கு அவனவன் தண்டனை அனுபவிக்கணும்ங்கறது இதுதான். உங்கிட்ட வந்து சொன்ன பாவத்துக்குத் தூங்க விடாமத் தொளைச்செடுக்கறயேடி. அவன் பாவம், ஒரு அப்புராணி. சூது வாது தெரியாதவன். அவனுக்கும் ஒரு லவ்வு வாய்ச்சிருக்குது; சந்தோசமா இருக்கறான்கறதுக்காக உங்கிட்டச் சொன்னா... நீ அதுல வயித்தெரிச்சல் பட்டுட்டு, நோண்டி நொங்கெடுக்கறயே. நீ அவனுக்குக் கூடப் பொறப்புதானா? இல்ல, உங்கம்மா அவனைத் தவுட்டுக்கு வாங்குச்சா?"

அவள் கழுத்தை நொடித்துக்கொண்டு திரும்பிப் படுத்தாள்.

மறுநாள் காலை 11 மணி வாக்கில், பிறந்த வீடு அவளால் முற்றுகையிடப்பட்டது.

"ம்மோவ்...! உம் பையன் உத்தமபுத்தரன் ஊமாங்கெடாய்... என்ன காரியம் பண்ணியிருக்கறான் தெரியுமா? எனக்கு அதைக் கேட்டதுலருந்து கையும் ஓடுல; காலும் ஓடுல" என்று கன்னிகாவிடம் பீடிகை போட்டாள்.

"அதனாலதான் பஸ் புடிச்சு வந்தயா? இல்லாட்டி சின்னியம்பாளையத்துலருந்து கையாலயே ஓடி வந்திருப்பயாக்கு?"

"உனக்கானாலும் பயங்கர எகத்தாளம்மோவ். எங்கூட்டுக்கார்ரும் இப்புடியேதான், லொள்ளு லோலாயம் எளக்கநாட்டம். சீரியஸாப் பேசீட்டிருக்கறன்... நீ காமெடி பண்றயே..."

“செரி... விசியத்தைச் சொல்லு.”

கணவன் சொன்ன செய்திக்கு கண் மை, ஐப்ரோ, லிப்ஸ்டிக், ரூஜ் போட்டு, தாயிடம் தெரிவித்தாள்.

அமராவதிக்கு ஓட்டை வாய். எதுவும் மனத்தில் தங்காது. சிந்திக்காமல் பேசுவாள். சிறிய விஷயங்களை பூதாகரமாக்கிவிடுவாள். வம்புதும்புகளில் மிக்க ஆர்வம். கன்னிகாவுக்கு இது நன்கு தெரியுமாதலால் அவள் அந்தச் செய்தியை வடிகட்டி எடுத்துக்கொண்டாள். அமராவதி எதிர்பார்த்தது போல அவள் பதற்றப்படவோ, ஆவேசப்படவோ இல்லை. அமைதியாகவே இருந்தாள்.

“அவனாவது லவ் பண்றதாவது. அதுவும் காலேஜ் புள்ளைங்கற? அவளும் அவனை லவ் பண்றாளா? உங்கூட்டுக்கார்ருக்கு எதுலதான் காமெடி பண்றதுன்னு இல்லியா? அதையும் நீயி நெஜம்னு நம்பீட்டு வந்திருக்கற பாரு, திருவாத்தி. எஸ்ஸெல்சீல ஏன் ரெண்டு விஸ்க்கா ஃபெயிலானீன்னு இப்பத்தான் புரியுது."

அதைக் கேட்டு வெண்ணிலா சிரித்தாள். அவள் அப்போது முதுகலை இறுதியாண்டு படித்துக்கொண்டிருந்தாள். அன்று அவளுக்கு செமஸ்டர் லீவோ, ஸ்டடி லீவோ.

அம்மாவின் கேலியை விட, வெண்ணிலாவின் சிரிப்பு அமராவதியைக் கடுப்பாக்கியது. “ரொம்ப சிரிக்காத; பல்லு சுளுக்கிக்கப் போகுது” என்று பழிப்புக் காட்டிவிட்டு, கன்னிகாவிடம், “உன் புத்திதான் எனக்கு வந்திருக்கும். எனக்கு மட்டுமா, அண்ணனுக்கு, இளங்கோவுக்கு - எங்க மூணு பேருக்குமே உன்னோட புத்திதான். அதனாலதான் நாங்க ரெண்டு வாட்டி, மூணு வாட்டி ஃபெயிலானோம். ஏதோ இவளுக்கு அப்பா புத்திங்கறதுனால எம்மே வரைக்கும் வந்துட்டா" என்றாள்.

“அம்மாவுக்குப் படிப்பு வேண்ணாக் கம்மியா இருக்கலாம். உங்களை மாதிரி புத்தி கம்மியில்ல. மங்கூஸ்” என்றாள் வெண்ணிலா, வெடுக்கென்று.

"போடீ வெள்ளைப் பல்லி."

"நீ போடீ கருங்கொரங்கு."

"சக்கரைக் குட்டீ... கம்முனிரு. ஆறு வயிசு மூத்தவளை அடீ புடீன்னு பேசீட்டு. ஏன்டீ அமரு... உனக்கு இப்ப இந்த மாதிரி சண்டைப் போடற வயிசுல பையன் இருக்கறான். நீ என்னடான்னா இவகூட எசிலி போட்டுட்டிருக்கறயே."

"அவளுக்கு அளகு ராணின்னு நெனப்பும்மா. அதனாலதான் என்னையப் பாத்தா எளக்காரம். நீ ஏம்மா அவளை மட்டும் அளகாப் பெத்தே? என்னையும் அளகாப் பெத்திருக்கலாமல்ல? அப்புடி இல்லீன்னாலும் போச்சாது; இவளை என்னைவிடக் கறுப்பா, லச்சணமே இல்லாம, எந்துப் பல்லோட, மாறு கண்ணோட பெத்திருக்கலாமல்ல. அப்ப இப்புடிப் பேசியிருப்பாளா?"

"என்ன ஒரு நல்லெண்ணம் பாரு. அகத்தின் அளகுதான் உனக்கு முகத்துலயும் வாச்சிருக்குது."

"நிறுத்தங்கடீ. அக்கா தங்கச்சியாட்டவா பேசறீங்க ரெண்டு பேரும்? எளையகுடி மூத்தகுடியாட்டல்ல அடிச்சுக்கறீங்க? அமரு... எனக்கு வேற வேலை இருக்குது. மொதல்ல, நீ சொல்ல வந்ததைச் சொல்லி முடி. அப்பறம் வேண்ணா உங்க சச்சரவ வெச்சுக்கங்க."

"ஆஆ...மா. இவ கூட மல்லுக்கட்டத்தான் மெனக்கெட்டு வந்தனாக்கு? பேசீட்டிருந்த விசியமே இவளால மறந்துபோச்சு. என்ன சொல்லீட்டிருந்தேன்?"

"அதுதான்... இளங்கோ ஏதோ காலேஜ் புள்ளைய பஸ்ஸேத்திவிட வந்தான்னுபோட்டு, உங்கூட்டுக்காரு ஏதோ ரூமர் பேசுனதை நம்பி..."

"ம்மோவ்... அவுரு ரூமர் பேசுல. கண்ணுல பார்த்துட்டு, காதுல கேட்டுட்டு மட்டும் வந்து சொல்லவும் இல்ல. உன்னோட உத்தமபுத்தரங்கிட்டயே விசாரிச்சுட்டுத்தான் சொன்னாரு. 'அக்காகிட்ட சொல்லிறாதீங்க மச்சான்'ன்னு

அவன் சொன்னதுக்கு என்ன அர்த்தம்? அந்தப் புள்ளை கூட லவ்வு இருக்குதுன்னுதானே."

"அதுவும் கரெக்ட்டுத்தான். இருந்தாலும் இவன் இப்படி ஒரு காரியத்தைச் செய்வான்னு நம்பவே முடியிலயே."

"ஆமாம்மா. என்னாலயும் அதைத்தான் தாங்கவே முடியில. அதனாலதான் சொல்லிட்டுப் போலாம்னு வந்தேன். அந்தப் புள்ள என்ன ஜாதியோ, என்ன மதமோ?"

"ஏன்டீ... லவ் பண்றவீக ஜாதி, மதம் பார்த்துட்டா பண்ணுவாங்க?"

"ஆமாமா,... லவ்வுக்குத்தான் கண்ணு, காது, மூக்கு எதுவும் இல்லியாச்சு."

"ஜாதி மதம் பாத்து லவ் பண்ணுனா அது லவ்வே இல்ல" என்றாள் வெண்ணிலா.

"இளங்கோ விசியத்துலயும் காதலுக்குக் கண்ணு இல்லீங்கறது நிரூபணமாயிருக்குது. இல்லாட்டி அவனைப் போயி எந்தப் புள்ளையாச்சு லவ் பண்ணுவாளா? அவனுக்கு நம்ம மேலேயே பாசம் கெடையாது. ஃப்ரண்டுகளும் இல்ல. எந்த மனுசரு கூடவும் எனஞ் சேராதவன். அவனுக்கு அன்பு, பாசம் இருக்குமான்னே சந்தேகம். அப்புடிப்பட்டவன் லவ் பண்றான்னா... அது சந்தோசப்பட வேண்டிய காரியம். அதுவும் அந்தப் புள்ளைய இவனை லவ் பண்ணவும் வெச்சிருக்கறான்னா... பெரிய விசியம்தான்."

கன்னிகா சொன்னதைக் கேட்டு அமராவதிக்கு பொஸ்க்குன்னு போய்விட்டது.

"ஏம்மா... உம் பையன் லவ் பண்ணிட்டு இருக்கறான்கறேன். அதுமட்டுமா? நைட்டு காதுல கேட்டதுலருந்து, எப்படா வெடியும்னு காத்திருந்து, வெடிஞ்சதும் பையனை ஸ்கூலுக்கும், அவுரை வேலைக்கும் தாட்டியுட்டுப்போட்டு, அவுதி அவுதியா வந்து சொல்றேன். நீ என்னடான்னா அவனைப் பாராட்டீட்டிருக்கறயே."

“அவன் என்ன கொலையா பண்ணீட்டான்? இல்ல, திருட்டு, ஏமாத்து, அடிதடி தகராறு, பொம்பளை புள்ளைககிட்ட தப்புத் தண்டான்னு ஏதாச்சுப் பண்ணுனா? லவ் பண்ணிட்டு இருக்கறான்; அவ்வளவுதானே.”

“என்னம்மா நீயி இப்புடியே பேசீட்டிருக்கற? இதே நான் கல்யாணத்துக்கு முந்தி யாரையாச்சு லவ் பண்ணியிருந்தா நீ சும்மா இருந்திருப்பயா?”

“உனக்கு ஏதுடீ அந்த அளவுக்கு சாமார்த்தியம்?”

அமராவதி, “ஏங்...!” என்று வாய் பிளந்தாள்.

மீண்டும் வாய் பொத்திச் சிரித்த வெண்ணிலா, “ஏம்மா,... அப்ப நான் லவ் பண்ணா ஒத்துக்குவீங்களா?” என்று கேட்டாள்.

“சீவக்கட்டை பிஞ்சிரும்.”

இப்போது அமராவதி பழிக்குப் பழி திருப்தியோடு வெடித்துச் சிரித்தாள்.

★★★

மதியம் சாப்பிட்டு முடித்ததுமே அமராவதி கிளம்பிவிட்டாள். ஒன்றாம் வகுப்பு படிக்கும் அவளது மகன் மாலையில் வீடு திரும்புவதற்குள் அவள் அங்கு சென்று சேர வேண்டும்.

“எனக்கென்னுமோ நீ அவனுக்கு சப்போட் பண்ணிப் பேசறது செரியாப் படுல. லவ்வு கிவ்வுன்னு சும்மா ஜாலிக்கு சுத்தீட்டிருந்தாப் பரவால்ல. நாளைக்கு அந்தப் புள்ளையத்தான் கட்டுவேன்னு நின்னான்னா என்ன பண்ணுவே? கட்டி வெச்சிருவயா? சொந்த பந்தம் ஏச மாட்டாங்கொ? அந்தளவுக்கு ஏன் போகோணும்? மொதல்ல அப்பா இதுக்கு ஒத்துக்குவாரா? அண்ணனையே ஒளுங்கா இல்லீன்னு வீட்டை விட்டுப் போக வெச்சுட்டவரு அவுரு. இதைய எப்புடி ஏத்துக்குவாரு? நீ அவனை இன்னைக்கே கண்டிச்சு வெச்சீன்னா நல்லது. நாளைக்கு இவ காரியமும்

இருக்குது. அதைய நெனைச்சுப் பாத்துக்க" என்று கிளம்பும் முன்பு குட்டையைக் கலக்கிவிட்டு, தான் வந்தது ஈடேறிய திருப்தியோடு விடைபெற்றுக்கொண்டாள்.

கன்னிகா பரமேஸ்வரிக்கும் அதுகுறித்த குழப்பமும், கவலைகளுமாகவே இருந்தது.

கைலாசநாதன் இப்படித்தான் வாழ வேண்டும், இப்படி வாழக் கூடாது என்ற கறாரான கொள்கை உடையவர். நேர்மை – நீதி நாணயம் ரகம். அரசு ஊழியர். லஞ்சம் வாங்காத கொள்கைவாதி. சுளை சுளையாகக் கிம்பளம் வரக் கூடிய பதவி. ஆனால், லஞ்சம் கொடுக்கிற பயனாளிகள், அலுவலகத்தில் உள்ள அனைவருக்கும் டீ, வடை சொன்னால் அதைக் கூட சாப்பிட மாட்டார். உயரதிகாரிகளிடமும் நிமிர்ந்துதான் பேசுவார். அவர்கள் சொன்னாலுமே வளைந்து கொடுக்க மாட்டார்.

"நீங்க என்னமோ பண்ணிக்கங்க ஸார். அதைப் பத்தி நான் ரிப்போர்ட் பண்ண மாட்டேன். அது என் ட்யூட்டி இல்லேங்கறதுனால, அந்த அளவுல மட்டும் என்னால இருக்க முடியும். மத்தபடி, என் ட்யூட்டி எதுவோ, அதை நான் செய்வேன். அதைத்தான் செய்வேன். கையெழுத்துப் போடக் கூடாத, அதுக்குத் தகுதி இல்லாத எந்த ஃபைல்லயும் நான் போட மாட்டேன் ஸார்" என்றுவிடுவார்.

அவரது அலுவலக ப்யூன் தண்டபாணி இதே ஊர்தான். கைலாசநாதனைக் காட்டிலும் மூன்று வயது மூத்தவர். சிறு வயது முதலே இருவருக்கும் நெருங்கிய பழக்கம். கைலாசநாதன் அவரை அண்ணா என்று அழைத்தாலும், இருவரும் நண்பர்களே. மேலதிகாரிகளே அவரைத் தண்டபாணி அண்ணா என்றுதான் அழைப்பார்களாம். அந்த அலுவலகத்தில் லஞ்ச லாவண்யங்களை நடத்தும் சூத்திரதாரி தண்டபாணிதான். அவர் இப்போது நகரத்தின் வெவ்வேறு பகுதிகளில் வாடகைக்கு விடப்பட்டுள்ள நான்கு வீடுகள், இரு டேக்ஸிகளின் உரிமையாளர்.

இப்போதும் அவர் இங்கே வந்தால் கைலாசநாதனின் பிழைக்கத் தெரியாத தன்மை பற்றி கன்னிகாவிடம் குறைபட்டுக்கொள்வார்.

“நீதி நேர்மை, நாயம் தர்மம்னு இருந்து என்னம்மா பிரயோஜனம்? நாளைக்கு இந்த ஊரு - உலகம் செலை வெக்கப் போகுதா? நேர்மையான மனுசன், தங்கமான மனுசன், கறை படாத கையின்னு நாலு பேரு வேண்ணாப் பாராட்டுவாங்க. அதைய வெச்சுட்டு நாக்கு வளிக்கவா முடியும்? இவன் ஒருத்தன் உத்தமனா இருக்கறதுனால, இந்த நாடு மாறப் போகுதா; ஊரு மாறப் போகுதா? வீட்டுக்கு லாபமா அவனுக்கு லாபமா? ஒரு பைசாவுக்கு யாருக்கும், எந்தப் பிரயோஜனமும் இல்ல. இவன் கையெளுத்துப் போடுலீங்கறதுனால எந்தக் காரியமாவது நின்னு போகுதுங்கறயா? அதுவும் கெடையாது. இவன் போடுலீன்னா அதுக்கு மாத்து வளியப் பாத்துட்டுப் போயிட்டே இருப்பாங்க. நடக்கறது நடந்துட்டேதான் இருக்கும். நட்டம் அவனுக்கும், உங்க குடும்பத்துக்கும்தானே தவுத்து, வேற யாருக்கும் இல்ல. சுதந்திரத்துக்கு முந்தின வருசம் பொறந்தான்; இன்னும் சுதந்தரத்தூக்கு முன்னாடியே இருக்கறான். காலம் எங்க போயிருச்சு! நாடு எங்க போயிட்டிருக்குது! இன்னும் இவன் ‘சத்ய மேவ ஜெயதே’ன்னுட்டிருந்தா நடக்குமா? நானும் இருவத்தஞ்சு வருசமா அவங்கிட்ட சொல்லிப் பாத்துட்டேன். கேக்க மாட்டீங்கறான். அவன் பொட்டாட்ட இருந்துட்டு, நான் காமிக்கற எடத்துல கையெளுத்து மட்டும் போட்டாப் போதும்; வரவேண்டீது தானா வந்து சேரும். ஆப்பீஸ்ல கைநீட்டவே வேண்டாம். எங்க சொல்றமோ, அங்க வந்துரும். அக்கௌண்டுல பணத்தைப் போட்டுடறதுன்னாலுஞ் செரி. இல்ல, பணமா வேண்டாம்; நகை நட்டா வேணும், ஃபிரிஜ்ஜு - வாசிங் மிசினு - ஏ.ஸி.ன்னு பொருளா வேணும்னாலுஞ் செரி...”

கைலாசநாதன் அது காதில் விழுந்ததாகவே காட்டிக்கொள்ள மாட்டார். 25 ஆண்டுகளாகக் கேட்டுக்கொண்டிருப்பதுதானே. கன்னிகாவும் 15 வயதில் கல்யாணமானதிலிருந்து அதைக் கேட்டுக்கொண்டுதான் இருக்கிறாள்.

கைலாசநாதன் அதிகம் பேசாதவர். பேசினால் நறுக்கென்று பேசுவார். வழவழ கொழகொழ பேச்சோ, வெட்டி அரட்டையோ இருக்காது. கருத்து ரீதியான பேச்சுகள், விவாதங்கள் எனில் மட்டும் சற்றுக் கூடுதலாக அளந்தெடுத்துப் பேசுவார். வெட்டொன்று - துண்டு நான்கு ரகம். பேசுவதை விட, கேட்பதற்கும், வாசிப்பதற்கும் முக்கியத்துவம் கொடுப்பவர். கட்சிகள், அமைப்புகள் சாராத திராவிட சித்தாந்தவாதி. முற்போக்குச் சிந்தனைகள், தீர்க்கமான பார்வை, உறுதி, வைராக்கியம் கொண்டவர்.

அவர் சிரித்தால் அழகாக இருக்கும். ஆனால், சிரிக்க மாட்டார்.

நாத்திகர். ஆனால், குல தெய்வம் கோயிலுக்குப் போகும்போது மட்டும் சாமி கும்பிட்டு, நெற்றி நிறைய விபூதி பூசிக்கொண்டு, சடங்கு சம்பிரதாயங்களைக் கடைப்பிடிப்பார். அது பக்திக்காக அல்ல; குலத்துக்காக உயிர்த் தியாகம் செய்து குலச் சாமியாக ஆன முன்னோர்களின் வீரத்தைப் போற்றுவதற்காக.

அவருக்கும் ஜாதிப் பற்று உண்டு. சொந்த ஜாதியில்தான் அவரது குடும்பம், சொந்த பந்தங்களின் திருமணங்கள் நடந்துள்ளன. கலப்புத் திருமணம், காதல் திருமணம் என்ற பேச்சுகளே இது வரை வந்ததில்லை. இளங்கோ விஷயம் தெரிந்தால் என்ன சொல்வாரோ, என்ன ஆகுமோ?

அமராவதி ஞாபகப்படுத்திச் சென்றபடி, மோகனசுந்தரம் விஷயத்தில் கைலாசநாதன் கறாராகவே இருந்தார். அவன் வேலைக்குப் போகத் தொடங்கிய 19 வயதிலிருந்தே எந்த வேலையிலும் அதிக காலம் நீடித்ததில்லை. ஆறு மாதம், ஒரு வருடம், அல்லது அதிகபட்சம் இரு வருடங்களில் வேறு வேலைக்குப் போய்விடுவான். குறுக்கு வழிகளில் பணம் சம்பாதிக்க நினைப்பவன். ஒரு முறை டப்ளிங் கூட செய்து, வழக்கு ஆகி, கைலாசநாதனின் பெரும் பிரயத்தனங்களுக்குப் பிறகு விடுதலை ஆனான். அவனுக்கு இப்போது வயது 31. ஆறு வருடம் முன்பு திருமணமாகி, இப்போது இரண்டரை வயதில் மூத்த குழந்தை, ஆறு மாதத்தில் அடுத்த குழந்தை. திருமணம் ஆகியும் பொறுப்பில்லாமல் வேலையை

விட்டுவிட்டும், சூதாடிக்கொண்டும் இருந்ததால்தான் கைலாசநாதன் அவனைத் தனிக் குடித்தனம் வைத்து, இனி உன் குடும்பத்தை நீயே பார்த்துக்கொள் என்று சொல்லிவிட்டார். அவனுக்குக் குழந்தை குட்டிகள் ஆகியும் பொறுப்பு இல்லை. அவ்வப்போது கைலாசநாதன் இல்லாத பகல் சமயத்தில் இங்கு வந்து, கன்னிகாவிடம் கெஞ்சிக் கூத்தாடி, பணம் வாங்கிச் செல்வான். இளங்கோவிடமும் வீட்டில் ரேசன் வாங்கவே பணம் இல்லை என்று பரிதாபத்திற்குரிய வகையில் பேசி, பணம் கறந்துவிடுவான். அவனுக்குப் பணம் கொடுப்பதற்காக கைலாசநாதன் இவர்களைத் திட்டுவார்.

இளங்கோ மற்றவர்களிலிருந்து மாறுபட்டவன் என்பதால் அவனது விஷயங்களில் அவர் சலுகைகள் காட்டி வந்தார். அவனது புகை, குடிப் பழக்கங்களில் கண்டிப்பு காட்டாததும் அதனால்தான்.

இதுகுறித்து மோகன் குறைபடுவான். “அவன் குடிச்சுட்டுத் தெருவுல உளுந்து கெடந்து, நம்ம குடும்ப மானத்தையே கெடுத்துட்டுத் திரியறான். அவனை ஒண்ணும் சொல்ல மாட்டீங்கறாரு. என்னைய மட்டும் ஒளுக்கமில்லீன்னு ஊட்டை உட்டு முடுக்கியுட்டுட்டாரு. ஒரு கண்ணுல வெண்ணெய்; ஒரு கண்ணுல சுண்ணாம்பு.”

“அவனும் நீயும் ஒண்ணாடா? அவன் குடிச்சாலும் சம்பாரிக்கற காசை ஒளுங்கா வீட்டுக்குக் கொண்டுவந்து குடுக்கறான். நீ அப்புடியா? வேலையத் தொலைக்கறதே உன் வேலையாப் போச்சு. செல்வி நகை நட்டுகளையும் அடமானம் வெச்சு முளுகறக்கு இருந்து, இளங்கோதானடா மூட்டுக் குடுத்தான் உனக்கு? தம்பிகிட்டக் கைநீட்டறமேங்கற வெக்கம் மானம் இல்லாம, அவங்கிட்ட எரந்து தின்னுட்டு, அவனுக்கே குளி பறிக்கறயா? உன்னோட இந்தக் கெட்ட புத்தினாலதான்டா நீ வெளங்காமப் போறதே.”

“நான் கெட்டவனாவே இருந்துட்டுப் போறன்; அவன் நல்லவனாவே இருக்குட்டும், நீ ஒரு எரநூர்ருவா குடு.”

ஐநூறு ஆயிரம் என்று கேட்டால் அதிகத் தொகையாகப் படும் என்பதால், நூறு, இருநூறு என்று கேட்டு வாங்குவது அவனது உத்தி.

“எங்கட்ட ஏதுடா காசு? என்னுமோ குடுத்து வெச்சவனாட்டக் கேக்கற? உன்னைய ஊட்டுக்குள்ளயே உடக் குடாதுன்னு அப்பா சொல்லியிருக்கறாரு.”

“அப்பான்னா அப்புடித்தான் சொல்லுவாரு; அம்மான்னா உன்னையாட்ட உடத்தான் வேணும். அதுவுமில்லாம, தந்தைக்கு எளைய மகன்னு அவுரு அவனுக்கு சப்போட் பண்றாரு. நீயும்மு அதே மாற, தாய்க்குத் தலைமகன்னு எனக்கு சப்போட்டு பண்ற. இதெல்லாம் நாட்டுல சகஜம்மா. எரநூறு இல்லாட்டி நூர்ருவாய்னாலும் குடு.”

“பத்து ருவா கெடையது எங்கட்ட. பால் பாக்கி குடுக்கோணும்; சீட்டுக்கு அடைக்கோணும்; சக்கரைக்குட்டி என்னுமோ காலேஜ் ஃபீஸ் கட்டோணும்னுட்டிருந்தா…” என்று பட்டியல் போட்டுக்கொண்டே சிறு செலவு டப்பாக்களிலும், பீரோ புடவை மடிப்புகளிலும் பதுக்கி வைத்துள்ள அஞ்சு, பத்து சில்லறைகளை எடுத்துச் சேர்த்து, ஐம்பதோ நூறோ ஆக்கி, கொடுத்துத் தாட்டிவிடுவாள்.

அவன் வந்து போனது அக்கம்பக்கங்களிலோ, வழியிலோ யாராவது சொல்லி, கைலாசநாதனுக்குத் தெரிந்துவிடும். “நான் அவனை ஊட்டுக்குள்ள உடாதே, பணம் குடுக்காதேன்னாக் கேக்க மாட்டீங்கற நீயி? இன்னி அவங்கிட்டயே போய்க்கன்னு உன்னையவும் முடுக்கியுட்டாத்தான் செரியாகும்” என்பார்.

இளங்கோவின் காதலுக்கு என்ன சொல்வாரோ? அவரது கறார்த்தனம் பேசுமோ, முற்போக்கு பேசுமோ, ஜாதிப் பற்று பேசுமோ?

★★★

கைலாசநாதன் ஏழு ஏழரை வாக்கில் வீடு திரும்பினார். லுங்கி மாற்றி, இவர்களின் படுக்கையறையில் உள்ள இணைப்புக்

குளியலறையிலேயே கை கால் முகம் கழுவி, தொலைக்காட்சி செய்தி பார்க்கக் கூடத்துக்கு வந்தார்.

கன்னிகா தனது ஏகபோக ராஜ்ய எல்லையான, உணவுக்கூட + சமையற்கட்டு நுழைவாயிலின் கதவற்ற நிலையில் நின்று, "அமராவதி வந்திருந்தா..." என்று இழுத்தாள்.

அவர் முகம் திருப்பிப் பார்க்க, மகள் கொண்டுவந்த தகவலை சுருக்கமாகச் சொன்னாள்.

"அப்புடியா...? காலேஜ் படிக்கற புள்ளையா?? ம்ம்...??? ம்ம்...!!!" என்று யோசனையாகத் தலையை ஆட்டிக்கொண்டார்.

என்ன சொல்லப்போகிறாரோ என்று கேட்பதற்காக வெண்ணிலாவும் ஆவலோடு வந்து காத்திருந்தாள். அவர் எதுவும் சொல்லவில்லை. தொலைக்காட்சியை இயக்கி, செய்தி பார்க்கலானார்.

எட்டே கால் மணிக்கு இளங்கோ வந்தான். அவனும் உடை மாற்றி, வெளிக் குளியலறையில் கை கால் முகம் கழுவிக்கொண்டு, படிக்கட்டோரம் ரெட்டையாக மடித்துப் போட்டுள்ள சாக்கில் நிதானமாக பாத ஈரம் துடைத்துக்கொண்டு உள்ளே வந்து, நிலையோரம் போட்டுள்ள கால்மிதியில் மீண்டும் மிச்ச மீத ஈரம் துடைத்துக்கொண்டு, தன் அறைக்குச் செல்ல இருந்தான். கைலாசநாதன் கை ஜாடையில் நிறுத்தினார்.

ராஜ்ய எல்லையில் கன்னிகா. வெண்ணிலா அவளைப் பின்னே நின்று அணைத்தவாறு, அவளின் வலது தோள் மீது தன் தாடையை வைத்துக்கொண்டு, வழக்கு விசாரணையைக் காண ஆவலோடு காத்திருந்தாள்.

விசாரணை தொடங்கியது.

முகவுரை ஏதுமின்றி, "யார்ரா அந்தப் பொண்ணு?" என்று கேட்டார்.

இளங்கோ திருதிருவென விழித்தான். மச்சான் அக்காவிடம் சொல்லிவிடுவாரோ, வீட்டுக்குத் தெரிந்தால் என்னாகுமோ என நேற்றிலிருந்தே பயந்துகொண்டிருந்தான். அவ்வாறே

நடந்து, உச்சத் தருணம் வந்தேவிட்டது. தருகியபடியே பதில் சொன்னான்.

“பேரென்ன? எந்தக் காலேஜ்ல படிக்குது? பி.ஹெச்.டி.யா? பாரதியார் யுனிவர்சிட்டிலயா? பி.ஹெச்.டி. பொண்ணுக்கும் உனக்கும் எப்புடிப் பழக்கம்? அமாவாசைக்கும், அப்துல்காதருக்கும்கற மாதிரி, சம்பந்தமே இல்லியே! மலைக்கும் மடுவுக்குமான வித்தியாசமா இருக்குதே! எட்டாங் க்ளாஸ்லருந்தே பழக்கமா...??? ம்ம்...???” என்றவர், கன்னிகாவின் முகத்தை ஏறிட்டு, குறிப்பாகப் பார்த்தார்.

அவர் என்ன நினைக்கிறார் என்பது அவளுக்குத் தெரிந்தது. ‘எட்டாம்ப்புலயே காதலாமா. பாத்தையா வேலைய’ என்பதுதான் அவர் உணர்த்திய குறிப்பு. அவள் உதடுகளை வாய்க்குள் மடக்கி சிரிப்பை அடக்கிக்கொண்டு இளங்கோவின் முகத்தைப் பார்த்தாள்.

வெண்ணிலா அசந்துபோய், தாடையை எடுத்துக்கொண்டு நிமிர்ந்து, “எய்த்துலருந்தே லவ்வா? எப்புடீண்ணா...?” என்று கேட்டேவிட்டாள்.

“ஏய்... சும்மா இருடீ...” கன்னிகா அதட்டினாள்.

இளங்கோ வெண்ணிலாவிடம் ஏதோ பதில் சொல்ல வரும்போது கைலாசநாதன் தொண்டையைச் செருமவே, அவன் சொல்ல வந்ததைச் சொல்லாமல் நிறுத்திக்கொண்டான்.

“அறியா வயசுலருந்து பழகுனதை இன்னும் மறக்காம இருக்குது, பி.ஹெச்.டி. படிச்சுட்டிருக்கும்போதும் பழகீட்டிருக்குதுன்னா,... நல்ல பொண்ணாத்தான் இருக்கணும். இருந்தாலும், உங்க ரெண்டு பேர்த்துக்கும் என்ன உத்தேசம்? சும்மா பொழுதுபோக்குக்கு, ஜாலிக்குப் பழகீட்டிருக்கறீங்களா... எப்புடி?”

“இல்லீங்க்ப்பா. கல்யாணம் பண்ணிக்கணும்னுதான்...”

“அவுங்க வீட்டுல சம்மதிப்பாங்களா?”

“மாட்டாங்ப்பா. அவுங்கம்மா ஒத்துக்காதுன்னு

சொல்லியிருக்கறா.”

“நம்ம குடும்பத்தைப் பத்தித் தெரியுமா?”

“தெரியுங்ப்பா. எல்லாத்தையும் சொல்லியிருக்கறேன்.”

“அவுங்க வீட்டை விட்டு வந்து கல்யாணம் பண்ணிக்குமா?”

“ஆமாங்ப்பா. வெண்ணிலாவுக்குக் கல்யாணம் பண்ணிட்டு, அவளுக்கும் பி.ஹெச்.டி. முடிஞ்சுட்டு, அதுக்கப்பறம் பண்ணிக்கலாம்னு இருக்கறம்.”

“சரி. அப்ப இனிமே ரெண்டு பேரும் கண்ட பக்கம் சேந்து சுத்தீட்டு, பேரைக் கெடுத்துக்காதீங்க. உங்குளுக்கென்ன, பேசணும்; அவ்வளவுதானே! அந்தப் பொண்ண ஞாயத்துக் கெழமையன்னிக்கு நம்ம வீட்டுக்கு வரச் சொல்லு. இங்க உக்காந்து வெடியால இருந்து சாயந்தரம் வரைக்கும் வேண்ணாலும் பேசுங்க. ரெண்டு வாரம், மூணு வாரத்துக்கு ஒருக்கா வந்துட்டுப் போகுட்டும்.”

அவர்கள் மூவருமே அவரை வியப்போடு பார்த்துவிட்டு, தம்முள் ஒருவரை ஒருவர் பார்த்துக்கொண்டனர்.

★★★

அத்தியாயம் 10

உண்மைலயே உங்கப்பா க்ரேட்!

கைலாசநாதன் சொன்னதை அவர்கள் மூவராலும் நம்பவே முடியவில்லை. காதலுக்கு அவர் சம்மதம் தெரிவிக்கலாம் அல்லது சம்மதிக்காமல் இருக்கலாம்; அதில் என்ன சொல்வாரோ என்றுதான் தாயும், தங்கையும் ஆவலோடும், இளங்கோ பதற்றத்தோடும் எதிர்பார்த்திருந்தனர். சம்மதம் தெரிவித்ததில் மூவருக்குமே அலாதி மகிழ்ச்சி. கூடுதலாக, அவர் மாதங்கியை வீட்டுக்கே வரவழைத்து, இவர்களின் சந்திப்பை இங்கேயே வைத்துக்கொள்ளும்படி சொன்னது மூவருக்கும் பேரின்ப அதிர்ச்சியாகவே இருந்தது.

இளங்கோ, கன்னிகா இருவர் முகத்திலும் அது வெளிப்பட்டாலும், அவர்கள் தம் உணர்ச்சியைக் கட்டுப்படுத்திக்கொண்டிருந்தனர். வெண்ணிலாவால் அது இயலவில்லை. அவள் உணர்ச்சியைக் கட்டுப்படுத்திக்கொள்கிற ரகம் அல்ல. அவளது வயதும் அந்த மாதிரி, கல்லூரி மாணவியும் வேறு. எனவே, கைலாசநாதன் சொன்னதைக் கேட்டதுமே குதூகலமாகி, கன்னிகாவை இறுக்கி அணைத்துக்கொண்டாள். எதனால் அந்தக் குதூகலம்?

இளங்கோவின் காதல் அங்கீகரிக்கப்பட்டுவிட்டது என்பதாலா, அல்லது காதலைக் குடும்பத்தில் அங்கீகரிக்கிற அளவுக்கு அப்பா முற்போக்காக இருக்கிறார் என்பதாலா என்கிற கேள்வி கன்னிகாவுக்குள்.

வெண்ணிலா இளங்கோவிடம் சென்று கைகுலுக்கி, "கங்க்ராஜுலேஷன்ஸ்ண்ணா" என்று வாழ்த்தும் தெரிவித்தாள்.

இதற்கு முன் அவள் எதற்காகவும் இப்படி அவனிடம் கைகுலுக்கியதில்லை; வாழ்த்துத் தெரிவித்ததும் இல்லை. எனவே, அவனுக்கு அதுவும் சேர்ந்து இரட்டிப்பு மகிழ்ச்சி. கன்னிகாவும் அதைப் பூரிப்போடு பார்த்துக்கொண்டிருந்தாள்.

கைலாசநாதனின் பார்வையில் இவை யாவும் தென்பட்டாலும் அவர் அவற்றைக் கண்டுகொள்ளவில்லை. 'எனது கடமை முடிந்துவிட்டது; இனி உங்கள் பாடு' என்பது போல தொலைக்காட்சியில் கண்ணும், அவர்களின் எதிர்வினைகளில் கருத்துமாக இருந்தார். அவர் முன்பு வெண்ணிலா கைகுலுக்கி வாழ்த்தியதில் இளங்கோவுக்கு வெட்கம். அவஸ்தையாக நெளிந்துகொண்டு தனது அறைக்குள் மறைந்துவிட்டான்.

"என்ன சொல்லுவீங்களோ, ஏது சொல்லுவீங்களோன்னு உருக்கு உருக்குன்னே இருந்துச்சு. நல்லவேளை, சம்மதிச்சுட்டீங்க" என்றாள் கன்னிகா.

கைலாசநாதன் திரும்பவில்லை. "அவனுக்கு ஒரு நல்ல காரியம் நடக்குதுன்னா நாம எதுக்குத் தடுக்கணும்?"

"அது செரி. அமருகட்ட நானும் அதையத்தான் சொன்னேன். அவளே ஜாதி – கீதின்னு பேசறா. சொந்தக்காரங்க சும்மா இருப்பாங்களா? நாலு பேரு நாலுவிதமாப் பேசுவாங்களே."

இப்போது திரும்பினார்.

"எல்லாருமே இப்புடித்தான், கன்னிகா பரமேஸ்வரி. நாலு பேரு என்ன சொல்லுவாங்களோன்னு, பரஸ்பரம் ஒருத்தரை ஒருத்தர் பாத்து பயப்பட்டுட்டு இருக்கறாங்க. மத்தவங்க என்ன சொல்லுவாங்களோ, எளக்காரமாப் பேசுவாங்களோன்னு

பயந்துட்டு, நம்ம விருப்பப்படியும், சௌகரியப்படியும் வாழாம, நாம மத்தவங்களுக்காக வாழ்ந்துட்டிருக்கறோம். மத்தவங்களும் இப்படித்தான், நாம என்ன சொல்லுவமோன்னு, நம்மளப் பாத்துத் தயங்கியும், பயந்தும், சுய விருப்பத்துக்கு மாறா, அவுங்களே ஏற்படுத்திட்ட கட்டாயத்தின் பேர்ல, கஷ்டப்பட்டு வாழ்ந்துட்டிருப்பாங்க. கடைசீல பாத்தா, நம்ம விருப்பம், அவுங்க விருப்பம் எல்லாம் ஒண்ணாத்தான் இருந்திருக்கும். ஒருத்தரை ஒருத்தர் பாத்து பயந்துட்டு, விருப்பத்துக்கு மாறா நடந்திருப்போம். அதனால, இந்த நாலு பேர்த்தைப் பாத்து பயப்படறதை மொதல்ல நிறுத்தணும். நமக்கு சுய புத்தி இருக்குதல்ல? நல்லது கெட்டது பிரிச்சுப் பாக்கத் தெரியுமல்ல? அப்புடிப் பாத்து, நமக்கு எது நல்லதோ, அதை செஞ்சாப் போதும். அக்கம்பக்கத்துல என்ன நெனைப்பாங்க, சொந்த பந்தம் என்ன சொல்லும், ஜாதி சமூகம் என்ன பேசும்ங்கறதைப் பத்தியெல்லாம் கவலைப்பட வேண்டியதில்ல. யாரு என்ன பேசுனாலும் அது நம்ம மேல வந்து ஒட்டப் போகுதா? பேசறவன் எத்தனை நாளைக்குப் பேசீட்டிருப்பான்? நாலு நாள் பத்து நாள் பேசுவானா? மிஞ்சிப் போனா மாசக் கணக்கு. அதுக்கப்பறம் அவன் அவனோட சோலியப் பாத்துட்டுப் போயிருவான். நம்ம காரியத்தைக் காலம் பூரா பேசீட்டே இருக்கறதா அவனுக்குப் பொழப்பு?

“அதுமட்டுமில்ல கன்னிகா பரமேஸ்வரி,... யாரு மொதல் அடி எடுத்து வெக்கறதுகறதுதான் சிக்கல். யாராவது ஒருத்தர் மொதல்ல செஞ்சா, அப்பறம் நாமளும் அதை ஃபாலோ பண்ணலாம்னுதான் எல்லாரும் நெனைக்கறாங்க. அப்புடி ஒரு ஆடு வேலி தாண்டீருச்சுன்னா, அப்பறம் பட்டி ஆடு மொத்தமும் தாண்டீரும். கூட்டத்தோட கோசம் போடறதுன்னா எல்லாருமே ரெடி. முன்னாடி தனியா வந்து குரல் குடுடான்னா நிக்க மாட்டான்.

“நாம வேலி தாண்டறக்கோ, கோசம் போடறக்கோ போக வேண்டாம். நம்ம குடும்ப விசியத்தை நாம தீர்மானிச்சுக்கறம். அதுல சொந்த பந்தமோ, ஜாதிக்காரங்களோ தலையிட

வேண்டீதில்ல. நாம யாரை நம்பியும் இல்ல. நம்ம வாழ்க்கைய நாம வாழறோம். அடுத்தவங்க விசியத்துல நாமளும் தலையிட வேண்டாம்; நம்ம விசியத்துல அடுத்தவங்களைத் தலையிட விடவும் வேண்டாம். அவ்வளவுதான்."

சொல்லிவிட்டு, இவளது ஆமோதிப்புக்கோ பதிலுக்கோ காத்திராமல் தொலைக்காட்சி செய்தியில் கவனமானார்.

★★★

அப்பா தனது காதல் திருமணத்துக்கு ஒத்துக்கொள்வாரா என்பதே இளங்கோவுக்கு சந்தேகமாகத்தான் இருந்தது. அப்படியொரு வழக்கம் இவர்களின் குடும்பத்திலோ, நெருங்கிய சொந்தங்களிலோ, பொதுவாக இவர்களின் ஜாதிக்காரரர்களிடத்திலோ இல்லை.

இவர்களுடையது பிற்படுத்தப்பட்ட ஜாதிப் பிரிவைச் சேர்ந்த ஒரு ஜாதி. ஆதிக்க ஜாதிகள் போன்ற ஜாதிவெறி இவர்களின் சமூகத்தில் இருக்காது. ஆனால், ஜாதிப் பற்று மிக்கவர்கள். ஜாதித் தூய்மையைக் கடைப்பிடிக்க நினைப்பவர்கள். கலப்பு மணம் இவர்களின் சமூகத்திலும் அங்கீகரிக்கப்பட்டதல்ல. இவர்களின் ஜாதியில் உள்ள திராவிடக் கழகத்தினர், கட்சியினர் சிலர் ஜாதி மறுப்புத் திருமணம், சுயமரியாதைத் திருமணம் என்று கலப்புத் திருமணங்களில் ஈடுபடுவது எப்போதேனும் நடக்கும். காதலர்கள் ஓடிப்போய் திருமணம் செய்துகொள்வதும் இருக்கும். குடும்பத்திலும், ஜாதி சமுதாயத்திலும் அவர்களைப் பிற்பாடு ஏற்றுக்கொள்வார்கள் எனினும், அது கௌரவக் குறைவானதாகவே கருதப்பட்டது. அதிலும், தாழ்த்தப்பட்ட ஜாதியினரைத் திருமணம் செய்தால், ஏளனம் என்றும் தொடரும். பெற்றோர் சம்மதித்து காதல் திருமணத்தை நடத்தி வைக்கிற வழக்கம் இவர்களின் ஜாதியிலும் அரிது.

இவர்களது குடும்பத்தைப் பொறுத்தவரை ஜாதிய உணர்வு அவ்வளவாக இராது. வேறு விஷயங்களில் அதைப் பார்க்கவும் மாட்டார்கள். ஆனால், சமுதாய வழக்கப்படி,

திருமணத்தில் மட்டும் கட்டாயமாக அது கடைப்பிடிக்கப்படும். கைலாசநாதன் கழகம், கட்சி எதிலும் சேராத திராவிட சித்தாந்தவாதி. பார்ப்பனிய எதிர்ப்பைக் கொள்கையாகப் பறைசாற்றிக்கொண்டிராவிட்டாலும், அவருக்குள் நீறுபூத்த நெருப்பாக அது இருக்கும்.

“உலகத்துலயே ஜாதிங்கற மகாக் கேவலமான சமாச்சாரம் இருக்கற ஒரே மதம் இந்து மதம்தான். பார்ப்பனர் வரவுக்கு முன்னாடி இங்க ஜாதி வழக்கம் இருந்ததில்லை. மனுதான் வர்ணாசிரமத்தை உண்டாக்கி, நாலு ஜாதிகளை மொதல்ல வெதைச்சாரு. அது நாலாயரம் ஜாதி, நாப்பதாயரம் பிரிவு, நாலு லச்சம் குலம் கோத்தரம்னு வளந்திருச்சு. ஜாதியின் பேரால, மூவாயிரம் நாலாயரம் வருசமா என்னென்ன அராஜகம், அக்கிரமம், வன்கொடுமைக நடந்துச்சோ, நடந்துட்டிருக்குதோ, அத்தனைக்கும் காரணம் வர்ணாசிரமம்தான், மனுதான், பார்ப்பனருகதான்” என்பார்.

அவரது பார்ப்பனிய எதிர்ப்பு, தேவையான சந்தர்ப்பங்களில் மெலிதாகவோ கனமாகவோ வெளிப்படவும் செய்யும்.

நாத்திகரான அவர் குலதெய்வம் கோயிலுக்குப் போகும்போது மட்டும் நெற்றி நிறையத் திருநீறு பூசிக்கொள்வதும் அவ் வகையிலானதே. பார்ப்பனப் பெருந்தெய்வங்களுக்கு எதிராக, திராவிடச் சிறுதெய்வங்களை முன்னிறுத்துவதன் மூலம், தமது இனத்தையும் சுயத்தையும் அடையாளப்படுத்த அவர் விரும்பினார். பார்ப்பன ஆதிக்கத்தை அவர் எதிர்க்கவும் மறுக்கவும் செய்தாரே தவிர, அந்த ஜாதியையும், ஜாதியினரையும், அவர்களைச் சார்ந்த அனைத்தையும் கண்மூடித்தனமாக வெறுப்பது எனும் ஜாதி வெறியோ, இனவெறியோ, வெறுப்பு அரசியலோ அவரிடம் இல்லை.

அவருக்குள் முற்போக்குவாதி, ஜாதி உணர்வாளர், ஒழுக்கவியல்வாதி ஆகிய, ஒன்றுக்கொன்று முரண்பட்ட மூன்று பரிமாணங்கள் உள்ளன. எப்போது எது செயல்படும், எதை எந்தக் கண்ணோட்டத்தில் பார்ப்பார் என்று மற்றவர்களால் அனுமானிக்க இயலாது. அவரது சித்தாந்தங்களை

அறிந்துகொண்டவர்கள் வேண்டுமானால் அதைச் செய்ய இயலும். குடும்பம், அண்டை அயல், சொந்த பந்தங்கள் ஆகியவற்றில் அத்தகையவர்கள் எவரும் இல்லை. எனவே, எந்த விஷயத்தில் அவர் எந்தப் பரிமாணத்தை எடுப்பார் என்பதை அவர்களால் யூகிக்க இயலவில்லை.

இளங்கோவுக்கும் அப்படியே. அதனால்தான் தனது காதலை அவர் அங்கீகரிப்பாரா, மாட்டாரா என்பதை அனுமானிக்க இயலாதிருந்தது. எனவேதான் அது குறித்து பயந்திருந்தான்.

குடும்பத்தில் வேறு எவரும் அவ்வளவாக ஜாதி பார்க்கக் கூடியவர்கள் அல்ல. பெரும்பாலான பெண்களையும் போலவே கன்னிகாவுக்கு ஜாதியில் ஈடுபாடு இல்லை. ஆண்களின் ஜாதிவெறியை அறவே வெறுப்பவள் அவள். மோகனசுந்தரத்தைப் பொறுத்தவரை, கைலாசநாதன் ஜாதி பார்த்துத் திருமணம் செய்து வைத்ததால் அவ்வாறே செய்துகொண்டான். ஒருவேளை ஜாதி மறுப்புத் திருமணம் செய்வித்திருந்தால் அதையும் தட்டாமல் செய்திருப்பான். திருமணத்தைப் பொறுத்தவரை அவனது விருப்பம் அழகான, கட்டுடல் கொண்ட பெண். மற்றபடி இனம், மதம், ஜாதி போன்ற எதிலுமே அவனுக்கு நாட்டம் இல்லை. இளங்கோ இவை எதிலும் கட்டுறாதவன். வெண்ணிலாவுக்கு ஜாதி பேசினாலே பிடிக்காது. ஆனால், அமராவதி ஜாதி பார்ப்பாள். எனினும், அது இவனைக் கட்டுப்படுத்தப்போவதில்லை. அவளது சம்மதம் இவனுக்குத் தேவையில்லை. அண்ணன், தங்கை சம்மதமும் அவசியம் கிடையாது. ஆனால், பெற்றோர் சம்மதம் கட்டாயம் தேவை.

அம்மா சம்மதித்துவிடுவாள். அப்படி இல்லை எனினும் அவளைச் சம்மதிக்க வைப்பது சுலபம். ஆனால், அப்பா சம்மதிக்காவிட்டால் அவரைச் சம்மதிக்க வைக்க எவராலும் ஒருபோதும் இயலாது. அவர் சம்மதிக்காவிட்டால் அதை மீறி இவனால் செய்யவும் இயலாது.

ஆகவேதான் தனது காதலுக்கு கைலாசநாதனின் சம்மதம் கிடைக்காவிட்டால் என்ன செய்வது என எண்ணி உழற்றிக்கொண்டிருந்தான். சம்மதம் கிடைத்ததே பெருமகிழ்ச்சி.

அதைவிட, மாதங்கியை வீட்டுக்கே வரவழைத்து சந்திப்பை இங்கே வைத்துக்கொள்ளச் சொன்னது, யாருமே எதிர்பார்க்க இயலாத அருஞ்செயல். அது அவரது முற்போக்குச் சிந்தனையின் அடையாளம் என்பதைவிட, தன் மீதான கரிசனம் என்பதை அவன் உணர்ந்துகொண்டான்.

கைலாசநாதனின் சம்மதம் கிடைத்ததாலும், அதன்மூலம் தனது நீண்டகாலக் கவலை விலகிவிட்டதாலும், மாதங்கியை வீட்டுக்கே கூட்டி வரலாம் என்கிற வாய்ப்பினாலும் அவனது மனம் பரவசத்தில் திளைத்துக்கொண்டிருந்தது.

அப்போது கன்னிகா அவனது அறைக்கு வந்தாள். கூடத்தில் கைலாசநாதன் தொலைக்காட்சி பார்த்துக்கொண்டிருந்ததால் அந்தச் சத்தம் இவர்களுக்கும், இங்கே பேசுவது அவருக்கும் இடைஞ்சலாகாதபடி கதவைச் சாத்திவிட்டு, அவனிடம் பேச்சுக்கொடுத்தாள்.

“நீங்கறதுனாலதான் அப்பா சம்மதிச்சிருக்கறாரு. இதுவே மோகனா இருந்தா சம்மதிச்சிருப்பாராங்கறது சந்தேகம். என்னதான் நம்ம குடும்ப விசியம்னாலும், ஜாதி விட்டுக் கல்யாணம்னா சொந்தக்காரங்க ஜாதிக்காரங்க, ஊராரு எல்லாம் பளிச்சுப் பேசத்தான் செய்வாங்கொ. அதுக்கும் உங்கப்பா தயாராகறார்னா, உன்னோட சந்தோசத்துக்காகத்தான். உனக்கே தெரியும், யாரு முன்னாடியும், எதுக்கும் தலை குமிஞ்சு நிக்காதவரு அவுரு. மேலதிகாரிககட்டயே பணிஞ்சு போகாதவரு. சாதி சனத்தை மீறி உனக்குப் பண்ணப்போற கல்யாணம், நெலைச்சு நின்னாத்தான் மரியாதை. நாளைக்கு நீங்க ரெண்டு பேரும் எப்புடி வாளப் போறீங்கங்கறதைப் பொறுத்துத்தான், உங்கப்பா செய்யற காரியத்துக்கும் மதிப்பிருக்கும். உங்கப்பா சொன்னாப்புடி, அந்தப் புள்ளை நல்ல புள்ளைன்னுதான் தோணுது, நீதான் இனிமேலாச்சும்...” என்று சொல்லிக்கொண்டிருக்கையில் கதவு லேசாகத் திறக்கப்பட்டு, இடைவெளியில் வெண்ணிலாவின் முகம் எட்டிப் பார்த்தது.

“அம்மாளும் மகனும் என்ன ரகசியம் பேசீட்டிருக்கறீங்க?” என்றபடி உள்ளே நுழைந்து, பழையபடி கதவைச் சாத்திவிட்டு

வந்து இவர்களோடு இணைந்துகொண்டாள்.

"ஏண்ணா,... அண்ணி அளகா இருப்பாங்களா? என்ன கலர்? என்ன ஹைட்?" என்று அவள் ஆவலோடு கேட்க, "அளகாடி முக்கியம்? கொணம் நல்லா இருக்கோணும். செல்வியாட்டவே இருந்தா நம்ம புண்ணியம்" என்றாள் கன்னிகா.

"அண்ணா,... வர்ற ஞாயத்துக்கெளமையே அண்ணிய வரச் சொல்லீருண்ணா. எனக்கு அவுங்களைப் பாக்கறக்கு ஆசையா இருக்குது."

"ம்... சொல்றேன்."

"கேட்டுட்டு வந்து சொன்னீன்னா, அமருவையும் மாப்பளையவும் வரச் சொல்லீர்லாம். மாப்பள அவளைப் பாத்திருக்கறாருன்னாலும், அமரு பாத்திருக்க மாட்டால்ல. செல்விக்குத் தெரிஞ்சா ரொம்ப சந்தோசப்படுவா. அவ இப்ப வர்றக்கு வளியில்ல; கைக்கொளந்தைக்காரி. இங்கிருந்தாலாச்சும் ஆட்டோ, டேக்ஸி புடிச்சுன்னாலும் வர வெக்கலாம். அவுங்கூர்ல இருக்கறாளாச்சு. மோகனை வேண்ணா வரச் சொல்லலாம்."

"அவனைத்தான் வீட்டுக்குள்ளயே விடக் குடாதுன்னு அப்பா சொல்றாரே. அவுரு இல்லாதபோது அவன் வந்து உங்கிட்டப் பணத்தை லவுட்டீட்டுப் போயர்றான், நீயும் அவனுக்கு வேண்டித்தான் இசுக்கி வெக்கறேங்கறது சரி. அவுரு இருக்கும்போது அவனை விட மாட்டாரே. அவனும் வர மாட்டானே!" என்றாள் வெண்ணிலா.

"பொதுவா சாதாரண நாள்ல அப்புடி இருக்கறது வேற. விசேஷ நாளு, நல்லது பொல்லதுங்கும்போதும் அப்புடியேவா இருப்பாங்கொ? அவன் என்னதான் தப்புப் பண்ணுனாலும் இந்த ஊட்டுப் புள்ளை இல்லேன்னு ஆயிருமா? நம்ம நல்லது கெட்டதுல அவனுக்கு அக்கறை இருக்காதா?"

"ம்க்-கும்! ரொம்பத்தான் அக்கறை. வீட்டுக்கு அவன் என்னத்தை செஞ்சிருக்கறான்? நம்மள்ள யாராவது ஒருத்தருக்காவது,

சொல்லிக்கற மாதிரி ஏதாவது பண்ணி இருக்கறானா? நான் கடைக்குட்டி. எனக்காச்சும் ஒரு ட்ரஸ்ஸு, கொலுசு,... அவ்வளவு ஏன், அட்லீஸ்ட் பத்துருவா குடுத்து ஒரு பாசியாவது வாங்கிக் குடுத்திருப்பானா? சின்னண்ணந்தான் தீபாவளிக்கு ட்ரஸ்ஸு வேணும்னதுமே ரெண்டு ட்ரஸ்ஸு எடுத்துட்டு வந்து குடுத்தான். நான் கேக்காமயே பூம்புகார்ல அவனே முத்து மாலை, முத்துக் கம்மல் செட்டு வாங்கிட்டு வந்து குடுத்தான். வீட்டுக்கு வேண்டியதையும் அப்பாவும் அவனும்தான செய்யறாங்க. பெரியண்ணன் ஒரு துரும்பையாச்சும் எடுத்துப் போட்டிருப்பானா?"

"அதையப் பாத்தா ஆகுமா? அவன் நமக்கு செஞ்சாலும் செய்யுலீன்னாலும் நாம அவனை உட்டுக் குடுக்க முடியுமா?"

"நீ இப்புடித்தான் பேசுவ. அப்பா ஒத்துக்க மாட்டாரு."

"அதெல்லாம் ஒத்துக்குவாரு. ஒத்துக்குலீன்னா ஒத்துக்க வெப்பேன். அவுருகிட்ட பர்மிசன் வாங்கீட்டு, நானே போயி ரெண்டு ஊட்டுலயும் சொல்லீட்டு வந்தர்றன். ஆனா, நாயத்துக் கெளமைக்கு அதிக நாள் இல்லியே. இன்னைக்கு வியாளன். செரி... நாளைக்கு நீ மாதங்கிகிட்டக் கேட்டு கன்ஃபார்ம் பண்ணுனீன்னா, நாளானைக்குப் போயி மோகன்கிட்டயும், அமரு ஊட்டுலயும் சொல்லிட்டு வந்தர்றன்."

"சரிம்மா."

அம்மாவும் தனது காதலை ஏற்றுக்கொண்டதோடு, மாதங்கி வருகை தொடர்பாக இந்த அளவுக்கு உவகையோடும், ஈடுபாட்டோடும், கல்யாண மகிழ்ச்சியோடும் இருப்பது அவனுக்கு மிகுந்த மன நிறைவை அளித்தது.

★★★

கல்லூரிக்குச் சென்றுகொண்டிருந்தபோது மாதங்கி பெரும்பாலும் வேலந்தாவளம் - காந்திபுரம் செல்லும் தனியார் பேருந்தான மணீஸில்தான் செல்வாள். 08:45-க்கு வேலந்தாவளத்திலிருந்து

புறப்படுகிற அப் பேருந்து 09:15-க்கு பி.கே.புதூர் வரும். 09:35-க்கு உக்கடம், 09:45 வாக்கில் உப்பிலிபாளையம் கே.ஜி.நிறுத்தத்தில் இறங்கி கல்லூரிக்குச் செல்வாள்.

பீக் ஹவர் எனப்படுகிற உச்ச நேரத்தில் வரும் அப் பேருந்தில் மிகுந்த கூட்டம் இருக்கும். தனியார் பேருந்தானதால் பாட்டுக் கேட்டபடியே உல்லாசமாகச் செல்லலாம் என்பதற்காகச் சிலர் அதில் வருவார்கள் அதற்காகவே கல்லூரி மாணவ மாணவிகள், பள்ளி விடலைகள், வேலைக்குச் செல்லும் இளவட்டங்கள் ஆகியோரும் வேலந்தாவளத்திலிருந்தே நிறைந்திருப்பர். இளசுகள் சேர்ந்து பயணித்தால் காதல் பற்றிக்கொள்ளாமல் இருக்குமா? அதிலும் இந்த மணீஸ் பஸ், காதலுக்குப் பிரசித்தி பெற்றதாக இருந்ததோடு, காதல் வாகனம் என்றே செல்லமாக அழைக்கப்பட்டுவந்தது. விடலைகளும் இளைஞர்களும் அந்தப் பேருந்தில் செல்லவே விரும்புவார்கள். அவர்களால் அந்தப் பேருந்தே வண்ணமயமாக ஆகி, வேடிக்கை, விளையாட்டு, கிண்டல் கேலி, நட்பான கலாட்டாக்கள் என உல்லாசப் பயணம் போல கலகலப்பாக இருக்கும்.

மாதங்கியும் இளங்கோவும் ஒரே வழித்தடத்தில் பயணிப்பவர்கள். கோவை நகரத்தை நோக்கிய பயணத்தில் பி.கே.புதூரை அடுத்து இரண்டாவது நிறுத்தம்தான் இடையர்பாளையம் பிரிவு. இளங்கோ பணி பழகத் தொடங்கிய காலத்திலிருந்து தற்போது வரை, காலை ஒன்பதே கால் முதல் ஒன்பதரை வரையிலான இதே நேரத்தில்தான் பணிக்குச் செல்லப் பேருந்து பிடிப்பான். எனவே, மணீஸ் அவனது நேரத்துக்குச் சரியானதும் கூட. ஆனால், சத்தஞ் சள்ளுகளை விரும்பாதவன் என்பதால் அவனுக்கு அதில் வரப் பிடிக்காது. அவன் காத்திருக்கிற நேரம் அப் பேருந்து வந்து நின்றாலும் பெரும்பாலும் ஏற மாட்டான். அதற்கு முன்போ, பின்போ உள்ள வேறு பேருந்துகளிலேயே செல்வான். மாதங்கியின் தோழிகள் அந்தப் பேருந்தில் செல்லவே விரும்பியதால் இவள் அதிலேயே செல்லவேண்டியதாயிற்று. இளங்கோ இவளுக்காக இரண்டு மூன்று நாட்களுக்கு ஒரு முறை மட்டும் மணீஸில் வருவான்.

மாதங்கி பல்கலைக்கழகம் செல்லத் தொடங்கியதிலிருந்து அவளது பயண நேரம் மாறிவிட்டது. பத்து மணிக்கு வகுப்பு. பி.கே.புதூரிலிருந்து உக்கடத்துக்கு 20 நிமிடம், உக்கடத்திலிருந்து பாரதியார் பல்கலைக்கழகத்துக்கு 30 நிமிடம், காத்திருப்புக்கு சுமார் 10 நிமிடம் என்றாலே மொத்தம் ஒரு மணி நேரம் பயணத்துக்குத் தேவை. அதனால் எட்டே முக்கால் வாக்கிலேயே கிளம்பிவிடுவாள். இதனால் காலையில் இளங்கோவை சந்தித்துப் பேசவோ, பார்க்கவோ வாய்ப்பில்லை. அதனால்தான் நான்கு மணிக்கு வகுப்பு முடிந்த பின் திரும்புகாலில் அவ்வப்போது அவனது ஓவியக் கூடத்துக்குப் போய்விடுவது வழக்கமாயிற்று. அங்கே எனில் எந்தத் தொந்தரவுகளும் இல்லாமல், தெரிந்தவர்கள் யார் கண்ணிலேனும் பட்டுவிடுவோமோ என்ற பயமும் இல்லாமல், எவ்வளவு நேரம் வேண்டுமாயினும் இருந்து பேசிக்கொண்டிருக்கலாம். நாலரை நாலே முக்காலுக்குப் போனால் ஆறு - ஆறரை வரை இருந்து பேசிவிட்டு வருவாள்.

அப்படித்தான் கடந்த இரண்டு வருடங்களாக யார் கண்ணிலும் படாமல் அங்கே சந்தித்துத் திரும்பிக்கொண்டிருந்தாள். ஆனால், முந்தா நாள் ஐந்து முக்கில் 3-சி நடத்துநரிடம் இளங்கோ மாட்டிக்கொண்டுவிட்டானே. அவர் அவனை மாப்ள என்று கூவி அழைத்துப் பேசியது மட்டும் கேட்டது. அதைக் கேட்டு இவள் பேருந்துக்குள்ளிருந்து கீழே திரும்பிப் பார்த்தபோது, இளங்கோ இவளுக்குக் கையசைக்கவும் செய்யாமல் பதற்றத்தோடு அவரை நோக்கிச் செல்வதும் தெரிந்தது. பிறகு அவர்கள் பேசிக்கொண்டது கேட்கவில்லை. கூட்ட நெரிசலால் சரியாகப் பார்க்கவும் இயலவில்லை. நட்பு ரீதியான பழக்கத்தில் மாப்ள, மச்சான் என்று பேசிக்கொள்கிறார்களா? அவனுக்குத்தான் அப்படிப் பேசக்கூடிய வகையில் நெருங்கிய நண்பர்கள் யாரும் கிடையாதே. இன்னும் சொல்லப்போனால் அவனுக்கு நண்பர்களே கிடையாது. இவர் அவனது சொந்த மச்சானாகத்தான் இருக்கக் கூடும். அவனது அக்கா சின்னியம்பாளையத்தில் இருக்கிறாள் என்றும், அவளது கணவர் நடத்துநர் என்றும் சொல்லியிருக்கிறான். அவர்தானோ என்னவோ.

பயணச்சீட்டு வாங்கும்போதுதான் அவரைக் கவனித்தாள். இந்தப் பேருந்தில் கடந்த சில நாட்களில் ஒரு சில தடவை பார்த்த முகம். சமீபத்தில்தான் இந்த வழித்தடத்தில் வருகிறார் என்பதால் எங்கிருந்து எந்த இடத்துக்கு எவ்வளவு கட்டணம் என்பது இன்னும் மனப்பாடமாகாமல், பயணிகளிடமே கேட்டுக்கொண்டிருப்பார். ஜாலியான மனிதர், நகைச்சுவையாகப் பேசக்கூடியவர் என்பது தெரியும். “ஸ்கூல் படிக்கீலயே மனப்பாடம் பண்ணுனதில்லையப்பா. பிட்டடிச்சுத்தானே பாஸ் பண்ணுனோம். இப்ப ஊர்ப் பேரு, டிக்கட் வெலை எல்லாம் டெய்லி காலைல நாலு மணிக்கு எந்திரிச்சு, ஒரு மணி நேரம் மனப்பாடம் பண்ண வேண்டியிருக்குது” என்று மாணவர்களிடம் சொல்லிக்கொண்டிருந்ததை ஒரு முறை கேட்க நேர்ந்தது. தள்ளாத கிழவி ஒருவர் வந்தபோது, “பெரிய மனுசங்க கொஞ்சம் எந்திரிச்சு வயிசுப் புள்ளைக்கு எடம் குடுங்க” என்றார். நேற்று பேருந்து மெதுவாகச் சென்றுகொண்டிருக்கவே, ஓட்டுநரிடம் சென்று, “ஏப்பா, நான் நடத்துநரா - நீ நடத்துநரா? பஸ்ஸ நடத்தியே கூட்டீட்டுப் போறயே. நாந்தானப்பா நடத்துநரு. பஸ்ஸை நான் நடத்திக்கறன். நீ ஓட்டுநரு. அதனால நீ பஸ்ஸை ஓட்டு. அடிச்சுடு டப்பிஸ் விஸில்; போலாம் ரைச்!” என்று காது கிழிக்க இரட்டை விஸில் ஊதினார்.

முந்தா நாள் பயணச் சீட்டு கொடுக்கும்போது குறிப்பாகப் பார்த்த மாதிரி இருந்தது. ஒன்றும் கேட்கவில்லை. நேற்றும் மாலையில் நூலகம் சென்றுவிட்டு வந்ததால் தாமதமாகி, மாலை ஆறரைக்கு நகர்மன்றத்திலிருந்து அதே பேருந்தில் வர நேர்ந்தது. சீட்டுக் கிழித்தபடியே, “ஏம்மா, நீ எந்தக் காலேஜு?” என்று கேட்டார்.

ஆக, அவர் மூலமாக இளங்கோவுக்கு ஏதோ சிக்கல் ஏற்பட்டிருந்தாலும் இருக்கலாம் என்று தோன்றியது. அல்லது இனிமேல் ஏற்படலாம். எதற்கும் இன்றோ, நாளையோ சித்திரக்கூடத்துக்குச் சென்று அவனிடம் விசாரிப்பது நல்லது என்று எண்ணியபடியே மாதங்கி தனது பேருந்து நிறுத்தம் நோக்கிச் சென்றுகொண்டிருந்தாள்.

நிறுத்தத்தை நெருங்கியபோது அவளுக்கு ஓர் அதிர்ச்சி.

தெற்கு வடக்கு முதன்மைச் சாலைக்குக் கீழ்ப்புறமாகவே பி.கே. புதூர். வடக்கே செல்ல, இவள் மேபுறத்து நிழற்குடைக்குச் செல்ல வேண்டும். அங்கே இளங்கோ நின்றுகொண்டிருந்தான்.

அவன் எப்படி இங்கே? அதுவும் சரியாக இந்த நேரத்தில்? தன்னைக் காணத்தானா?

இதுவரை அவன் இப்படி இங்கே வந்ததே இல்லை. அவனவன் காதலியைப் பார்க்க அவளது ஏரியாவுக்குச் சென்று, கடைக்கோ, குழாயடிக்கோ, கோயிலுக்கோ வருவாளா என்று தவம் கிடப்பான். கொஞ்சம் துணிச்சல் உள்ளவன்கள் அவளது வீட்டை நோட்டமிட்டபடி தெருவிலேயே உலாத்தி, யாரிடமாவது வாங்கிக் கட்டுவான்கள். அதி சாகசக்காரன்கள், வீட்டில் வேறு யாரும் இல்லாத நேரத்தில் காதலியின் வீட்டுக்கே போய்விடுகிறான்கள். இவனுக்கு அப்படி ரொமான்ஸும் கிடையாது, சாகசமும் கிடையாது. இங்கிருந்து இரண்டாவது நிறுத்தம்தான் அவனுடையது. விடுமுறை நாட்களில் நடையுலாவாகவே வந்து செல்லலாம். வர மாட்டான். பி.கே. புதூர் என்பது பத்ரகாளியம்மன் கோயில் புதூர் என்பதன் சுருக்கம். சிறிய, அழகிய குன்றுப் பகுதியில் அமைந்த, சக்தி வாய்ந்த தெய்வம் எனப் பெயர் பெற்ற காளி கோயில் அது. அங்கே செல்லும் வழித் தடத்தில்தான் இவளுடைய வீடு. அதை இவளும் சொல்லியிருக்கிறாள். கோயிலுக்குப் போகிற மாதிரி வரலாம். அப்படியும் வந்ததில்லை.

இப்போது வந்திருக்கிறானே! நினைத்த மாதிரியே அந்த நடத்துநரால் ஏதேனும் சிக்கல் ஆகிவிட்டதா? அதற்காக இவன் ஏன் இங்கே வர வேண்டும்? இங்கே தெரிந்தவர்கள் யாராவது பார்த்து, வீட்டுக்குச் சொல்லிவிட்டால்?

விநாடிப் பொழுதில் கேள்விகளும் எண்ணங்களும் அலைமோத, அவள் எச்சரிக்கையோடு இருபுற நிறுத்தங்களையும் பார்த்துக்கொண்டாள். தெரிந்த முகங்கள் இருந்தன எனினும், குடும்பத்துக்கு வேண்டப்பட்டவர்கள் என யாரும் இல்லை.

பின்னாடி திரும்பி, யாரேனும் வருகிறார்களா எனப் பார்த்தாள். இதுவரை அங்கும் யாரும் இல்லை. இட வலம் போக்குவரத்தைக் கவனித்துக்கொண்டு, எதிர்ச்சாரி நிழற்குடையை அடைந்தாள். இவர்களுடைய ஏரியா என்பதால் உள்ளுக்குள் மிதமான நடுக்கம். எனினும், இளங்கோ தன்னைக் காண முதல் முறையாக இங்கு வந்திருக்கிறானே என்ற பூரிப்பும் இருந்தது. ஆனால், ஏதோ பிரச்சனையால்தான் வந்திருக்கிறான் என்பது புரிந்ததால் மகிழ்ச்சியை முழுதாக அனுபவிக்க முடியவில்லை.

அருகே சென்றதும் அவனது முகத்தில் மந்தகாசத்தைக் கண்ட பிறகே இவளுக்குள் ஆசுவாசம். புருவம் உயர்த்தி, 'என்ன விஷயம்?" என்று ஜாடையால் கேட்டாள். புன்னகைத்துக் கண்சிமிட்டினான். ஏதோ நல்ல காரியம்தான் என்று பட்டது.

உள்ளூர்வாசிகள் இரண்டு மூன்று பேர் உடன் இருந்ததால், அவர்களுக்குத் தெரியாதிருக்கும்படியாக, அவனிடம் தெரிந்தவன் என்கிற தோற்றத்தில் பேச்சுக் கொடுத்தாள். "என்னங் ஸார் இங்க நின்னுட்டிருக்கறீங்க?"

"ஹோர்டிங் வெக்கறக்கு லொக்கேசன் பாக்கறக்கு வந்தேன்."

உண்மையான காரணமே அதுதானா? அப்படியும் இருக்கலாம். ஹோர்டிங்குகள் எழுதும் பணி கிடைத்தாலே நல்ல லாபம் இருக்கும். ஹோர்டிங் சொந்தமாக வைக்கவே செய்து, வாடிக்கையாளர்களுக்குக் குறிப்பிட்ட கால ஒப்பந்தத்தில் வாடகைக்கு விட்டால் நல்ல வருமானம். ஆனால், அதற்குப் பெரும் தொகை முதலீடும் போட வேண்டியிருக்கும். அதற்கு ஏதேனும் ஏற்பாடாகிவிட்டதா? அதனால்தான் இந்த மகிழ்ச்சியா? அல்லது அதற்காக வந்த சமயத்தில் இவளைக் கண்ட உற்சாகமா?

"ஏதோ பெரிய ஆர்டராட்ட இருக்குது? அதனாலதான் ரொம்ப சந்தோஷமா இருக்கறீங்களாட்ட இருக்குதே. சொந்தமா ஹோர்டிங் வெக்கப் போறீங்களா?"

"ம்...! சொந்தமாக்கற மாதிரி ஒரு ஏற்பாடுதான்" என்று பேசிக்கொண்டிருக்கும்போது இவர்களுக்கான பேருந்து

ஒன்று வந்தது. உக்கடத்தில் இறங்கிப் பேசுவோம் என ஜாடை காட்டிவிட்டு, பின்னால் ஏறிக்கொண்டான். அவளும் தலையாட்டிவிட்டு முன்னே ஏறிக்கொண்டாள்.

★★★

உக்கடம் நிறுத்தம் நாற்றத்துக்குப் பிரசித்தி பெற்றது. பேருந்து நிலையத்துக்கு வெளியே, நாற்சந்தி மூலையில், சந்தைக்கு முன்பாகவே நிறுத்தம். மீன் – கருவாட்டுக் கடைகள், கோழிக் கடைகள், அழுகிய காய்கறிகள் முதலானவற்றின் நாற்றத்தோடு, அப்பால் உள்ள கழிவு மேட்டு நாற்றங்களும் கலந்து மூக்கைத் துளைக்கும். அங்குள்ள வியாபாரிகள் தவிர, வேறு யாரும் அங்கு அதிக நேரம் நிற்க இயலாது. அங்கே இறங்கிய மாதங்கியும் இளங்கோவும், நாற்றமில்லாமலும், சௌகரியமாகவும் நின்று பேசுவதற்காக பேருந்து நிலையத்துக்குச் சென்றனர்.

அடிக்கடி அவர்கள் அங்கே சந்தித்துப் பேசுவது வழக்கம். இவர்களது மார்க்கத்தில் செல்லும் நகரப் பேருந்துகள் நிற்கிற இடத்தில் நின்றால், அங்கே வரக் கூடிய தெரிந்தவர்கள் எவர் கண்ணிலேனும் படக் கூடும் என்று, பொள்ளாச்சி, உடுமலை, பழனி பகுதி வெளியூர் பேருந்துகள் நிற்கும் இடத்துக்கோ, இன்னும் ஓரமாக உள்ள, கேரளப் பேருந்துப் பகுதிக்கோ சென்றுவிடுவர். இன்றும் அவ்வாறே பொள்ளாச்சி பேருந்துப் பகுதியில் நின்றுகொண்டனர்.

நடந்த சம்பவங்களை இளங்கோ சுருக்கமாகத் தெரிவித்தான். மாதங்கிக்கு அதைக் கேட்டுப் பெருமகிழ்ச்சியும், உற்சாகமும் தாளவில்லை.

“நெஜமாவாடா சொல்றே? டேய்! நீ எப்பவும் பகல் கனவு கண்டுட்டிருப்பயே,… அந்த மாதிரி இல்லியே?! நல்லா யோசிச்சுப் பாத்துச் சொல்லுடா. உண்மைலயே நடந்துச்சா? அப்படியா… நீ கௌம்பும்போது கூட அம்மா சொன்னாங்களா? அப்படின்னா நெஜமாத்தான் இருக்கும். இருந்தாலும் இதை என்னால நம்பவே முடியலடா. என்னை உங்க வீட்டுக்கே வரச்

சொன்னாரா உங்கப்பா?! உண்மைலயே உங்கப்பா க்ரேட்!"

"எங்கப்பா நம்ம கல்யாணத்துக்குச் சம்மதிக்கலன்னா என்ன பண்றதுன்னே தெரியாமத் தவிச்சுட்டிருந்தேன். அவரை மீறி என்னால எதுவும் செய்யவும் முடியாது; நீ இல்லேன்னா என்னால வாழவும் முடியாது. எப்படியோ, இப்ப அவரு சம்மதிச்சுட்டாருங்கவும்தான் நிம்மதி. வாழ்க்கைல எனக்கு இருந்த ஒரே ஒரு கவலை நேத்தையோட இல்லாமப் போயிருச்சு. இனி எனக்கு எந்தக் கவலையும் கெடையாது. இனிமே உலகத்துல எந்தக் கவலையும் இல்லாத மனுசன்னா அது நான்தான்."

"நீ சொல்லலாம். ஏன்னா, உனக்கு அப்படிப்பட்ட அப்பா கெடைச்சிருக்கறாரு."

"அது சரிதான். நாளானைக்கு ஞாயத்துக் கெழமை. வீட்டுக்கு வர்றயில்ல?"

"இது என்னடா கேள்வி? நாளைக்கு ஒரு நாள், சனிக்கெழமை குறுக்க நிக்குதேன்னு இருக்குது எனக்கு. இந்த வாரம் மட்டும் சனிக்கெழமை இல்லாம இருந்தா எவ்ளோ நல்லா இருக்கும்! அப்படி இருந்தா, நாளைக்கே நான் உங்க வீட்டுக்கு வந்திருவனே!"

★★★

அத்தியாயம் 11

வந்தாள்; வென்றாள்!

மாதங்கியுடன் தான் ஜோடியாக நடந்து செல்வதைத் தெருவே வேடிக்கை பார்ப்பதாகத் தோன்றியது இளங்கோவுக்கு. கன்னிகாவும் வெண்ணிலாவும் சும்மா இருக்க மாட்டாமல் இவனது காதல் விஷயத்தையும், கைலாசநாதன் அதற்கு ச்சம்மதம் தெரிவித்து அந்தப் பெண்ணை வீட்டுக்கே வரச் சொல்லிவிட்டதையும் அண்டை அயலில் தெரிவித்து, அது தெரு முழுக்கப் பரவிவிட்டது. அதனால் இப்படி எல்லோரும் தன்னை வேடிக்கை பார்க்கிறார்களே என அவனுக்குக் கூச்சமாக இருந்தது. இதற்காக வீடுகள் தோறும் குடும்ப மொத்தமும் கூடியிருக்கவில்லை. ஆனால், அந்தச் சமயத்தில் வீட்டின் முன் இருந்த ஆண்கள், பெண்கள், இளையோர் - முதியோர் அனைவரும் பார்த்தனர். அன்று ஞாயிறானதால் விடுமுறைக்காரர்களும் சேர்ந்ததில் பார்வையாளர்கள் எண்ணிக்கை கணிசமான அளவுக்கு இருந்தது. இவர்களின் வருகையைக் கண்டவர்கள் தமது கைவேலைகளையோ, வெட்டி அரட்டையையோ இடைநிறுத்திவிட்டு இவர்களைக் கவனித்து, ஜோடிப் பொருத்தத்தை ஆயவும், மாதங்கியைக்

கூர்ந்தாய்வு செய்யவும் முற்பட்டனர். சிலர் வீட்டுக்குள்ளோ அக்கம்பக்கங்களிலோ இருப்பவர்களை அழைத்து இவர்களைக் காட்டவும் செய்தனர்.

இளங்கோ வெளிறிய பழைய லுங்கியும், வீட்டில் அணிகிற பழைய சட்டையுமாகச் சாதாரணமாக இருந்தான். எப்போதும் போன்ற தொய்வான நடை. மாதங்கியோ, வெளிர் மஞ்சள், ரோஸ் நிற வரைகலைகள் கொண்ட புதிய கைத்தறிப் புடவையில், மிடுக்காக நடந்து வந்துகொண்டிருந்தாள். ஒரு கடைநிலை ஊழியன், தனது வீட்டுக்கு வருகிற மேலதிகாரியுடன் நடந்து வருவது போன்ற தோற்றம். இவனுக்கு இப்படிப்பட்ட பொண்ணா என்றுதான் பலரும் பார்த்தனர். இதுபோன்ற பார்வைகளை இளங்கோ நகரத்தில் பல இடங்களிலும் கண்டிருக்கிறான். அவற்றை அவன் பொருட்படுத்துவது கிடையாது. இங்கும் அத்தகைய பொருத்தம் பார்ப்புகளைப் பற்றி அவன் லட்சியப்படுத்தவில்லை. ஆனால், சொந்தத் தெருவில், சிறுவயது முதல் தன்னை அறிந்தவர்களிடையே காதலியுடன் நடந்துவருவது சங்கோஜமாக இருந்தது. பொண்ணு லச்சணமா இருக்குது, களையா இருக்குது என வேடிக்கைப் பெண்கள் தங்களுக்குள் பேசிக்கொள்வதைக் கேட்டு மகிழ்ச்சியாகவும் இருந்தது.

“பொண்ணு கலெக்ட்டராட்ட கம்பீரமா வருது. மாப்பளையென்னுமோ தொங்காந் தொஸ்க்கான்னு வாரானே. இப்பவாச்சும் நீயும் செடுக்குன்னு நிமுந்து வாடா. அப்பத்தான பாக்கறக்கு ஜம்முன்னு இருக்கும்” என்றார் ஒரு பெருசு.

“இந்தப் பூனையும் பால் குடிக்குமான்னு இருந்தவன், எப்பேர்ப்பட்ட காரியம் பண்ணியிருக்கறான் பாரு. அதுவும் எட்டாம்ப்புலருந்தேவாமா. யாரை நம்பறதுன்னே தெரியில” என்றாள் ஒரு நடுத்தர வயதுப் பெண்மணி.

மாதங்கியும் அதைக் கேட்டு ரசித்தபடியே, தெரு மருங்குகளையும், தங்களைப் பார்வையிடுகிறவர்களையும் பார்வையிட்டபடி வந்துகொண்டிருந்தாள்.

வீட்டை நெருங்க நெருங்க, பார்வையாளர்கள் எண்ணிக்கை கூடியது. அண்டை அயல் வீடுகளில், மாதங்கியைக் காணவென்றே வெளியில் ஆட்கள் நின்றிருந்தது போலிருந்தது.

இவர்கள் வீட்டில் நடந்ததுதான் இவனுக்கே தெரியுமே.

நேற்றிலிருந்து வீடே வைபவக் கோலம் பூண்டுவிட்டது. வெள்ளை அடிக்கவில்லை என்றாலும் கன்னிகா பரமேஸ்வரி நேற்று மாலையிலேயே ஒட்டடை அடித்து, பொருட்களை ஒழுங்குபடுத்தி வைத்துவிட்டாள். இன்று காலையில் தரை மெழுகி, வாசலில் பால்காரரர் வீட்டில் சொல்லி வைத்து வாங்கிய - பசுஞ்சாணம் தெளித்திருந்தாள். வெண்ணிலா சிரத்தையோடு அரை மணி நேரம் செலவழித்து, மார்கழிக் கோலம் போல பெரிய ரங்கோலிக் கோலம் போட்டிருந்தாள். அதில் இதய வடிவங்கள் இடம்பெற்றிருந்தன, அவள் திட்டமிட்டுச் செய்ததாகவே இருக்கக்கூடும்.

கன்னிகாவும் அவளும் வீட்டில் அணியக்கூடியதோ, வழக்கமானதோ ஆன உடைகளை உடுத்தாமல், விசேஷங்களுக்குச் செல்லும்போது உடுத்துகிற சிறப்பு உடைகளை உடுத்தியிருந்தனர். கன்னிகா இவனிடமும். “ஏன்டா,... இன்னைக்கும் இந்தப் பளைய ட்ரஸ்சுதான் கெடைச்சுதா? நல்ல ட்ரஸ்சு போடக் குடாதா?” என்று கேட்டாள்.

“ஏன்... இதுக்கு என்ன இப்போ?”

‘ம்ம்...? என்னையப் பொண்ணு பாக்கறக்கு வர்றாங்க. அதனாலதான்.”

அந்த அதிரடி கேலியைக் கேட்ட பின்பும் அவன் உடை மாற்றிக்கொள்ளவில்லை.

அமராவதியும் சேதுராமமூர்த்தியும் காலை ஒன்பதே காலுக்கே தன்வந்த்தோடு வந்துவிட்டனர். பத்து மணி வாக்கில் மோகனசுந்தரமும் வந்துவிட்டான். “எம் பொண்டாட்டிகறதுக்காக நான் பெருமையா சொல்லுல மாப்பளை. உங்கக்காளுக்கு இருக்கற வெந்ததனம் ஊருல ஒருத்திக்கும் இருக்காது” என்று சேதுராமமூர்த்தி அவனிடம்

பேசிக்கொண்டிருந்தார்.

பத்தே காலிலிருந்து இளங்கோ பிரிவில் காத்திருந்தான். சொல்லியிருந்தபடி சரியாக பத்தரைக்கு மாதங்கி, கொம்மாண்டம்பாறையிலிருந்து வருகிற 48-Bயிலிருந்து இறங்கினாள்.

ஏழெட்டு வீடு தள்ளி இவர்கள் சென்றுகொண்டிருக்கும்போதே அண்டை வீடுகளிலிருந்து பார்த்தவர்கள் தகவல் சொல்ல, வாசலிலிருந்து தன்வந்த்தும், வெண்ணிலாவும் எட்டிப் பார்த்தனர். வெண்ணிலாவின் பிடியிலிருந்து திமிறிக்கொண்டு தன்வந்த் ஓடிவந்து இவனது கையைப் பிடித்துக்கொண்டு நடந்தான்.

வாசலில் ஆரத்தி காத்திருந்தது. கோலத்தை விட்டு விலகி நடந்து, படிக்கட்டுகளின் முன்பு நிற்க, ஆரத்தியை வைத்திருந்த அமராவதி, “ஏம்மா,... ரெண்டு பேருக்குச் சேத்தி சுத்தறதா? கல்யாணத்துக்கு முந்தி அப்படிச் சுத்தலாமா?” என்று கேள்வி எழுப்பினாள். அதில் தேவலோகச் சட்ட சிக்கல்கள் சில இருந்ததால், தற்போது மாதங்கிக்கு மட்டும் தனியே ஆரத்தி எடுத்தால் போதும் என்று தீர்மானிக்கப்பட்டது. ஆரத்தி எடுத்து முடிந்ததும் மாதங்கி வலது காலை எடுத்து உள்ளே வைத்து வீட்டுக்குள் வந்தாள். வந்ததுமே, “மாமா, அத்தை... ரெண்டு பேரும் சேந்து நில்லுங்க” என்று கேட்டுக்கொண்டு, பவ்யமாக மண்டியிட்டு, அவர்களின் பாதங்களைத் தொட்டு வணங்கினாள். “தீர்க்கசுமங்கலியாவும், சகல சௌபாக்கியத்தோடும் இருக்கணும்” என்று கைலாசநாதன் சொல்ல, கன்னிகா அவளது தலையைத் தொட்டு ஆசீர்வதித்துவிட்டு, தோள்களைப் பற்றி எழச் செய்து, ஆதரவாக அணைத்துக்கொண்டாள்.

★★★

மாதங்கிக்கு யாரையும் அறிமுகப்படுத்த வேண்டியிருக்கவில்லை. அவளுக்கு இவர்களின் குடும்பத்தில் எல்லோரையும் தெரிந்திருந்தது. “இது அமராவதியக்கா, இது சக்கரைக்குட்டி

வெண்ணிலா, இது தன்வந்த், இவர் மோகன் அண்ணா, இவரைத்தான் நல்லாத் தெரியுமே,... சேது மச்சான்...” என்று ஒவ்வொருவராகக் காட்டி அவளே சொல்ல, “அவங்க ரெண்டு பேருக்கும்தான் நான் மச்சான். உனக்கு அண்ணன். மோகன்தான் உனக்கு மச்சாண்டாரு” என இப்போதே உறவுமுறையை நிலைநாட்டினார் சேதுராமமூர்த்தி.

“உங்களுக்கும் அமராவதியக்காவுக்கும் ஸ்பெஷல் தேங்க்ஸ்ண்ணா.”

“எதுக்கும்மா... போட்டுக் குடுத்ததுக்கா?”

“அதனால என்னங்ணா? எப்புடியோ நீங்க அதைப் பண்ணுனதுனாலதான எங்களுக்கு நல்லது நடந்துச்சு. இல்லாட்டி நான் இப்ப இங்க வந்திருக்க முடியுமா?”

அப்போது சம்பிரதாயமாக வெண்ணிலா தம்ளரில் தண்ணீர் கொண்டு வந்து கொடுக்க, அதைப் பருகிக்கொண்டாள்.

இளங்கோவை ஒட்டி நின்று ஆடியபடி தன்வந்த் அவளையே அண்ணாந்து பார்த்துக்கொண்டிருந்தான். “அடடா,... பெரியவங்க பேச்சுல உன்னை மறந்துட்டனே...” என்றபடி தன் கைப்பையைத் திறந்து இரண்டு ஃபைவ் ஸ்டார் சாக்லெட்டுகளை எடுத்து அவனிடம் கொடுத்தாள்.

அவன் தேங்க்ஸ் சொல்லி அதை வாங்கிக்கொண்டு, இளங்கோவின் ஒரு கையைப் பிடித்துத் தொங்கி ஆடியபடியே, “எங்க எல்லார்த்தோட பேரும் உங்களுக்கு எப்படித் தெரியும்? உங்க பேரு என்ன? அப்பறோம்,... நீங்க எங்க இளங்கோ மாமாவ எதுக்கு லவ் பண்றீங்க? லவ் பண்ணா உங்க வீட்டுல திட்ட மாட்டாங்களா? ரூமுக்குள்ள பூட்டி வெக்க மாட்டாங்களா? எங்க கல்யாணம் பண்ணிக்குவீங்க மண்டபத்துலயா, கோயில்லயா, அப்பறோம்,... ஃப்ரண்ட்ஸ் கூடப் போயி கல்யாண ஆஃபீஸ்ல கையெழுத்துப் போட்டுப் பண்ணிக்குவாங்கல்ல; அங்கயா?” என்றெல்லாம் கேட்டான். அவனது கேள்விகளால் வீடே கலகலப்பானது.

“அமராவதியக்காவும் இளங்கோவும் அப்படியே மாமா கலர்ல, ஜாடைல இருக்கீங்க. மோகன் அண்ணனும் ஸாரி, மோகன் மச்சானும், வெண்ணிலாவும் அப்படியே அத்தை கலர், ஜாடை. ஆளுக்கு ஒரு பொண்ணும் பையனும்” என மாதங்கி சொல்ல, “ஜாடைதான் அப்புடி. மத்தபடி குணத்துல ஒண்ணாச்சும் எங்களையாட்ட இல்ல. நாலும் நாலு தினுசு” என்றாள் கன்னிகா.

“எதுக்கு இன்னும் நிக்கவெச்சே பேசிட்டு? உக்காரும்மா, மாதங்கி. நீங்களும் உக்காருங்க சேதுராமமூர்த்தி” என கைலாசநாதன் நினைவுபடுத்திவிட்டு தனது அரியாசனமான இரும்பு மடக்கு நாற்காலியில் அமர்ந்த பிறகுதான் அவ்வளவு நேரம் அனைவரும் நின்றபடியே பேசிக்கொண்டிருப்பது ஞாபகம் வந்து, ப்ளாஸ்டிக் நாற்காலிகள், ஸ்டூல்களில் அமர்ந்துகொண்டனர். இருக்கைப் பற்றாக்குறையால் கன்னிகாவும் அமராவதியும் நிற்கவேண்டியதாயிற்று.

கன்னிகா, மாதங்கியின் பெற்றோர், குடும்ப விபரம், வீட்டு விபரம், சொந்த ஊர், பூர்வீகம் என தாய்மார்களுக்கே உரிய வகையில் அவளைப் பற்றிய ஒட்டுமொத்தத் தகவல்களின் சாராம்சத்தையும் திரட்டிக்கொண்டாள்.

மாதங்கி தெருவிலிருந்து வாசலில் நடந்து வருவதைப் பார்த்த கணத்திலேயே கைலாசநாதனுக்கும் கன்னிகாவுக்கும் அவளை மிகப் பிடித்துவிட்டது. படிப்பு வித்தியாசம், கௌரவம், வாழ்க்கை நலன், பலவிதப் பொருத்தமின்மைகள் என எதையும் பாராமல் இளம் பருவக் காதலை இன்னும் தொடர்கிறாள் என்பதே அவள் மீது அவர்களுக்கு நன்மதிப்பை உருவாக்கியிருந்தது. நேரில் அவளைக் கண்டதும் அவளது எடுப்பான தோற்றம், மிடுக்கான நடை ஆகியவற்றைப் பார்த்தபோது, தன்னம்பிக்கையும் உறுதியும் கொண்டவள் என்பது தெரிந்தது. அப்படிப்பட்டவள் வீட்டுக்குள் வந்ததுமே காலில் விழுந்து ஆசீர்வாதம் பெறுவாள் என எதிர்பார்க்கவே இல்லை. உயர்ந்த படிப்பும், அதற்குரிய கௌரவமும் இருப்பினும், அதைக் காட்டிக்கொள்ளாமல் பெரியவர்களிடம் இந்த அளவுக்கு மரியாதையாக இருக்கிறாளே

என்ற, ஆச்சரியம் கலந்த திருப்தி. அவள் சேதுராமமூர்த்தியிடம் சொன்னதும், அனைவரிடமும் சகஜமாகப் பேசியதும் சேர்ந்து முழு மனநிறைவு தந்தன.

அழகிலும் இளங்கோவுக்கு அவள் அதிகப்படியானவளே. இளங்கோ கறுப்பு. அவள் மாநிறம். ஈர்க்கக் கூடிய லட்சணங்கள் கொண்ட நீள்வட்ட முகம். குரல்தான் மித கனமாக இருந்தது. எனினும், அவளது மிடுக்கான தோற்றம், தன்னம்பிக்கை, உறுதி ஆகியவற்றுக்கு அதுவே பொருத்தமானது என்றும் கைலாசநாதனுக்குப் பட்டது.

வந்த உடனே அவள் மற்ற எல்லோரையும் கவர்ந்துவிட்டாள் என்பதையும், அமராவதிக்கு மட்டுமே ஏதோ அதிருப்தி என்பதையும் அவரவர் முகவெளிப்பாடுகளிலிருந்து அவரால் கண்டுகொள்ள முடிந்தது.

★★★

மாதங்கி எழுந்து கூடத்தில் மாட்டியிருந்த புகைப்படங்களைப் பார்வையிடலானாள். பழுப்பேறிய கறுப்பு வெள்ளை கைலாசநாதன் கன்னிகா பரமேஸ்வரி, வண்ணத்தில் மோகனசுந்தரம் தமிழ்ச்செல்வி, அமராவதி - சேதுராமமூர்த்தி தம்பதியரின் கல்யாணப் புகைப்படங்கள். மோகனசுந்தரத்தின் மூத்த குழந்தை கவிழ்ந்து படுக்கும் சமயத்தில் எடுத்த படம். திருஷ்டிபடாதிருக்க, பொட்டு நெற்றி மத்தியில் இல்லாமல் தள்ளி வைக்கப்பட்டிருந்தது. அதே குழந்தை பெரிதான பின் கைலாசநாதன் தம்பதியர் மடியில் வைத்தபடி அமர்ந்திருக்கும் படம். தன்வந்தின் இரண்டரை வயதுப் படம். கறுப்பு வெள்ளையில் இளங்கோ சகோதர சகோதரிகளின் சிறார் வயதுப் படங்களும் இருந்தன. மோகன், அமராவதி, வெண்ணிலா ஆகியோரின் படங்கள் இருக்க, இளங்கோவுடையது மட்டும் இல்லை.

“இளங்கோ போட்டோ எடுக்கறக்கு வெக்கப்பட்டுட்டு வரவே மாட்டான். அதனாலதான் அவனோட போட்டோ எதுவுமே

இல்ல.” கேட்கும் முன்பே கன்னிகா சொன்னாள்.

வெண்ணிலாவின் ஒன்றரை வயதுப் படம் மிக அழகாக இருந்தது. தவழக் கூடிய வயதில், பூச்சாடி அருகே ஒயர் பின்னல் வட்ட நாற்காலியில் உக்கார வைத்து, ஸ்டூடியோவில் எடுக்கப்பட்ட படம். நாற்காலியில் உட்கார மாட்டேன் என அடம்பிடித்து, அழுது கண் மை கரைந்த நிலையில் கண்ணீர் துடைக்கப்பட்டு, எதையோ காண்பிக்க, அதைப் பார்த்துச் சிரிக்க இருக்கும் தருணத்தில் எடுக்கப்பட்டது. அதில் இருந்த அவளது தோற்றமே, அப் படம் எடுக்கப்படும் முன்பு நடந்தது என்ன என்பதைத் தெரிவித்துவிடக் கூடியதாக இருந்தது.

“வெண்ணிலா இப்பவே அழகு. கொழந்தையா இருக்கும்போது இன்னும் அழகா இருந்திருக்கா. ஸோ க்யூட். ஒரு செக்கண்ட் முன்னயோ பின்னயோ க்ளிக் ஆயிருந்துச்சுன்னா, இந்த எக்ஸ்ப்ரஷன், ஃபீலிங் கெடைக்காமப் போயிருக்கும். அப்பவும் போட்டோ நல்லா இருந்திருக்கும். ஆனா, சாதாரணமா இருந்திருக்கும். இது, சம்திங் ஸ்பெஷல்.”

“கொளந்தையா இருக்கீல அவ துறுதுறுன்னு ரொம்ப அளகா இருப்பா. அதனாலதான் தெருவுல அவளுக்கு சக்கரைக் குட்டின்னு செல்லப் பேரே வெச்சு, வீட்டுலயும் அப்புடியே கூப்பட ஆரம்பிச்சுட்டம். அப்ப அவளை வீட்டுல பாக்கவே முடியாது. அக்கம்பக்கத்து ஊட்டுக்காரங்க, மாத்தி மாத்தித் தூக்கிட்டுப் போயிருவாங்கொ. எனக்கு இமுசே இருக்காது. நாம் பாட்டுக்கு வீட்டு வேலையப் பாக்கலாம். இல்லாட்டி இடுப்ப உட்டே எறங்காம, நை–நைன்னுட்டே இருப்பா” என்ற கன்னிகா, சுவர்க் கடிகாரத்தைப் பார்த்துவிட்டு எழுந்து, “பதனொண்ணே கால் ஆயிப்போச்சு. அவுங்க பேசிட்டிருக்குட்டும்; நீ வா அமரு, நாம ஜூஸ் கலந்து குடுத்துட்டு, அப்பறம் அப்புடியே சமையல் வேலையப் பாக்கலாம்” என அவளையும் அழைத்துக்கொண்டு சென்றாள்.

“நீங்களும் அளகா இருக்கீங்க அண்ணி. சிறப்பு ‘ள’வை அளகா உச்சரிக்கவும் செய்யறீங்க. எங்க யாருக்கும் அது வராது. நெறையப் பேரு அப்புடித்தானாச்சு. ஆனா, எங்கப்பா,

சின்னண்ணன், நீங்க மூணு பேரும் கரெக்ட்டா உச்சரிக்கறீங்க" என்றாள் வெண்ணிலா.

கைலாசநாதன் சொன்னார்:

"தமிழோட சிறப்பு எழுத்து 'ழ'-ன்னு பேச்சாளர்கள் மேடைல பெருமையாப் பேசுவாங்க; எழுத்தாளர்கள் எழுதுவாங்க. ஆனா, தமிழர்கள்ல நூத்துக்குத் தொண்ணுத்தொம்பது புள்ளி தொண்ணூத்தொம்பது சதவீதம் பேருக்கு, தமிழன்னு சொல்ல வராது. தமிளன், தமிள்நாடு, வாளைப்பளம்னுதான் சொல்லுவாங்க. 'ழ'கரத்தைத் திருத்தமா, அழகா, இனிமையா உச்சரிக்கறது மலையாளிகதான். இலங்கைத் தமிழர்களும் அப்படித்தான். தமிழ்நாட்டைப் பொறுத்த அளவுல கன்னியாகுமரி, நாகர்கோவில்காரங்க சரியா உச்சரிப்பாங்க. கேரளாவை ஒட்டி இருக்கறதுனால அவுங்க பேச்சே மலையாள வாடைலதான் இருக்கும். அவங்களோட ழ உச்சரிப்பும் மலையாளத்துலருந்து வந்ததுதான். எனக்குத் தெரிஞ்ச அளவுல, ழ-வைக் கதறக் கதறக் கொலை பண்றது கோவை மாவட்டம்தான்; கொங்கு மொழிதான். வெளிய போயிப் பாத்த அளவுல, திருச்சி, பெரம்பலூர் மாவட்டத்துக்காரங்க ழ-வை சரியா உச்சரிக்கறாங்க..."

ரஸ்னா வந்தது. அதைப் பருகி முடித்ததும், "வெயிலேறி வெக்கையடிக்க ஆரம்பிச்சிருச்சு. எல்லாரும் ஒரே எடத்துல அடைஞ்சிருந்தம்னா புழுக்கம் ஜாஸ்திதான் ஆகும். நாம காத்தாட வராந்தாவுல போயி இருக்கலாம். மரத்து நெழலும் இருக்கும்" என கைலாசநாதன் நாசூக்காக எழுந்து, தனது அரியாசனத்தை மடக்கி எடுத்துக்கொண்டு வெளியேறினார். மோகன் இரண்டு ப்ளாஸ்டிக் நாற்காலிகளை ஒன்றுள் ஒன்றாகப் போட்டு எடுத்துக்கொண்டு தொடர, சேதுராமமூர்த்தியும் உடன் சென்றார்.

வெண்ணிலா மாதங்கியை அழைத்துச் சென்று தங்களின் படுக்கை அறையைக் காட்டினாள். பீரோவில் இருந்த அவளது நகைகள், இளங்கோ அவளுக்கு எடுத்துக் கொடுத்த முத்து மாலை, ஆடைகள் ஆகியனவும் காட்டப்பட்டன.

சுவர் அடுக்கறையைப் பார்த்தவள், அதில் ஒரு அடுக்கில் மட்டும் உள்ள கைலாசநாதனின் நூல்கள் என்னென்ன என்று பார்வையிட்டாள். இலக்கியம், கலை, ஆன்மிகம் போன்றவை இல்லை. திராவிடம், பொது உடமை, பெரியாரியம், அம்பேத்காரியம் போன்ற சமூக அரசியல் நூல்கள் மட்டுமே. மற்ற அடுக்குகளில் சிறிய அளவிலான மாத்திரை டப்பாக்கள், மருந்துப் புட்டிகள், முதலுதவிப் பெட்டி, பெண்களின் அலங்காரப் பொருட்கள் அடங்கிய பல பெட்டிகள் முதலானவை.

லேசாகத் துருப்பிடித்த, சிறிய தகர டப்பா ஒன்று அவளின் கவனத்தை ஈர்த்தது. அதன் மூடி மீது எனாமல் அச்சிடப்பட்ட, 60–களில் இருந்த நாகரிகம், அலங்காரம் ஆகியவற்றின்படி சேலை - ரவிக்கை அணிந்த மாடல் பெண்ணின் முகம் அழியாமல், ஆனால் மங்கி இருந்தது. அவ்வளவு பழைய பெட்டியின் அந்த அச்சு இன்னும் அழியாமல் இருக்கிறதே என்ற வியப்பு. அந்தப் பெண் காதோரத்தில் மஞ்சள் ரோஜாவும் செருகி, ஒயிலாக போஸ் கொடுத்துக்கொண்டிருந்தாள். கன்னிகா பரமேஸ்வரி தனது பொட்டு, ஹேர் பின், பெரிய கொண்டை ஊசி, தைக்கிற ஊசி, பின்னூசி முதலானவற்றை அதில் போட்டு வைத்திருப்பாள்.

மாதங்கி அந்தப் பெட்டியை எடுத்து மாடல் முகத்தைப் பார்த்துவிட்டு, “இது முப்பது - நாப்பது வருசத்துக்கு முன்னாடித்ததா இருக்குமே” என்றாள்.

“எங்கம்மா கல்யாணமாயி வந்தபோது கொண்டு வந்ததாமா அது. அரதப்பளசாயிருச்சு, தூக்கிப் போடுன்னாலும் கேக்காம, அடம்புடிச்சு இன்னும் அதைய பத்தரமாப் பாதுகாத்துட்டிருக்குது. பொல்லாத சீதனம்.”

“அப்படியில்ல சக்கரைக் குட்டி. அது அவங்களோட கல்யாண ஞாபகார்த்தமா இருக்கும்.”

“அதுக்காக துருப்பிடிச்ச டப்பாவை வெச்சுட்டிருக்கணுமா? சின்னண்ணங்கிட்டக் குடுத்தா பெய்ன்ட்டாவது அடிச்சுக்

குடுப்பான்னு சொன்னேன். அதையும் கேக்கல.”

“பெய்ன்ட் அடிச்சா ஒரிஜினாலிட்டி போயிடும்ப்பா. அப்பறம் அந்தப் பழைய ஃபீலிங் இருக்காது. சரி... நீ எப்படி அரேஞ்ச்டு மேரேஜா, லவ் மேரேஜா?”

“போங்கண்ணி... நீங்க வேற. அன்னைக்கு உங்களைப் பத்திப் பேசீட்டிருந்தப்ப, நானும் லவ் பண்ணுனா ஒத்துக்குவீங்களான்னு எங்கம்மாகிட்ட சும்மா பேச்சுக்குக் கேட்டேன். அதுக்கே, வெளக்குமாறு பிஞ்சுரும்னுது” என்றதும் உரக்கவே சிரித்தாள்.

“என்னண்ணி சிரிக்கறீங்க? அண்ணன் லவ்வ ஏத்துக்குமாமா; நான் லவ் பண்ணினா ஏத்துக்காதாமா. அது என்ன நியாயம்?”

“நீ இன்னும் சின்னப் புள்ளையாவே இருக்கற. ஒருத்தங்க பேசறதை, எப்பவும் அப்படியே லிட்ரரியா மீன் பண்ணிக்கக் கூடாது. சில சந்தர்ப்பங்கள்ல, சொல்றதோட அர்த்தம் வெறொண்ணா இருக்கும். சில சமயம், அதுக்கு ஆப்போஸிட்டாக் கூட இருக்கலாம். ஒருத்தங்க ஒண்ணு சொன்னா, ஏன் அப்படிச் சொல்றாங்க, அவங்களோட பாய்ன்ட் ஆஃப் வியூ என்ன, அதுக்குக் காரணம் என்னன்னு அவங்களோட ஏங்கிள்ல இருந்து திங்க் பண்ணிப் பாரு. அப்ப உனக்கு அடுத்தவங்களோட பேச்சு, எண்ணம், செயல் எல்லாமே புரியும்.”

வெண்ணிலாவுக்கு இவள் சொன்னதன் முழு அர்த்தமும் சென்று சேரவில்லை. இவளைவிட இரண்டு வயது மட்டுமே சிறியவள். முதுகலை இறுதியாண்டு. எனினும் செல்லமாகவே வளர்ந்தவள். வாழ்வானுபவம் கிடையாது. உலக அறிவு, சிந்தனை அறிவு ஆகியவை போதாது. பள்ளி, கல்லூரி வார்ப்பு ஏட்டுச் சுரைக்காய். அறிவுசார் நூல்களையோ, கலை – இலக்கியங்களையோ கற்றறியாதவள்.

“நீங்க சொல்ற பாய்ன்ட் ஓ.கே.ங்க அண்ணி. ஆனா, பசங்களுக்கு மட்டும் சலுகை; பொண்ணுகளுக்கு இல்லையா?”

“ஆணும் பெண்ணும் சமம்ங்கற சம உரிமைக் கண்ணோட்டத்துல நீ கேக்கற. அந்த வகைல அது சரிதான். ஆனா, குடும்பம், சமூகம்,

பண்பாடு, கலாச்சாரம், ஜாதி, மதம் இது எல்லாத்துலயுமே, ஆண் பெண் பேதத்தை, உரிமைக் கண்ணோட்டத்துல மட்டும் பாக்கறதில்லையே. அதே மாதிரி, இந்தப் பிரச்சனை ஆணாதிக்கம், பெண்ணியம் சம்பந்தமானது மட்டும் இல்ல. இதுக்குள்ள பல்வேறு விழுமியங்கள், நெறிகள், சமய நம்பிக்கைகள், ஜாதி மதக் கோட்பாடுகள்னு உள்ளீடுகள் நெறைய இருக்கும். இதப் பத்திப் பேசப்போனா நாள் கணக்கா ஆகும். இப்போதைக்கு ஒண்ண மட்டும் சொல்றேன். பெண்தான் குடும்பம், ஜாதி, மதம் இந்த மூணோட மானம், மரியாதை, கௌரவம்னு நெனைக்கறது உலக வழக்கம். ஒரு பொண்ணை நம்ம வீட்டுக்குக் காதல் கல்யாணம் பண்ணிக் கூட்டிட்டு வந்தா, அந்தப் பொண்ணோட குடும்பம், ஜாதி, மதம் இந்த மூணோட மானம், மரியாதை, கௌரவம் அத்தனையும் அவளோட சேத்து நம்ம வீட்டுக்கு எடுத்துட்டு வந்துட்டதா அர்த்தம். அதே சமயம் நம்ம வீட்டுப் பொண்ணு யாரு கூடயாவது ஓடிப் போயிட்டா, அவளோட சேந்து நம்ம குடும்பம், ஜாதி, மதத்தோட மானம், மரியாதை, கௌரவம் எல்லாம் போயிட்டதா அர்த்தம்.”

“ஓ...! இதுல இப்படி ஒண்ணு இருக்கா?”

“இது மாதிரி நெறையா இருக்கு. லவ் பண்றது பெரிய விஷயமே இல்ல. உலகத்துலயே ரொம்ப சிம்ப்பிளான விஷயம் அதுவாத்தான் இருக்கும்னு நெனைக்கறேன். ஒரு பையனும் பொண்ணும், ஆம்பளையும் பொம்பளையும், பாத்த உடனே, கண்டதும் காதல் வரலாம். அது இயற்கை. எதிர்பால் ஈர்ப்புனால, தானா உருவாகறது. ஆனா, ஒழுக்கம், பண்பாடு, மானம், மரியாதை, கௌரவம், தர்மம், நியாயம் இதெல்லாம் நாமளாக் கஷ்டப்பட்டுக் கடைப்புடிச்சுக் காப்பாத்துனாத்தான் உண்டு. ‘இவ்வளவு பேசற நீங்க, குடும்ப கௌரவம், மானத்தை ஒதறித் தள்ளிட்டுட்டுத்தானே வரப் போறீங்க?’ன்னு கேக்காதே. லவ் மேரேஜ்ல இருக்கற எத்தனையோ கஷ்டங்கள்ல அதுவும் ஒண்ணு. லவ் பண்ணவங்களைக் கல்யாணம் பண்ணியாகணும்னா, பெத்தவங்களை எதுத்து, சொந்த

பந்தங்களை விட்டுட்டு, ஜாதி மத சமூகங்களைப் பகைச்சுட்டுக் கூட போராடித்தான் ஆகணும். காதலிச்சவங்களைக் கைப்பிடிக்க, எவ்வளவோ இழக்க வேண்டிவரும். சில சமயம், உயிரைக் கூட. அந்த வகைல பாத்தா, உலகத்துலயே ரொம்பக் கஷ்டமான விஷயம் காதல்தான்.”

வெண்ணிலா அவளை நெருங்கி, அவளது இரு கரங்களையும் ஆதரவாகப் பற்றிக்கொண்டு, அழுத்திப் பிடித்தாள். மாதங்கியும் புன்னகைத்து அவளது கரங்களைப் பற்றி இறுக்கிக்கொண்டாள்.

★★★

அரைத்துக்கொண்டிருக்கும் மிக்ஸியிலிருந்து இஞ்சி, பூண்டு விழுது வாசனை, காரலோடு கமகமத்தது. கன்னிகா அதை அரைத்துக்கொண்டிருக்க, அமராவதி ஆட்டிறைச்சி, கோழி இறைச்சி ஆகியவற்றைத் தனித் தனியே எடுத்து வைத்து, குழம்புக்கும் வறுவலுக்கும் ஏற்ப மசால் கலக்கித் தடவுகிற பணியில் இருந்தாள். சமையல் மேடையில் ஓர் ஓரமாக வெங்காயம், மிளகாய், தக்காளி, கொத்துமல்லி ரகங்கள் அரிந்து வைக்கப்பட்டும் இருந்தன.

“எங்க ஃபேமிலில அக்காதான் சமையல் ராணி. அதுலயும் நான்வெஜ்ல அவதான் எக்ஸ்பர்ட்” என்றாள் வெண்ணிலா.

“அதே மாதிரி எங்க ஃபேமிலில சக்கரைக்குட்டிதான் சாப்பாட்டு ராணி. வெஜிட்டேரியன், நான்வெஜ் - ரெண்டுலயுமே அவதான் எக்ஸ்பர்ட்” என்றாள் அமராவதி.

“ஆரம்பிச்சுட்டீங்களா ரெண்டு பேரும்? இதோட நிறுத்திக்குங்கொ. இதுக்கு மேல போனா மல்லுக்கட்ட ஆரம்பிச்சிருவீங்கொ. இதுக ரெண்டும் இப்புடித்தான், மாமியா - மருமக, நங்கையா நாத்தனாரு மாற கொஞ்சிக் குலாவிக்கும்” என்றாள் கன்னிகா.

“அக்காகிட்ட மட்டும்தானா? அண்ணனுகளோடவும் சண்டை போடுவயா?”

மாதங்கி கேட்டதும், வெண்ணிலா உற்சாகியானாள். "எனக்கு சண்டை போடறதுன்னா நல்ல இன்ட்ரஸ்ட்டுங்கண்ணி. ஆனா, அக்கா மட்டும்தான் சண்டைக்கு வருவா. பெரியண்ணன் சரியா வீட்ல இருக்கவே மாட்டான். அவனுக்கும் எனக்கும் வயிசு வித்தியாசம் அதிகம்கறதுனால அவன் கூட சண்டை போடவே தோணாது. அதுக்கு அவன் லாய்க்கும் இல்ல. சின்ன அண்ணன் பாவம், அவனுக்கு சண்டை போடறக்கே தெரியாது."

"பசங்க சண்டை சச்சரவு கெடையாது. இதுக ரெண்டும்தான் மல்லேஸ்வரிக."

"கூடப் பொறந்தவங்க யாரு கூடயாவது சண்டை கட்டிட்டு இருந்தா ஜாலியா இருக்கும். நானும் நெறைய வீட்ல பாத்திருக்கறேன். எனக்குத்தான் கூடப் பொறந்தவங்க யாருமே இல்லாமப் போயிருச்சு. சண்டை போடறக்கும் சரி; பாசம் காட்டறக்கும் சரி."

கன்னிகாவும் வெண்ணிலாவும் அவளை ஆதுரத்தோடு பார்த்தனர்.

கூடத்துக்குத் திரும்பியதும், "உன் ரூமுக்கு நீயே கூட்டிட்டுப் போயிக் காமிச்சுரு. நான் சமையலுக்கு ஹெல்ப் பண்றேன்" என்று இளங்கோவிடம் சொல்லிவிட்டு வெண்ணிலாவும் நாசூக்காக நழுவி, பின்வாங்கிக்கொண்டாள்.

தன்வந்த்தோடு அமர்ந்து தொலைக்காட்சி பார்த்துக்கொண்டிருந்த இளங்கோ, தன்வந்த் தொடர, மாதங்கியைத் தனது அறைக்கு அழைத்து வந்தான். மின்விசிறியை ஓடவிட்டு, அவளை அங்கிருந்த நாற்காலியில் அமரக் கைகாட்டிவிட்டு, கட்டில் விளிம்பில் அமர்ந்துகொண்டான். அவள் அங்கே அமராமல் அவனருகே ஒட்டி அமர்ந்துகொண்டாள். தன்வந்த் அந்த நாற்காலியில் எம்பி அமர்ந்துகொண்டான். அவன் அருகே இருக்கும்போது மாதங்கியுடன் சேர்ந்து அமர்வதற்கு இளங்கோவுக்குத் தயக்கமாக இருந்தது. சின்னஞ் சிறுவன் என்பதால் சற்று முன்பு போல வெகுளித்தனத்தோடு வில்லங்கமாக எதையாவது கேட்கவோ, சொல்லவோ செய்துவிடுவானோ என்ற முன்னெச்சரிக்கை.

ஆனால், அப்போது அவன் எதுவும் பேசாமல் அமைதியாக அமர்ந்திருந்தான்.

“என்ன சொல்றாங்க உன் மாமியார், நாத்தனாரெல்லாம்?” இளங்கோ மெல்லிய சத்தத்தில் மாதங்கியின் முகம் பார்த்துக் கேட்டான்.

அவள் எதுவும் சொல்லாமல் புன்னகைத்துவிட்டு, அவனது தோளில் சாய்ந்துகொண்டாள். நாலைந்து விநாடிகள் கழிந்த பிறகு, அதேபோன்ற மெல்லிய சத்தத்தில், “எனக்கு இப்பருந்தே, இங்கயே இருந்தர்லாம் போல இருக்குடா” என்றாள்.

★★★

அத்தியாயம் 12

அவன் ஒரு ஸ்கிஸாய்ட்

*மா*தங்கி தந்த சாக்லெட்டில் தன்வந்த் ஏற்கனவே ஒன்றைத் தின்று முடித்திருந்தான். இப்போது அடுத்ததையும் எடுத்துத் தின்னத் தொடங்கினான்.

இளங்கோவுக்கு அதைப் பார்க்கவும் எறும்பூரும் நினைவு.

"இந்த ஆன்ட்டி, ஏதாச்சு ஸ்பெசல் விசேசம்னாத்தான் சாக்லெட் குடுப்பாங்கடா, தன்வந்த். என்ன விசேஷம்னு கேட்டயா?" என்றான், மாதங்கியைக் குறும்பாகப் பார்த்தபடி.

அவள் இவனிடம் நாக்கைத் துருத்திக் காட்டி மிரட்டிவிட்டு, தொடையில் கிள்ளவும் செய்தாள்.

"நீங்க ரெண்டு பேரும் கல்யாணம் பண்ணிக்கப் போறீங்கல்ல,... அதுதான் விசேசம்" என்றான் தன்வந்த்.

"கரெக்டா சொன்னடா" என்றாள் மாதங்கி.

"ஆமா... நான் கரெக்டாத்தான் பேசுவேன். அப்பறோம்,... உங்க ரெண்டு பேர்த்துக்கும் பொண்ணு பாப்பா பொறந்தா,

எனக்குத்தான் கல்யாணம் பண்ணிக் குடுக்கணும். சரியா?"

மாதங்கி அசந்து வாய் மேல் கை வைத்தாள். "அடப் பாவீ...! என்னடா, இப்பவேவா? யார்றா உனக்கு இதெல்லாம் சொல்லிக் குடுத்தா?"

"சேதுராமமூர்த்திதான்."

"ஆ...ஹா...! இவன் இவுங்கப்பாவை மிஞ்சுவானாட்ட இருக்குதே..." என்று சொல்லிக்கொண்டிருக்கையில் சமையற்கட்டிலிருந்து இறைச்சி வேகும் வாசனை. தன்வந்த் உடனே, "ஹை...! ச்சீச்சி வாசம்" எனத் துள்ளி இறங்கி சமையற்கட்டை நோக்கி ஓடினான்.

மாதங்கி சிரித்துக்கொண்டாள்.

இளங்கோ தனது ட்ரங்க் பெட்டியைத் திறந்தான். சிறுவயதிலிருந்து அவன் அதை உபயோகித்துக்கொண்டிருக்கிறான். ஒடுங்கியும் ஓரங்களில் ஓட்டை விழுந்தும் இருந்தாலும் நாலைந்து வருடங்களுக்கு ஒரு முறை அவனே அதைத் துரு நீக்கி எனாமல் பெயின்ட் அடித்துவிடுவதால் இன்னும் உபயோகிக்கிற நிலையிலேயே இருந்தது. அதனுள்ளிருந்த, ட்ரங்க் பெட்டிக்கு அடிக்கப்பட்ட பெயின்ட்டே அடிக்கப்பட்டு, வரைகலை செய்யப்பட்டிருந்த, சிறிய தகர டப்பாவை எடுத்து வந்தான்.

"கல்யாணம் முடிஞ்சு நம்ம ஃபர்ஸ்ட் நைட் அன்னைக்கு சர்ப்ரைஸா இதை உனக்குக் காமிக்கணும்னு இருந்தேன். எதிர்பார்க்காத விதமா நீ இப்பவே வந்துட்டதுனால, இப்பவே காமிக்கறேன்" என்று டப்பாவைத் திறந்து, எட்டாம் வகுப்பில் மாதங்கி கொடுத்த சாக்லெட்டுகளின் பாலித்தீன் உறைகளை எடுத்துக் காட்டினான்.

அவற்றைக் கண்டதுமே மாதங்கிக்கும் அந்தத் தாள்கள் நினைவுக்கு வந்து, அதை இன்னும் வைத்திருக்கிறானே என்ற பெரு வியப்பு. அந்தச் சாக்லெட் தாள்களை அவனிடமிருந்து வாங்கித் தன் உள்ளங்கைகளில் வைத்துப் பார்த்தவளுக்கு, உடல் இரண்டாம் முறை பூத்தது போல் இருந்தது. மகிழ்ச்சியும்,

பூரிப்பும், உற்சாகமும் கரைபுரள, கட்டில் விளிம்பிலிருந்து எழுந்தவள், அவனைத் தாவி அணைத்து வாயில் முத்தமிட்டாள்.

எதிர்பாராத வேகத்தில் இன்பத் தாக்குதலுக்கு ஆளான இளங்கோ, சற்றுத் தடுமாறிவிட்டான். அவனது கையில் இருந்த டப்பாவுக்குள்ளிருந்து கறுப்பு சிவப்பு குன்றிமணிகள், பலகரப் பாசிகள் ஆகியனவும் சிதறி, தரையிலும் கட்டில் மீதுமாகத் தெறித்தன. தரையில் விழுந்த குன்றிமணிகள் குதித்துக் குதித்து உருண்டு நாற்திசையும் ஓட, மல்லாந்து விழுந்த பலகரப் பாசிகள் சுழன்று நின்றன.

இந்த நிகழ்வால் அவளும் உணர்வுச் சமநிலைக்கு வந்து பின்வாங்கி, தனது அஜாக்கிரதையான தவறுக்கு வருந்தி, "ஸாரி..." என்றாள்.

"இதுக்கெல்லாமா ஸாரி கேப்பாங்க? எடுக்கவோ, கோக்கவோங்கறதை அப்பறமா நான் பாத்துக்கறேன். நீ குடுக்கறதை முழுசாக் குடு" என்றான் கிசுகிசுப்பாக.

அவளும் கிசுகிசுப்பாகவே, "ம்ம்...? உனக்கு ரொம்பத்தான்டா தைரியம். இது வீடுங்கறது ஞாபகம் இருக்கட்டும். அதுவும் இல்லாம, வீட்டுல எல்லாரும் இருக்கறாங்க. இல்லேன்னா... நானே உனக்கு இதுக்காக நூறு முத்தம் குடுத்திருப்பேன்" என்றாள்.

"சரி. அப்ப மீதி தொண்ணூத்தொம்பது பற்றுல வெச்சர்றேன். தவறாமக் குடுத்தரணும்."

"வட்டியும் மொதலுமாத் திருப்பித் தர்றேன்; போதுமா? இப்ப ஜொள்ளு ஊத்தாம, கீழ சிந்திக் கெடக்கறதை எடுத்து வெய்யி" என்றவள், தானும் அவனோடு குனிந்து, குன்றிமணிகளையும் பலகரப் பாசிகளையும் பொறுக்கி எடுத்து டப்பாவில் போட்டாள். கட்டில் மீது கிடந்தவையும் எடுக்கப்பட்டுவிட்டன. கட்டிலடியே வைக்கப்பட்டுள்ள அட்டைப் பெட்டிகள், தட்டுமுட்டு சாதனங்கள், அலமாரியின் அடிப் பகுதி, அறைக்குள் உள்ள மேஜை முதலான பொருட்களுக்கு அடியிலும், இடையில் உள்ள சந்து பொந்துகளிலும் இருப்பவற்றைப் பிறகு

எடுத்துக்கொள்கிறேன் என இளங்கோ சொல்லிவிட்டான்.

காஃபிப் பழுப்பு நிறம் கொண்ட அந்த சாக்லெட் உறைகள் லேசாக நிறம் மங்கியிருந்தாலும் இன்னும் சிதையாமல் இருந்தன. பாலித்தீன் என்பதாலும், டப்பாவுக்குள் பத்திரப்படுத்தி வைத்ததாலும் அவை அவ்வளவு பத்திரமாக இருந்திருக்கக் கூடும்.

“இதை இன்னுமாடா வெச்சிருக்கற?” வியப்பு தீராமல் கேட்டாள்.

“இது மட்டும் இல்ல. நெறைய இருக்குது” என்றவன் ட்ரங்க் பெட்டியையே எடுத்து வந்து கட்டில் மீது வைத்தான். இருவரும் அதன் இருபுறங்களிலும் அமர்ந்துகொண்டனர்.

மாதங்கி சம்பந்தப்பட்ட, உபயோகமற்ற பற்பல சிற்சிறு பொருள்களும் அவனது பெட்டகங்களில் இருந்தன. இருவரும் சென்ற திரைப்பட நுழைவுச் சீட்டுகள், இருவரும் சேர்ந்து பயணித்த அவளுக்கும் சேர்த்து அவன் வாங்கிய நகரப் பேருந்துப் பயணச் சீட்டுகள், அவள் பள்ளிக் காலங்களில் கீழே போட்ட பபிள் கம் மிட்டாயின் உறை, சித்திரக்கூடத்துக்கு வந்தபோது அவள் கிறுக்கியிருந்த துண்டுத் தாள்கள், எப்போதோ அவளது கூந்தலில் இருந்து உதிர்ந்த மலர்ச் சருகுகள், அவளது கண்ணாடி வளையல் துண்டு... இவை தவிர அவள் கொடுத்த அன்பளிப்புகள் தனி.

சில காதலர்கள் - முக்கியமாக, காதலிகளை விடவும் காதலன்கள் - இதுபோன்ற உபயோகமற்றதும், தூக்கி வீசப்பட்டதுமான பொருட்களைச் சேகரித்து நினைவுச் சின்னங்களாகப் பத்திரப்படுத்தி வைப்பது அவளும் அறிந்ததே. அவளுக்கு இந்த வழக்கம் கிடையாது. இளங்கோ அப்படிப்பட்டவன் என்பது இப்போதுதான் தெரிந்தாலும், ஆச்சரியமாக இல்லை. கூருணர்ச்சியான காதலன்கள் அவ்வாறு இருப்பது இயல்பு. இளங்கோ அகவுலகவாசியுமாதலால் இதுபோன்ற மாறுபட்ட பழக்கவழக்கங்கள் இருப்பது சாதாரணம். அவன் இன்னமும் வினோதமான குணங்கள், உணர்வுகள், பழக்கவழக்கங்கள், நடத்தைகள் கொண்டவன்தானே!

இளங்கோ அந்தப் பொருட்கள் ஒவ்வொன்றையும் எடுத்துக் காண்பித்து, அவை எந்தெந்தச் சந்தர்ப்பங்களில் தன்னிடம் வந்தன என்பது பற்றித் தெரிவிக்கலானான். நுழைவுச் சீட்டுகள், பயணச் சீட்டுகள் போன்றவற்றில் அவனால் பேனாவில் தேதி குறிக்கப்பட்டும் இருந்தன. மாதங்கிக்கு இத்தகைய செயல்கள் அபத்தமாகவும், பைத்தியக்காரத்தனமாகவுமே படும். ஞாபகார்த்தத்துக்காக இப்படிப்பட்ட பொருட்களை, அதுவும் இந்த அளவுக்கு சேகரித்து வைக்க வேண்டுமா?

ஆனால், காதல் என்றால் இப்படிப்பட்ட பைத்தியக்காரத்தனங்கள் இருக்கத்தான் செய்யும். பைத்தியக்காரத்தனம் இல்லாவிட்டால் அது என்ன காதல் என்றும் தோன்றியது.

அவள் சம்பந்தப்பட்ட பொருட்கள் முடிந்ததும் அதே போல அவனது பெட்டகச் சேகரிப்பில் இருந்த பிற பொதுப் பொருட்களையும் காண்பித்தான். சிறுவனாக இருந்தபோது எடுத்து வைத்திருந்த கூழாங்கற்கள், சிதைந்த பறவை இறகுகள், ப்ரிட்டிஷ் இந்திய நாணயங்கள் உட்பட பலவிதமான பொருட்கள். மற்றவர்களுக்கு எந்தவிதப் பயனும், மதிப்பும் அற்ற, குப்பையில் போடப்பட வேண்டிய பொருட்களே பெரும்பாலும். சிறுவப் பருவத்தில் அவற்றின் மீது எவ்வளவு ஆர்வமும் பிணைப்பும் கொண்டிருந்தானோ, அதேபோல இப்போதும் இருந்தான். சாய்சதுர வடிவில், ஒரு செ.மீ. கனம், ஒன்றரை அங்குல நீளத்தோடு, ஒருபுறம் மட்டும் விளிம்புகளில் பட்டைகள் தீட்டப்பட்டு இருந்த கண்ணாடிச் சில் அவனுக்கு மிகப் பிடித்தமானதாம். ஜன்னல் வெளிச்சத்துக்கு எதிராக வைத்து, ஒளி ஊடுருவலில் தோன்றும் நிறப்பிரிகையைச் சுவரில் படிவித்துக் காட்டினான். வெயிலில் அதைச் செய்தால் நிறமாலை பிரகாசமாகத் தென்படும் எனவும் சொன்னான்.

எதிர்மறையாக எதுவும் சொல்லாமல் அவற்றைப் பார்வையிட்டுவிட்டு, அவன் சிறுவயது முதல் வரைந்த ஓவியங்களை நோக்கினாள். அவனது குழந்தைக் கால ஓவியங்கள் குழந்தைத்தனமாகவே இருப்பினும், வயது கூடக் கூட வரையப்பட்ட ஓவியங்களில் அதற்குரிய வளர்ச்சியும்

தேர்ச்சியும் தெரிந்தன. எனினும், முறையான ஓவியப் பயிற்சி இல்லாததாலும், நுண்கலை ஓவியம் குறித்து அவனுக்குத் தெரியாததாலும் அவை அமெச்சூர் தன்மையோடேயே இருந்தன. மாதங்கிக்கும் ஓவியக் கலை குறித்து குறிப்பிட்டுச் சொல்லும்படியாக ஒன்றும் தெரியாது. ஆயினும் சிற்றிதழ்களில் நவீன ஓவியங்களின் பயன்பாடுகளைப் பார்த்தும், நவீன ஓவியம் குறித்த கட்டுரைகள், நூல்கள் ஆகியவற்றை வாசித்தும் ஓரளவுக்கு அது குறித்து அறிமுக அளவில் தெரியும். அவ் வகையில் பார்த்தால், இளங்கோவின் ஓவியங்கள் வெறும் படங்கள் மட்டுமே! ஓவியங்கள் அல்ல. ஓவியம் என்பதற்கான படைப்புத் தன்மையோ, கலை நுட்பங்களோ அவற்றில் கிடையாது. அவனைப் போன்ற தொழிற்துறை ஓவியர்களுக்கு அது தெரியாது. அவர்களுக்கு அது அவசியமும் இல்லை. மாதங்கி அது பற்றியெல்லாம் அவனிடம் பேசியதுண்டு. ஆனால், அவனுக்கு நுண்கலை ஓவியத்திலோ, நவீன ஓவியத்திலோ நாட்டம் இல்லை. எனவே, பிற்பாடு அவள் அது குறித்துப் பேசுவதை விட்டுவிட்டாள். இப்போதும் அவனது ஓவியங்களைப் புரட்டியபடி, நன்றாக இருப்பதாக ஒரு பேச்சுக்குப் பாராட்டிக்கொண்டிருந்தாள். அவள் பேச்சுக்குப் பாராட்டுகிறாள் என்பது அவனுக்கும் தெரியும்.

அப்போது தன்வந்த் ஓடி வர, பின்னாலேயே வெண்ணிலாவும் வந்தாள். “சொன்னாக் கேளுடா. அவங்க பேசிட்டிருக்கட்டும். நீ டிஸ்டப் பண்ணாத. வா” என்று அவள் அவனை இழுக்க, அவன் திமிறிக்கொண்டு வந்து இளங்கோவின் மடியில் அடைக்கலம் புகுந்துகொண்டான். “நான் டிஸ்டப் பண்ண மாட்டேன். நீ சில்லி சிக்கன் ரெடியானதும் சொல்லு, வர்றன்.”

இளங்கோவும், “அவன் இருக்கட்டும், விடு” என்றான்.

மாதங்கி, “இவன் அப்பளைய என்ன தெரியுமா சொன்னான்? எங்களுக்குப் பொண்ணு பாப்பா பொறந்தா இவனுக்குக் கல்யாணம் பண்ணிக் குடுக்கணுமாம்” என்று சொல்ல, வெண்ணிலா தன் இரு கைகளாலும் வாயைப் பொத்தியபடி வியந்து, “அச்சச்சோ...! அப்படியாடா சொன்னே?” என்று

கேட்டாள்.

“ஆமா...”

“எப்பவும் என்னைக் கல்யாணம் பண்ணிக்கறன்னுதானடா சொல்லுவ?”

“அது கேன்ஸல்.”

அறைக்குள் சிரிப்பலை.

“டீ கேன்ஸல்ங்கற மாதிரி சாதாரணமா சொல்றயேடா. அன்னைக்கு, ஐ லவ் யூ எல்லாம் சொன்னயே.”

“அது அன்னைக்கு. இப்ப நீ வேற மாப்பளை பாத்துக்க.”

சிரிப்பலை ஆர்ப்பரித்தது.

★★★

உணவு மேஜையில் அனைவருக்கும் இடம் போதாது என்பதால் மதிய விருந்து, கூடத்திலேயே தரையில் பந்தி விரிப்பாக நடந்தது. மற்ற அனைவரும் உணவருந்த, கன்னிகாவும் அமராவதியும் பரிமாறினர். அமராவதியின் அசைவ சமையல் மிகச் சுவையாக இருந்தது. மாதங்கியும் ருசித்துச் சாப்பிட்டு, “சேது அண்ணன் ஏன் குண்டா இருக்கறாருங்கறது இப்பத்தான் தெரியுது. உண்மைலயே நீங்க சமையல் ராணிதான்” எனப் பாராட்டினாள். தன்வந்த் காரம் எனினும் உஸ் உஸ் என ஊதிக்கொண்டே, கண்ணில் நீர் வழிய, மூக்கைப் புறங்கையால் துடைத்தபடி சாப்பிட்டுக்கொண்டிருந்தான்.

“பாவம்... தன்வந்துக்குக் கண்ணுல, மூக்குலல்லாம் தண்ணி வந்துருச்சு. காரம் கம்மியாப் போட்டிருக்கலாம்” என்றாள்.

அவன் தலையாட்டி மறுத்தான். “இல்லீங்க்த்தே. ச்சீச்சி காரமா இருந்தாத்தான் சூப்பரா இருக்கும்.”

“அவன் அப்புடியே அவுங்க சின்ன மாமனை மாதிரி. ஆம்லெட்டுலயும் அவனையாட்டவே பொடிப் பொடியா

நெறைய மொளகா போட்டுத்தான் சாப்புடுவான். காரத்துல மட்டும் மாமன் டேஸ்ட்டோட நின்னாச் செரி; 'காரத்துக்கு சைட் டிஷ்' வேணும்னு கேக்காம..." அமராவதி சந்தடி சாக்கில் இளங்கோவுக்கு ஊமைக் குத்து விட்டாள்.

சாப்பிட்டு முடித்த பின், கன்னிகாவும் அமராவதியும் உணவு மேஜையில் அமர்ந்து சாப்பிட்டுக்கொண்டிருக்கும்போது மாதங்கியும் அவர்களுடன் அமர்ந்து உரையாடிக்கொண்டிருந்தாள்.

"குடி ஒண்ணுதான் அவனுக்குக் கேடு. நாங்களும் எவ்வளவோ சொல்லிப் பாத்தும் திருந்துல. நீதான் அவனை வளிக்குக் கொண்டு வரோணும்" என்றாள் கன்னிகா.

உடனே, அமராவதி வெளுக்கத் தொடங்கிவிட்டாள்.

"எங்கம்மா உலக நடிப்பு. பசங்களுக்குத்தான் சப்போட் பண்ணும். அண்ணன் வந்து பணம் வேணும்னு கேட்டுச்சுன்னா, 'எங்கட்ட ஏதுடா காசு? நீ சம்பாரிச்சுக் குடுத்தயா?'ன்னு பஞ்சப் பாட்டுப் பாடீட்டே, பதுக்கி வெச்சிருக்கற பணத்தை அலுங்காம எடுத்துக் குடுத்துரும். வெளிலருந்து கேக்கறவீகளுக்கு, எங்கம்மா அவனை செரி ரெய்டு உடுதாட்ட இருக்குதுன்னு தோணும். 'வட்டு வட்டு பாக்குல இருக்கும்; புட்டு நாயி கொண்டுட்டுப் போயிரும்'ங்கற கோப்புல, எங்கம்மா சேத்து வெச்ச சிறுவாடை எங்கண்ணன் லவுட்டீட்டுப் போயிருவான்.

"உன்னோட ஆளு – தண்ணி வண்டி – டாப் கீர்ல வந்தான்னா, நம்ம நடிகையர் திலகம் காச்சு மூச்சுன்னு கத்தும். வீடு சுத்தி வாந்தியெடுத்தான்னா, பக்கெட் பக்கெட்டா தண்ணியூத்திக் களுவியுடும். அளவு மப்புல வந்தான்னா, 'எதுக்குடா இப்புடி காசுக்கும் கேடா, ஒடம்புக்கும் கேடா, அந்தக் களுதை மூத்தரத்தை வாங்கிக் குடிச்சுக் குட்டிச் செவுராப் போற? உன்னால எங்குளுக்கு மானக் கேடு வெளிய தலை காட்ட முடியில. நாளையும் பின்னயும் குடிச்சுட்டு வந்தீன்னா, உனக்கு வாசல்லதான் சோறு; அங்கதான் படுக்கை'ன்னு, ஆச்சா போச்சான்னு கத்தீட்டே, அவனுக்குப் புடிச்சாப்புடி, பச்சை மொளகாயப் பொடிப் பொடியா நறுக்கிப் போட்டு,

காரம் ஜாஸ்த்தியா டபுள் ஆம்லெட்டுப் போட்டுக் குடுக்கும்."

மாதங்கிக்கு அதைக் கேட்டு சிரிப்பு வந்தது. வாய்பொத்திச் சிரித்துக்கொண்டாள். ஒப்பீடாக மனதுக்குள் அவளது தாயின் நினைவு வர, அந்தச் சிரிப்பு தானே மறைந்தது.

★★★

மாலை 4 மணி வாக்கில் அமராவதி குடும்பமும் மோகனசுந்தரமும் கிளம்பிவிட்டனர். இளங்கோ குடும்பத்தினரும் மாதங்கியும் வாசலில் மர நிழலில் நின்றபடி அவர்களை வழியனுப்பினர். வெளியே இன்னும் கடுமையான வெயில். நிழலிலும் வெங்காற்று அனலடித்தது. வாசலில் உள்ள பெயர் தெரியா மரத்தில் இரு அண்டங்காக்கைகள் கோழித் தூக்கம் போட்டுக்கொண்டிருந்தன.

கிழ மேற்குத் தெருவில், தென்புறச் சாரியில் கிழக்குப் பார்த்த வீடு இவர்களுடையது. வீட்டு மனை தெற்கு வடக்கில் நீள் செவ்வகமாக இருந்ததால், தெருவைப் பார்த்த வசமாகக் கட்ட சௌகரியமின்றி அவ்வாறு கட்டியிருந்தனர். வட பகுதியில் வராந்தா, அதற்கு அப்பால் வாசல். அதன் வால் முனையாக நடைவழி, வாயிற்கதவு தாண்டி, மனை எல்லை வரை. எதிர்ச் சாரியில் இரண்டாவது வீட்டின் காம்பௌண்ட் சுவருக்குள் மார்பளவு உயரத்தில் மூன்று கவுட்டிகளோடு வெட்டப்பட்ட கொன்றை மரம் ஒன்று இருக்க, வெட்டுண்ட மூன்று இடங்களிலிருந்தும் நீரூற்று பொங்குவது போல அடர்த்தியாக கொத்துக் கொத்தாக மஞ்சள் பூங்கொத்துகள். இப்போதுதான் மாதங்கிக்கு அது பார்வையில் பட, கைகள் வெட்டுண்டவனின் சிரிப்பைப் போல உணர்ந்து, அவளது மனம் வேதனையும் துக்கமும் அடைந்தது. அந்த மரம் மீது பரிதாபமும், சகதாபமும் கொண்டாள்.

"இன்னைக்கு உலக மகளிர் தினமாமா. அந்தப் பூ மரத்தை அப்புடியே அதுக்கு சிம்பலாப் போடலாம்."

வராந்தாவில் மடக்கு இரும்பு நாற்காலியில் அமர்ந்திருந்த கைலாசநாதன் சொல்ல, அவள் அவரை ஆச்சரியத்தோடு பார்த்தாள். தான் அந்த மரத்தின் புறக் காட்சியை மட்டுமே கண்டு, அதை உடல் ஊனமான ஒரு சாராருக்கு மட்டும் பொருத்திப் பார்த்திருக்க, அவர் அதை அக ரீதியாக தரிசித்து, ஒட்டுமொத்த மானுடக் குறியீடாக்கிவிட்டாரே என வியந்தாள். அவரது அந்தக் கூற்று, பெண்கள் மீதான அவரது கருத்தியலையும், கரிசனத்தையும், மதிப்பையும் ஒருங்கே வெளிப்படுத்துவதாக அமைந்தும் விடவே, அவளுக்கு அவரிடம் மரியாதை கூடியதோடு, பெண்களை அனுதாபத்தோடு பார்க்கிற ஆண் எனும் முறையில் அன்னியோன்யமான உணர்வும் ஏற்பட்டது. அதன் காரணமாகவே அவளுக்கு அவருடன் உடனடியாக உரையாடத் தோன்றியது. மற்றவர்கள் வீட்டுக்குள் திரும்ப, அவள் அங்கிருந்த ப்ளாஸ்டிக் நாற்காலிகள் ஒன்றில் அமர்ந்துகொண்டாள்.

“காலைல குடும்ப விசியங்களைப் பேசற முசுவுல இருந்ததுனால, அப்பறம் கேட்டுக்கலாம்னு உட்டுட்டேன். நீ என்னம்மா தீசிஸ் பண்ணிட்டிருக்கற?” என்று கேட்டார் கைலாசநாதன்.

“‘நவீனத் தமிழ் இலக்கியக் கதைகளில் அகவய எழுத்தும் மனச்சிதைவு நோய்களும்’ங்கற தலைப்புலீங் மாமா.”

“மனச்சிதைவுங்கறது ஸ்கிஸோப்ரீனியாதானே?”

“ஆமாங் மாமா. அதுல நெறய வகை இருக்குது. அதே மாதிரி டிஸாடர்லயும் பல வகை இருக்குது” என்றவள் அவற்றுக்குச் சில உதாரணங்களைக் கூறி, அதில் ஸ்கிஸோப்ரீனியா, ஸ்கிஸாய்ட் பர்ஸனாலிட்டி ஆகியவை தனது ஆய்வில் முக்கிய அங்கம் வகிப்பதாகத் தெரிவித்தாள்.

“ஸ்கிஸாய்ட் பர்ஸனாலிட்டிங்கறது ஒரு வகையான டிஸார்டர். ஸ்கிஸாய்டுங்கறதை தமிழ்ல மனப் பிளவுன்னு சொல்லலாம். சமூகத்துலருந்தும், குடும்பத்துலருந்துமே கூட அன்னியப்பட்டு, தனிமை விரும்பிகளா வாழறவங்க இவங்க. இந்த மனப் பிளவு, நார்மலா, ஒரு குணமா மட்டும் இருக்கும்போது ஸ்கிஸாய்ட்

பர்ஸனாலிட்டின்னு சொல்லப்படுது. சுருக்கமா எஸ்.பி.ன்னு சொல்லுவாங்க. அது தீவிரமடைஞ்சு, மனநோயா ஆச்சுன்னா, ஸ்கிஸாய்ட் பர்ஸனாலிட்டி டிஸார்டர். சுருக்கமா எஸ்.ப்பி.டி.”

அவர் குரலைத் தாழ்த்தி, நாற்காலியில் முன்னுக்கு நகர்ந்து, உடல் தணிந்து, “நீ சொல்றதப் பாத்தா...” என நிறுத்தினார்.

அவளும் குரலைத் தாழ்த்திக்கொண்டு, “ஆமாங் மாமா. இளங்கோவுக்கு இருக்கற அதே பிரச்சனைதான். அவனும் ஒரு ஸ்கிஸாய்ட் பர்ஸனாலிட்டிதான். ஆனா, டிஸார்டர் இல்ல” என்றாள்.

“ஓ...!?”

ஸ்கிஸாய்டு அறிகுறிகளையும், பொது இயல்புகளையும் கூறியவள், பிறகு அதன் சிறப்பு இயல்புகளை விவரிக்கலானாள்.

“இவங்க ரெண்டு விதமான வாழ்க்கைய வாழ்ந்துட்டிருப்பாங்க. ஒண்ணு, புற உலக வாழ்க்கை அது நிஜமானது. இன்னொண்ணு, அக உலக வாழ்க்கை அது கற்பனைகள், கனவுகள், புனைவுகளால ஆனது. எல்லார்த்துக்குள்ளயுமே இந்த ரெண்டு வகை வாழ்க்கை இருக்கத்தான் செய்யுது. நாமளும் சில சமயம் கற்பனைலயோ, பகல் கனவுலயோ வாழத்தான் செய்யறோம். ஆனா, நமக்கு அதோட சதவீதம் வெளிய தெரியாத அளவுக்கும், நம்மளோட எதார்த்த வாழ்க்கையைப் பாதிக்காத அளவுக்கும் இருக்கும். ஆனா, ஸ்கிஸாய்டுகளைப் பொறுத்தவரைக்கும், புற உலக வாழ்க்கையும் அக உலக வாழ்க்கையும் சரிசமமா இருக்கும். அதுலயும், அக உலக வாழ்க்கைக்குத்தான் அவங்க அதிக முக்கியத்துவம் குடுப்பாங்க. இவங்க வெளிப்புறத்துல நம்மளை மாதிரியே சராசரி வாழ்க்கையை வாழ்ந்துட்டு இருந்தாலும், அவங்களுக்கு அது திருப்தியோ, மகிழ்ச்சியோ தராது. அவங்களுக்குள்ள வாழற கற்பனையான வாழ்க்கைதான் அவங்களுக்கு மகிழ்ச்சி தரும். தீவிர கலைஞர்கள், இலக்கியவாதிகள், சிந்தனாவாதிகள்ல பலரும் ஸ்கிஸாய்ட் பர்ஸனாலிட்டியா இருக்கறதைப் பாக்கலாம். அவங்களைப் பொறுத்தவரைக்கும் இது ஒரு

குறைபாடா இல்லாம, அவங்க தொழிலுக்கு ஆதாயம் தரக் கூடிய நிறைவான குணாம்சமா ஆயிடும். அவங்களோட கற்பனைகளும், கனவுகளும் வெட்டிப் பகல் கனவா வீணாயிடாது. அதை அவங்க தங்களோட படைப்புகளுக்கும், ஆக்கபூர்வமான சிந்தனைகளுக்கும் பயன்படுத்துவாங்க. சராசரி மனநிலைல உள்ள படைப்பாளிகளையும், சிந்தனாவாதிகளையும் விட ஸ்கிஸாய்ட் படைப்பாளிகள், சிந்தனாவாதிகளோட படைப்புகளும், சிந்தனைகளும் தனித்தன்மையா, ஆழமா, காத்திரமா இருக்கும். சாமானிய மனிதர்கள்லயும் ஸ்கிஸாய்டுகள் இருப்பாங்க. அவங்களோட கற்பனைகள், கனவுகள் எல்லாமே வெறும் பகல் கனவாத்தான் வீணாகும். ஆனாலும், அவங்களுக்கு அதுலதான் மகிழ்ச்சி, திருப்தி. கற்பனையும் நிஜமுமான இவங்களோட ரெட்டை வாழ்க்கைக்கு எடைல முரண்பாடுகளும், சிக்கல்களும் வரக் கூடும். அப்படிப்பட்ட சமயங்கள்ல கடுமையா பாதிக்கப்பட்டு, மனச் சிதைவும் ஏற்படலாம். அதுவும் இல்லாம, இயல்பாவே ஸ்கிஸாய்ட் பர்ஸனாலிட்டில உளவியல் நோய்க்கூறுகள் இருக்குது. அது அதிகமாகும்போதும் மனப் பிறழ்வு ஏற்படலாம். அப்பத்தான் அது எஸ்.ப்பி.டி.யா ஆகும். இவங்க மர்மமானவங்களா இருந்தாலும், சில பைத்தியங்கள், சைக்கோக்கள் மாதிரி வன்முறைல ஈடுபட மாட்டாங்க.”

“ஓ...! இப்பத்தான் எனக்குக் கொஞ்சம் கொஞ்சமாப் புரியுது. இளங்கோ சின்ன வயசுல இருந்தே அப்படித்தான். அது எதனால ஏற்படுது?”

“மரபணுக் கோளாறோ, சுற்றுச் சூழலோ காரணமா இருக்கலாம். சிலரோட விஷயத்துல இது ரெண்டுமே இல்லாம, காரணம் தெரியப்படாமப் போறதும் உண்டு. எஸ்.ப்பி., பெரும்பாலும் கொழந்தையா இருக்கும்போதோ, அடலஸன்ட் சமயத்துலயோ உருவாகுது. பெற்றோர்களோ, முன்னோர்களோ யாராவது ஸ்கிஸோப்ரீனியால பாதிக்கப்பட்டிருந்தா, அது மூலமாவும் ஒருத்தருக்குக் கொழந்தைக் காலத்துல இருந்தே ஸ்கிஸாய்ட் மனநிலை உருவாகலாம். உங்க குடும்பங்கள்ல யாருக்காவது அப்படி இருந்திருக்கா?”

"இல்லயேம்மா! எனக்கோ, கன்னிகா பரமேஸ்வரிக்கோ சைக்கலாஜிக்கல் ப்ராப்ளம் எதுவும் கெடையாது. எனக்குத் தெரிஞ்சவரைக்கும் உள்ள எங்க முன்னோர்களுக்கும் அந்த மாதிரி இல்ல. நாலு தலைமுறைக்கு முன்னாடி இருந்திருக்கலாமோ என்னமோ."

"சூழ்நிலையும் முக்கிய காரணங் மாமா. கொழந்தைக வளர்ற காலத்துல பெற்றோர் சரியா கவனிக்காம இருந்தோ, அவங்களை சமூகத்தோட சேர்ந்து பழக விடாம பொத்திப் பொத்தி வெச்சிருந்தோ, அவங்களுக்கு விளையாட்டுத் துணை யாரும் இல்லாம இருந்தோ கூட அவங்க தனக்குத் தானே ஒரு கற்பனை உலக்தை சிருஷ்டிச்சு, அதுல வாழத் தொடங்கி, அதுவே அவங்க குணமா டெவலப் ஆகியிருக்கலாம்."

"எங்களைப் பொறுத்தவரைக்கும், மத்த கொழந்தைகளைப் பாத்துக்கிட்ட மாதிரிதான் இளங்கோவையும் பாத்துக்கிட்டோம். ஆனா, அவன் சின்ன வயசுல இருந்தே மத்தவங்களோட சேந்து வெளையாடாம, கூச்ச சுபாவியா, தனிமை விரும்பியா இருந்தான். அதனால அதுக்கப்பறம் நான் அவன் மேல தனி அக்கறை எடுத்துட்டேன். இன்னமும் முடிஞ்சவரைக்கும், அவன் எதனாலயும் பாதிக்காத அளவுக்குப் பாத்துட்டு வர்றேன்."

"இளங்கோ அதப் பத்தி நெறையச் சொல்லியிருக்கறானுங் மாமா."

"அவன் ஏன் இப்படி இருக்கறான், இப்படியெல்லாம் நடந்துக்கறான்னு. நானும் அவனுக்காக தமிழ்ல கெடைக்கற சில சைக்காலஜி புக்ஸ், கட்டுரைகள் எல்லாம் வாசிச்சுப் பாத்திருக்கறேன். நீ சொல்ற ஸ்கிஸாய்ட் பர்ஸனாலிட்டி பத்தி அதுல எதுவும் இல்லையே...!"

"தமிழ்ல சைக்காலஜி சம்பந்தமா அவ்வளவா புக்ஸ் எதுவும் இருக்காதுங் மாமா. இங்க்லீஷ்லயே ஸ்கிஸாய்ட் பர்ஸனாலிட்டி பத்தி முன்னெல்லாம் அவ்வளவாத் தெரியாது. இப்பத்தான் ஓரளவுக்குப் பேசறாங்க. அப்பவும், போதுமான அளவுக்கு நூல்களோ, கட்டுரைகளோ கெடைக்கறதில்ல.

இன்ட்டர்னெட்டுலயும் அது சம்பந்தமா ரொம்பக் கம்மியான கட்டுரைகள்தான் கெடைக்குது. யுனிவர்சிட்டி லைப்ரரில எனக்கு ஓரளவு விரிவான தகவல்கள் கெடைச்சுது. சைக்காலஜி ப்ரொஃபஸரும் அது சம்பந்தமா சில தகவல்கள் குடுத்தாரு...”

ஸ்கிஸாய்ட் பர்ஸனாலிட்டிகளின் குணங்கள் என்ன, அறிகுறிகள் என்ன, அவர்களை எப்படிக் கையாள வேண்டும், அவர்களுக்கு எந்த மாதிரி வேலையும் வாழ்க்கை முறையும் உகந்தது, அவர்கள் மனம் பிறழாமலும், புற உலகத்தால் பாதிப்படையாமலும் இருக்க என்ன செய்ய வேண்டும், ஒருவேளை பாதிக்கப்பட்டால் அவர்களைக் குணப்படுத்தவும், மீட்கவும் செய்ய வேண்டியது என்ன என்பது பற்றியெல்லாம் மாதங்கி சொன்னதைக் கேட்டு அவர் மலைத்தார்.

“சைக்காலஜிஸ்ட்டுக, சைக்ரியாட்டிஸ்ட்டுக மாதிரி நெறைய விஷயம் தெரிஞ்ச்ருக்கற. உனக்கு எப்படி இது சம்பந்தமா தீசிஸ் பண்ண ஆர்வம்?”

“எம்.ஃபில். பண்ணிட்டு இருக்கும்போது, நகுலன், மௌனி, கோபிகிருஷ்ணன் கதைகள்ல வர்ற சில கேரக்டர்கள் இளங்கோ மாதிரி இருக்கவும், அது பத்தி எங்க கைடு செங்காளியப்பன் ஸார்கிட்டக் கேட்டேன். அவருக்கும் பொதுவா அது ஒரு மன நோய் அல்லது உளவியல் கூறுங்கறதைத் தவிர அதிகமாத் தெரியல. அதுக்கப்பறம் சைக்காலஜி டிப்பார்ட்மென்ட் ப்ரொஃபஸர் லோகேஷ் ஸாரை சந்திச்சுக் கேட்டேன். அவரு சொல்லித்தான் ஸ்கிஸாய்ட் பர்ஸனாலிட்டி பத்தித் தெரிஞ்சுது. அதுக்கப்பறம் அங்கிருக்கற சைக்காலஜி புக்ஸைப் படிச்சும், நெட்டுல பாத்தும் கூடுதலாத் தெரிஞ்சுட்டேன். அதுல ஈடுபாடு அதிகம் ஆயிடுச்சு. அதுக்கு, இளங்கோவும் ஒரு முக்கியமான மறைமுகக் காரணம். அதை நான் எந்த அளவுக்குத் தெரிஞ்சுக்கறனோ, அந்த அளவுக்கு இளங்கோவை நான் புரிஞ்சுக்கலாம், அவனை ஹேண்டில் பண்ண உதவிகரமா இருக்கும்னுதான் தேடித் தேடிப் படிச்சேன். அதுல தெரிஞ்சுகிட்ட விஷயங்களை வெச்சுப் பாக்கும்போது, தமிழ் இலக்கியத்துல இருக்கற அந்த மாதிரி உளவியல் நோய்மைகள்

சம்பந்தப்பட்ட கதைகள்லயே பி.ஹெச்.டி., பண்ணலாமேன்னு தோணுச்சு. மௌனி, நகுலன், லா.ச.ரா., ஆர்.சூடாமணி, கோபிகிருஷ்ணன் கதைகள், நாவல்கள்ல இருக்கற அந்த மாதிரி கேரக்டர்களை எடுத்து ஆய்வு பண்ணிட்டிருக்கறேன். அதுல சைக்காலஜி சம்பந்தமான ஆலோசனைகளுக்காக சைக்காலஜி டிப்பார்ட்மென்ட் ப்ரொஃபஸர் லோகேஷ் ஸார் இணை நெறியாளரா இருக்காரு. இப்படி இன்னொரு துறைய சேத்து ஆய்வு பண்றதை இன்ட்டர்டிசிப்ளினரி தீசிஸ்ன்னு சொல்லுவாங்க.”

“ரொம்ப சந்தோஷம்மா. என்னை விட இளங்கோ மேல அக்கறை எடுத்துக்கற. அவனைப் பத்தி முழுசாத் தெரிஞ்சிருக்கற. இனிமே நான் அவனைப் பத்திக் கவலைப்படவே வேண்டியதில்ல.”

அவர்கள் இருவருக்கும் காஃபி கொண்டு வந்த வெண்ணிலா, சிரிக்காத மனிதன் என்று பேரெடுத்த கைலாசநாதனின் முகத்தில் புன்னகையைக் கண்டு வியந்தாள்.

★★★

அத்தியாயம் 13

இரண்டாவது திருப்புமுனை

மா தங்கியை இளங்கோ வழியனுப்பச் சென்றதிலிருந்து வீட்டில் அவளைப் பற்றியே பேச்சாக இருந்தது. கன்னிகாவுக்கும் வெண்ணிலாவுக்கும் அவள் மீது மிகுந்த அபிமானம் உண்டாகியிருப்பது அவர்களின் பேச்சில் வெளிப்பட்டது.

“நல்ல லச்சணம், குடும்பப் பாங்கு, குணவதி. இவனுக்குத்தான் இருக்கறதெல்லாம் கொறையே தவுத்து, அவளுக்கு ஒரு கொறை கெடையாது. புரப்பசருக்குப் படிச்சுட்டிருந்தாலும் அந்தத் தலைக்கனமோ, கௌரவமோ இல்ல. ரொம்ப காலம் பளகுன மாற எல்லார்த்துகிட்டயுமே ஒட்டுதலா இருக்கறா. ஆப் டாயர் காலத்துலருந்து பளக்கம்கறதுனாலயும், அந்தப் புள்ளை இன்னும் அதை மறக்காம இருக்கறதுனாலயும் இளங்கோவுக்கு இந்தச் சம்பந்தம் வாய்ச்சுது. இல்லாட்டிக் கனவுல கூட நெனைச்சுப் பாக்க முடியுமா? அக்கம்பக்கத்துப் பொம்பளைக, ‘கல்யாணத்துக்கு முன்னாடியே பொண்ணை வீட்டுக்கு வரச் சொல்லியிருக்கறீங்கொ. சீக்கரம் கல்யாணச் சாப்பாடு போடுவீங்கன்னு பாத்தா... இன்னும் மூணு வருசம் நாலு வருசம் ஆகும்கறீங்களே”ன்னு அங்கலாப்புப்

பட்டாங்கொ. 'மாதங்கி பி.ஹெச்.டி., முடிக்கோணும். அதுக்கு எடைல சக்கரைக் குட்டி கல்யாணத்தையும் நடத்தோணும். அது முடிஞ்சா அப்பறம் இவுங்க கல்யாணத்தைப் பண்ணீற வேண்டீதுதான்'னு சொன்னேன்" என்றாள் கன்னிகா.

கைலாசநாதனும், "நானும் முன்ன கொஞ்சம் சாமானியமா எடை போட்டுட்டேன், கன்னிகா பரமேஸ்வரி. இன்னும் சின்ன வயிசுப் பழக்கத்தை மறக்காம இருக்குதேங்கறதுனால, அந்த அளவுல அது நல்ல புள்ளையா இருக்கும்னு மட்டும்தான் நெனைச்சேன். அந்தப் புள்ளை அதுக்கும் மேல பத்து மடங்கு இருக்குது. இளங்கோவைப் பத்தி அக்குவேறு, ஆணி வேறா, சைக்காலஜி டாக்டராட்ட பேசுது. அது சொல்லித்தான் எனக்கு இளங்கோவுக்கு இருக்கற பிரச்சனை என்னன்னே தெரிஞ்சுது" என்றவர் மாதங்கி கூறிய ஸ்கிஸாய்ட் விபரங்களையும், அவளது பி.ஹெச்.டி., ஆய்வையும் பற்றித் தெரிவித்தார்.

அதைக் கேட்டு கன்னிகா, வெண்ணிலா இருவருக்கும் திகைப்பு.

"இதுல பயப்படறக்கு ஒண்ணும் இல்ல. இளங்கோ பாதுகாப்பான மனநிலைலதான் இருக்கறான். இருந்தாலும், அவனுக்கு இப்படிப்பட்ட குறை இருக்கறதைப் பத்தி அவங்கிட்டயோ, மத்தவங்ககிட்டயோ சொல்ல வேண்டாம். அதை மனநோய்ங்கற மாதிரி நெனைச்சுட்டா வம்பு" என எச்சரிக்கைப்படுத்தியவர், "அவனோட குணத்தைத் தெரிஞ்சுட்டு நான் அவனைப் பாதுகாத்துட்டு வந்தது சரி. ஆனா, அது பத்தாதுங்கறது இப்பத்தான் புரியுது. சின்ன வயசுலயே நாம அவன் மேல கவனம் செலுத்தியிருக்கணும். அவனைத் தனியா ஒதுக்கி வெச்சு, அவன் ஒரு தனி உலகமா, தனக்குள்ள சுருங்கிக்கறக்குக் காரணமா ஆயிட்டோம்" என்றார் வருத்தத்தோடு.

கன்னிகாவுக்கும் அது மிகுந்த வேதனையையும், குற்ற உணர்ச்சியையும் ஏற்படுத்தியது.

"அவனுக்கு இப்புடிப்பட்ட பிரச்சனை இருக்குது, அதை இப்புடி சரிபண்ணலாம்கறறதைப் பத்தி எனக்கு ஒண்ணும் தெரியாதே. தெரிஞ்சிருந்தா அப்படி விட்டிருப்பனா? எனக்கு

அந்த அளவுக்கு அறிவோ, படிப்போ கெடையாதே...” எனப் புலம்பினாள்.

“தெரிஞ்சே அப்புடிப் பண்ணியிருந்தாத்தான் தப்பு. நம்முளுக்குத்தான் அதைப் பத்தி ஒண்ணுமே தெரியாதே” என்றார் கைலாசநாதன்.

“இதெல்லாம் சைக்காலஜி படிச்சவங்க, மனோதத்துவ டாக்டருகளுக்குத்தான் தெரியும்” என வெண்ணிலாவும் எவ்வளவோ எடுத்துச் சொன்னாள்.

இருந்தும் கன்னிகாவுக்கு மனம் சமாதானமடையவில்லை.

★★★

கைலாசநாதன் மாதங்கியை வீட்டுக்கு வரச் சொன்னது, இளங்கோவின் வாழ்வில் இரண்டாவது திருப்புமுனை.

அவனது வாழ்வில் முதல் திருப்புமுனையும் அவரால் உண்டானதே. எட்டாம் வகுப்பில் தோல்வியுற்று, இனி படிக்கப் போகமாட்டேன் என்றபோது, கன்னிகா உட்பட மற்ற பலரின் கருத்தையும் நிராகரித்து, அவனை ஓவியத் தொழில் பயில அனுப்பிய செயல்.

மாதங்கி ஒருமுறை இவ்வாறு சொல்லியிருந்தாள்:

“விருப்பமான தொழிலைச் செய்யற வாய்ப்பு ஆயிரத்துல ஒருத்தருக்குக் கூட கெடைக்காது. உனக்கு, நீ நேசிக்கற தொழிலே வாய்ச்சிருக்குது. அதனாலதான் உன்னால வேலைல ஈடுபாட்டோடவும், வாழ்க்கைல திருப்தியோடவும் இருக்க முடியுது. மக்கள்ல பெரும்பாலானவங்க, வெவ்வேற காரணங்களால, தொழில் திருப்தி இல்லாதவங்கதான். இருந்தாலும் அதோடவே காலத்தைக் கழிச்சுருவாங்க. உன்னைப் பொறுத்தவரைக்கும், உனக்கு அந்த மாதிரி வேலையோ, தொழிலோ இருந்தா, உன்னால அதுல கொஞ்ச காலம் கூட தாக்குப் பிடிக்க முடியாது. படிக்காத பசங்களை மத்தவங்க அனுப்பற மாதிரி உங்கப்பா உன்னை வொர்க் ஷாப்புக்கும்,

லேத்துக்கும் எடுபுடி வேலைக்கு அனுப்பாம, உன்னோட திறமையையும் விருப்பத்தையும் கணக்குல எடுத்துட்டு, ஓவியத் தொழில்ல விட்டதுனால தப்பிச்சே. இல்லாட்டி, விருப்பமில்லாத தொழிலை செஞ்சுட்டு, அதிருப்தியா வாழ்ந்துட்டிருக்கற கோடிக் கணக்கான மக்கள்ல நீயும் ஒருத்தனா ஆகியிருப்பே."

அது மிகச் சரியான கூற்று. அதைப் பற்றி அவன் அதுவரை இவ்வாறு நினைத்துப் பார்த்ததில்லை. அவள் சுட்டிக் காட்டிய பிறகே கவனம் வந்தது.

ஓவியம் வரைவது அவனுக்கு மிகப் பிடித்தமானது. படிப்பு, விளையாட்டு இரண்டுமே பிடிக்காதிருந்த அவனுக்கு, கற்பனை, பகற்கனவு காணுதல் போல மனதுக்கு உகந்த செயலாக இருந்தது ஓவியம் வரைவது மட்டுமே. அதையே தொழிலாகச் செய்யலாம் எனும்போது அவன் மிகக் குதூகலமடைந்தான். ஆனால், அவன் நினைத்தது போல ஓவியக் கூடத்தில் படம் வரையும் வேலை அதிகமாக இல்லை. அப்படி இருக்கவும் செய்யாது. அவன் சேர்ந்த தொழில் அந்த மாதிரியானது. படங்கள் வரையும் தொழிற்துறை ஓவியப் பணிகள் பல உள்ளன. காலண்டர் ஓவியங்கள், பத்திரிகை விளக்கச் சித்திரங்கள், தஞ்சாவூர் ஓவியம், துணிகளுக்கு வரைகலைகள் செய்தல் உள்ளிட்ட பலதும் அப்படியானவை. கைலாசநாதன் இன்னும் சற்று யோசித்து அவற்றில் ஏதேனும் ஒரு தொழிலைப் பழக ஏற்பாடு செய்திருந்தால் முழு நேரமும் ஓவியங்கள் வரைவதே அவனது தொழிலாக ஆகியிருக்கும். தொழிலில் இன்னமும் அதிக மகிழ்ச்சியோடும் இருந்திருப்பான். கோவையில் இது போன்ற தொழில்களுக்கு அதிக வாய்ப்பு இல்லை என்பதால் அவற்றைத் தவிர்த்தாரோ, அல்லது அவை குறித்து அதிகம் யோசிக்கவில்லையோ; அவருக்குத் தெரிந்த ஓவியத் தொழிலான, விளம்பரப் பலகைகள், பதாகைகள் எழுதும் தொழிற்துறை ஓவியத்தில் சேர்த்திவிட்டார்.

இளங்கோவுக்கும் அப்போது அதில் ஆர்வம். மற்ற வகை ஓவியத் தொழில்கள் குறித்து அவனுக்குத் தெரியவும் செய்யாது. எனவே, விளம்பர எழுத்து ஓவியமே அவனுக்குப் பிடித்திருந்தது.

மரக்கடை பகுதியில் அன்சாரி பாய் ஓவியக்கூடத்தில்தான் அவன் 1987-லிருந்து 19992 வரை ஐந்து ஆண்டுகள் தொழில் பயின்றான். மற்ற பல தொழில்களையும் போலவே ஓவியத் தொழிலிலும் எடுத்த உடனே தொழில் கற்றுத் தந்துவிட மாட்டார்கள். அதுவும், சிறுவர்கள் எனில் மிகவும் தாமதப்படுத்துவார்கள். கடையைக் கூட்டுவது, தேநீர் வாங்கி வருவது, ஓவிய சாதனங்கள் வாங்கி வருவது, ஓவியர்களுக்கு உதவியாளர் பணி செய்வது ஆகிய எடுபிடி வேலைகள் மட்டுமே சில மாதங்களுக்குச் செய்ய வேண்டியிருக்கும். அதன்போது முதல் கட்டமாக, தூரிகையைக் கழுவக் கொடுப்பார்கள். பிறகு சைன் போர்டுகளுக்குப் பின்புறம் ரெட் ஆக்ஸைட் அடிக்கிற வேலை தரப்படும். அதற்கடுத்து பார்டர் கட்டும் வேலை. பின்னர் பின்புலம் சாயம் பூசும் பணி. அடுத்தடுத்த படிநிலையாக இவற்றை நன்கு கற்றுத் தேர்ந்த பிறகே எழுத்தில் இரண்டாம் பூச்சு வைக்கக் கற்றுத் தரப்பட்டு, எழுதும் தூரிகை கையில் தரப்படும். இரண்டாம் பூச்சு என்பது முதன்மை ஓவியர் நீர்த்த சாயத்தில் விரைவுத் தீற்றலாக அடையாளப்படுத்திய எழுத்துகள் மீது, துணை ஓவியர்கள் கெட்டித்த சாயத்தால் முழுமையாகவும், நேர்த்தியாகவும் நிரப்பிப் பூர்த்தி செய்வதாகும். இப் பணியைக் கற்றுத் தந்து ஒப்படைக்கவோ, அதைச் செய்ய அனுமதிக்கவோ ஆறு மாதம், ஒரு வருடம், அல்லது அதற்கு மேல் ஆனாலும் ஆகலாம். அன்சாரி பாய் இளங்கோவிடம் இரண்டாம் பூச்சு வைக்கத் தூரிகை தருவதற்குக் கிட்டத்தட்ட ஒரு வருடமே ஆகிவிட்டது. அவனே முதல் பூச்சு எழுத அனுமதிக்கப்பட்டது நான்காவது வருடத்தில்தான்.

உட்புறம், வெளிப்புறம் என இருவிதமாகவும் பணிகள் வரும். பெயர்ப் பலகைகள், பதாகைகள் ஆகியவற்றின் பணிகளை ஓவியக் கூடத்திலேயே செய்வர். சுவர் - ஹோர்டிங் விளம்பரங்களை வெளிப்புறப் பணியாகச் செய்ய வேண்டியிருக்கும். பெரும்பாலும் எழுத்துகள் மட்டுமே இருக்கும். அரிதாகச் சில சமயங்களில் மட்டுமே ஏதேனும் படங்கள் வரைய வேண்டி வரும். அன்சாரிக்கும், அவரது ஓவியக் கூடத்தில் இருந்த பிற ஓவியர்களுக்கும் எழுத்து ஓவியம்தான் தெரியுமே

தவிர, படங்கள் வரையத் தெரியாது. இளங்கோ ஓரளவுக்கு வரைவான் எனினும் அவனுக்கு முதலில் எனாமல் சாயத்தில் வரையத் தெரியாதிருந்தது. மேலும், அப்போது அவனுக்கு வரைவதில் தேர்ச்சியும் போதாது. அன்சாரி பாய் ஓரளவுக்கு வரைவார். அவர் வரைவதைப் பார்த்துத்தான் இளங்கோவும் எனாமலில் வரையக் கற்றுக்கொண்டான். ஆயினும், எனாமல் சாயத்தைப் பயன்படுத்தி வரையும் தொழில்நுட்பத்தை அதன் மூலம் அறிந்துகொள்ள முடிந்ததே தவிர, கலை நுணுக்கங்கள் எதையும் அவரிடமிருந்து கற்றுக்கொள்ள இயலவில்லை. அவருக்கே அது தெரியாது. முக்கியமான, தன்னால் வரைய இயலாத ஓவியங்களை வரைய வேண்டி வரும்போது அன்சாரி பாய் அதற்கு மட்டும் ரோடு சுற்றி ஓவியரான கலைப்புலியைத் தருவிப்பார்.

ரோடு சுற்றி ஓவியர்கள் மலிவுக் கட்டணத்தில், மலிவான பணி செய்யக் கூடியவர்கள். ஓவியக் கூடம் எதுவும் வைக்காமல், நகர்ப் பகுதிகளில் முக்கிய சாலைகள் வழியே நடந்து சென்று, கடை கண்ணிகளில் பெயர்ப் பலகைகள் மங்கியும், அழிந்தும் இருந்தால், அங்கே அணுகி, பணி பிடித்துக்கொள்வார்கள். குறைந்த கட்டணத்தில் பணி செய்து கொடுப்பதாலும், பேரம் பேசிப் பணிவதாலும், “பிரமாதமா செஞ்சு தர்றனுங்க. நீங்க குடுக்கறதக் குடுங்க” என்கிற ரீதியில் நயம்படப் பேசி, ஏமாறும் வாடிக்கையாளர்களைக் கவர்வதாலும் அவர்களுக்கு எப்போதும் எங்காவது வேலை கிடைத்துவிடும்.

அவ்வகை ஓவியர்கள் திறமைக் குறைவானவர்களே. கட்டணம் குறைவு என்பதற்காகப் பணி கொடுக்கக் கூடியவர்கள்தாம் அவர்களுக்குப் பணி கொடுப்பார்கள். அவர்களின் பணியும் மலிவுக் கட்டணத்துக்கேற்ப தரம் குறைந்ததாகவே இருக்கும். மலிவு விலை சாயங்களையும், கூடுமானவரை மண்ணெண்ணெய் ஊற்றி நீர்க்கச் செய்தும் பயன்படுத்துவார்கள். பணியை விரைவில் முடிப்பதற்காக, பணித் தரம் குறைந்த தொழில் நுட்பங்களும் கைக்கொள்ளப்படும். செய்யும் பணி அதிக காலம் நீடித்து நிற்கக் கூடாது, அப்போதுதான் மீண்டும்

இரண்டு மூன்று வருடங்களுக்குள் மறு வரைதல் செய்யும் வாய்ப்புக் கிடைக்கும் என்பதற்காகவும் இத்தகைய உத்திகளை மேற்கொள்வார்கள். அனுபவமற்ற வாடிக்கையாளர்களுக்கு கலைக் குறைவு - தரக் குறைவு வித்தியாசங்களோ, ஏமாற்று வேலைகளோ தெரியாது. ஆனால், அனுபவ வியாபாரத் தலங்கள், அலுவலகங்கள், நிறுவனங்கள் ஆகியவற்றில் ரோடு சுற்றி ஓவியர்களைப் பற்றித் தெரியுமானதால் அவர்களுக்குப் பணி கொடுக்க மாட்டார்கள். பிரபலமானதும் தரமான பணி செய்யக் கூடியவர்களுமான ஓவியக் கூடங்களுக்கே கொடுப்பார்கள்.

கலைப்புலியும் ரோடு சுற்றி ஓவியர்களுக்கே உரிய தன்மைகள் கொண்டவர்; அவர்கள் கைக்கொள்ளும் தொழில் தந்திரங்களைப் பின்பற்றுகிறவர். அவருக்கும் எழுத்துகளை வரைவதில் அவ்வளவு திறன் போதாது. ஆனால், உருவ ஓவியங்கள் வரைவதில் வல்லவர். அதனாலேயே அவருக்குக் கலைப்புலி என்ற பட்டப்பேராயிற்று. கடைகள், கோயில்கள், தேவாலயங்கள் ஆகியவற்றில் சுவர் ஓவியங்கள் வரைவதே அவரது முக்கியப் பணி. பெயர்ப் பலகைகளும் எழுதுவார். உருவ ஓவியங்கள் வரையத் தெரியாத அல்லது சிறப்பாக வரையத் தெரியாத பெயர்ப் பலகை ஓவியர்கள், முக்கியமான ஓவியங்கள் வரைய வேண்டி இருக்கும்போது அவரை அழைத்து, ஓவியத்தை மட்டும் அதற்குரிய கட்டணம் கொடுத்து வரையச் செய்துகொள்வார்கள்.

அன்சாரி அவரிடம், “புலியண்ணோவ்... உங்க பார்ட்டிகளுக்கு வரையறாப்புடி சீமண்ணெய்ல பெய்ன்ட்டு கலந்து, கலர் சீமண்ணெய்ல வரைஞ்சறாதீங்ணோவ். பெயின்ட்டு நாங்க வாங்கிக் குடுக்கறதுதான. அதனால, பெயின்ட்டுலயே ரெண்டு கோட்டு திக்கா வரைங்க” என்பார். அவரும் அவ்வாறே செய்வார்.

கலைப்புலி சுபாவிகமான ஆள். பார்க்க பேக்கு மாதிரி இருப்பார். ஓவியர்களுக்கே உரித்தானபடி சாயப் புள்ளிகள் தெறித்த சட்டை, லுங்கி. செருப்பு அணிய மாட்டார். இடக்

கரத்தில் பீடி புகைத்தபடி, வலக் கரத்தில் தூரிகையால் அனாயாசமாக வரையும்போது, தேர்ந்த வாள்வீச்சு வீரன், வெகு அலட்சியமாக வாள் சண்டையிடுவது போல் இருக்கும்.

ஒரு முறை சிவன் - பார்வதி ஓவியம் ஒன்றை வரைய வந்திருந்தபோது, “மிக்ஸிங் ப்ளேட்டே இல்லாம வரையறன் பாரு” என்றுவிட்டு, நேரடியாக வண்ணங்களைப் பெயர்ப் பலகையில் தோய்த்தே வரைந்தார். அதேபோல இன்னொரு முறை, “எந்தெந்தக் கலரை மிக்ஸ் பண்ணி, என்ன டோன் கொண்டு வர்றேன்னு கண்டுபுடிங்க பாக்கலாம்” என்று சொல்லிவிட்டு, முகத்திலும், உடலின் சருமப் பகுதிகளிலும் பச்சை, மஞ்சள், சிவப்பு, கறுப்பு, நீலம், வெள்ளை என்று சம்பந்தமில்லாமல் வண்ணங்களை அருகருகே திப்பி திப்பியாக வைத்துவிட்டு, தூரிகையில் விளையாடினார். ஒரு பேரரசன் போர்க்களத்தில் நின்ற இடத்திலிருந்து அசையாமல், பதினாறு திக்கிலும் வாள் சுழற்றி எதிரிகளைப் பந்தாடுவது போல் இருந்தது. தூரிகைத் தீற்றலில் வண்ணங்கள் கலந்து கலந்து குழம்பின. வண்ணக் கலவைகள் மாறி மாறி, சரும நிறம் பொலிந்தது. எந்தெந்த வண்ணக் கலப்பில் என்னென்ன நிறமிகள், நிழலீடுகள் உருவாயின என்பதை யாராலும் கண்டுபிடிக்க முடியவில்லை.

இளங்கோவுக்கு அவரைப் போல வரைய வேண்டும் என்கிற ஆசை. தொடர்ந்து பயிற்சிகள் செய்து தனது திறனை ஓரளவுக்கு வளர்த்துக்கொண்டான். ஆனால், தத்ரூபமாக வரைவது அவனுக்குக் கைகூடவில்லை. பிறகு எப்படி அவரைப் போல வித்தகராக ஆவது? எனினும், அது குறித்து அவனுக்கு வருத்தமும் இல்லை. வண்ணங்களோடு வாழும் வாழ்க்கையே அவனுக்கு லயிப்புக்குரியதாக இருந்தது. விளம்பரப் பலகைகளும், பதாகைகளும் எழுதுவதில் வேலை என்பதை மீறிய ஈடுபாடும், ஆத்மார்த்தமும் கொண்டிருந்தான். அதற்குக் காரணம் தந்தையே என்பதையும் நினைவுகூர்வான்.

கைலாசநாதன் மாதங்கியை வீட்டுக்கே வரச் சொன்னதன் மூலம், அவர் எவ்வளவு முற்போக்கானவர், அவனது

விஷயத்தில் எவ்வளவு பரிவோடு இருக்கிறார் என்பதும்; அவனது சந்தோஷத்துக்காகவும் நன்மைக்காகவும் அவர் எதையும் செய்வார், அதற்காக மற்றவர்களின் விமர்சனத்துக்கோ ஏளனத்துக்கோ, சொந்த பந்தங்கள் முன்பு தலைக்குனிவுக்கோ கூடத் தயார் என்பதும் அவனுக்குத் தெரியவந்தது. அதனால் அவர் மீது மதிப்பும், மரியாதையும் அதிகமாயிற்று. மாதங்கியின் வீட்டிலிருந்து எவ்வளவு எதிர்ப்பு வந்தாலும் சரி; தனக்கு அப்பா இருக்கிறார் என்ற நம்பிக்கை அவனை திடம் கொள்ளவும் வைத்தது. அதனால் அவன் தனது காதலில் மட்டுமன்றி, தொழிலிலும் மிகுந்த ஊக்கம் அடைந்தான்.

மாதங்கி வீட்டுக்கு வரும்போது அவளோடு சேர்ந்து அவனும் கன்னிகாவுடனும், வெண்ணிலாவுடனும் நேரத்தைச் செலவழித்தான். ஞாயிறு பகற்பொழுதுகளைக் கழிக்கவென்று குடிக்கச் செல்வது நின்றது. வீட்டுக்குத் தேவையான காரியங்களைச் செய்யவும், அத்தியாவசிய அல்லது சௌகரிய வீட்டு உபயோகப் பொருட்கள் வாங்கவும், எதிர்காலத்துக்காக சேமிக்கவும் தொடங்கினான்.

“இத்தனை வருசமா நாமளும் வேச (கோடை) காலத்துல வெக்கைலயும், சூட்டுலயும் படாத பாடு படறம். அதெல்லாம் அவனுக்குக் கண்ணுல படுல. இப்ப வருங்காலப் பொண்டாட்டி வந்துட்டிருக்கறாங்கவும் இன்ஸ்டால்மென்ட்டுல ஏர் கூலரு, ஃப்ரிஜ்ஜூ வாங்கி வெச்சுட்டான். உக்கார்றக்கு சோஃபா செட்டு வேற வாங்கோணும்னுட்டிருக்கறான். கேட்டா... அவ சொகுசா வாள்றவ, இங்க வந்து கஷ்டப்படக் குடாதுங்கறான். எப்புடியப்பா! இதுதான், ‘வேணும்னு இருந்தா வேலிலயும் காய்க்கும்’கறது” என கன்னிகா அங்கலாய்த்துக்கொண்டாலும், “எப்புடியோ அவ வர ஆரமிச்சதுலருந்து அவனுக்கு நல்ல புத்தி வந்திருக்குது. ஊட்டுக்கு வேணும்கறதைச் செய்யறான். குடியுமே கொறைஞ்சிருக்குது. கல்யாணம் ஆயிருச்சுன்னா, சுத்தமாவே இந்தக் கெட்ட பளக்கத்தையெல்லாம் உட்டுட்டு, அவனும் மத்தவீகளாட்ட அந்தஸ்தா, கௌரமா ஆயிருவான். மாதங்கியால நல்ல காலம் பொறந்துருச்சுன்னுதான் சொல்லோணும்” என

மனநிறைவு தெரிவிப்பாள்.

★★★

மாதம் ஓரிரு முறை இளங்கோவின் வீட்டுக்குச் செல்வது மாதங்கிக்கு வாடிக்கையாயிற்று. அதிக நேரமும் கன்னிகா, வெண்ணிலா இருவரிடமும்தான் பேசிக்கொண்டிருப்பாள்.

“அவுங்க ரெண்டு பேரும் பேசிக்கறக்கு சௌரியமா இருக்குட்டும்னு வீட்டுக்கு வரச் சொன்னா, நீங்க ரெண்டு பேருமே அந்தப் புள்ளை கூட நாயம் கொளுத்தீட்டிருக்கறீங்களே...?” என்பார் கைலாசநாதன்.

“பதனோரு வருசம் அவுங்க பேசாத பேச்சா இப்பப் புதுசாப் பேசப் போறாங்க?” என்பாள் கன்னிகா.

இவளும் வாஸ்தவத்தில் இளங்கோ குடும்பத்தாரோடு பேசவும் பழகவும் என்றுதான் அங்கே சென்றுகொண்டிருந்தாள். தான் வாழப் போகிற குடும்பத்தாரைப் பற்றி முன்கூட்டியே தெரிந்துகொள்ளவும், அவர்களோடு பழகவும் கிடைத்த வாய்ப்பாகவே அதை எடுத்துக்கொண்டு, அவ்வாறே பயன்படுத்தியும் வந்தாள்.

எங்கள் வீட்டுக்கே வந்து எங்கள் மகனோடு நீ பேசிக்கொண்டிருக்கலாம் என்று வருங்கால மாமனார் சொன்னதற்காக அப்படியேவா செய்ய முடியும்? அது நன்றாகவா இருக்கும்? கன்னிகா சொன்னது போல, இவர்கள் இதுவரை பேசாததையா இனி புதிதாகப் பேசப்போகிறார்கள்?

தவிர, அவர்கள் மூலமாக அவள் இளங்கோவைப் பற்றிக் கூடுதலாக அறிந்துகொண்டிருந்தாள். அவனே தன்னைப் பற்றி அனேகமாக எல்லாமும் சொல்லியிருக்கிறான், அவன் சொல்ல மறந்த பலதையும் இவள் கேட்டு அறிந்திருக்கிறாள் எனினும், அவன் சொன்னவை யாவும் அவனது கோணத்திலும், நினைவிலும், எண்ணத்திலும் இருப்பவை. அவனது குடும்பத்தார் தெரிவிப்பதோ அவன் சொல்லத் தவறியதும், அவர்களின்

கோணத்திலுமாக இருந்தன. அதில் அவனைக் குறித்த கவலைகளும் வருத்தங்களுமே அதிகம்.

கைலாசநாதனுடனும் அவ்வப்போது நீண்ட உரையாடல்களை மேற்கொள்வாள். இளங்கோவை இனியேனும் குணப்படுத்த ஏதாவது வழி உண்டா என்பதே கைலாசநாதனின் முக்கிய நாட்டம்.

“கொழந்தைக் காலத்துலயே கண்டறிஞ்சு குணப்படுத்தினா ஈஸிங், மாமா. பெருசாயிட்டாக் கஷ்டம். இதுக்காக நாம இளங்கோவைக் கூட்டிட்டு சைக்ரியாட்டிஸ்ட்டுகிட்டயெல்லாம் போனா, அது அவனுக்குள்ளயும், வெளியவும் பல பிரச்சனைகளை உண்டாக்கும். இப்ப அவனால வேற எந்தத் தொந்தரவும் இல்லையே. அதனால, அப்படியே விட்டர்லாம். இப்பவே அவன் கொஞ்சம் கொஞ்சமா மாறிட்டிருக்கறான் இல்லையா. போகப் போக இன்னும் சரியாகும். நாமளும் கொஞ்சம் கொஞ்சமாப் பேசி, அவனை நார்மலா ஆக்க ட்ரை பண்ணலாம்” என்றாள். அவரும் ஒப்புக்கொண்டார்.

தீவிரமான கலைஞர்கள், இலக்கியவாதிகள், சிந்தனையாளர்கள் சிலர் ஸ்கிஸாய்ட் பர்ஸனாலிட்டிகளாக இருப்பர். அவர்களின் அந்தக் குறைபாடே அவர்களின் பணியில் சிறக்க உதவுவதாக இருக்கும். அகவுலகவாசிகளாகவும், உன்மத்தர்களாகவும், சில வகை மனநோய் கொண்டவர்களாகவும் உள்ள கலை - இலக்கியவாதிகளின் படைப்புகள் தீவிரமும், ஆழமும் கொண்டவையாக இருக்க வாய்ப்புள்ளது. வான்கோவின் ஓவியங்களில் அவனது நரம்புத்தளர்ச்சி, உன்மத்தம், உணர்ச்சிக் கொந்தளிப்பு ஆகியவை கலைக் கூறுகளாகவே ஆகியிருப்பதைக் காணலாம். பிக்காஸோவின் பைத்தியக்காரத்தனத்துக்கு அவரது கலையே ஒரு வடிகாலாக இருந்ததாக ஓஷோ சொல்வார். பாரதியின் உன்மத்தம் அவனது கவிதைகளில் வெளிப்படும். நகுலனின் தனிமையும், பிறழ் மனநிலையும் அவரது கதை - கவிதைகளில் கலை உச்சம் கொள்கின்றன. மௌனியும் அப்படித்தான். இளங்கோவும் ஒரு தொழிற்துறை ஓவியனாக இன்றி, நுண்கலை ஓவியனாகவோ, நவீன ஓவியனாகவோ

இருந்திருப்பின் சிறந்த படைப்பாளியாக ஆகியிருப்பான். ஸ்கிஸாய்டுகளுக்குத் தனித்திருந்தும், பொறுமையாகவும் செய்கிற, பரபரப்பற்ற வேலை அல்லது தொழில் வகைகளே சிறந்தது. அந்த வகையில் தற்போதைய அவனது தொழிலே அவனுக்கு உகந்ததுதான். மாதங்கி அவற்றைக் குறித்தும் கைலாசநாதனிடம் சொன்னாள்.

சில சமயம் அவர்கள் சமூகம், மார்க்ஸியம், பெண்ணியம், தலித்தியம் ஆகியவை தொடர்பாகவும் உரையாடுவார்கள். சிந்தனை ரீதியாக உரையாடுவதற்கு அறிவாளர்கள் எவரும் இங்கு இல்லாததாலேயே அவை குறித்து யாருடனும் பேசாமல் இருக்கிற கைலாசநாதன், தக்க ஆள் கிடைத்த உற்சாகத்தில் அவளுடன் காரசாரமான விவாதங்களை மேற்கொள்வார்.

மாதங்கி பற்றியும், அவள் இங்கே வர இருப்பது பற்றியும் மனைவி, மகள் இருவரும் அண்டை அயலில் சொல்லி, அது தெரு முழுக்கப் பரவிய நிகழ்வு அவருக்குப் பிடிக்கவில்லை.

“உங்க விசியம் இப்போதைக்கு வெளிய தெரியாம சீக்ரெட்டா இருக்கறதுதான் நல்லது. நீங்க ரெண்டு பேரும் டவுன்ல சேந்து சுத்தறதே வேண்டாம்னு, உன்னை இங்க வந்து இளங்கோவை சந்திச்சுப் பேசிக்கச் சொன்னதே, கண்டவங்க கண்ணுலயும் பட்டு, பேச்சாகக் கூடாது; உங்க வீட்டுக்குத் தெரிஞ்சு பிரச்சனை ஆயரக் கூடாதுன்னுதான். தூரம் தொலையா இருந்தாலும் தேவுல. உங்க வீடு ரெண்டாவது ஸ்டாப்பு. உங்க குடும்பத்துக்கு வேண்டியவங்க யாராச்சும் இங்க இருந்தா வம்பு. அதனால, இனிமே நீ இங்க வரும்போது போகும்போது அவன் உன் கூட வர வேண்டாம். அதுக்குப் பதிலா வெண்ணிலா வேணும்னா வருட்டும். அப்புடிப் பண்ணுனா, பாக்கறவீக நீங்க ரெண்டு பேரும் ஃப்ரண்ட்ஸுக, அவளைப் பாக்கத்தான் நீ வந்து போறன்னு நெனைச்சுக்குவாங்க. யாராச்சு கேட்டாலும் அப்புடியே சொல்லிக்கலாம்” என்றார்.

ஏற்கனவே மாதங்கி அவளது வீட்டில் தோழி வீட்டுக்கோ, இலக்கியக் கூட்டங்களுக்கோ, இலக்கியவாதிகளைச் சந்திப்பதற்காகவோ போவதாக ஒவ்வொரு முறையும்

வெவ்வேறு காரணங்களைச் சொல்லிவிட்டுத்தான் இங்கு வருவாள். கைலாசநாதன் சொன்னதிலிருந்து அவள் வரும்போது தானே வருவதும், செல்லும்போது வெண்ணிலா பேருந்து நிறுத்தம் வரை சென்று வழியனுப்புவதும் வழக்கமாயிற்று. வெண்ணிலாவும் அவளும் உண்மையிலேயே நெருங்கிய தோழிகள் போலவும் ஆகிவிட்டனர்.

அமராவதிக்கு மட்டும் மாதங்கியை முழுதாகப் பிடிக்கவில்லை. விருப்பும் வெறுப்புமாகவே இருந்தாள். ஏனென்று காரணம் கேட்டால், “அதென்னுமோ தெரியில; எனக்கு ஏனோ அவளைப் பாத்தாலே அவ்வளவாப் புடிக்கில. என்ன இருந்தாலும் செல்வி அண்ணியாட்ட இல்ல. உங்குளுக்கெல்லாம் புடிச்சிருக்கறதுனால போனாப் போச்சாதுன்னு ஒத்துக்கறன்” என்றாள்.

★★★

அத்தியாயம் 14

ஸ்கிஸாய்ட் சொனாட்டா

ஜூன் மாதத்தில் மீண்டும் வகுப்புகள் தொடங்கியதிலிருந்து மாதங்கி அவ்வப்போது சித்திரக்கூடத்துக்கு வருவதும் தொடர்ந்தது.

இளங்கோவின் வீட்டுக்குச் செல்வதன் மூலம் அவளுக்கும் பற்பல நன்மைகள். முதலாவதாக, அவர்களின் குடும்பத்தாரோடு பழகவும், அவர்களிடம் இப்போதே நற்பெயர் எடுக்கவும் முடிந்தது. அடுத்ததாக, இளங்கோவைப் பற்றிக் கூடுதலாக அறிந்துகொள்ளவும், அவனைப் பற்றித் தனக்குத் தெரிந்தவற்றை அவர்களிடம் சொல்லவும் முடிந்தது. உபரியாக, அவர்களது சொந்த பந்தங்கள் குறித்தும் அறிந்துகொள்ள வாய்ப்பு. அதைவிட முக்கியமாக, அவர்களின் வீட்டில் எல்லோருக்குமே இவளைப் பிடித்திருந்ததாலும், அவர்கள் இவளிடம் பாசத்தோடும், வீட்டுக்கு வரப்போகிற மருமகள் என்கிற உவகையோடும் பழகியதாலும், அவர்களைச் சந்தித்து அளவளாவுவதில் மிகுந்த மகிழ்ச்சி.

அவளுக்கும் நெருங்கிய தோழிகள் இல்லை. நகரத்தில் வேவ்வேறு பகுதிகளில் இருக்கும் பொதுத் தோழிகள்

வீடுகளுக்கு சாதாரணமாகப் போகிற வழக்கம் கிடையாது. நெருங்கிய உறவினர்கள் இருப்பினும் அவர்கள் வீடுகளுக்கும் அடிக்கடியோ, அவசியமின்றியோ இவர்கள் வீட்டிலிருந்து யாரும் போகவோ வரவோ மாட்டார்கள். ரத்த உறவுகளே தூரத்து சொந்தங்கள் போலத்தான் பழகி வந்தன. காரணம் அம்மா. பெரும்பாலான பெண்களையும் போல அவளுக்கு அப்பா தரப்பு சொந்தங்களிடம் நெருங்கிப் பழகுவதோ, பண உதவி செய்வதோ பிடிக்காது. அவர்கள் வீட்டுக்கு வந்தால் முகம் கொடுத்துப் பேசவே மாட்டாள். அம்மா தரப்பு நெருங்கிய உறவுகள் யாவும் ஏழைகள். சொந்த பந்தக் குடும்ப விசேஷங்களில் அவர்களிடம் அவள் தோரணையோடான அணுக்கத்தை மேலுக்குக் காட்டுவாள் எனினும், உள்ளூர எச்சரிக்கையாக விலகியே இருப்பாள். உறவைப் பயன்படுத்திக்கொண்டு அவர்கள் தன்னிடமிருந்து பண உதவியோ, கடன் உதவியோ கேட்டுவிடக் கூடாது என்பதே காரணம். அறுத்த கைக்கு உப்பு தேய்க்காதவள் என்று அவளைப் பற்றிச் சொந்த பந்தங்கள் பேசிக்கொள்வார்கள். வீட்டில் அவளே கொடுங்கோல் மகாராணி. அப்பா அவளின் அடிமை. அப்பா ஒரு தனியார் அதிகாரியாக இருந்தும், கைநிறையச் சம்பாதித்துக் கொடுத்தும், மிக ஒழுக்கமானவராக இருந்தும், அவளால் உதாசீனமாக நடத்தப்பட்டு, விதியெனச் சகித்து அவளோடு வாழ்ந்துகொண்டிருந்தார்.

மாதங்கிக்கு வீடு சில சமயம் சிறை; சில சமயம் உளவியல் வதைகூடம். இதன் காரணமாகவே அவளுக்கு இளங்கோவின் குடும்பம் மலைப் பிரதேசத்துக் கோடை வாசஸ்தலம் போலவும், அங்கு சென்று வருவது உல்லாசப் பயணம் போன்ற இளைப்பாறலாகவும் இருந்துவந்தது.

ஆயினும் அங்கே அவள் இளங்கோவிடம் நெருங்கியிருக்கவோ, அந்தரங்கமாகப் பேசவோ, வெளியிடங்களில் போல சுதந்திரமாக அவனிடம் நடந்துகொள்ளவோ இயலாது. எனவே, மாதம் ஒரு முறையேனும் சித்திரக்கூடத்துக்கும் வருவாள். அவர்களுக்குள் வழக்கமான பேச்சுகள் இடம்பெறும். இளங்கோவின் வீட்டில்

நடந்தவை, அவனது குடும்பத்தார் சொன்னவை தொடர்பாகவும் பேசுவாள்.

அவனது கனவுலகத்தைப் பற்றி அவளுக்கு நன்கு தெரியும். அதில் அவன் இவளோடு கணவன் மனைவியாக வாழ்ந்துகொண்டிருக்கிறான். இரு குழந்தைகளும் உள்ளனர். ஐந்து வயது ஓவியா, மூன்று வயது காவியன். ஓவியா, அப்பாவை அடையாளப்படுத்தும் பெயர்; காவியன், அம்மாவை அடையாளப்படுத்தும் பெயர். பெறாத குழந்தைகளுக்கு இவள்தான் பெயர் சூட்டினாள். அதிசயம் என்னவென்றால், இரு குழந்தைகளும் ஒரே சமயத்தில் பிறந்தன. பிறக்கும்போதே அவற்றுக்கு ஐந்து, மூன்று வயது. அவற்றின் வயது கூடுவதும் இல்லை. அவர்கள் அதே வயதில், குழந்தைகளாகவே இருக்க அவன் விரும்பினான்.

அவளுக்கு அவனது கற்பனைகளும் கனவுகளும் மிகப் பிடித்தமானவை. அவனது கனவுகளுக்குள் ஊடுருவிச் சென்று, அங்கேயே நிலைத்து வாழ்ந்துவிட முடியுமானால் அதைச் செய்ய விரும்பினாள். அவன் சொல்லும் இவர்களின் புனைவு வாழ்க்கை, அந்த அளவுக்கு இனிய கற்பனாவாதக் காதல் காவியமாக இருக்கும். தீமைகள் இல்லாத உலகம். இயற்கையோடு இயைந்த வாழ்க்கை. ஆதி அந்தமற்ற சிற்றின்பப் பெருவெளி. ஆனால், அது பகற்கனவில் மட்டுமே சாத்தியம். அவன் இனியும் அதிலேயே ஆழ்ந்திருக்கக் கூடாது என்றும், புற உலக வாழ்வில் அக்கறை செலுத்த வேண்டும் என்றும் அவள் வலியுறுத்துவாள்.

“அதுக்காக, உன்னோட கனவுலகத்தை விடணும்னு அவசியமில்ல. உன்னோட தனிமைல, ஓய்வு நேரங்கள்ல அதுலயே இரு. ஆனா, அதுக்காக குடும்பத்துலயே ஒட்டுதல் இல்லாம, சொந்த பந்தங்களோட பழகாம, தனியா ஒதுங்கியிருக்கறது சரியில்லன்னுதான் சொல்றேன். உங்கம்மாவும், அப்பாவும் உனக்காக எவ்ளோ வேதனைப்படறாங்க தெரியுமா? நீயும் மத்தவங்கள மாதிரி இருக்கணும், வெளி உலகத்துல சகஜமாப் புழங்கணும்...”

"அது சரிதான். ஆனா, என்னால முடியறதில்லையே! ஊர்க்காரங்க, சொந்தக்காரங்க எல்லாருக்கும் நான் அவுங்க கூடப் பேசறதில்ல, பழகறதில்ல, நல்லது கெட்டதுல கலந்துக்கறதில்லன்னு கொறை. சிலபேரு அதை ஒரு குற்றச்சாட்டாவே சொல்லுவாங்க. ஒருத்தரோட குணம், கேரக்டர், ரசனை, எண்ணம், பேச்சு, பழக்கவழக்கம் இதெல்லாம் என்னோட அலைவரிசைக்கு ஒத்துவந்தாப் பழகறேன்; அப்படி இல்லாதவங்ககிட்டப் பழகறதில்ல. தனிமையும், சமூக விலக்கமும்தான் எனக்குப் பாதுகாப்பு, மாதங்கி. மத்தவங்க எனக்குப் பிரச்சனைதான். குழுக்கள், கும்பல்கள், கூட்டங்கள்ல என்னால இணைஞ்சிருக்க முடியாது. உன்னைத் தவிர வேற யாரோடவும் நட்பாக் கூட நெருங்கிப் பழக முடியாது. ஏன்னா, அவங்க உலகம் வேற; என்னோட உலகம் வேற. இதனாலதான் எங்களோட தொழிற்துறை ஓவியர்கள் சங்கம் ஒண்ணத் தவுத்து, வேற எந்தச் சங்கம், குழு, அமைப்பு, கட்சி எதுலயுமே நான் உறுப்பினரா சேரல. ஓவியம் என்னோட தொழில். அது என்னோட நேசம், சுவாசம். அதனால, ஓவியர்கள் சங்கத்துல உறுப்பினரா இருக்கறேன். மத்தபடி, வேற எந்த அமைப்பு, குழு, கும்பல், கூட்டத்தோடவும் சேர என்னால முடியறதில்ல. பொதுக் கூட்டம், பொதுக் குழுக்கறதை விடு; திருவிழா, பண்டிகை, கல்யாணம், காதுகுத்து, புண்ணியார்ச்சனை மாதிரி வீட்டு விசேசம், துக்க காரியம்னாக் கூட, சொந்த பந்தக் கூட்டத்துலயே - அவுங்க நெருங்குன சொந்தம்னாலும் - மத்தவீகளோட சேந்திருக்க முடிய மாட்டீங்குது. சும்மா அவுங்க பக்கத்துல உக்காந்திருக்கறதும், அவுங்க பேச்சுகளக் கேட்டுட்டிருக்கறதுமே எனக்கு மரண அவஸ்தை. அப்ப எப்புடி இருக்கும் தெரியுமா? எட்டாம்ப்புல, ஆக்ஸிஜன் சோதனைல வருமே... ஒரு கண்ணாடிக் குடுவைக்குள்ள எலியப் போட்டு, பிஸ்டன் மூலமா ஆக்ஸிஜன் முழுசும் உறிஞ்சுனா எலி எப்புடி துடிதுடிச்சு சாகும்... அந்த மாதிரி இருக்கும் எனக்கு..."

"டேய்... என்னடா இப்படிச் சொல்ற?"

"ஆமா மாதங்கி. அதனாலதான் நான் சொந்தக்காரங்க வீட்டுக்கு ஒறம்பறைக்கே போக மாட்டேன். நல்லது

கெட்டதுகளுக்குப் போக வேண்டி இருந்தாலும், கூடுமான வரைக்கும் தவுத்துருவேன். ‘இப்புடியே இருந்தா செரியாகாது, இளங்கோ. அக்கம்பக்கம், ஊரு ஒறவுல நல்லது கெட்டதுன்னா போயாகோணும். அப்பத்தான் நமக்கும் நாளைக்கு நாலு பேரு வருவாங்கொ’ன்னு எங்கம்மா சொல்லும். ‘அவன் கொணம்தான் தெரியுமே... கம்ப்பல் பண்ணாதே’ன்னு அப்பா சொல்லுவாரு. ‘அவனுக்கு நம்ம சொந்த பந்தங்களே யாரு – எவுருன்னு தெரியல. நாளைக்கு அவனுக்குக் கல்யாணம் காச்சின்னா சொந்த பந்தம் வர வேண்டாமா? நாம இருக்கற வரைக்கும் நம்ம மூஞ்சிக்காக வருவாங்கொ. அதுக்கப்பறம் இவனுக்கு ஒண்ணு, இவன் குடும்பத்துல ஒண்ணுன்னா நாலு பேரு வரோணுமல்லோ? அதுக்கு இவன் இப்பருந்தாச்சு சொந்த பந்தம் ஊடுகளுக்குப் போயிட்டு வந்துட்டு, நல்லது கெட்டதுல கலந்துட்டு இருந்தாத்தான ஆகும்?’னு அம்மா சொல்லும். அதோட வற்புறுத்தலுக்காக ஏதாச்சு விசேசத்துக்குப் போனா, மத்தவீககிட்டருந்து ஒதுங்கி, தனியாகவே இருப்பேன். எப்படா இங்கிருந்து விடுபடுவம்னு இருக்கும். சாப்பிட்டு, மொய் வெச்சுட்டு, அங்கிருந்து ‘உட்டேஞ் சவாரி’ன்னு வெளியேறுனதுக்கப்பறம்தான் என்னால முழுமையா சுவாசிக்க முடியும். அதுவரைக்கும் ஆக்ஸிஜன் எலி பாடுதான்.”

அவன் ஆறோ, ஏழோ படித்த சமயம், தாத்தாவின் கருமாதியன்று, மற்றவர்களைக் கண்டு கூச்சப்பட்டு, இவர்களின் வீட்டுப் பந்தியிலேயே சாப்பிடாமல், சமையற்கட்டில் தனியே இருந்து சாப்பிட்டானாம். கன்னிகா சொல்லியிருந்தாள்.

“எந்த ஒருத்தரோடவும் இன்னொருத்தர் முழுசா ஒத்துப்போகவே முடியாது இளங்கோ. ஓரளவுக்கு ஒரே மாதிரி அலைவரிசை, குணம், ரசனை, கொள்கை, பழக்கவழக்கம்னு இருக்கலாம்; அவ்வளவுதான். மத்தபடி, ஒவ்வொருத்தரோட எல்லா அம்சங்கள்லயும் முழுக்க ஒத்துப்போறது சாத்தியமில்ல. ஏன்னா, ஒவ்வொரு மனுசங்களுமே தனித் தனி. அவங்கவங்களுக்குன்னு தனித்துவம் இருக்குது, அல்லது இருந்தாகணும். அதுதான் சிறப்பு. அதை நாம மதிக்கணும். எல்லாரும் ஒரே மாதிரி இருக்கவும் முடியாது; இருக்கவும் கூடாது. அப்படி இருந்தா

அதுல அர்த்தமோ, மதிப்போ இல்ல. ஜெராக்ஸ் காப்பி மாதிரி ஆயிடும். உன்னோட ரசனைலயே மத்தவங்களும் இருக்கணும்னு ஏன் எதிர்பார்க்கற? நீ உன்னோட ரசனைல இரு, அவங்க அவங்களோட ரசனைல இருக்கட்டும். ரசனை, கொள்கை, குணம், பழக்கவழக்கம், ஏற்றதாழ்வு இதெல்லாம் ரெண்டாம் பட்சம், இளங்கோ. ஒருத்தரோட ஒருத்தர் பழகறக்கு அன்புதான் அடிப்படை. அது இருந்தாப் போதும். அஞ்சு வெரலும் ஒரே மாதிரியான்னு சொல்றபடி, உங்க வீடு உட்பட எல்லா வீட்டுலயும், சகோதர சகோதரிகளுக்குள்ளயே வேறுபாடு இருக்கும். நெருங்குன நண்பர் குழுக்கள்லயும் ஒவ்வொருத்தர் ஒவ்வொரு தினுசா இருப்பாங்க. இருந்தாலும் அவங்களை ஒண்ணா, உயிருக்குயிரா இருக்க வெக்கறது அன்புதான். காதலன் காதலி, கணவன் மனைவில கூட அப்படித்தான். இன்னும் சொல்லப்போனா, முரண்பட்ட கேரக்டர்களுக்கு எடைலதான் சுவாரஸ்யமும், ஈர்ப்பும் அதிகமா இருக்கும். அஞ்சு வெரலும் ஒரே மாதிரி இருந்தா, நம்ம கையை, இப்ப உபயோகப்படுத்தற அளவுக்கு சிறப்பாப் பயன்படுத்த முடியுமா?”

அவன் யோசித்துக்கொண்டிருக்க, அவள் தொடர்ந்தாள்.

“நீ நத்தை மாதிரி எப்பவும் முதுகுல உன்னோட ஓட்டைச் சுமந்துட்டே திரியற. சின்னச் சின்ன விஷயங்களுக்கெல்லாம் பயந்துட்டு, ஓட்டுக்குள்ள சுருங்கிக்கற. அந்த பயத்தை விட்டுட்டு, தைரியமா இரு. உனக்குன்னு இருக்கற உன்னோட தனி உலகம் அப்படியே இருக்கட்டும்; அதை வேண்டாங்கல. ஆனா, வெளி உலகத்துல மத்தவங்களோடயும் தேவையான அளவுக்குப் பழகணும். அப்படியில்லன்னா, உங்கம்மா சொல்ற மாதிரி, நாளைக்கு நமக்குன்னு யாரும் இல்லாமப் போயிடுவாங்க. நானும், நீயும், நமக்குப் பொறக்கப்போற நெஜக் கொழந்தைகளும், உன்னோட கற்பனை உலகத்துல மட்டுமே வாழ்ந்துட முடியாது. அந்தக் கற்பனை உலகம் இல்லாமக் கூட வாழ்ந்துடலாம். ஆனா, இந்த நெஜ உலகமும், இதுல நமக்கு ஆதரவான மனுஷங்களும் இல்லாம வாழவே முடியாதுங்கறத மறந்தறாத.”

அவனிடம் எந்த எதிர்வினையும் இல்லை. இந்த உலகத்தில்தான் இருக்கிறானா, அவனது உலகத்துக்குச் சென்றுவிட்டானா?

“நீ எவ்வளவு குடுத்துவெச்சவன் தெரியுமா? ஆனா, உனக்கு அது தெரியறதில்ல. பாசமாப் பாத்துக்கற பெத்தவங்க, உடன் பொறந்தவங்க, அன்பு செலுத்தத் தயாரா இருக்கற சொந்தக்காரங்க. உனக்கு மத்தவங்க மேல அன்பு இல்லேங்கறதை விட, அவங்க செலுத்தத் தயாரா இருக்கற அன்பை ஏத்துக்கறதுக்கே நீ தயாரா இல்லேங்கறதுதான் துயரம். என்னை மாதிரி, உடன்பிறப்புக யாரும் இல்லாம, சொந்தங்களோட அன்புக்கும் வழியில்லாம இருந்தாத்தான் உனக்கு அது புரியும்.”

அப்போதும் அவன் எதுவும் சொல்லவில்லை.

“எப்படியிருந்தாலும் நம்ம கல்யாணத்துக்கப்பறம் நீ கண்டிப்பா மாறியே ஆகணும். எங்க வீட்டுலதான் நான் தனி; சொந்தக்காரங்க வீடுகளுக்குப் போகக் கூடாதுன்னு எங்கம்மாவோட கண்டிஷன் வேற. நம்ம கல்யாணத்துக்கப்பறமாவது எனக்குச் சொந்த பந்தங்களோட அன்பும், ஆதரவும் வேணும். அதே மாதிரி, நமக்குப் பொறக்கப்போற கொழந்தைக சொந்தங்களோட அரவணைப்புல இருக்கணும். அதனால, நம்ம கல்யாணம் முடிஞ்சதுமே நாம உங்க சொந்தக்காரங்க, எங்க சொந்தக்காரங்க எல்லார்த்து வீட்டுக்கும் போகணும். அவங்களோட குடும்பத்துல எந்த விசேஷம்னாலும், எந்த நல்லது கெட்டதுன்னாலும் நாம அவசியம் கலந்துக்கணும். சரியா?”

★★★

அடுத்து வந்த மழைக் காலம், அவனது வாழ்விலும் வந்தது போல் இருந்தது. மாதங்கியின் தொடர் வலியுறுத்தலால் இளங்கோ மெல்ல மெல்லத் தனது அக உலகத்திலிருந்து புற உலகத்திலும் அக்கறை கொண்டான். அவள் வீட்டுக்கு வந்திருக்கும்போது அவளுடன் சேர்ந்து தாய், தமக்கைகளுடன் பேசிப் பொழுதுபோக்கத் தொடங்கியவன், பின்பு மற்ற

நாட்களிலும் அவர்களுடன் சற்று அணுக்கம் காட்டினான். உறவினர்கள், அண்டை அயலார்களிடம் பேச்சுக்கொடுப்பதும், ஆனி, ஆவணி மாத முகூர்த்தங்களின் கல்யாணம், காதுகுத்து, புண்ணியார்ச்சனை ஆகியவற்றில் கலந்துகொள்ளவும் செய்தான். அதனால் உற்றார் உறவினர்களுக்கும் மகிழ்ச்சி. மாதங்கி சொல்லித்தான் இது நடந்தது என்பதால், கன்னிகா, கைலாசநாதன், வெண்ணிலா, சேதுராமமூர்த்தி ஆகிய நால்வருமே அவளைப் பாராட்டினர். அமராவதி மட்டும் நொடித்துக்கொண்டாள்.

செப்டம்பர் மாதம் இறுதி ஞாயிறன்று மாதங்கி வரும்போது, இளங்கோவிடம் காட்டுவதற்காக அன்றைய வாரமலர் இதழையும் கொண்டு வந்திருந்தாள். அதில் சிறுகதைப் போட்டியில் முதல் பரிசு பெற்ற, 'போகிற வழியும் சேர்கிற இடமும்' என்ற தலைப்பிலான சிறுகதை வெளியாகியிருந்தது. கோவையில் நிகழ்ந்த குண்டுவெடிப்பை அடிப்படையாகக் கொண்டு எழுதப்பட்ட மத நல்லிணக்கக் கதை. எழுதியவர் பெயர் ஷாராஜ் என்று போட்டிருந்தது. அவரது புகைப்படமும், அவரைப் பற்றிய சிறு குறிப்புகளும் வெளியாகியிருந்தன.

அதைக் கண்ட இளங்கோ, "அட, இவுரா? இவுரு மணீஸ்'ல வர்றவராச்சே! மணீஸ்ல ஒருத்தரு உன்னையாட்ட இலக்கிய புக்கு, ஓஷோ புக்கெல்லாம் படிச்சுட்டு இருப்பாருன்னு ஒருக்கா சொன்னனல்ல? அது இவுருதான். இவுரு எழுத்தாளரா? பைசன் கார்னர்லதான் அவுரும் எறங்குவாரு. ரெண்டு பேரும் ஒண்ணாவேதான் ஃபைவ் கார்னர் தாண்டி, இஸ்மாயில் வீதிக்குள்ள வருவோம். நான் கெழக்க நம்ம கடைக்கு வந்துருவேன். அவுரு எடைல சந்துக்குள்ள வடக்க போயிருவாரு. நீ மணீஸ்ல பாத்ததில்லையா?" என்றான்.

"மணீஸ்லயா வர்றாரு? கவனிச்சதில்ல. ஆனா, இலக்கியக் கூட்டங்கள்ல பாத்திருக்கறேன்; பேசுனதில்ல. சொந்த ஊரு கேரளா; வேலந்தாவளத்துக்குப் பக்கமாமா. அவரோட கதைகள் கணையாழி, புதியபார்வை, கல்கிலல்லாம் அடிக்கடி வரும்னு கேள்விப்பட்டிருக்கறேன். இந்த வருஷம் காதலர் தினம் சிறப்புச்

சிறுகதையா கல்கில அவரு எழுதியிருந்த ‘மனசோட நிறம்’ங்கற கதையை வாசிச்சிருக்கறேன். இலக்கியச் சிந்தனை தொகுப்புல ‘மாதவம் செய்திடல்’ங்கற ஒரு கதையை சமீபத்துலதான் வாசிக்க வாய்ச்சுது. ரெண்டுமே நல்ல கதைக. அதுலயும், மாதவம் செய்திடல் மறக்க முடியாத கதை. இனிமே அவரைப் பாத்தா சொல்லணும்னுட்டிருந்தேன். இதுல ஓவியர்னு போட்டிருக்குது. இலக்கியச் சிந்தனை தொகுப்புல தொழிற்துறை ஓவியர்னு இருந்துச்சு. உன்னை மாதிரி சைன் போர்ட் ஆர்ட்டிஸ்ட்டா இருக்குமோ?”

“அவுரு போற திக்குப் பாத்தா... வெறைட்டி ஹால் ரோடுதான் போவாருன்னு தோணுது. அங்கண்ணன் பிரியாணிக் கடைப் பக்கம் சாமி ஆர்ட்ஸ்னு ஒரு பெரிய கடை இருக்குது. அங்கதான் வேலை செய்யறாரோ என்னுமோ. எங்க தொழிற்துறை ஓவியர் சங்கத்துக்கு மாநிலத் தலைமையே அங்கதான். மாநிலத் தலைவரே அந்தக் கடை ஓனருதான்.”

“சாமி ஆர்ட்ஸ எனக்குத் தெரியுமே! அதுக்கு அடுத்ததா இருக்கற ப்ரிண்டர்ஸ்லதான் நாங்க பண்ற தீசிஸை ப்ரிண்ட் பண்ணக் குடுப்போம். போன வருஷம் என்னோட எம். ஃபில். தீசிஸையும் அங்கதான் ப்ரிண்ட் பண்ணினேன்” என்று சொல்லிக்கொண்டிருக்கையில் அவனுக்கு வலது அள்ளை வயிற்றில் லேசான வலி. மிதமாக இருந்ததால் வெளியே காட்டிக்கொள்ளாமல் பொறுத்துக்கொண்டான்.

அன்றைக்கே இடைவெளி விட்டு மூன்று நான்கு முறை அதே அளவில் வலித்தது. மாதங்கி கொடுத்துச் சென்ற ஷாராஜின் குண்டுவெடிப்புக் கதையை வாசிக்கும்போது தொப்புளில் வலி சுண்டியது. மற்றவர் முன் வலியை வெளிக்காட்டிக்கொள்ளவோ, யாரிடமும் சொல்லவோ இல்லை. சாதாரணமான வயிற்று வலியாக இருக்கும் என நினைத்தான். தொடர்ந்த நாட்களிலும் வலி நீடித்தது. பின்பு மெல்ல மெல்ல அதிகரித்தது. வயிற்று உப்புசம், பசியின்மை, மலச் சிக்கல், மலம் கழிக்கும்போதும், வாயு வெளியேறும்போதும் வலி ஆகியவை ஏற்பட்டன. மருந்துக் கடையில் சொல்லி மலம் இளக்கி மாத்திரைகள்

வாங்கி சாப்பிட்டான். மலம் இளகி வெளியேறியது. ஆயினும் வயிற்று வலி நிற்கவில்லை.

சாதாரணமாக அவனுக்கு ஆரோக்கியக் குறைவோ, நோய்களோ ஏற்படாது. மிக அரிதாக எப்போதேனும் தலைவலி, காய்ச்சல், வயிற்றுக் கடுப்பு என ஏதேனும் சாதாரண வியாதிகள் ஏற்படும். அப்போதும் முடிந்தவரை மருத்துவமனைக்குப் போக மாட்டான். மருந்துக் கடையில் சொல்லி மருந்து வாங்கி சாப்பிட்டால் சரியாகிவிடும். அதிக அளவிலான காய்ச்சல், வயிற்றுக் கடுப்பு என இருந்தால் மட்டுமே கன்னிகாவின் வற்புறுத்தலால் உள்ளூர் மருத்துவரின் க்ளினிக்கிற்கு அவளுடன் செல்வான்.

இப்போது அவனது வயிற்று வலி கூடி, தொப்புளிலும் விண்விண் என இழுத்துப் பிடிப்பது போல வலித்தது. நடக்கும்போதும், சிரிக்கும்போதும் வலி. ஆழ்ந்த உறக்கத்திலும், விழித்து எழும் அளவுக்கு வலித்தது. வலி தாளாமல் அப்படியே சுருண்டுகொள்வான். வலியைக் கட்டுப்படுத்துவதற்காக, வலது அள்ளையில் அழுத்தினால், இன்னும் வலி மிகுந்தது. குடிக்காதபோதும் அவ்வப்போது குமட்டலும் வாந்தியும் ஏற்பட்டன. வலி பொறுக்க பற்களைக் கடித்துக்கொள்வதையும், வலியின் வெளிப்பாடுகள் முகத்தில் தென்படுவதையும் கவனித்த கன்னிகா, என்ன, ஏதென விசாரிக்கவே, சொல்ல வேண்டியதாகிவிட்டது.

“குடியில லிவரு, கொடலு குண்டாமண்டி எல்லாம் அரிச்சிருக்கும். சொன்னாக் கேட்டாத்தான?” எனத் திட்டியவள், மருத்துவரைச் சென்று பார்க்க அறிவுறுத்தினாள். அவன் கேட்கவில்லை. பிறகு பார்க்கலாம் என நாட்களைக் கடத்திக்கொண்டிருந்தான்.

விரைவிலேயே கடும் வயிற்று வலியோடு காய்ச்சல், ஜன்னி, வயிற்றுப்போக்கு, வாந்தி ஆகியவை ஏற்பட்டன. உடல் மிகத் தளர்ந்து படுக்கையானான். கைலாசநாதன் சித்திரக்கூடத்துக்குச் சென்று, கோபியிடம் கடைக்கு இரண்டு மூன்று நாள் விடுமுறை என்று சொல்லி, வாடிக்கையாளர்கள் வந்து விசாரித்தால்

விபரம் தெரிவிக்குமாறு ஜெகன் தேநீரகத்திலும், ரெக்ஸின் கடையிலும் சொல்லிக்கொண்டு அலுவலகம் சென்றார்.

கன்னிகா ஆட்டோ வரவழைத்து இளங்கோவை அழைத்துக் கொண்டு குடும்ப மருத்துவரின் க்ளினிக்கிற்குச் சென்றாள்.

மருத்துவர் ஸ்டெதாஸ்கோப்பால் அவனது நெஞ்சிலும் முதுகிலும் சோதித்தபடியே கன்னிகாவின் ஆவலாதிகளையும்; கண் - நாக்கைப் பரிசோதித்தபடியே அவளது புலம்பல்களையும்; தெர்மாமீட்டர் சோதனையை மேற்கொண்டபடியே அவளது சந்தேகங்களையும் செவிமடுத்தார். பிறகு அவனிடம், “இரும்பு” என்றார். அவன் இருமிக் காட்டினான்.

“இரும்பறப்ப அள்ளை வகுத்துல வலிக்குதா? தும்பறப்ப, சிரிக்கறப்ப, நடக்கறப்ப ஓடறப்ப வலியாகுதா?” என அறிகுறிகளைக் கேட்டார். பெஞ்ச்சில் மல்லாக்கப் படுக்க வைத்து, வயிற்றில் தட்டியும் அழுத்திப் பார்த்தும் பரிசோதித்தார்.

“தண்ணி போட்டா லிவருக்கு எப்ப வேண்ணாலும் ஓதம் வரலாம். இது அதில்ல. லிவரு மேல் வகுத்துல, நெஞ்சுக்குக் கீள இருக்கும். அப்பண்டிக்ஸ் அடி அள்ளை வகுத்துல, சோத்தாம் பக்கம் இருக்கறது. அங்கதான இவனுக்கு வலி. அறிகுறிகளைப் பாத்தா அப்பண்டிசைடிஸ்னுதான் தோணுது. எதுக்கும் பெரிய ஆஸ்பத்திரி எதுலயாவது போயி டெஸ்டுப் பண்ணிப் பாருங்க. வலின்னு வகுத்த அமுத்தீற வேண்டாம். அப்பண்டிசைடிஸ் சீப் புடிச்சிருந்து, வெடிச்சிருச்சுன்னா நெம்ப சிரமம், ஆபத்து” என்றார்.

அவர் பரிந்துரைத்த கோவை தனியார் மருத்துவமனைக்குச் சென்றனர். குடல்வால் அழற்சி பற்றிய விளக்கப் படமே சுவரில் இருந்தது. மருத்துவர் அதைக் காட்டி விளக்கமும் கூறினார். இளங்கோவுக்கு ரத்தம், சிறுநீர், ஐவி, அல்ட்ரா சௌண்ட், சி.ட்டி. ஸ்கேன் பரிசோதனைகள் செய்யப்பட்டன. முடிவுகளைப் பார்த்துவிட்டு, குடல்வால் அழற்சிதான் என்பதை மருத்துவர் உறுதிப்படுத்தினார்.

“லேசா வலிக்கற சமயத்துலதான் அப்பண்டிசைடிஸ்

ஆரம்பிச்சிருக்கும். அப்பவே வந்திருந்தீங்கன்னா மருந்துலேயே குணப்படுத்தியிருக்கலாம். அப்ப கவனிக்காம விட்டதுனால, சீள் புடிச்சு வீங்கி, வீரியமா ஆயிருச்சு. இனி மருந்து பிரயோஜனப்படாது. சர்ஜரி மூலமா குடல்வாலை நீக்கிக்கறதுதான் ஒரே வளி. அதைப் பண்ணுலீன்னா, குடல்வால் வெடிச்சு, சீள் அடுத்த உறுப்புகளுக்கும் பரவி, உயிருக்கே ஆபத்தாயிரும். இப்பவே முத்துன நெலைல இருக்குது. எந்த நிமிசத்துலயும் வெடிக்கலாம். தாமதம் பண்ணாம, எவ்வளவு சீக்கரம் அட்மிட் ஆகறீங்களோ, அவ்வளவுக்கு நல்லது.”

★★★

அத்தியாயம் 15

ஸ்கிஸாய்ட் ஸிம்பனி

இளங்கோ தனது அறையில், கதவைச் சாத்திவிட்டு, வெறும் தரையில், வலியால் சுருண்டு கண்மூடிப் படுத்தபடி, டேப் ரெக்கார்டரில், மெதுவான ஒலியில் பாடல் கேட்டுக்கொண்டிருந்தான். சுருண்டு படுத்திருந்ததால் வலி சற்று மட்டுப்பட்டிருந்தது. வலியிலிருந்து கவனம் திரும்பி இசையில் லயித்துக்கொண்டிருந்ததால், உணரப்படும் வலியைத் தாங்கிக்கொள்ளவும் முடிந்தது.

அவன் இசைப் ப்ரியன். இசைக் கலை தொடர்பான அறிவோ, அறிதல்களோ கிடையாது. சாதாரண ரசிகன் மட்டுமே. மெல்லினிமைப் பாடல்களும், அத்தகைய கருவி இசையும் பிடித்தமானவை. அவனே தேர்ந்தெடுத்த தமிழ், ஹிந்தி திரைப் படப் பாடல்களை அவ்வப்போது கேஸட்டில் பதிவகத்தில் பதிவு செய்து வைத்த தொகுப்புகள் சுமார் நாற்பது இருக்கும். அதோடு நித்யஸ்ரீ, உன்னிக்ருஷ்ணன் ஆகியோரின் கர்நாடக இசைத் தமிழ்ப் பாடல் தொகுப்புகள், பங்கஜ் உதாஸ், சல்மா அகா, சாதனா சர்கம் ஆகியோரின் கஸல், இளையராஜாவின்

ஹௌ ட்டு நேம் இட், நத்திங் பட் விண்ட், ம்யூஸிக் டுடேவின் பஞ்சபூதங்கள் தொகுப்புகள் உள்ளிட்ட சுமார் இருபது தொகுப்புகள். அவ்வளவுதான் அவனது இசைக் களஞ்சியம். இவற்றைத்தான் திரும்பத் திரும்பக் கேட்டுக்கொண்டிருப்பான். காலையில் கர்நாடக இசை கேட்கும்போது ஒரு நாளைத் தொடங்குவதற்கான புத்துணர்ச்சி, ஊக்கமூட்டல், மன ஒருமை, பக்தி அல்லது தெய்வீகத்தன்மை போன்ற உணர்வு அவனுக்குள் ஏற்படும். அதனால் அப்போது அவற்றை ஒலிக்க விட்டு, அவனது வேலைகளைப் பார்த்துக்கொண்டிருப்பான். வீட்டில் இருக்கும் பகல் பொழுதுகளில் மனதை உற்சாகப்படுத்தும் துள்ளிசைத் திரைப்படப் பாடல்கள். இரவில் இளைப்பாறல், அமைதி, உறக்கத்துக்காக கஸல் அல்லது மெல்லினிமைத் திரைப் பாடல்கள்.

இதில் காலை, பகல் பொழுதுகளில் கேட்கப்படும் பாடல்களை, அவ்வப்போதைய வேலைகளைச் செய்தபடியே கேட்பான். அது பின்புல இசை போன்றதுதான். அவற்றில் அவன் அதிக கவனம் செலுத்துவதில்லை; அதற்குத் தேவையும் இல்லை. அவற்றிலிருந்து அவனுக்குக் கிடைக்கக் கூடியவை மிகக் குறைவானவையே. அதனால் பல சமயம் அவற்றைக் கேட்கக் கூட மாட்டான். அதனால் எந்த இழப்புணர்வும் ஏற்படாது. ஆனால், குடிக்காமல் வருகிற எந்த நாளாயினும், இரவில் சுமார் அரை மணி நேரமாவது மெல்லினிமைத் திரைப் பாடல்கள் அல்லது கஸல் பாடல்களைக் கேட்டுவிட்டே உறங்குவான். நேரம் அதிகமிருந்தால், இரவு உணவுக்கு முன்னும் பின்னுமாக, இன்னும் கூடுதல் நேரம் அவ்விசையைக் கேட்டு லயிப்பான். மெல்லினிமைப் பாடல்களும் இசையும் அவனுக்கு நெருங்கிய தோழமையாக இருந்தன. இதம், சக உணர்வு, ஆறுதல், உவகை, அமைதி, நிம்மதி ஆகியவற்றைத் தரக் கூடிய அவை அவனது அன்றாட வாழ்வியல் தேவைகளில் ஒன்றாகவே ஆகிவிட்டவை. அவற்றைக் கேட்காவிட்டால் அது ஓர் இழப்புணர்வாகவே இருக்கும். இந்த இரவிசையை மட்டுமே அவன் வேலைகள் எதுவும் செய்யாமல், இசை கேட்பதே வேலையாக இருந்து, முழுமையாகக் கேட்டு லயிப்பான். ஓய்வான முன்னிரவுகளிலும்,

உறங்கும் முன்பும், கதவடைத்து, விளக்கணைத்துவிட்டு, இரவு விளக்கின் இருள் போர்த்திய இதமான மெல்லிய குளிரொளியில், வெறும் தரையில் படுத்துக்கொண்டு, அதன் மெலிதான குளிர்ச்சியை அனுபவித்தபடி கண்மூடிப் படுத்துக்கொண்டு மெல்லினிமைப் பாடல்களையோ, இசையையோ மெலிதாக ஒலிக்கவிட்டுக் கேட்டு லயிப்பது அவனுக்கு மிகப் பிடித்தமானது. அன்றாட வாழ்வின், அவனுக்குப் பிடித்தமான, அவன் மகிழ்ந்து திளைக்கும் தருணம் அது. அப்போது எந்தக் குறுக்கீடுகளும் இன்றி, இசையின் இனிமையை முழுமையாக அனுபவித்து, தன்னுள் மூழ்கலாம்.

தனிமை, கற்பனை சஞ்சாரம், ஓவியப் பணி, காதல், இசை, மது, சுவையான உணவு... அவ்வளவுதான் அவனது வாழ்க்கை. வாழ்வின் அடையாளமாக, அர்த்தமாக, ஆனந்தமாக அவனுக்கு இருப்பவை இது மட்டுமே. இவற்றில் ஈடுபட்டிருக்கிற - திளைத்தும் லயித்தும் ருசித்தும் அனுபவிக்கிற வேளைகளில் மட்டுமே தான் வாழ்ந்துகொண்டிருக்கிறோம் என்றும், மற்ற சமயங்களில் வெறுமனே உயிரோடு இருக்கிறோம் என்றும் அவனுக்குத் தோன்றும்.

அதை மாதங்கியிடமும் சொல்லியிருக்கிறான். அவனுக்கு என்னவெல்லாம் பிடிக்கும், அவற்றை எப்படி ரசித்து ருசித்து அனுபவிப்பான் என்பது அவளுக்குத் தெரியும். அவற்றைக் கேட்கும்போது அவனது ரசனைகள் பற்றி அவள் வியந்து, “சுகவாசிடா நீ” என்று பாராட்டுவாள்.

சில சமயம், “உன்னைப் பாத்தாப் பொறாமையா இருக்குதுடா” என்றும் சொல்வாள்.

மாதங்கியைத் திருமணம் செய்துகொள்ளவேண்டும் என்பது தவிர அவனுக்கு வாழ்வில் வேறு எந்த ஆசைகளுமே இல்லை. மற்றவர்கள் சாதாரணமாக ஆசைப்படக் கூடிய சிறிய, எளிய ஆசைகள் கூட கிடையாது. இருப்பதில் திருப்திப்படும் குணம், வேறு எதற்கும் ஆசைப்படாத மனம், எளிதாகக் கிடைக்கக் கூடியவற்றிலேயே மகிழ்ச்சியையும், இன்பத்தையும் அடைந்துகொள்கிற இயல்பு, சிற்சிறு விஷயங்களையும் கலை

நயத்தோடு ரசித்து ருசித்து அனுபவிக்கும் ரசனை, எதற்கும் கவலைப்படாத தன்மை ஆகிய அவனது குணங்கள், பழக்க வழக்கங்கள் அவளுக்கு வியப்பை ஏற்படுத்தும்.

அவள் அதைச் சொன்னபோது, “என்னை எது சந்தோஷப்படுத்துதோ, அது மட்டும்தான் எனக்கு வேணும். என்னை சங்கடமோ, வேதனையோ, தொந்தரவோ, துக்கமோ படுத்தற எதுவும் எனக்கு வேண்டாம். அதனாலதான் அப்படிப்பட்ட எண்ணங்களைக் கூட நான் அனுமதிக்கறதில்ல” என்றான்.

படிப்பறிவு குறைந்த அவன், ஆன்மிகத்திலோ ஞான மார்க்கங்களிலோ துளி கூட அனுபவமற்றவன். ஆனால், அவனது இயல்பையும் தெளிவையும் பார்த்தால், ஞானியர்களின் வழிமுறைகளைக் கைக்கொண்டு வாழ்வது போலவும், மகிழ்ச்சியின் ரகசியத்தைக் கற்றுக் கடைப்பிடிப்பவன் போலவும் தோன்றும். அவனது மகிழ்ச்சியை, இன்பங்களை அவனே படைத்துக்கொள்கிறான். எதிர்மறை எண்ணங்களைக் கூட தன்னுள் அனுமதிப்பதில்லை. ஓவியப் பணி, இசை, மது, சுவையான உணவு போன்ற புற விஷயங்கள் இல்லாவிட்டாலும் அவன் மகிழ்ந்தும் இன்புற்றுமே இருப்பான். அதற்கு அவனுக்கு அவனது அக உலகமே போதும்.

மாதங்கி அவனுள் நுழைந்த பதினான்கு வயதுக்கு முன்பு வரை அவனது கற்பனை உலகம் சிறார்களுக்கான அற்புத வனமாகவே இருந்தது. அதன் பின் வளரிளம் பருவத்திற்குரிய – ஆச்சரியங்களும் குழப்பங்களும் மர்மங்களும் கொண்ட – இரண்டும்கெட்டான் வனமாக ஆயிற்று. வளர்ந்து வாலிபனாக ஆக ஆக, அதற்குரிய முறையில் அதுவும் மாறிக்கொண்டிருந்தது. இப்போது அதைக் காதல் வனம் என்றே அழைக்கலாம். அவனும், அவளும், அவனது இரு கற்பனைக் குழந்தைகளும் மட்டும், கானுயிர்களோடு, நித்திய மகிழ்ச்சியிலும் நித்திய இன்பத்திலும் வாழ்ந்துகொண்டிருக்கிற பேரழகு வனம். அங்கே அவர்களுக்கென்று ஒரு வீடும் உள்ளது.

ஒரே சமயத்தில் பிறந்த, பிறக்கும்போதே ஐந்து மூன்று

வயதுகளில் இருந்த, அதன் பின் ஒருபோதும் வயது கூடாத அக் குழந்தைகள் எந்த மாதிரியான உருவத்தில் இருக்கும், அவற்றின் குணங்கள், பழக்கவழக்கங்கள் ஆகியவை என்ன என்பதையெல்லாம் அவன் மாதங்கியிடம் துல்லியமாக வர்ணிப்பான். அவளும் அதைக் கேட்டு ரசித்து, நிஜத்தில் அதே போன்ற குழந்தைகளை அவனுக்குப் பெற்றுக் கொடுப்பேன் எனச் சொல்லுவாள். எதிர்காலத்தில் தாங்கள் பெற இருக்கும் குழந்தைகளுக்கு, அவனது கற்பனைக் குழந்தைகளான ஓவியா, காவியன் ஆகிய பெயர்களையே சூட்ட வேண்டும் என்பதும் இவர்கள் இருவரின் ஏகோபித்த முடிவு.

அவனது கற்பனைக் குழந்தைகள் ஏன் ஐந்து, மூன்று வயதுகளிலிருந்து வளராமல் இருக்க வேண்டும் என அவள் கேட்டாள்.

“அஞ்சு வயிசுக்கு மேல வளர வளர, கொழந்தைகளோட வெகுளித்தனம் போயிருமே. அந்த வயசுக்குள்ள இருக்கும்போதுதான் க்யூட்டா - வெகுளித்தனம், துறுதுறுப்பு, குறும்புகளோட - ரசிச்சு ரசிச்சு சந்தோசப்படறாப்புல இருக்கும்.”

மகிழ்ச்சியும் உற்சாகமுமாகச் சொல்லி முடித்ததுமே அவள், “ஆமா... நீ என்னை நெனைச்சு மாஸ்டர்பேஷன் பண்ணுவயா?” என்று கேட்டாள்.

அவனுக்கு அந்த ஆங்கிலச் சொல்லின் பொருள் தெரியவில்லை. சுய மைதுனம் எனப் பொருள் கூறியதும் பேயதிர்ச்சியுற்றான்.

“என்ன மாதங்கி இப்படிக் கேக்கற? என்னை இவ்வளவு கீழ்த்தரமா நெனைச்சுட்டயே! என்னைப் பொறுத்தவரைக்கும், நீ ஒரு தேவதை. என்னோட காதல் தெய்வீகமானதோ இல்லையோ, புனிதமானது. அது என்னை விட உனக்குத்தான் நல்லாத் தெரியும். அப்படியிருந்தும் இப்படிக் கேக்கறயே” என மனம் குமைந்தான்.

“இதுல என்னடா இருக்கு? அது சாதாரணமான விஷயம்தானே. எல்லாரும் பண்றதுதான். அதுவும், பசங்க அதுல அதிகமாவே ஈடுபடுவாங்க. அதுலயும் நீ ஒரு கற்பனைவாதி. என்னோட

குடித்தனம் நடத்தற மாதிரி, நம்முளுக்குக் கொழந்தைக பொறந்திருக்கற மாதிரியெல்லாம் அதீத கற்பனை பண்ணி, அதுலயே வாழ்ந்துட்டிருக்கறவன். அப்ப, செக்ஸ் இல்லாம எப்படி? அதனாலதான் கேட்டேன்."

"எல்லாரையும் மாதிரி எனக்கும் காம உணர்ச்சிகள், ஆசைகள் இருக்குது. நீ சொல்ற மாதிரி சுயமைதுனம் இப்ப இல்லேன்னாலும் டீன் ஏஜ்ல பண்ணியிருக்கறேன். ஆனா, அது 'ஏ' பட நடிகைகளோட செக்ஸ் படப் போஸ்டரை நெனைச்சுட்டுப் பண்றதாத்தான் இருக்கும்" என்றவன், "நீ போல்டானவள்னு தெரியும். இருந்தாலும் இப்படிக் கேப்பேன்னு நெனைக்கவே இல்ல" என்றான்.

"புருசன் பொண்டாட்டிக்குள்ள அதைப் பேசுனா என்னடா தப்பு?"

"தப்பொண்ணுமில்ல. இப்புடியெல்லாம் பேசி மூடைக் கௌப்பி, ஒழுக்கமா இருக்கற பையனைக் கெடுத்துப் போடாத. மேற்கொண்டு ஏதாச்சும் நடந்துச்சுன்னா அதுக்கு நீதான் பொறுப்பு."

"ஓஹோ... அப்புடியொரு நெனப்பு இருக்கோ? அதை மனசோடயே வெச்சுக்க மாப்ளை" என்று ஆனந்தமாகச் சிரித்தாள்.

★★★

இப்படி அவர்களுக்குள் ஏதேனும் உரையாடிக்கொள்வதாகவே பெரும்பாலும் அவனது கற்பனை நிகழ்ந்துகொண்டிருக்கும். பேச்சு, பேச்சு, பேச்சுதான் எப்போதும். அவனுக்குப் பேசுவதற்கு நிறைய இருந்தது. அதை நிஜத்தில் பேசினால் யாரும் கேட்க மாட்டார்கள். அவன் விரும்பக் கூடியவையும், அவனது எண்ணங்களும் மற்றவர்களுக்கு சலிப்பாகவே இருக்கும். மாதங்கி மட்டுமே அதை விரும்புவாள். அவற்றைக் கேட்டு வியக்கவும் பாராட்டவும் செய்வாள். ஆனால், அவளிடம் தினந்தோறும் பேசிக்கொண்டிருக்க வழி இல்லையே. அதனால்,

இரவின் தனிமையில், உறங்கும் முன்பாக, அவளிடம் கற்பனை உரையாடல்களை நிகழ்த்திக்கொண்டிருப்பான்.

சில சமயம், தற்போதைய நிலவரப்படி அவர்கள் இருவரும் காதலர்களாகவே இருந்து, சித்திரக்கூடத்திலோ, வ.உ.சி. பூங்காவிலோ, கோயில் வளாகங்களிலோ அமர்ந்து பேசுவதாக இருக்கும். சில சமயம் அவனது கற்பனை இல்லத்தில், கணவன் மனைவியராக இருந்து பேசுவதாக அமைத்துக்கொள்வான்.

இவன் இங்கே விளக்கை அணைத்துப் படுத்ததுமே உள்ளுக்குள் மாதங்கி வந்துவிடுவாள். "அப்பறம்... இன்னைக்கு ஏதாச்சும் ஸ்பெஷலா நடந்துச்சா?" என்று கேட்பாள். அன்றைக்கு அவன் பார்த்தது, கேள்விப்பட்டது, அவனுக்குத் தோன்றியது ஆகியவற்றில் அவனுக்கு சுவாரஸ்யமானவற்றையோ, சொல்வதற்கு உள்ளவற்றையோ சொல்வான். அதைக் கேட்டுவிட்டு அவள் என்ன சொல்வாள் என்பதையும் அவனே யூகம் செய்து, அவள் சொல்வதாகக் கற்பனை செய்துகொள்வான். அவளது குணம், எண்ணங்கள், கண்ணோட்டம், கருத்துகள், எதை எப்படிப் பார்ப்பாள், எந்தச் சந்தர்ப்பங்களில் எப்படி நடந்துகொள்வாள், மற்றவர்களின் எத்தகைய செயல்களுக்கு எப்படி எதிர்வினையாற்றுவாள் என்பதெல்லாம் அவனுக்கு அத்துப்படி என்பதால், இவன் சொல்கிறவற்றுக்கு அவள் தருவதான அவனது மறுமொழிக் கற்பனைகள் தத்ரூபமாக இருக்கும். அதனால் அவனது நினைவில் தங்கிவிடக்கூடிய அவற்றில் சிலவற்றை நிஜமாக நிகழ்ந்ததெனவே அவனது மனம் பதிந்துகொள்ளும்.

எப்போதாவது நிஜத்தில் அவர்கள் பேசிக் கொண்டிருப்பதினிடையே, "அன்னைக்கே நான் அதைச் சொன்னனல்ல. நீ அதுக்கு இப்புடிச் சொன்னயே" என்பான்.

"நான் எங்கடா சொன்னேன்? நீ அந்தச் சம்பவத்தைச் சொல்லவே இல்ல. இப்பத்தான் அதைப் பத்தி எங்கிட்டப் பேச்சே எடுக்கற."

"இல்லயே. எனக்கு நல்லா ஞாபகம் இருக்குது. அன்னைக்கு

ஆலிவ் கலர் சேலை கோல்டன் எல்லோ ஸ்ட்ரைப் டிஸைன் போட்டது கட்டியிருந்தே. கோல்டன் எல்லோ பிளவுஸ். முந்தானைல இந்த மாதிரி டிஸைன் இருக்குமே...” என தாளில் வரைந்தே காண்பிப்பான்.

அப்படி ஒரு சேலையே அவளிடம் இல்லை என்ற பிறகுதான் அது அவனது கற்பனையில் நிகழ்ந்த உரையாடல் என்பது அவனுக்குத் தெரியும்.

இப்படிப் பல சந்தர்ப்பங்களில் குழம்பியிருக்கிறான். அவனுக்கும் அவளுக்கும் இடையே நிகழ்ந்த பேச்சுகள், சம்பவங்கள் என அவனது மனதில் பதிந்திருக்கும் நினைவுகளில் எவையெல்லாம் நிஜமானவை, எவை அவனது கற்பனைகள் என்று அவனுக்கே உறுதியாகச் சொல்ல முடியாது. மாதங்கி உறுதிப்படுத்தினால்தான் ஆயிற்று.

பகற்கனவு என்று சொல்லப்படும் கற்பனைகளை இரவில் தினமுமே காண்பான். உறங்கும் முன்பு அதற்காக அரை மணி நேரமோ, ஒரு மணி நேரமோ செலவழிப்பான். ஒன்பதரைக்குப் படுத்தால் பத்தரை பதினொன்று வரை இப்படிக் கழியும். சில நாட்களில் பேச்சு சுவாரஸ்யத்தில் நள்ளிரவு கடந்துவிடும். அதிகபட்சமாக இரண்டரை மணி வரையிலும் கற்பனை உரையாடலில் ஆழ்ந்ததுண்டு.

காதலியாகவே கற்பனையிலும் அவள் இருப்பதைக் காட்டிலும், மனைவியாக இருப்பதே அவனுக்கு மிகப் பிடித்தமானது. எனவே, அவ்வாறு அவள் இருப்பதையும் பேசுவதையுமே அதிகம் விரும்புவான்.

இவன் ஒன்பதரைக்குப் படுத்துக்கொள்வான் என்றாலும், அப்போது அவளால் உடனே வர இயலாது. சமையற்கட்டில் எச்சிற் பாத்திரங்களைக் கழுவி வைக்கவும், காலைச் சிற்றுண்டிக்கு ஏதேனும் ஆயத்தப் பணிகள் செய்யவும் வேண்டியிருக்கும். குழந்தைகள் இருவரும் தூங்கியிராவிட்டால், அவர்களின் தனியறையில் இருவருக்கும் கதை சொல்லித் தூங்க வைக்க வேண்டும். அதற்குப் பிறகே இவனிடம் வர இயலும். அல்லது மாதங்கி சமையற்கட்டில் மிச்சப் பணிகளைச்

செய்துகொண்டிருக்கையில் அவன் குழந்தைகளுக்குக் கதைகள் சொல்லிக்கொண்டிருப்பான்.

ஓவியா அவனைப் போல அமைதியானவள். அடமோ, குறும்போ கிடையாது. அவளுக்கு ஐந்து வயதும் ஆகிவிட்டது என்பதால், நல்ல பிள்ளையாக நடந்துகொள்வாள். ஆனால், காவியன் படு சேட்டை. எப்போதும் காச்சு மூச்செனக் கத்திக்கொண்டும், அடம்பிடித்துக்கொண்டும் இருப்பான். அவனது விருப்பப்படி செய்யாவிட்டால் அழுது ஆர்ப்பாட்டம் செய்வான். யார் என்ன சொன்னாலும் சமாதானம் ஆக மாட்டான். குறும்புகளும் கொஞ்சநஞ்சமல்ல. ஸ்டூல் மீது ஏறி ஜன்னலில் தொற்றுவது, வீட்டுக்குள் இண்டு இடுக்குகளில் ஒளிந்துகொள்வது, குடம் - அண்டா தண்ணீரில் கைகளால் அளைந்து தரையெங்கும் சிந்தச் செய்வது, பிறகு அதில் வழுக்கி வீழ்ந்து வீறுவீறெனக் கதறி அழுவது, இப்படியிப்படி. நாய், பூனை, காட்டு விலங்குகள் ஆகியவற்றோடு இரு குழந்தைகளும் விளையாடிக் களிப்பார்கள். இவனுக்கு விளையாட்டுத் தோழமைகளாக இருந்த சேட்டைக்காரக் குரங்கு, ராட்சதப் பட்டாம்பூச்சி, பேசும் பச்சைத் தவளை, புல் தின்று வாழும் சாத்வீகப் புலி ஆகியவற்றின் சந்ததிகள் இப்போது இவர்களின் குழந்தைகளுக்குத் தோழமையாக இருக்கும்.

குழந்தைகளின் மழலைப் பேச்சுகள், குறும்புகள் ஆகியவற்றை ரசிப்பது, அவர்களோடும் கானுயிர்களோடும் சேர்ந்து விளையாடுவது, சாகசங்கள் புரிவது ஆகியவற்றில் அவன் தன்னை மட்டுமன்றி, மாதங்கியையும் மறந்துவிடுவான். பிறகு அவள் வந்து, “கொழந்தைக வந்ததுலருந்து நீ என்னையே மறந்துட்ட. அப்ப இனிமே நான் உனக்கு வேண்டாமா?” என்று ஸ்ருங்காரக் கோபமும், இவன் அவளை சமாதானப்படுத்திக் கொஞ்ச அணுகும்போது ஸ்ருங்காரப் பிணக்கமும் காட்டுவாள்.

இதைப் பற்றி மாதங்கியிடம் சொல்லும்போது, “இன்னமும் நீ அஞ்சாம்ப்பு தாண்டாதவனாத்தான் இருக்கற. டார்ஜான் மனோபாவத்துல இருந்தும் மாறல. கான்ட்டெம்ப்ரரிக்கு வரவே மாட்டீங்கறயே. இப்பல்லாம் பொண்ணுகளே இன்ட்டர்னெட்,

ப்ரெஷஸிங் சென்ட்டர்னு காதல்ல முன்னேறிட்டாங்க. நீ என்னடான்னா கற்பனைல கூட ப்ளாக் அண்டு வொய்ட்டாவே இருக்கறயே” என்பாள்.

★★★

இப்போது மாலை நான்கு மணிதான் ஆகியிருந்தது. இசையை ரசிப்பதற்காக என்றில்லாமல், வயிற்று வலியிலிருந்து கவனத்தைத் திருப்பவும், வலி நிவாரணம் பெறவுமாகவே இசை கேட்டுக்கொண்டிருந்தான். வலித் தருணங்களில், பிடித்தமான விஷயங்களில் கவனத்தைத் திருப்பினால் வலி அவ்வளவாகத் தெரியாது என்பதால் பிற்பகல் மூன்று மணியிலிருந்து இப்படிக் கீழே படுத்துக்கொண்டு இசையில் ஆழ்ந்திருந்தான்.

அப்போது, அந்த வருடம் மார்ச் மாதத்தில் வெளியாகியிருந்த காதல் வேதம் கஸல் ஆல்பம் ஓடிக்கொண்டிருந்தது. ஹிந்தியில் வெளியாகியிருந்த ஹல்கா நஷா என்னும் ஆல்பத்தின் தமிழ் வடிவான அது அவனுக்கு மிகப் பிடித்தமானது. ஹௌ ட்டு நேம் இட், நத்திங் பட் விண்ட் ஆகிய இரு ஆல்பங்களுக்கு அடுத்ததாக அவன் விரும்பும் இசைத் தொகுப்பு. ஹரிஹரனின் குரலில் உள்ள ஆண்மையின் கம்பீரக் குழைவும், தமிழில் பிற பாடகர்களிடம் இல்லாதபடியிலான அவரது கஸல் ஆலாபனைத் தேர்ச்சியும் அவனுக்குப் பிடித்தமானவை. சுஜாதாவின் குரலில் எந்தத் தனிச் சிறப்பும் அவனுக்குத் தோன்றாததால் அவரது திரைப் பாடல்கள் அவனைக் கவர்ந்ததில்லை. ஆனால் இந்த இசைத் தொகுப்பு, ஏனோ, இதற்கு இவர்தான் பொருத்தம் என்று தோன்றச் செய்துவிட்டது. ஆற்றவியலாத துக்கத்துக்கு ஆறுதலளிக்கும் ஏதோ ஒன்று அக் குரலில் உள்ளதை எப்போதும் உணர்வான். இப்போதோ, வலிக்கு நிவாரணமாகவும் அது ஆகிக்கொண்டிருந்தது. அதனால் அந்தப் பாடல்கள், அவற்றின் காதல் உள்ளடக்கத்தால் மட்டுமன்றி, அந்த நிவாரணத் தன்மையாலும் அடிக்கடி மாதங்கியை நினைவூட்டிக்கொண்டிருந்தன.

மாதங்கிக்கும் இசையறிவு அவ்வளவாக இல்லையெனினும், இவனைக் காட்டிலும் இசை ரசனை அதிகம். பாப், ஜாஸ்,

ஸிம்பனி போன்ற மேற்கத்திய இசைகளை விரும்பிக் கேட்பாள். இவனுக்கு அது ஏனோ பிடிப்பதில்லை. அவள் கேட்டுப் பார்ப்பதற்காகக் கொடுத்தாள் என்று ஒரு சமயம் ஸிம்பனி இசைத் தொகுப்புகளிலிருந்து மொஸார்ட், பீத்தோவன் முதலானவர்களைக் கேட்டுப் பார்த்துக்கொண்டிருந்தான். அனைத்தும் ஒரே மாதிரியாகவும், ஆங்கில அந்நியமாகவும், இழுவையாகவும் தோன்றியது. “ஸிம்பனி, ஸிம்பனின்னு பெருசாப் பேசறாங்க. அது இதுதானா?” என்றாள் வெண்ணிலா ஏளனமாக. அம்மாவும், “என்னடா இது ஒப்பாரியாட்ட இருக்குது? இதையப் போயி அரை மணி நேரமாக் கேட்டுட்டிருக்கறயே” என்றாள். உடனே நிறுத்திவிட்டான். மேட்டுக்குடி ரசனைகள் தனக்கு மட்டுமல்ல; தன் குடும்பம், சொந்த பந்தம், கீழ் வர்க்கம் என யாருக்குமே பொருந்தாது என்று மாதங்கியிடம் திருப்பித் தந்துவிட்டான். உலகச் செவ்வியல் இசைகளிலேயே ஸிம்பனி இசைதான் சிகரம், அதை ரசிக்க உயர்ந்த கலை ரசனையும் பயிற்சியும் தேவை என்று அவள் விளக்க முற்பட்டாள். “அது எப்பேர்ப்பட்டதாவேண்ணா இருக்கட்டும். எனக்கு அது புடிக்கல; விட்டுட்டேன். அவ்வளவுதான். அது மட்டுமில்லாம, ரசிக்கறக்குப் பயிற்சி எடுத்துட்டு ஒண்ண ரசிக்கணும்னா அது எனக்குத் தேவையில்ல” என்றுவிட்டான்.

நுண்கலை ஓவியம், நவீன இலக்கியம் என அவள் பேசுவதும் சரி; அரசியல், சமூகம், வரலாறு, மதம், ஆன்மிகம், தத்துவம் என யாரேனும் எங்கேனும் பேசுவதையும் சரி; அவன் பொருட்படுத்துவதில்லை. தனது அறிவுக்கு அது புரியாது, தனக்கு அது தேவையுமில்லை என்றுவிடுவான். சில சமயம் மாதங்கி அவனது ரசனையான பேச்சுகளைக் கேட்கையில் அவன் கதை கவிதைகள் எழுதலாம் என்று சொல்வாள். அவன் நுண்கலை ஓவியம், நவீன ஓவியம் ஆகியவற்றைக் கற்றுக்கொண்டால் அவற்றில் பேர் பெறலாம், சாதிக்க முடியும் என்றெல்லாம் சொல்வாள். அப்போதும் அப்படித்தான், பேர், புகழ், சாதனைகளில் தனக்கு ஆர்வமும் இல்லை, உபயோகமும் இல்லை என்று சொல்லிவிட்டான்.

★★★

அடங்கியிருந்த வலி மெது மெதுவாக அதிகரித்தது. இசையின் மீதான கவனத்தாலும் அதை அடக்க இயலவில்லை. வயிற்றை அழுத்திப் பிடிக்க கைகள் அனிச்சையாகச் சென்றன. வயிற்றை அழுத்தி, பழுத்த குடல்வால் உடைந்துவிட்டால் அடுத்துள்ள உறுப்புகளுக்கும் தொற்று பரவி கடுமையான பாதிப்புகளை ஏற்படுத்திவிடும் என மருத்துவர்கள் எச்சரித்த ஞாபகம். கைகளைக் கட்டுப்படுத்தி நிறுத்திக்கொண்டான். வலியைக் கட்டுப்படுத்த என்ன செய்வது என்று தெரியவில்லை. மருத்துவர் எழுதிக் கொடுத்திருந்த வலிக்கொல்லி மாத்திரையை மதிய உணவுக்குப் பின் சாப்பிட்டிருந்தான். அப்படியிருந்தும் வலி. அது வீரியம் குறைந்த மாத்திரை போலும். அல்லது தனது குடல் வால் பாதிப்பு அதிகமாகவும் இருக்கலாம். மருத்துவரும் சொன்னாரே, முன்பே வந்திருந்தால் அறுவை சிகிச்சை இல்லாமலேயே குணப்படுத்தியிருக்கலாம், இப்போது அது இயலாது, அறுவை சிகிச்சைதான் செய்தாக வேண்டும் என்று. அந்த அளவுக்கு நோய் முற்றியிருக்கையில் வலியும் அதிகமாகத்தான் இருக்கும். வலி மாத்திரைகளால் அதைக் கட்டுப்படுத்த இயலாதது இயல்பு.

இதற்கே இப்படி வலிக்கிறதே... அறுவை சிகிச்சை செய்தால் என்ன வலி வலிக்குமோ. இப்போதைய இந்த வலி தவிர குறிப்பிடும்படியான பெரிய வலி அனுபவங்கள் ஏதும் இல்லாத அவனுக்கு அதை நினைக்கையில் மருட்சி. அறுவை சிகிச்சையின்போது மயக்க மருந்து கொடுக்கப்படாவிட்டால் எந்த மனிதராலும் தாங்க இயலாத வலி ஏற்படுமாம். அதோடு, அப்போது அவர்கள் துடிதுடித்துப் புரண்டு துள்ளுவார்கள். எனவே, அறுவை சிகிச்சை செய்ய முடியாது என்பதோடு, அது நோயாளிக்கு உடல் உறுப்பு அல்லது உயிர் சேதத்தை உண்டாக்கிவிடும். அதைத் தவிர்க்கவே மயக்க மருந்து கொடுத்து, குறிப்பிட்ட உடற் பகுதி பல மணி நேரங்களுக்கு முற்றிலுமாக மரத்துப்போகும்படி செய்யப்பட்டு, நோயாளிக்கு வலியே தெரியாமல் அறுவை சிகிச்சை செய்யப்படுகிறது.

அது சரிதான். ஆனால், அறுவை சிகிச்சை முடிந்து, மயக்க மருந்து வீரியம் விலகிய பின், மரண வேதனை ஏற்படுமே.

அதைத் தாங்கிக்கொள்வது எப்படி?

லேப்ராஸ்கோப்பி என்கிற நவீன அறுவை சிகிச்சை முறையில், விரல் நுனி அளவு மட்டுமே துவாரம் செய்யப்படுமாம். அதனால் ரத்த இழப்பும், வலியும் குறைவாகவே இருக்கும். ஆனால், கட்டணம் இரு மடங்குக்கு மேல். சமீப காலக் கண்டுபிடிப்பு என்பதால் அந்த முறை இன்னும் பரவலாகவில்லை. அதிக கட்டணம் வாங்கக் கூடிய ஓரிரு பெரிய மருத்துவமனைகளில் மட்டுமே அது செய்யவும்படுகிறது. அதற்கான மருத்துவர்களும் குறைவு. வசதி குறைந்த நோயாளிகள் எனில் அவர்களே திறப்பு அறுவை சிகிச்சையைப் பரிந்துரைத்துவிடுவார்களாம். லேப்ரோஸ்கோப்பி முறையில் குடல்வால் அழற்சிக்கு சிகிச்சை செய்து சிலருக்கு பூரண குணமாகாமல், பிறகு திறப்பு அறுவை சிகிச்சை செய்ய நேர்வதும் உண்டு. அப்போது இரட்டிப்பு செலவும், சிரமங்களும் ஆகிவிடும். இது தவிர, ஆரம்ப நிலை எனில் மட்டுமே லேப்ராஸ்கோப்பி முறையில் செய்ய முடியும். இவனுக்கு நோய் முற்றியதோடு, குடல்வால் வெடித்து தொற்று வெளியே பரவும் நிலை ஏற்பட்டுவிட்டதால் திறப்பு முறையிலேயே செய்தாக வேண்டிய கட்டாயம்.

வரவிருக்கிற அறுவை சிகிச்சை வலியை நினைக்கையில் இப்போதைய நோயின் வலி கூடியது. பற்களைக் கடித்துப் பொறுத்துக்கொள்ள முயன்றான். முடியவில்லை. வலது அள்ளை வயிற்றில் உக்கிரமான வலி பளீரெனச் சுழற்றியடித்தது. குரலெடுத்து அலற வேண்டும் போலிருந்தது. பற்களை நறநறவென இறுகக் கடித்துக்கொண்டிருக்க. கண்களில் கண்ணீர் முட்டியது.

“அப்பா… ரொம்ம்ம்ப வலிக்குதாப்பா…?”

வலி புரண்டு துடிக்கும் அள்ளை வயிற்றின் மீது குளிர்ந்த பிஞ்சுக் கரம் ஒன்று இதமாக வருடிக்கொடுத்தது. அது ஓவியாவின் வலக் கரம் என உணர்ந்துகொண்டான். மெத்து மெத்தென, பஞ்சு போல, எவ்வளவு மிருதுவான கரங்கள்…! அதன் இதமான வருடலில் வலி கொஞ்சம் கொஞ்சமாகக் குறைவது போலிருக்கையில், இடது பக்கமாக காவியன் ஓடி

வந்தான். அவனுக்கு எப்போதும் ஓட்டம்தான். நடக்கிற வேலையே இல்லை. ஓட வேண்டியது, விழ வேண்டியது, அப்புறம் ஓவென்று ஊரைத் தூக்குகிற மாதிரி, காடே அதிர்கிற மாதிரி, ஓலமிட்டு அழ வேண்டியது.

"ஓடி விழுந்தறாதடா. மெதுவா வா" என்று சொல்லச் சொல்ல அவன் சிரித்தபடியே ஓடி வந்து, தொப்பென இவனது வயிற்றின் மீது விழுந்தான்.

"அம்மாஆஆஆ"

இளங்கோவின் அலறல் கேட்டு வெண்ணிலாவும், கன்னிகா பரமேஸ்வரியும் பதறியடித்து ஓடி வந்தனர். அவர்கள் அவனது அறைக் கதவைத் தள்ளித் திறந்து பார்த்தபோது அவன் வலி தாளாமல் தரையில் தாயின் கர்ப்பத்துள் இருக்கும் கருவைப் போல சுருண்டிருந்தான்.

அன்று இரவு கடுமையான காய்ச்சலும் ஏற்பட்டது. அதனால் அவனுக்குத் துணையாக அவனது அறையில் கன்னிகாவும் படுத்துக்கொண்டாள். காய்ச்சல் கொதித்து, அவன் இரவு முழுக்க அனத்திக்கொண்டே இருக்க, அவள் அவனது நெற்றியில் துண்டுத் துணி நனைத்து நனைத்துப் போட்டுக்கொண்டே இருந்தாள். இதனால் அவளுக்கு உறக்கமே இல்லை.

வைகறையிலிருந்து இளங்கோவுக்கு உடல் குளிர்ந்து ஜன்னி கண்டது. இரட்டைப் போர்வைகள், அதன் மீது கம்பளி ஆகியவற்றைப் போர்த்தியும் நடுங்கிக்கொண்டே இருந்தான்.

காலையில் அவர்கள் வீட்டிலிருந்து ஆம்புலன்ஸ் கிளம்பியது.

★★★

அத்தியாயம் 16

வலிகளின் வால்ட்ஸ் நடனம்

அறுவை சிகிச்சை முடிந்தோர்களுக்கான, குளிர்சாதன வசதியுள்ள தீவிர சிகிச்சைப் பிரிவு. தனி அறைப் படுக்கையில், உடலில் வெள்ளைத் துணி போர்த்தப்பட்டு, இளங்கோ கிடத்தப்பட்டிருந்தான். இடக் கையில் குளுக்கோஸும், வலது கையில் ரத்தமும் இறங்கிக்கொண்டிருந்தது. சிறுநீர் வெளியேற்றத்திற்கான குழாய் வெளிப்பட்டு, படுக்கைக்குக் கீழே கெட்டி பாலிதீன் உறையில் சேகரமாகிக்கொண்டிருந்தது. கன்னிகாவும் மாதங்கியும் அருகே நின்று அவனிடம் வலி இருக்கிறதா, வேறு உபத்திரவங்கள் ஏதேனும் உண்டா என விசாரித்துக்கொண்டிருக்க, சோர்வுடன் மறுப்பாகத் தலையசைத்துக்கொண்டிருந்தான்.

பாதி திறந்த கண்களின் மிதப்புப் பார்வையிலிருந்தே இன்னும் மயக்கத்தில்தான் இருக்கிறான் என்பது தெரிந்தது. நேற்றிரவு மூன்று மணிக்கு அறுவை சிகிச்சை செய்யப்பட்டு, வைகறையில் தீவிர சிகிச்சைப் பிரிவுக்குக் கொண்டுவரப்பட்டிருந்த அவன், மதியம் வரை கண் விழிக்கவே இல்லை. அறுவை

சிகிச்சைக்காகச் செலுத்தப்பட்டிருந்த மயக்க மருந்தின் மயக்கத்திலேயே இருந்தான். அப்போதே பார்வையாளர்கள் பார்க்க அனுமதிக்கப்பட்டிருந்தது. ஓரிருவர் மட்டும் சென்று, ஓசைப்படுத்தாமல் நின்று பார்த்துவிட்டு, ஓரிரு நிமிடங்களில் வந்துவிட வேண்டும். ஒரு சமயத்தில் இருவருக்கு மேல் செல்லவோ, இரண்டு நிமிடங்களுக்கு மேல் அங்கே இருக்கவோ அனுமதி இல்லை. குடும்பத்தார் எனில் செவிலியர்கள் இன்னும் ஓரிரு நிமிடங்கள் அனுமதிப்பர். மற்றபடி யாராக இருந்தாலும், பொது வார்டுக்கு வந்த பின், பார்வையாளர் நேரத்தில் கூடுதல் நேரம் இருந்து பார்த்துக்கொள்ளலாம் எனக் கறாராகச் சொல்லிவிடுவர். மதியம் வரை அப்படித்தான் குடும்பத்தாரும், பார்க்க வந்திருந்த நெருங்கிய உறவினர்கள் ஓரிருவரும் வெறுமனே அவனைப் பார்த்துவிட்டு மட்டும் செல்ல முடிந்தது. இப்போதுதான் கண் விழித்தான் என்பதால் கண்காணிப்பில் இருந்த செவிலி வெளியே சென்று கைலாசநாதனிடம் தெரிவித்தாள். கன்னிகா, மாதங்கி, வெண்ணிலா ஆகிய மூவருமே எழுந்து வர, “ரெவ்வுண்டு பேரா வாங்க. பேஷண்ட்கிட்ட அதிகமாப் பேச்சுக் குடுக்க வேண்டாம். ரெண்டு நிமிஷத்துல வந்தரணும்” என செவிலி தனது ராணுவ கீதத்தை வழக்கம் போல இசைத்தாள். அதனால் கைலாசநாதன் வெண்ணிலாவிடம், “நாம அப்பறம் போய்க்கலாம்” என்று சொல்ல, இவர்கள் இருவரும் வந்திருந்தனர்.

“உனக்கு எப்புடித் தெரிஞ்சுது?” உலர்ந்த உதடுகளில், பலவீனக் குரலில், இளங்கோ மாதங்கியிடம் கேட்டான்.

ஞாயிறன்று ஆம்புலன்ஸில் கொண்டு வந்து சேர்த்தும்போதே இளங்கோவுக்குத் தீவிரம்தான். ஜன்னி, வலி, வாந்தி, வயிற்றுப்போக்கு யாவும் கடுமையாக இருந்தன. பழுத்திருந்த குடல்வால் வெடித்துவிட்டிருக்கலாமோ என்ற சந்தேகம். எவ்வளவு விரைவாக அறுவை சிகிச்சை செய்ய முடியுமோ, அவ்வளவு விரைவாகச் செய்ய வேண்டிய நிலை. ஆனால், அன்று மயக்க மருந்து மருத்துவரும், அறுவை சிகிச்சை உதவியாள மருத்துவரும் ஊரில் இல்லை. எனவே, உள் நோயாளியாக தீவிர சிகிச்சைப் பிரிவில் அனுமதிக்கப்பட்டு, விலை உயர்ந்த

ஊசி மருந்து சிகிச்சைகள் மேற்கொள்ளப்பட்டன. திங்கள் அன்று காலையிலிருந்தே உணவு எதுவும் கொடுக்கப்படாமல், தண்ணீர் கூட குடிக்காமல் முற்றிலும் வெறும் வயிறாக இருக்க வைக்கப்பட்டு, இரவில் அறுவை சிகிச்சை முடிந்தது. ஆங்கில வழக்கப்படி, அது செவ்வாய்க் கிழமை அதிகாலை.

இளங்கோ இங்கு அட்மிட் ஆனதுமே கைலாசநாதன் பூத்திலிருந்து அமராவதியின் பக்கத்து வீட்டுக்குத் தொலைபேசி செய்து, அவளிடம் தகவல் தெரிவித்துவிட்டார். அவளும் சேதுராமமூர்த்தியும் பையனோடு அன்று மதியமே வந்து பார்த்தார்கள். மறுநாள் மாதங்கியிடம் தகவல் தெரிவிக்க இயலுமா என சேதுவிடம் கேட்டதற்கு, அவள் வேறு பேருந்தில் சென்றுவிட்டால் அது முடியாதே என்றார்.

மறுநாள் காலை, கைலாசநாதனே களத்தில் இறங்கிவிட்டார். மாதங்கி பல்கலைக்கழகம் செல்லக்கூடிய எட்டே முக்கால் வாக்கில் இடையர்பாளையம் பிரிவில் நின்று, ஏதேனும் பேருந்தில் மாதங்கி தட்டுப்பட்டால் தானே தெரிவித்துவிடலாம் என்ற முயற்சி. நல்ல வேளையாக அவள் தட்டுப்படவே, அந்தப் பேருந்தில் ஏறிக்கொண்டு, அவளிடம் தகவல் தெரிவித்தார். உக்கடத்தில் இறங்கிய அவள், அன்றே மருத்துவமனைக்கு வருவதாகச் சொன்னாள். வகுப்பை வீணாகத் துண்டிக்க வேண்டாம், மறுநாள் வந்தால் போதும் என்றுவிட்டார். அவ்வாறே இன்று காலையில் வந்திருந்தாள்.

“அப்பவே உன்னை வந்து பாத்தேன். நீ அப்பக் கண்ணு முழிக்கல” என்றாள்.

அவனுக்கு மீண்டும் மயக்கத்தில் கண்கள் சொக்கின. “கொஞ்சம் தண்ணி” என்று கேட்டான்.

“தண்ணி குடிக்கக் கூடாதுன்னு சொல்லியிருக்கறாங்கல்லொ. ஆப்பரேசன் பண்றக்கு முன்னாடி ஒரு நாள், பின்னாடி அரை நாளோ முக்கா நாளோ, அன்னந் தண்ணி எதுவும் ஒரு பொட்டு ஆகாதுன்னுட்டாங்களே. அவுங்களா சொன்ன பிறப்பாடுதான் தண்ணி குடிக்கோணும்” என்றாள் கன்னிகா.

“நேத்துலருந்தே தண்ணி குடிக்காம நாக்கு ரொம்ப வறளுதும்மா. தொண்டைக்குள்ள முள்ளாட்டக் குத்துது. ஒரு மொறடுத் தண்ணியாச்சும் குடுக்கச் சொல்லு. எடைல ஒருக்கா முழிப்பு வந்து கேட்டபோதும் குடுக்க மாட்டேன்னுருச்சு அந்த நர்சுப் புள்ளை.”

கன்னிகா சென்று கண்காணிப்புச் செவிலியிடம் தெரிவித்தாள். செவிலி இளம் பெண்தான். ப்ளஸ் டூ குமரி போல் இருந்தாள். வலுவாக மறுத்தபடி எழுந்து, சீருடைப் பாக்கெட்டுகளில் கைகளை நுழைத்தபடியே தோரணையாக அவனிடம் வந்து நின்றாள்.

“இப்பல்லாம் தண்ணி குடிக்கக் கூடாதுங்ணா. ராத்திரி எட்டு மணிக்கு மேல, டாக்டர் சொன்னதுக்கப்பறம்தான் குடிக்கணும்னு அப்பளயவே சொன்னனல்ல?”

“ரொம்ப தாகமா இருக்குதும்மா. ஒரு மூடித் தண்ணியாச்சும் குடேன். ஒதட்டையும் வாயையுமாச்சும் நனைச்சுக்கறேன்.”

“நாக்குல ஒதட்டை ஈரம் பண்ணிக்குங்ணா. அது போதும்.”

“அதுக்கு நாக்குல ஈரமே இல்லியே...”

அவனது இறைஞ்சுதலைக் காணப் பரிதாபமாக இருந்தது. “பஞ்சுல இத்தினீ தண்ணி நனைச்சுன்னாலும் குடம்முணி. ஒதட்டுல தடவின்னாலும் உடலாம்” என்றாள், கன்னிகா.

“டாக்டருக்குத் தெரிஞ்சா சத்தம் போடுவாங்க” என்றவள் தனது மேஜைக்குச் சென்று, சிறிது பஞ்சில் நீர் நனைத்து வந்து கொடுத்தாள். கன்னிகா அதை வாங்கி, அவனது வறண்ட உதட்டில் தடவிவிட்டாள். அவன் அவளிடமிருந்து அந்தப் பஞ்சுத் துணுக்கை வாங்கி, நாக்கை நீட்டி அதில் பிழிந்தான். இரண்டு சொட்டுகள் விழ, வேட்கையோடு நாக்கை உள்ளிழுத்துக்கொண்டு, நிராசையோடு எச்சில் விழுங்கினான். கண்கள் மெல்லச் செருகிக்கொண்டன.

★★★

அன்று முன்னிரவு வரைக்குமே மயக்கம் நீடித்தது. மதியத்துக்குப் பிறகு இரண்டு முறை நினைவு திரும்பி, தண்ணீர் கேட்டான். மறுக்கப்பட்டது. அது குறித்து ஏதோ பிதற்றியபடி மீண்டும் மயக்கத்தில் ஆழ்ந்துவிட்டான்.

இரவு எட்டரை மணி வாக்கில் விழிப்பு வந்ததும் தண்ணி, தண்ணி என்று அரற்றினான்.

இரவுப் பணிச் செவிலியரான நடுத்தர வயதுக்காரி புன்னகைத்தபடி, “இனிமே நீங்க தண்ணி, ஜூஸ், சத்து பானம் எது வேணும்னாலும் குடிக்கலாம். மொதல்ல, ஒரு தம்ளர் தண்ணி தர்றேன். குடிங்க. அப்பறம் என்ன வேண்ணாக் குடிக்கலாம். சரிங்களா?” என்றபடி அரை தம்ளர் தண்ணீர் கொண்டுவந்து, அவளே சிறிது சிறிதாகப் புகட்டிவிட்டாள். அவனது அப்போதைய அசுர வேட்கைக்கு அரைக் குடம் தண்ணீர் குடிக்க வேண்டும் போலிருந்தது. இருப்பினும் இந்த அரை தம்ளர் நீரே எவ்வளவு ஆறுதல்!

மயக்க மருந்தின் வீரியம் விலகிக்கொண்டிருந்ததால் அறுவை சிகிச்சை செய்ததின் வலி, வயிற்றில் சுண்டியெடுத்தது. மருந்தின் வீரியம் மென்மேலும் விலக விலக, வலியின் வீரியம் கூடிக்கொண்டே இருந்தது. முகம் கோண, பற்களைக் கடித்தபடியும், அனத்தியபடியும் அசைந்துகொண்டிருந்தான். அப்பால் மேஜை நாற்காலியில் அமர்ந்திருக்கும் செவிலி அதைக் கவனித்துவிட்டு வந்து, “இப்படியெல்லாம் அசையவோ, திரும்பவோ, புரண்டு படுக்கவோ கூடாது. தையல் பிரிஞ்சிருச்சுன்னா ஆபத்து. அசையாமப் படுத்திருங்க” என எச்சரித்தாள்.

வலி தெரியாதிருக்க வலிக்கொல்லி மாத்திரை கொடுக்கப்பட்டது. அரை மணி நேரத்துக்குப் பிறகு வலி குறைந்து, பத்தரை மணிக்குத் தூங்கிவிட்டான்.

நள்ளிரவு இரண்டரை மணிக்கு மேல் வலிக்கொல்லி வீரியம் தீர்ந்ததும் மீண்டும் வலி ஆரம்பித்து, உறக்கம் கலைந்துவிட்டது. அல்லது உறக்கம் கலைந்ததால் வலி உணரப்பட்டதா என்றும்

தெரியவில்லை. எப்படியோ, வலியுடன் அனத்திக்கொண்டும், பற்களைக் கடித்துப் பொறுக்க முற்பட்டுக்கொண்டும் இருந்தான்.

குழல் விளக்கு அணைக்கப்பட்டு மங்கிய ஒளி கொண்ட ஒற்றைக் குமிழ் விளக்கு மட்டும் அப்பால் எரிந்துகொண்டிருந்தது. இவனது படுக்கை இருந்த இடம், உறங்க ஏதுவாக இருளுக்குள் மூழ்க வைக்கப்பட்டிருந்தது. பார்வையில் படும் வகையில் இரவுச் செவிலியரும் படுத்து உறங்கிக்கொண்டிருந்தாள். குரல் கொடுத்தால் எழுந்து வருவாள். இன்னும் ஒரு வலிக்கொல்லி மாத்திரை கேட்டுப் பார்க்கலாம். ஆனால், உறங்குபவளை எழுப்ப வேண்டாம் என்று தோன்றியதால் அழைக்கவில்லை. தனது அனத்தல்களின் சத்தம் அவளது உறக்கத்தைக் கலைத்துவிடக் கூடும் என்பதால் அதன் சத்தத்தையும் குறைத்துக்கொண்டு, வாய்க்குள்ளாகவே முனகிக்கொண்டான். வலி கட்டுப்படாமல் அதிகரித்துக்கொண்டே இருந்தது. கண்களை மூடி, பற்களை இறுகக் கடித்துக்கொண்டு கிடந்தான். குளிர்சாதனக் குளிர் சில்லிட்டது. பகலில் இதமாக இருந்த அது இப்போது கடுமையாகவும், உடல் நடுக்குவது போலும் தோன்றியது. மெல்லிய போர்வைக்குள் ஆடை எதுவும் இன்றி முழு நிர்வாணமாக இருப்பதால் குளிர் அதிகமாகத் தெரிகிறதோ?

“டே, தம்பீ...! நீ அன்னைக்கு ஓடி வந்து அப்பா வயித்து மேல விழுந்ததுனாலதான் அப்பாவுக்குக் கொடல்வால் ஒடைஞ்சு, வலியாருச்சு. அதனாலதான் இங்க ஆஸ்பத்திரிக்குக் கொண்டு வந்து ஆப்பரேசன் பண்ணியிருக்கறாங்க. டேய்... அப்பாவைத் தொடாமத் தள்ளி நில்லுடா. வயித்துல தொட்டீன்னா அவருக்கு வலிக்கும்.”

“அப்பா பாவம்; ஏக்கா...?”

“ம்ம்... ஆமா.”

“அப்பாகிட்ட ஸாரி சொல்லட்டுமா?”

“இப்ப வேண்டாம்டா. அப்பா தூங்கறாரு. அவரு முழிச்சதுக்கப்பறம் சொல்லிக்கலாம். அதுவரைக்கும் நாம இங்க அமைதியா உக்காந்துட்டிருக்கலாமா? சத்தம் போடக்

கூடாது; எதுவும் பேசக் கூடாது.”

“ம்ம்… சரி.”

கட்டில் அருகே ஓவியாவும் காவியனும் ரகசியக் குரலில் பேசிக்கொண்டு நிற்பதை, மூடிய கண்களுக்குள் துல்லிய உருவத்தோடே கண்டு, கண்விழித்து முகம் திருப்பிப் பார்த்தான்.

★★★

குடல்வால் நீக்க அறுவை சிகிச்சை செய்யப்பட்ட நோயாளிகள் மூன்று நான்கு தினங்கள் மருத்துவமனையில் இருந்தால் போதுமானது. இளங்கோவுக்கு குடல்வால் கட்டி உண்டாகி, சீழ்பிடித்து, வெடித்து, அண்டை உறுப்புகளுக்கும் தொற்று பரவியிருந்ததால் அது குணமாகும் வரை இங்கு இருக்க வேண்டிய நிலை. பூரண குணம் அடைய ஒரு வாரம் முதல் இரண்டு வாரம் வரை ஆகலாம் என்று சொல்லப்பட்டது.

அறுவை சிகிச்சை முடிந்த மறுநாள், புதன் கிழமையன்றுதான் அவன் மயக்க மருந்தின் வீரியம் முற்றிலும் விலகி, முழுமையான சுயநிலைக்கு வந்தான். இன்னும் திரவ ஆகாரம் மட்டுமே. அது அவனுக்குப் பிரச்சனை இல்லை. வலிதான் ஓயாமல் படுத்திக்கொண்டிருந்தது. முன்பு குடல்வால் அழற்சியின் வலி என்றால், இப்போது அறுவை சிகிச்சையின் வலி.

விழித்திருக்கும் நேரமெல்லாம் வலி வலி வலி… அந்த உணர்வைத் தவிர வேறு எதுவும் இல்லை. யாருடனாவது பேசிக்கொண்டிருக்கும்போதோ, வேறு எதிலேனும் கவனம் செலுத்தினாலோ வலி சற்றுக் குறைந்திருக்கும். பிறகு மீண்டும் அதிகரித்துவிடும்.

சிறுவயது முதலே அவன் உடல் ஆரோக்கியம் கொண்டவன். வியாதிகள் எதுவும் அவ்வளவாக அண்டாது. ஓடுவது, விளையாடுவது, சாகசக் குறும்புகள் போன்றவையும் கிடையாது என்பதால் காயங்கள் ஏற்படவும் வழியில்லை. வலியை உணர்வது எனில் அது வகுப்பில் ஆசிரிய ஆசிரியைகளிடம்

பிரம்படி வாங்கும்போது மட்டும்தான். அவனுக்கு இப்போது நினைவுள்ள வரையில், முன்பு வலியை உணர்ந்தது எனில் அந்தத் தருணங்கள் மட்டுமே. மற்றபடி எப்போதாவது சில முறை தலைவலி, வயிற்றுவலி ஆகியவை வந்துள்ளன. அந்த வலிகள் நினைவிலேயே இல்லை. இவன் உடல் நலமின்றி மருத்துவமனைக்கோ, க்ளினிக்கிற்கோ சென்றதும் விரல் விட்டு எண்ணக் கூடிய அளவிலேயே இருக்கும். இதற்கு முன் ஒருபோதும் மருத்துவமனையில் தங்கி சிகிச்சை கொள்ள நேர்ந்ததில்லை. அந்த அனுபவமும் இதுதான் முதல் முறை. தாங்கொணாத அளவுக்கு வலியை உணர்ந்ததும், குடல்வால் அழற்சி நோயிலும், அதை நீக்கிய அறுவை சிகிச்சையிலும்தான்.

மூன்றாவது நாள் வலி சற்றுக் குறைந்தது. பொது வார்டுக்கும் மாற்றப்பட்டுவிட்டான். அதுவே ஓரளவு ஆசுவாசம். தனி அறை எனினும் இங்கே செவிலியர் கண்காணிப்பு இல்லை. தனியே இருக்க வேண்டிய கட்டாயமின்றி, உதவியாளர்களும் உடன் இருக்கலாம். குளுக்கோஸ் இறங்கிக்கொண்டிருந்தாலும், ரத்தம் செலுத்துதல் இல்லை. வாஸ்தவத்தில் இங்கே வந்த பிறகுதான் நிம்மதியாக மூச்சுவிட முடிந்தது போல் இருந்தது.

ஆனால், தொழில் நினைவில் கவலை கொள்ளலானான். அவனது நோய் காரணமாக வாடிக்கையாளர்களுக்கு இதற்குள் முடித்துக் கொடுத்திருக்க வேண்டிய பணிகள் இன்னும் கொடுக்கப்படவில்லை. பாதிப் பணியிலோ, பணி தொடங்காமலோ இருந்தன. இன்னும் குறைந்தபட்சம் இரண்டு வாரங்களுக்கு அவனால் சித்திரக்கூடத்துக்குப் போக முடியாது. எனவே, வாங்கி வைத்துள்ள வேலைகளுக்கு ஏதேனும் வழி செய்தாக வேண்டுமே என்று புலம்பிக்கொண்டிருந்தான். கைலாசநாதன் டேஸ்ட்-டீ கடைக்கும், ரப்பர் ஸ்டாம்ப் கடைக்கும் சென்று, கோபி வந்தால் உடனே மருத்துவமனைக்கு வந்து இளங்கோவை இது விஷயமாகச் சந்திக்கும்படி சொன்னார். அன்று மதியமே அவனும் வந்தான்.

கோபி விடலைச் சிறுவன் என்றாலும் தொழில் திறம் கொண்டவன், உற்சாகப் பேர்வழி, நல்ல பையன் என்பதால்

அவனை இவனுக்குப் பிடிக்கும். சம்பளம் போக, வெளிப் புறப் பணிகளுக்குக் கூடுதல் பேட்டா கொடுப்பான். இரவுப் பணிகளின்போது இவர்களின் ஓவியக்கூடத்துக்கு அண்மையில் உள்ள, பிரபல அசைவ மெஸ்ஸான கண்ணம்மா கடையில் அவனுக்கும் அசைவ உணவுகள் வாங்கித் தருவான். இவற்றின் காரணமாகவும், இவனது அன்பான பழக்கம், பொதுவான நற்குணங்கள் காரணமாகவும் அவனுக்கு இவன் மீது முதலாளி என்பதற்கு அப்பாற்பட்ட மரியாதையும், சகோதர பாசமும் இருந்தது. இவனைப் பார்க்க வந்தவன், இவனுக்கு இப்படி ஆகிவிட்டதே என வருந்தி, துக்க முகத்தோடு தலைமாட்டிலேயே வெகு நேரமாக உட்கார்ந்திருந்தான். கன்னிகாவுக்கும் மாதங்கிக்கும் அதைக் காண நெகிழ்ச்சியாக இருந்தது.

இளங்கோ அவனிடம், "நீ செக்கண்ட் கோட் வைச்சு முடிச்சுக் குடுக்கற வேலைகளைச் செஞ்சு முடிச்சுக் குடுத்து, பாக்கிப் பணம் வாங்கிரு. மத்த கஸ்டமருகளுக்கு போன்லயோ, போன் இல்லாட்டி நேர்ல போயோ தகவல் தெரிவிச்சு, இந்த வாட்டி வேற எங்காவது குடுத்து வேலைய செஞ்சுக்கச் சொல்லி, அட்வான்ஸத் திருப்பிக் குடுத்துரு. அந்த வேலைக முடியற வரை சாவி உங்கிட்டயே இருக்குட்டும். முடிஞ்சதும் கடையப் பூட்டிட்டு, சாவிய இங்கயோ, டிஸ்சார்ஜ் ஆகிப் போயிருந்தா வீட்டுக்கோ கொண்டு வந்து குடுத்தாப் போதும்" என்று கடைச் சாவியைக் கொடுத்து, வீட்டுக்கு வரும் வழியையும் தெரிவித்தான்.

அதை ஒப்புக்கொண்டவன், "அதெல்லாம் நான் பாத்துக்கறனுங்ணா. இருந்தாலும் அப்பாவோ, அண்ணியோ அப்பப்ப வந்து எட்டிப் பாத்துட்டா நல்லா இருக்கும்" என்றுவிட்டு, "தீபாவளிக்கு இன்னும் பத்து நாள்தான் இருக்குது. பட்டாசுக் கடைகள்ல சீஸன் சேல்ஸு, துணிக் கடைக - வீட்டு சாதனக் கடைகள்ல ஸ்பெசல் டிஸ்கவுண்ட் சேல்ஸுன்னு பேனரு எளுதறக்கு ஆடர் குமியும். நைட்டு வேலை கூட செய்ய வேண்டி இருக்கும். இந்தச் சமயம் பாத்து உங்குளுக்குப் படுக்கை போட்டுருச்சேங்ணா..." என அதற்கும் சேர்ந்து

வருந்திவிட்டுச் சென்றான்.

★★★

அறுவை சிகிச்சை நடந்த தினத்திலிருந்தே மாதங்கி பல்கலைக் கழகத்திற்குச் செல்லவில்லை. அங்கு செல்வது போலவே வீட்டிலிருந்து புறப்பட்டு, மருத்துவமனைக்கு வந்து, இவனுக்கு உதவியாளராக இருக்கும் கன்னிகாவுக்குத் துணையாக இருந்தாள். பெரும்பாலான மருத்துவமனைகளில் நோயாளிக்கு உதவியாக ஒருவர் மட்டுமே தங்க அனுமதிக்கப்படுவர். இங்கு இருவருக்கு அனுமதி இருந்தது. அதனால் இரவில் கன்னிகா தனித்தோ, வெண்ணிலாவுடனோ இருப்பாள். பகல் பொழுதில், வார நாட்களில் வெண்ணிலா கல்லூரிக்குச் செல்ல வேண்டியிருக்கும். அவ் வேளைகளில் மாதங்கி உடன் இருப்பாள். அவளுக்கு உணவு, அண்டை அயல் உணவகங்களில். மதியம் பார்சல் வாங்கி வந்து மாதங்கியுடன் சேர்ந்து உண்பாள். இரவு உணவு சில சமயம் வெண்ணிலாவால் சமைத்து எடுத்து வரப்படும். மாலையில் கைலாசநாதனோ, வெண்ணிலாவோ வந்துவிடுவார்கள். மாதங்கி வீடு திரும்புவாள். கைலாசநாதன் இரவில் மருத்துவமனையில் தங்குவதில்லை. வீட்டுக்குக் காவலாகச் சென்றுவிடுவார்.

மாதங்கி சாதாரணமாக பல்கலைக்கழகத்திற்கு விடுப்பு எடுப்பதில்லை. தவிர்க்க இயலாத சந்தர்ப்பங்களில் மட்டுமே எடுப்பாள். எனவே, அவளுக்கு எடுக்கத் தக்க விடுப்புகள் நிறையவே பாக்கி இருந்தன. பல்கலைக்கழகத்தைப் பொறுத்தவரை விடுப்பு எல்லை தாண்டினாலும் பெரிய பாதகமில்லை. கட்டணம் செலுத்தி, தேர்வு எழுதிவிடலாம். சிலர் அவ்வாறு செய்வதுண்டு. நெறியாளர்களின் அபிமானம் பெற்ற மாணாக்கர்கள், தொடர் விடுப்புகள் எடுத்தாலும், வருகையாகவே பதியப் பெற்று, சுமுகமாகக் கழிவதும் உண்டு. மாதங்கியின் நெறியாளர் செங்காளியப்பன் பொதுவாகவே நல்ல மனிதர். மாணாக்கர்களிடம் அன்போடு பழகுவார். இவள் அறிவாளி மாணவி, கடும் உழைப்போடு ஆய்வு செய்கிறாள்,

கிடைக்கிற நேரமெல்லாம் நூலகத்திலேயே இருப்பாள் என்பதால் இவள் மீது நல்ல அபிமானம். நெருங்கிய உறவினருக்கு அறுவை சிகிச்சை, உடன் இருந்து பார்த்துக்கொள்ள வேண்டும் என்றதும், தாராளமாகச் சென்று வா என்று சொல்லிவிட்டார்.

இங்கே அவள் அப்படி தினந்தோறும் வந்து, காலை முதல் மாலை வரை உடன் இருப்பது இளங்கோவுக்கும், கன்னிகாவுக்கும் உதவிகரமாக இருந்தது. அது மட்டுமன்றி அவள் அவனுக்குச் செய்யும் பணிவிடைகளால் அவனது குடும்பத்தார் அனைவருக்கும் அவளை இன்னும் பிடித்துவிட்டது.

வயிற்றில் திறப்பு அறுவை சிகிச்சை செய்யப்பட்டுப் படுத்திருந்த அவன், பொது வார்டுக்கு வந்த பின்னும் சில தினங்களுக்கு எழுந்து நடமாட இயலாத நிலை. எனவே, மல ஜலம் கழித்தலைப் படுக்கையிலேயே செய்தாக வேண்டியிருந்தது. முதல் இரண்டு நாட்கள் திட ஆகாரம் இல்லை. அதனால் மலம் கழிப்பதும் இராது. குழாய் வழி சிறுநீர்க் கழிவு வெளியேற்றம் மட்டுமே. ஆனால், மருத்துவர்கள் காற்று பிரிகிறதா என்று கேட்டுக்கொண்டிருந்தனர். அறுவை சிகிச்சை செய்து முடிந்த பிறகு அப்படி அபாண வாயு வெளியேற வேண்டுமாம். அது அறுவை சிகிச்சை சரியாகச் செய்யப்பட்டிருப்பதற்கான உறுதிப்படுத்தல். பொது வார்டுக்கு வந்த பின் சிறிது சிறிதாக திட ஆகாரம் சேர்த்துக்கொள்ளலாம் எனச் சொல்லப்பட்டது. ஒரு இட்லி, ஒரு பிஸ்கெட் என்றுதான் சாப்பிடவும் முடியும். இருப்பினும் அதற்கேற்ப மலம் வெளியேறுமே. சிறுநீர், குழாய் வழியே சென்றுவிடும். அது ப்ளாஸ்டிக் உறையில் நிறையும்போது உதவியாளர் கழற்றி எடுத்துச் சென்று கழிப்பறையில் ஊற்றிவிட்டு வரவேண்டும். மலம் கழிப்பதையும் படுத்தவாக்கிலேயே அடியில் மலக் கழிப்புப் பாத்திரத்தை வைத்துச் செய்ய, உதவியாளர் அதை எடுத்துச் சென்று சுத்தப்படுத்தியாக வேண்டிய நிர்ப்பந்தம். காலையில் இதைக் கன்னிகா செய்வாள். அது அவனுக்கு மிகுந்த சங்கடத்தை ஏற்படுத்தியது. அதிலும், மலப் பாத்திரத்தை எடுத்துச் சென்று சுத்தப்படுத்திவிட்டு வரவேண்டிய கஷ்டத்துக்கு அவள் ஆளாக

வேண்டியிருப்பதில் இவனுக்கு ஆற்றவியலாத வருத்தமும் கூட. அதைவிட, அந்தச் சந்தர்ப்பங்களில் தனது நிர்வாணத்தைத் தாய் காண நேரிடுகிறதே என்பது அவனது மனதுக்குக் கொடும் வதையாகவே இருந்தது. இடைப் பொழுதாக இருந்தால் இதே பணிவிடைகளை மாதங்கி செய்வாள். அப்போது அவனுக்கு அதில் வருத்தமோ, மனக் கிலேசமோ தோன்றாது. கணவன் மனைவியருக்கிடையே இத்தகைய பணிவிடைகளும், நிர்வாணம் காணுதலும் இயல்பாக உள்ளபடியே அவர்கள் இருவரும் அதை இயல்பாக எடுத்துக்கொண்டிருந்தனர். அவளது இந்தப் பணிவிடைகள், அவர்களின் நெருக்கத்தை இன்னும் கூட்டிவிட்டதையும் இருவரும் உணர்ந்தனர்.

அதிக நாட்கள் அவர்கள் அங்கே இருந்ததால், மாதங்கி யார் என்பதும், இளம் பருவம் முதலான அவர்களின் காதலும் செவிலியர்கள் பலருக்கும், இவனது மருத்துவர்களுக்கும் தெரிந்துவிட்டது. அவர்களும் ஆச்சரியப்பட்டு அவளைப் பாராட்டியதோடு, அவன் கொடுத்து வைத்தவன் என்றும் கூறியதில் அவனுக்குப் பெருமிதம்.

பகல் பொழுதுகளில் மாதங்கியும் கன்னிகாவும் தள்ளியிருந்து மெதுவான சத்தத்தில் எதையாவது பேசிக்கொண்டே இருப்பார்கள். காரியார்த்தமானவை குறைவுதான். வந்தது போனது, அக்கம்பக்கம், சொந்த பந்தம் என்று வெட்டி நியாயங்களும், வம்புதும்புகளுமே அதிகம். கன்னிகாதான் வயதானவள், இதுபோன்ற பேச்சை விரும்புவாள் என்று பார்த்தால், மாதங்கியும் அவற்றை ஆர்வமாகக் கேட்டுக்கொண்டிருந்தாள். அவளது சொந்த பந்தங்கள் குறித்தும், அண்டை அயல் குறித்தும் கன்னிகா அளவுக்கு வக்கணையாகப் பேசவராவிட்டாலும் பெண்களுக்கே உரித்தான பிறவித் திறத்தோடு அரட்டையடிக்கவே செய்தாள்.

“அதெல்லாம் செரி; உங்கம்மா எப்புடி?” என்று கேட்க, “அது ஒரு ராட்சஸிங்கத்தே” என்றாள் ரத்தினச் சுருக்கமாக.

“உங்கப்பா?”

"அவரு எங்கம்மாவுக்குப் பொண்டாட்டி."

மாதங்கியின் அம்மா ஏழைக் குடும்பத்தில் பிறந்து, வறுமையால் பல வித இன்னல்களுக்கும், அவமானங்களுக்கும் ஆளானவள். அது அவளுக்குள் பணத்தின் மீது மிகுந்த பற்றை ஏற்படுத்திவிட்டது. உயர் நடுத்தர வர்க்கத்தைச் சேர்ந்த தூரத்து உறவினரான மாதங்கியின் தந்தையை அவளது அம்மா மயக்கிக் கல்யாணம் செய்துகொண்டதாக உறவுகளுக்குள் பேச்சு. தன் மகனை அப்படிக் கல்யாணம் செய்துகொண்டதோடு, தங்களிடமிருந்து பிரித்துக் கைக்குள் போட்டுக்கொண்டு, அவனைக் கைப்பாவையாக ஆட்டி வைத்து அராஜகம் செய்கிறாள் என்று மாதங்கியின் அப்பத்தாவே புலம்பும். இதனால் அவர்கள் வீட்டுக்குச் செல்லவும் அம்மா அனுமதிப்பதில்லை.

அப்பா பொண்டாட்டி தாசர் என்பது வெளிப்படையாகவே எல்லோருக்கும் தெரியும். சிலர் அவரிடமே அதை கேலி செய்தாலும் அதுபற்றி அவர் கவலைப்படுவதில்லை. அம்மா அப்படியொன்றும் அழகல்ல. சாதாரணமான லட்சணம்தான். அவளோடு ஒப்பிடுகையில் அப்பாவை அழகர் என்றே சொல்லலாம். அப்படியிருக்க, அவரை இவள் எப்படி மயக்கினாளோ. பெற்றோரின் அந்தரங்கத்துக்குள் செல்வது நாகரிகமல்ல என்பதால் அவள் அது பற்றி அதிகமாக யோசிப்பதில்லை. எனினும், அவளது வித்தகம் புரியக் கூடியதாகவே இருக்கும். இப்போதுமே அவரிடம் சில சமயம் கொஞ்சலாகப் பேசி காரியம் சாதிப்பாள். அவர் ஓர் அதிகாரியாக இருந்தும் அவளுக்குச் சமைப்பது, துவைப்பது, வீடு சுத்தப்படுத்துவது உட்பட அனைத்து வேலைகளிலும் ஒத்தாசை செய்வார். சில சமயம், உதவி ஒத்தாசை என்ற பேரில் அக் காரியங்களைச் செய்வதே அவராகத்தான் இருக்கும். வீட்டு வேலைக்கும் மாயாமல் உடம்பு வளர்த்தியிருக்கும் அவள் அவ்வப்போது உடல் அசதி, கால் வலி என்று படுத்துக்கொள்ள, இவர் அவளுக்குக் கால் அமுக்கிவிட்டுக்கொண்டிருப்பார்.

வசதி, கௌரவம், அந்தஸ்து ஆகியவற்றை மட்டுமே மதிக்கிற

அம்மா, அதற்காக வசதியற்ற உறவுகளைப் புறக்கணிக்கவும், உதாசீனப்படுத்தவும் செய்வாள். அவர்களோடு அப்பாவோ, இவளோ நெருங்கிப் பழகுவதையும் அனுமதிக்க மாட்டாள். இவளுக்கு நெருங்கிய நட்புகள் இல்லாததற்கும் ஒரு வகையில் பெற்றோர்தான் காரணம். இளம் வயதில் இவர்களின் வீட்டுக்கு வந்து செல்லும் வழக்கம் இருந்த தோழிகளுடன் இது தொடர்பாக ஏற்பட்ட கசப்பான அனுபவங்களால் பிறகு நெருங்கிய நட்பே வேண்டாம் என வாழும்படியாக ஆகிவிட்டது.

“புத்தகங்கள்தான் என்னோட ஃப்ரெண்ட்ஸ்; லைப்ரரிதான் என்னோட வீடு. அதைத் தாண்டி, நான் மனசு விட்டுப் பழகுனதுன்னா, அது இளங்கோவோட மட்டும்தான். நல்லது கெட்டதுக்கு சொந்த பந்தங்களோட வீட்டுக்குப் போனாலுமே, எங்கம்மானால எனக்கு எப்பவுமே கில்ட்டியா இருக்கும். அப்படி இல்லாம, சந்தோஷமா ஒரு வீட்டுக்குப் போயிட்டு, ரொம்ப நேரம் இருந்துட்டு வர்றேன்னா, அது உங்க வீட்டுல மட்டும்தான்.”

அவளது புன்னகையின் வலியை இவர்கள் இருவராலும் உணர முடிந்தது.

★★★

அத்தியாயம் 17

தாஸ்தயேவ்ஸ்கி ராகம்

இரு வாரங்களுக்குப் பிறகு இளங்கோ வீடு திரும்பியபோது உடல் மெலிந்து, மிகுந்த பலவீனமாக இருந்தான். சாதாரணமாக நடக்கக் கூட முடியாது. சுவரைப் பிடித்தபடிதான் நடக்க வேண்டும். கன்னங்கள் ஒடுங்கி, கண் ரெப்பைகள் குழிந்து, முகமே வயோதிகத் தோற்றமும், விகாரமும் கொண்டுவிட்டது. அறுவை சிகிச்சைக்கு முன் கடைசியாக அவனைப் பார்த்திருந்தவர்கள், இப்போது பார்த்தால் அடையாளமே தெரியாதது மட்டுமல்ல; மிகுந்த அதிர்ச்சியுறுவார்கள். காசம், புற்று, எய்ட்ஸ் போன்ற பெருநோய்களின் கோரப் பிடிக்கு இரையாகிவிட்டானோ என்ற சந்தேகம் கொள்வார்கள். கண்ணாடியில் தன் முகத்தைப் பார்க்கையில் அவனுக்கே கழிவிரக்கம் எழும். ஏற்கனவே வெளி ஆட்களிடமிருந்து ஒதுங்கி வாழும் அவன், இப்போது அந்நியர்களிடம் முகம் காட்டவே வெட்கி, அறைக்குள்ளேயே முடங்கிக் கிடந்தான்.

வீட்டை விட்டு வெளியில் இறங்குவதே கழிப்பறைக்குச் செல்வதற்காக மட்டும் என்றாயிற்று. வீட்டுக்குள் நடமாடுவதே, உணவருந்த உணவு மேஜைக்கும், எப்போதாவது தொலைக்காட்சி

காண கூடத்துக்கும் செல்லும்போது மட்டும்தான். மற்றபடி எப்போதும் தனது அறைக்குள்ளேயே தனிமைச் சிறை.

எதுவும் செய்யாமல் வெறுமனே இருப்பது - வாழ்வில் முதல் முறையாக - அவனுக்கு சலித்தது.

முன்பெல்லாம் ஓய்வு நேரங்களில், தனிமையில், எதுவும் செய்யாமல் மணிக்கணக்காக வெறுமனே அமர்ந்திருந்து தனது கற்பனை சஞ்சாரங்களில் ஈடுபடுவான். அது அவனுக்குப் பிடித்தமான பொழுதுபோக்காக அல்ல; அதுவே அவனது வாழ்க்கை என்பதாக இருந்தது. ஆனால், இப்போது அந்தக் கற்பனை உலகிற்குள் செல்லவே அஞ்சினான். தனது இந்த விகாரமான உருவத்தோடும், பலவீனமான உடலோடும் அந்த அற்புத உலகிற்குள் நுழையவே மனம் கூசியது. நித்திய மகிழ்ச்சியும், நித்திய இன்பமும் கொண்ட பேரழகு வனம் அது. அந்த வனத்தில் பூக்கள் வாடுவதோ, இலைகள் பழுத்து உதிர்வதோ கிடையாது. ஒரு புல் கூடக் காய்ந்து சருகாவதுமில்லை. சாக பட்சிணிகளும் தாவர பட்சிணிகளாகவே வாழும். தீமை, துன்பம், துயரம், வருத்தம், வலி, வேதனை, கவலை உள்ளிட்ட எந்த எதிர்மறைகளுக்கும் அங்கே இடமில்லை. நன்மைகளும், மகிழ்ச்சியும், இன்பமும், குதூகலமும் மட்டுமே நிறைந்த அதி உலகம் அது. தான் இப்போது அங்கே பிரவேசித்தால் அந்த உலகத்தின் ஒட்டுமொத்த இருப்பும் பாதிக்கப்படும். பூக்கள் வாடிவிடும்; கானுயிர்கள் களேபரப்படும்; குழந்தைகள் இருவரும் மிரண்டு அழுவார்கள்.

எனவே அவன் அங்கு செல்வதில்லை. வெறுமனே அமர்ந்து, தனது நிலையை எண்ணி மனம் கசிந்துகொண்டோ, அர்த்தமற்ற எண்ணங்களில் சலித்துக்கொண்டோ இருப்பான்.

அவனைப் பற்றித் தெரியுமாதலால் குடும்பத்தினரும் அது குறித்து அவனிடம் எதையும் கேட்கவோ, சொல்லவோ இல்லை. அவனது கவலையைப் போக்க கைலாசநாதனுக்கும் வழி தெரியவில்லை. மாதங்கியிடமே முறையிட்டார்.

“என்ன நடந்தாலும் சரி; யாரு, என்ன சொன்னாலும் சரி; அவன் எதுக்காகவும் கவலைப்பட்டதில்ல. வாழ்க்கைல மொதல்

தடவையா இப்பத்தான் அவன் இப்படிக் கவலையோட, எங்க முகத்தையுமே நிமுந்து பாக்காம, ஒடுங்கி, ஒதுங்கி, ஒளிஞ்சுட்டிருக்கறான்."

அவனது மீட்சி அவனுள்ளேதான் என்பது அவளுக்குத் தெரியும். எது அவனுக்கு விடுதலையாக இருந்ததோ, அந்தக் கற்பனையேதான் அவனுக்குச் சிறை என்பதையும் அறிந்துணர்ந்தவள் அவள்.

"உன்னோட உட்டோபியன் கார்டனுக்குள்ள நீ ஏன் இப்ப இருக்கற மாதிரி உருவத்துல போகற? பழைய மாதிரி உருவத்துல போக வேண்டீதுதானே" என்று கேட்டாள்.

"அப்படிச் செய்யறது ஏமாத்து."

"நீ மத்தவங்களை ஏமாத்துலயே. உன்னைத்தானே. அது தப்பில்லையே. அதுவும் இல்லாம, உன்னோட உட்டோபியன் கார்டனே கற்பனை உலகம்தான். அதுல, கற்பனைங்கற முறைல நீ எப்படி வேணும்னாலும் செகப்பாவோ, அழகாவோ, சாகச வீரனாவோ இருக்கலாமே."

"இல்ல! நான் நெஜத்துல எப்படி இருக்கறனோ, அப்படித்தான் அங்கயும் இருக்க விரும்பறேன்."

தர்க்கக் குறைபாடுகளும், சிக்கல்களும் நிறைந்த முரண்பாடான விஷயம் அது. கற்பனைக்குள் அவன் மட்டும் நிஜமாக இருக்க விரும்புகிறான். ஆனால், இதில் தர்க்கங்களைப் பொருத்திப் பார்ப்பதே அபத்தம். அதில், அவனை அவன் போக்கில் விட்டுவிடுவதே சரி என்று அந்தப் பேச்சை விட்டுவிட்டாள். மாறாக, அவன் பொழுதைப் பயனுள்ள வழியில் கழிக்கவும், சலிப்பைப் போக்கி உற்சாகமுறவுமாக அவனுக்கு வாசிக்க தன்னிடமுள்ள நாவல்கள் சிலவற்றை அவ்வப்போது கொண்டு வந்து கொடுப்பாள். வாசித்து முடித்தவற்றில் சிலவற்றைத் திரும்ப வாங்கிக்கொள்வாள். சிலவற்றை இங்கேயே இருக்கட்டும்; தேவைப்படும்போது வாங்கிக்கொள்கிறேன் என்றாள். அவனுக்கும் நாவல் வாசிப்பு அவள் கருதிய வகையில் பயனுள்ளதாக இருந்ததோ

இல்லையோ, அலுப்பிலிருந்து விடுபடவும், நகராது கனக்கும் பொழுதுகளைப் போக்கிக்கொள்ளவும் உதவியது.

இந்திய - உலக இலக்கியங்களின் பிரசித்தி பெற்ற மொழிபெயர்ப்பு நாவல்களையே அப்போது அவள் அவனுக்குக் கொடுத்திருந்தாள். பொதுவாகவே தமிழ் இலக்கியத்தில் அவளுக்கு அவ்வளவாகத் திருப்தியோ, மதிப்போ இல்லை. உலக இலக்கியத் தரத்துக்கு இணையான படைப்புகள் தமிழில் மிகக் குறைவு என்பவள் அவள். அதனால் பிற மொழி இலக்கியங்களை ஆங்கிலம் வாயிலாகவோ, மொழிபெயர்ப்புகள் வாயிலாகவோ வாசிப்பதில்தான் நாட்டம் அதிகம். தமிழ் நாவல்களைக் காட்டிலும் பிற இந்திய மொழி இலக்கியங்களையும், உலக மொழி இலக்கியங்களையும் வாசிப்பது ரசனையை வளர்க்கும், பல்வேறு கலாச்சாரங்களையும் அறிந்துகொள்ளலாம், உலக அறிவும் கிடைத்த மாதிரி இருக்கும் என்பது கூடுதல் காரணம்.

அவள் சொல்கிற இலக்கியத் தர பேதங்கள், உலகத் தரம், இந்தியத் தரம் போன்ற எதுவும் அவனுக்குத் தெரியாது. ஆனால், வேற்று மாநிலங்கள், வேற்று நாடுகளின் கலாச்சார மாறுபாடுகள், அங்குள்ள பழக்கவழக்கங்கள் அவனுக்கு சுவாரஸ்யமாக இருந்தன. பலதரப்பட்ட குணாதிசயங்கள் கொண்ட கதாபாத்திரங்கள் ஆர்வமூட்டின. மொழி, இனம், ஜாதி, மதம், மாநிலம், தேசங்கள், கலாச்சாரங்கள், காலகட்டங்கள் ஆகியவற்றின் எண்ணற்ற பேதங்களைக் கடந்து, மனிதர்கள் எங்கும் மனிதர்களாகவே இருக்கிறார்கள்; வாழ்க்கை, வாழ்க்கையாகவே இருக்கிறது என்பதுதான் அந்த நாவல்கள் அனைத்திலும் அடிநாதமாக அவனைக் கவர்ந்த பண்பு.

“ஆமா, நீ சரியாப் புரிஞ்சுட்ட. இலக்கியத்தோட பொது நோக்கமே, உலகம் முழுசுக்கும் பொதுவான ஒட்டுமொத்த மானுடத் தன்மையையும், வாழ்க்கையோட சாராம்சத்தையும் உணர்த்தறதுதான். அதோட சேந்து, ஒவ்வொரு இலக்கியப் பிரதிக்கும், அதுக்கான தனிப்பட்ட நோக்கமும் இருக்கும்” என்றாள் அவள்.

★★★

இளங்கோ இன்னும் உடல் நலம் தேறவில்லை, மனதளவிலும் பாதிக்கப்பட்டுள்ளான் என்பதால் மாதங்கி வாரம் ஒரு முறை வீட்டுக்கு வருவது வழக்கமாயிற்று. தொடர்ந்து வார விடுமுறைகளில் வந்துகொண்டிருந்தால் தன் அம்மாவிடமிருந்து கேள்விகள் எழக்கூடும் என்பதால் சில சமயம் வார நாட்களில் ஒரு மணி நேரம் முன்னதாகவே பல்கலைக்கழகத்திலிருந்து கிளம்பி, இங்கே அந்திப் பொழுதுவரை இருந்துவிட்டுச் செல்வாள். வரும்போதெல்லாம் இவனுக்கு ஒன்றோ இரண்டோ நாவல்கள் கொண்டு வருவதும், வாசித்து முடித்ததில் தனக்குத் தேவையானதைத் திரும்ப வாங்கிக்கொள்வதும் வழக்கம். வாசித்த நாவல்கள் பற்றிய அவனது வாசிப்பு அனுபவம், கருத்துகள் ஆகியவற்றைக் கேட்கவும், அந்த நாவல்கள் குறித்த தனது விமர்சனம் என்ன என்பதைச் சொல்லவும், இலக்கிய உலகில் அவற்றுக்கு என்னென்ன மாதிரியான மதிப்பீடுகள் நிலவுகின்றன என்பதைத் தெரிவிக்கவும் செய்வாள். இதன் மூலம் அவனது வாசிப்புத் திறனும், கண்ணோட்டங்களும் சிறிதளவு மேம்படவும் செய்தது. முக்கியமாக, வெற்றுப் பொழுதுபோக்குக் கதைகளுக்கும், பயனுள்ள சீரிய கதைகளுக்குமான வித்தியாசத்தை அறிந்துகொண்டான்.

அவனது உடல் மன நலங்களில் அவள் கூடுதல் அக்கறை கொண்டிருந்தாள். சத்துள்ள காய்கறிகள், பழங்கள், சத்துபானங்கள் ஆகியவற்றை உண்ண வலியுறுத்துவதோடு, வரும்போதெல்லாம் அவனுக்கு ஏற்ற பழங்கள், சத்து பானப் பொடிகள், ரத்தம் ஊறுவதற்கான டானிக்குகள் போன்றவற்றை வாங்கி வருவாள்.

"நீயே படிச்சுட்டிருக்கற புள்ளை. இதையெல்லாம் வாங்கறக்கு ரொம்ப செலவாகுமே. உனக்குப் படிப்புச் செலவுக்குன்னு ஊட்டுல குடுக்கற காசுல கீது இதுகளை வாங்கீட்டு வாறயா? இல்லாட்டி, நீ சேத்தி வெச்சிருக்கற காசையெல்லாம் இதுக்கு செலவு பண்ணீட்டிருக்கறயா?" என்று கேட்டாள் கன்னிகா.

"இல்லீங்த்தே. எனக்கு ஸ்டைபண்ட் வரும்."

"அது வசதியில்லாத ஏளை பாளைகளுக்குத்தான குடுப்பாங்கொ?"

"இல்லீங்கத்தே. எம்.ஃபில்., ப்பி.ஹெச்.டி. பண்றவுங்குளுக்கும் கெடைக்கும்."

"எவ்வளவு குடுப்பங்கொ?"

"மாசம் இருவத்தி ரெண்டாயரம், இருவத்தஞ்சாயரம்னு வரும்."

"வருசத்துக்குங்கறதை மாசத்துக்குன்னு சொல்லீட்ட."

"இல்லீங்க்த்தே; மாசத்திக்குத்தான். ஜூனியர் ரிசர்ச் ஃபெலோ ஃபண்ட் மாசா மாசம் இருவத்தி ரெண்டாயரம் வரும்; சீனியர்னா மாசம் சுமார் இருவத்தஞ்சாயரம். மாசா மாசம் நம்ம பேங்க் அக்கௌண்டுக்கு அனுப்பீட்டே இருப்பாங்க" என்றதும் அசந்துபோய் மூக்கில் விரல் வைத்துவிட்டாள்.

"மாசம் இருவத்தஞ்சாயரம் உதவித் தொகையா? ஆப்பீசருக சம்பளமே அவ்வளவு இருக்காதே" என்றவள், "இப்ப பவுனு நாலாயர்ருவா. அப்ப உங்குளுக்கு உதவித் தொகை மாசத்துக்கு அஞ்சு பவுனு, ஆறு பவுனுக் காசு கெடைக்குதா? அப்ப வருசத்துக்கு அறுவது பவுனு எளுவது பவுனு! எம்.பில்லு, ப்பி.எச்.டி., படிக்கும்போதே லச்சாதிபதி, கோடீஸ்வரனா ஆயர்லாமாட்ட இருக்குதே" என மலைத்தாள்.

அப்போது உடன் இருந்த வெண்ணிலாவுக்கும் பேராவல். "எவ்வளவு வருசத்துகுங் அண்ணி இப்படி ஸ்டைபண்ட் கெடைக்கும்?"

"எம்.ஃபில். ஒரு வருசம்தாந்தான். பி.ஹெச்.டி.ய மூணு வருசத்துலயே முடிக்கலாம். ஆனா, ஸ்டைபண்ட் நெறையக் கெடைக்கறதுனால அதுக்காகவே நாலு வருசம், அஞ்சு வருசம்னு இழுத்தடிச்சு செய்வாங்க."

"மாசத்துக்கு ஆறு பவுனு,... அஞ்சு வருசத்துக்கு ஐபன்னெண்டு அறுவது மாசம். ஆறாறு முப்பத்தாறு. அப்ப அஞ்சு வருசத்துல முன்னூத்தி அறுவது பவுனு" எனக் கணக்கிட்டு, மூச்சைப் பேரிழுப்பு இழுத்து நிறுத்தினாள் கன்னிகா.

வெண்ணிலாவுக்கும் அந்தத் தொகை மூச்சடைப்பையும், லேசான பொறாமையையும் ஏற்படுத்தியது. என்றாலும், "மூச்சு

நின்னு போயறப்போகுதும்மோவ்” என்று அம்மாவைக் கேலி செய்துவிட்டு, “அம்மா இப்படித்தான், எதையும் பவுன்லயே கணக்குப் போடும்” என்றாள்.

★★★

அறுவை சிகிச்சையால் இளங்கோவின் உடல் நலிந்து, வேலை செய்ய முடியாத நிலை ஏற்பட்டுவிட்டதால் சித்திரக்கூடத்துக்கு காலவரையற்ற விடுமுறை. கோபியையும் தற்காலிகமாக வேறு எங்கேனும் வேலை பார்க்கச் சொல்லியாகிவிட்டது.

தீமையிலும் ஒரு நன்மை. இளங்கோ புகை குடிப் பழக்கங்களிலிருந்து விடுபட்டிருந்தான். அது நிரந்தரமாக நீடித்தால் நல்லது. பழையபடி நடமாடத் தொடங்கியதும் வேதாளம் முருங்கை மரம் ஏறிவிடுமோ என்னவோ. இப்போதைக்கு இல்லை என்பதே ஆறுதல். குடிப்பது என்ன, ஒரு சிகரெட்டைப் பொருத்தி இழுப்பதற்கே தெம்பு இல்லாதவனாக இருந்தான்.

கன்னிகாவின் கரிசனம், மாதங்கியின் அக்கறை, வலியுறுத்தல்கள், சத்தான ஆகாரங்கள், டானிக்குகள், புகை - குடி இன்மை ஆகியவற்றால் அவனது உடல் மெது மெதுவே தேறி வந்தது. பத்து நாட்களுக்குப் பிறகு சுவரைப் பிடிக்காமல் நடக்க முடிந்தது. அதிலேயே பாதி தேறிவிட்டது போன்ற எண்ணமும், இனி விரைவில் முழுமையான ஆரோக்கியம் பெற்றுவிடுவோம் என்கிற நம்பிக்கையும் வந்துவிட்டன. அந்த நம்பிக்கையால் முகம் தெளிந்தது. வீட்டினரையும், அக்கம் பக்கத்தினர்களையும் நிமிர்ந்து பார்த்தான். 15 நாட்களுக்குப் பிறகு கன்ன ஒடுக்கு நிமிரலாயிற்று. பிறகு கண் ரெப்பைகள் வெளிவந்தன. 20 நாட்களுக்குப் பின்னர் தெம்பாக நடந்தான். இன்னும் பழையபடி உடல் எடையோ, வலுவோ, வேகமோ, சுறுசுறுப்போ வரவில்லை. நோயிலிருந்து விடுபட்ட ஆசுவாசம்.

“வீட்டுலயே அடைஞ்சு கெடக்காம, இனியாச்சும் வெளிய கொஞ்ச தூரம் காலார நடந்துட்டு வா” என்றாள் மாதங்கி.

தினசரி காலை மாலைகளில் காலனிக்குள் உள் பக்கமாக அரைமணி நேரம் நடை உலா சென்று வந்தான். அதற்குள் பனிக்காலம் வந்துவிடவே, அந்த வேளைகளின் பனிப் பொழிவால் அப்போதைய நடை உலாவலை கன்னிகா தடை செய்துவிட்டாள். எப்படியோ, இதற்குள் அவனுக்கு ஆரோக்கியம் படிப்படியாகத் திரும்பியது.

இப்படியாக, அறுவை சிகிச்சை முடிந்து வீடு திரும்பியதிலிருந்து ஒரு மாத காலம் அவன் வீட்டோடு இருந்து ஓரளவு ஆரோக்கியமும், சுமாரான தெம்பும் பெற்றான். நவம்பர் இறுதியில் மீண்டும் சித்திரக்கூடம் திறக்கப்பட்டது.

★★★

1999 காதலர் தினத்தை உலகக் காதலர்கள் கொண்டாடி மகிழ்ந்துகொண்டிருந்தனர். இந்தியாவிலும், தமிழகத்திலும், கோவையிலும் அதே நிலைமைதான். ஆனால், மாதங்கி அன்றைய தினத்தில் துக்கம் அனுஷ்டித்துக்கொண்டிருந்தாள்.

காதலர் தினத்தை அவள் கொண்டாடவில்லை. பொது மக்களுக்கும், மற்ற காதலர்களுக்கும் அது நினைவிருக்கிறதோ இல்லையோ, அவளுக்கு ஃபிப்ரவரி 14 என்றதுமே கடந்த வருடம் இதே நாளில் கோவையில் நிகழ்த்தப்பட்ட கொடூரமான குண்டுவெடிப்பும், கூட்டப் படுகொலைகளும்தான் ஞாபகத்துக்கு வந்தன. அதனால், அவள் இந்த ஆண்டு காதலர் தினத்தைக் கொண்டாட விரும்பவில்லை. தீவிரவாத வெறியாட்டத்தில் பலியானவர்களுக்கு அஞ்சலி செலுத்தும் விதமாக துக்கம் அனுஷ்டிக்கலாம் என்றாள். இளங்கோவுக்கும் அதே உணர்விருந்ததால், அதுதான் சரி என்றுவிட்டான்.

மறுநாள் மாதங்கி சித்திரக்கூடத்துக்கு வந்து, இளங்கோவுக்கு காதலர் தின அன்பளிப்பாக ஒரு பொதியை வழங்கினாள். தாஸ்தயேவ்ஸ்கியின் வெண்ணிற இரவுகள் தொகுப்பு. கெட்டி அட்டை கொண்டதும், ரஷ்யப் பதிப்பிலானதுமான அதில் வெண்ணிற இரவுகள், சூதாடி, அருவருப்பான விவகாரம்

ஆகிய மூன்று நாவல்கள் இருந்தன. வெற்று முன் பக்கத்தில், 'எனக்கு மட்டுமான இளங்கோவுக்கு' என்று சாய்வான பெண் கையெழுத்தில் எழுதி, வேக வீச்சில் இதய வடிவப் புறக் கோடு கீறி, மாதங்கி இளங்கோ என்று ஆங்கிலத்தில் கையொப்பமும் இடப்பட்டிருந்தது. இளங்கோ அதை ரசித்து மகிழ்ந்தான்.

"வெண்ணிற இரவுகள் நாவலுக்காகத்தான் நான் இதை உனக்குக் குடுக்கறேன். அவசியம், உடனடியா அதைப் படி. ஏன், எதுக்குங்கறது, படிக்கும்போது உனக்கே தெரியும். சின்ன நாவல்தான். அதனால, சீக்கிரம் படிச்சு முடிச்சுடலாம். அதை நீ படிச்சதுக்கறம் நாம அதைப் பத்தி விரிவா டிஸ்கஸ் பண்ணலாம்" என்றாள்.

அன்று இரவே அதை வாசித்துவிட்டான். வாசிக்கத் தொடங்கிய கொஞ்ச நேரத்திலேயே, மாதங்கி ஏன் அந்த நாவலை வாசிக்கும்படி அழுத்திச் சொன்னாள் என்பது தெரிந்துவிட்டது. அதன் நாயகன் இவனைப் போலவே தனிமைவாசி, கற்பனைவாழி. அவனது குணாதிசயங்கள், பழக்கவழக்கங்கள், கண்ணோட்டங்கள் யாவும் கிட்டத்தட்ட இவனைப் போலவே இருந்தன. அதனால் அந்த நாவலை வாசிப்பதில் மிகுந்த உணர்வுக் கிளர்ச்சியும், பரவசமும், சக உணர்வும் ஏற்பட்டது. ஒன்பது மணிக்கு வாசிக்கத் தொடங்கி ஒரே அமர்வில் – பத்தரைக்கு வாசித்து முடித்துவிட்டான். அந்த நாவல் அவனையே அவனுக்குக் காண்பித்தது போல இருந்தது. 1848–ல் எழுதப்பட்ட அது, சுமார் ஒன்றரை நூற்றாண்டுகளுக்கு முன், தாஸ்தயேவ்ஸ்கி இவனது குணச்சித்திரத்தையும் கதையையுமே தீர்க்கதரிசனமாகக் கண்டு, சற்று மாற்றி, அந்த நாவலாக எழுதியது போலவும் தோன்றியது. அந்த அளவுக்கு அது அவனது இயல்பு, குணாதிசயம், எண்ணங்கள், உணர்வுகள், உணர்ச்சிகள் ஆகியவற்றை அப்படியே கொண்டிருந்தது. அவற்றில் அவனைப் பிரதிபலிப்பதாக இருந்த கூற்றுகள், உரையாடல் வரிகள், கதாநாயகன் பேசும் உணர்ச்சிகரமான வசனங்கள் ஆகியவற்றைப் பென்சிலில் அடிக்கோடிட்டு, பக்கவாட்டுகளில் தனது கருத்துகளையும் எழுதி வைத்துக்கொண்டான். அடிக்கோடிட்டவற்றை மீண்டும்

மீண்டும் வாசித்து, இன்னும் இன்னும் தனக்குள் ஆழ்ந்தான். அப்போதே, அல்லது மறுநாளாவது, மாதங்கியிடம் அதைப் பற்றி உரையாட வேண்டும் போல் இருந்தது. வெண்ணிற இரவுகளை எண்ணியெண்ணி வியந்தபடியே பனிரெண்டரை மணி வரை உறங்காமல் விழித்திருந்தான்.

ஒரு நாள் இடைவெளி விட்டு, புதன் கிழமையன்று மறு வாசிப்பும் திளைப்பும்.

வெள்ளிக்கிழமையன்று மாலை மாதங்கி வந்தபோது, அந்தக் கதாநாயகன் போலவே அவனும் உணர்ச்சிவயப்பட்டு, அவளிடம் அந்த நாவல் பற்றியும், தன்னைப் பற்றியும் பக்கம் பக்கமாகப் பேசினான். மாதங்கி குறுக்கிடாமல் அமைதியாகவும், கவனத்தோடும் கேட்டுக்கொண்டாள்.

அவன் பேசி முடித்த பின் அவனுக்கே வியப்பாகவும், நம்ப முடியாமலும் இருந்தது. காரணம், அவன் எப்போதும் இப்படி உணர்ச்சிவயப்படுகிறவன் அல்ல. இந்த அளவுக்கு உணர்ச்சிவயப்பட்டு அவன் பேசியது இதுவே வாழ்வில் முதல் முறை. மேலும், அவன் எப்போதும் சுருக்கமாக, ஓரிரு வார்த்தைகளிலும், ஓரிரு வாக்கியங்களிலும் மட்டுமே பேசுவான். பத்தி பத்தியாகப் பேச மாட்டான். வராது. ஆனால், இப்போது பக்கம் பக்கமாகப் பேசியிருக்கிறானே.

அவன் அதையும் சொன்னான்.

“உனக்குள்ள வேற யாரும் தொடாத ஆழத்தை தாஸ்தயேவ்ஸ்கி தொட்டுட்டாரு. அதுதான் காரணம்” என்றாள் அவள்.

“தாஸ்தயேவ்ஸ்கி பத்தி இலக்கிய உலகத்துல ஒரு மரபுத் தொடரே இருக்குது – ‘தாஸ்தயேவ்ஸ்கியைத் தொடுகிறவன் தாஸ்தயேவ்ஸ்கியாகவே ஆகிறான்’. அந்த அளவுக்கு வாசகரைத் தன்வயமா மாத்தக்கூடிய எழுத்து அவரோடது. அக உலகத்தை நுட்பமாவும், உணர்ச்சிமயமாவும் சித்தரிக்கறவரு அவரு. அகவய எழுத்தோட எவரெஸ்ட் அவர்தான். ஓவிய உலகத்துலயும் இதே மாதிரி, ‘வான்கோவைத் தொடுகிறவன் வான்கோவாகவே ஆகிறான்’னு சொல்லுவாங்க. காரணம்,

வான்கோவோட உன்மத்தமான, உணர்ச்சிக் கொந்தளிப்பான ஓவியங்கள், பார்வையாளர்களையும் அதே மாதிரி உன்மத்தமா, உணர்ச்சிக் கொந்தளிப்பா ஆக்கிடறதுதான். ஆனா, உன்னைப் பொறுத்த அளவுல, தாஸ்தயேவ்ஸ்கியத் தொடறதுக்கு முன்னாடியே நீ தாஸ்தயேவ்ஸ்கியாத்தான் இருந்தே. நீயும் தாஸ்தயேவ்ஸ்கியும் ஒண்ணுதான். கொஞ்சம் கொஞ்சம் வித்தியாசம் வேண்ணா இருக்கலாம். மத்தபடி, நீங்க ஒரே ரகம். ஸ்கிஸாய்டு பர்ஸனாலிட்டி."

அது பற்றி அவள் அவனிடம் நிறையவே சொல்லியிருக்கிறாள். அவளது முனைவர் பட்ட ஆய்வே அது தொடர்பானதுதான் என்பதும், அது இவன் காரணமாக உண்டானது என்பதும் அவனுக்குத் தெரியும்.

"ஆய்வுக்கான தேடல்ல இருந்தபோதுதான் தற்செயலா எனக்கு வெண்ணிற இரவுகள் பத்தித் தெரிய வந்துச்சு. யுனிவர்ஸிட்டி லைப்ரரிலயே அந்த புக் இருந்துச்சு. படிச்சுப் பாத்தேன். ப்ரோட்டகோனிஸ்ட் கேரக்டர் அப்படியே உன்னை மாதிரி இருந்தது மட்டுமில்லாம, கதையும் ஃபென்ட்டாஸ்ட்டிக்கா இருந்துச்சா... சரி, உனக்கு அந்த புக்கையே வாங்கி ப்ரஸன்ட் பண்ணலாம்னு தோணுச்சு. ரஷ்ய இலக்கியங்கள் என். ஸி.பி.ஹெச்.ல நெறையா இருக்கும்ங்கறதுனால, அங்க போய்ப் பாத்தேன். இருந்துச்சு; வாங்கிட்டேன்" என்றவள், "கதாநாயகியோட கேரக்டர் பத்தி உனக்கு என்ன தோணுது?" என்று கேட்டாள்.

"அவ பண்றது சரியா தப்பான்னு தெரியல. ஆனா, அவளோட உணர்வுகளைப் புரிஞ்சுக்க முடியுது. எனக்கு உன்னைத் தவிர வேற பொண்ணுங்க கூடப் பழக்கமும் இல்லையே. அதனால, எல்லாப் பொண்ணுகளும் இப்படித்தான் இருப்பாங்களா, இல்ல அந்தக் கதாநாயகனை மாதிரி, என்னை மாதிரி, அவளும் ஒரு தனி கேரக்டரா?"

"எல்லாப் பெண்களும் நாஸ்தென்கா மாதிரிதான் இருப்பாங்க. ஆனா, எல்லா ஆண்களும் அந்தக் கதாநாயகன் மாதிரி இருக்க மாட்டாங்க."

“ஆம்பளைகள்ல என்னை மாதிரி ஆளுக அதிகமா இருக்க மாட்டாங்கங்கறது எனக்கே தெரியும்.”

“அது சரி. ஆனா, ஸ்கிஸாய்ட் பர்சனாலிட்டியா இருக்கறவங்கள்ல ஆண்கள்தான் அதிகம். பெண்கள் ரேர்னு சொல்றாங்க. அடிப்படையாவே ஆண்களுக்கும் பெண்களுக்கும் இயல்புகள், மனநிலை, குணாதிசயம், கருத்து, கண்ணோட்டங்கள்ல இருக்கற வித்தியாசம்தான் இதுக்கும் காரணம்னு தோணுது. பெண்கள் பொதுவா கனவுகளையோ, லட்சியத்தையோ விரும்ப மாட்டாங்க. எதார்த்தத்தையும், நடைமுறையையும்தான் விரும்புவாங்க. நாஸ்தென்கா ரெண்டாவது காதலனான கதாநாயகனை விட்டு, முதல் காதலனோட போயி, அவனைக் கல்யாணம் பண்ணிக்கக் காரணம், முதல் காதல் மேல இருக்கற வலிமையான உணர்வுப் பிணைப்பு மட்டுமில்லன்னு எனக்குத் தோணுது. அவன் எதார்த்தமானவன். ஆனா, கதாநாயகன் கனவுலகவாசி. அவனைக் காதலிக்கலாம்; கல்யாணம் பண்ணிக் குடித்தனம் பண்றது கஷ்டம்னு அவ நெனைச்சிருக்கலாமோ! இது என்னோட கருதுகோள்தான். நாவல்ல அதுக்கான அகச் சான்று வெளிப்படையாக் கெடையாது. இருந்தாலும், சில எடங்களை அழுத்திப் பாத்தம்னா, அப்படி இருக்கலாமோன்னு தோண வெக்குது.

“கனவுலக வாழ்க்கைங்கறது கதைக்கு நல்லா இருக்குது. ஆனா, நெஜ வாழ்க்கைக்கு அதுவும் இந்தக் கால வாழ்க்கைக்கு நிச்சயமா ஒத்து வராது. இப்பவும், நீயோ, உன்னை மாதிரி யாராவதோ இருக்கறதை, எங்களை மாதிரி கலை இலக்கியத்தைச் சேந்தவங்களாலதான் புரிஞ்சுக்கவும், ஏத்துக்கவும் முடியும். மத்தவங்க அதை முட்டாள்தனமாத்தான் பாப்பாங்க...”

சமீப காலங்களாக அவள் அவனது குணம், இயல்பு, பழக்க வழக்கங்கள் ஆகியவற்றை மாற்றிக்கொள்ளும்படி அவ்வப்போது அறிவுரைத்துப் பேசுவது வழக்கமாகிவிட்டது. அவள் சொல்வதில் நியாயம் இருப்பதால் அவனும் அதை ஏற்றுக்கொண்டும், இயன்றவரை அதைச் செயல்படுத்திக்கொண்டும் இருந்தான். ஆனால், இப்போது தனது கனவுலகத்துக்கு எதிராகவே

பேசுகிறாளே என்பதில் அவனுக்கு அதிருப்தி. எனினும் அதை வெளிக்காட்டவில்லை.

“குடல்வாலால எந்த உபயோகமும் கெடையாது; சாதாரண நெலைல தொந்தரவும் இல்ல. ஆனா, அடைப்போ தொற்றோ ஏற்பட்டு, அப்பென்டிசைடிஸ் ஆயிட்டாத் தொந்தரவு. நோய் முத்துனா ஆப்பரேசன் பண்ணி நீக்கிற வேண்டீதுதான். குடல்வால் இல்லாமயும் உயிர் வாழ முடியும். ஆனா, அப்பென்டிசைடிஸ் வந்து, உனக்கு ஆன மாதிரி சீழ் புடிச்சு, வெடிக்கவும் செஞ்சுட்டா உயிருக்கே ஆபத்து. அதே மாதிரித்தான் உன்னோட கற்பனைகளும், பகற் கனவும். அதுல வெட்டியாப் பொழுது போறது தவுத்து எந்த உபயோகமும் கெடையாது. சாதாரண நெலைல தொந்தரவும் இல்ல. ஆனா, உளவியல் ரீதியா உன்னோட கனவுலகத்துக்கு ஏதாச்சு பாதிப்பு ஏற்பட்டுச்சுன்னா, அது மனசு, உடல், வாழ்க்கை, உயிர் – எல்லாத்தையுமே கடுமையா பாதிக்கும். அதனால, கனவுலகத்துலருந்து நீ விடுபடறது ரொம்ப நல்லது. இனிமேலாச்சும், எனக்காகவாச்சும், எதார்த்தமா வாழப் பாரு. நீ உன்னோட வீண் பகற்கனவுலருந்து விடுபட்டு, எதார்த்தமா சிந்திக்கத் தொடங்குனா, வீண் பகற்கனவுக்காக விரயமாக்கற நேரத்தை எதார்த்த காரியங்களுக்காகவும், திட்டமிடறக்காகவும் செலவழிச்சா, வாழ்க்கைல நல்ல மாற்றமும் முன்னேற்றமும் நிச்சயமா வரும்.”

அவன் எதும் சொல்லவில்லை. தனக்குப் பிடிக்காதவற்றை எதிராளிகள் பேசும்போது மௌனமாக இருந்துவிடுவது அவனது வழக்கம்.

★★★

அத்தியாயம் 18

தொழில் நலிவும், தலையில் இடியும்!

வெயில் உக்கிரம் கொள்ளத் தொடங்கிய மார்ச் மாதத்தில், வெயில் தாழ்ந்தாலும் வெக்கை தாளாத ஒரு சாயுங்காலத்தில், மாதங்கி அவனிடம் ஓர் ஆங்கிலப் புத்தகத்தைக் காண்பித்தாள். ஸில்வியா நாசர் எழுதிய, எ ப்யூட்டிஃபுல் மைண்ட். 1994-ல் பொருளாதாரத்துக்காக நோபல் பரிசு பெற்ற John Forbes Nash-ன் வாழ்க்கைச் சரிதம். கடந்த வருடத்தில் அமெரிக்காவில் வெளியான அந்த நூலை, மாதங்கியின் துணை நெறியாளரான உளவியல் பேராசிரியர் லோகேஷ் அவளுக்காக அஞ்சலில் வாங்கி அன்பளித்திருந்தார்.

"நாஷ் சின்ன வயசுலருந்தே ஸ்கிஸோப்ரீனியாவோட போராடிட்டிருந்தவரு. அப்பறம், எஸ்.ப்பி.டி.யால கடுமையான பாதிப்பு. இருந்தாலும், அந்தக் குறையை மீறி, கணித மேதையாவும், பொருளாதார நிபுணராவும் ஆயிட்டாரு. அதுவே பெரிய சாதனைதான். நோபல் பரிசையே வாங்குனது மகத்தான சாதனை."

மாதங்கி வியந்து பாராட்டிக்கொண்டிருக்க, இளங்கோ

சலனமின்றி இருந்தான். சாதனைகள், பரிசுகள், விருதுகள், செல்வம், புகழ் ஆகிய எதிலுமே அவனுக்கு நாட்டமும் இல்லை; மதிப்பும் இல்லை. அது அவளுக்கும் தெரியுமாதலால், ‘இதையெல்லாம் எதுக்கு எங்கிட்ட சொல்ற?’ என்பது போலப் பார்த்துக்கொண்டிருந்தான். இவனும் ஒரு ஸ்கிஸாய்ட் என்பதால், ‘உன்னாலும் சாதிக்க முடியும்’ என்று, வழக்கம் போல மோட்டிவேஷன் பாட்டுப் பாடப் போகிறாளா?

அப்படி எதுவும் நிகழவில்லை. நாஷ் பற்றிய பேச்சை சுருக்கமாக முடித்துக்கொண்டு, பேராசிரியர் லோகேஷ் பற்றிப் பேசலானாள்.

“செங்காளியப்பன் ஸார்தான் ஸ்டூடன்ட்ஸ் மேல அக்கறையா இருப்பாரு. அதுவும், என் மேல மக மாதிரி பாசம். எனக்கும் அவரு அப்பா மாதிரி. லோகேஷ் ஸார் யாருகிட்டயும் அப்படி அட்டாச்மென்ட்டா இருக்க மாட்டாரு. இன்ட்டலக்சுவல் கெத்தோட அதைக் காமிச்சுக்கறதுக்காகவே ஃப்ரெஞ்ச் தாடி வேற வெச்சுக்கிட்டு இருப்பாரு. அந்த ஆட்டுத் தாடிய வெச்சுட்டா அறிவு வளந்துருமா? இதுல, அப்பப்ப அந்த தாடியத் தடவிட்டே பேசுவாரு. சரி, அது எப்படியோ இருக்கட்டும். அவரு எங்கயோ இந்த புக்கைப் பத்துன ரெவ்யூவைப் படிச்சுட்டு, என்னோட ஆய்வுக்கு உபயோகமா இருக்கும்னு, அவரே ஆர்டர் பண்ணி வாங்கி, சர்ப்ரைஸா எனக்கு கிஃப்ட் பண்ணுனாரு. எனக்கு ஆச்சரியம். உண்மைலயே, ஆய்வுக்கு மட்டும் இல்லாம, தனிப்பட்ட விதத்துலயும் இந்த புக், எனக்கும் நமக்கும் உபயோகமா இருக்கும்கறதுல ரொம்ப சந்தோஷமும்தான். ஆனா, புக்கைக் குடுத்துட்டு ஒண்ணு சொன்னாரு பாரு... அப்பத்தான் ‘ச்சீ’ன்னு ஆயிருச்சு. ‘நான் மத்த ஜாதி ஸ்டூடன்ட்ஸுக்கு ஹெல்ப் எதுவும் பண்ண மாட்டேன். நீ நம்ம ஜாதிப் பொண்ணுங்கறதுனாலதான் உனக்குப் பண்றேன். இனியும் வேற எந்த ஹெல்ப் வேணும்னாலும் தயங்காம எங்கிட்டக் கேளு’ன்னாரு. வயசானவங்களா இருந்தாலாவது - பழைய ஆளுக, படிச்சும் புத்தி போகுலன்னு சொல்லலாம். இவுருக்கு முப்பது வயிசுதான். இந்தத் தலைமுறைல, ப்ரொஃபஸரா -

அதுவும், சைக்காலஜி ப்ரொஃபஸரா இருந்துட்டு, ஜாதி பாத்து ஹெல்ப் பண்றாரே...! எனக்குக் கடுப்பாயிருச்சு. இருந்தாலும் அதைப் பத்தி ஒண்ணும் சொல்லல. இப்படிப்பட்ட ஆளுகளுக்கு நாம நியாயத்தைப் பேசுனாப் புடிக்காது. அதனால, 'ரொம்ப தேங்க்ஸ் ஸார். புக்குக்கு எவ்ளோ ஸார் செலவாச்சு?'ன்னு கேட்டு, போஸ்டல் சார்ஜோட சேத்திக் குடுத்துட்டேன். மறுக்காம வாங்கிட்டாரு. என்ன ஒரு மனுசனோ!?" என்றாள் வெறுப்போடு.

★★★

ஜூன் மாத மழைப் பருவத்தில் வெண்ணிலா திருமணம். முகூர்த்தத்துக்கு முந்தைய நாள் இரவிலும் மழை பெய்துகொண்டிருந்தது. திருமண மண்டபத்தில் தமிழ்ச்செல்வியும் அமராவதியும் சொந்த பந்தங்களோடு கலகலப்பாகப் பேசி, கல்யாண வீட்டுக்குக் களைகட்ட வைத்துக்கொண்டிருந்தனர். இருவருமே ஓயாத பேச்சாளிகள். அமராவதியாவது காரியார்த்தமாகப் பேசுவாள். தமிழ்ச்செல்விக்கு இன்னதுதான் என்றில்லை; உப்புச் சப்பில்லாத விஷயங்களையும் காற்புள்ளி, அரைப் புள்ளி, முற்றுப்புள்ளி இல்லாமல் பேசிக்கொண்டே இருப்பாள். பேசுகிறாள் என்பதை விட, கொட்டுகிறாள் என்றுதான் சொல்ல வேண்டும்.

"தோல் வாய்ங்கறதுனால தொங்கீட்டு இருக்குது; மர வாயா இருந்தா வெடிச்சே போகும்" என்பாள் கன்னிகா, அவளது பேச்சைப் பற்றி.

"கேக்கறவங்களுக்குப் புடிக்குதா இல்லியா; அவுங்க காது ஜவ்வு தாங்குமா கிளிஞ்சு போயிருமான்னெல்லாம் யோசிக்கவே மாட்டா. இவளாலயேதான் எங்க ஏரியாவுல ஈ.என்.ட்டி. க்ளினிக்கே வந்து கல்லாக் கட்டீட்டிருக்குது" என்று மோகனசுந்தரமும் சொல்வான்.

அப்பேர்ப்பட்டவள் கூட்டத்தைக் கண்டால் விடுவாளா? ஒன்றரை வயதுக் குழந்தையை இடுப்பிலும், மடியிலும் தாங்கிக்கொண்டே,

ஆள் மாற்றி ஆளாகப் பிடித்துக்கொண்டிருந்தாள். இவள் ஒரு புறம் வளைத்துக் கட்டினால், அமராவதி மறுபுறம் அணை கட்டிக்கொண்டிருந்தாள்.

மாடியில் தனி அறைகளில் இரண்டு குழுக்களாக சீட்டுக் கச்சேரி நடந்துகொண்டிருக்க, தான் செய்த சத்தியத்தால் அதில் கலந்துகொள்ள முடியாதபடி ஆகிவிட்ட கையறுநிலையோடு மோகனசுந்தரம் மண்டபத்துள் அங்கும் இங்கும் உலாத்திக்கொண்டிருந்தான். கைலாசநாதன் பக்கம் வந்தால் மட்டும் பம்மிவிடுவான்.

இளங்கோ அப்போதும் யாருடனும் நெருக்கமோ கலகலப்போ இல்லாவிட்டாலும், அனைவரிடமும் புன்னகை, வரவேற்புப் பேச்சு, உவகையோடு காணப்பட்டான். கல்யாணத்துக்கு மாதங்கி வந்திருப்பதால் உள்ளூர தனி உற்சாகம் வேறு.

அவன் முன்பு போல இல்லாமல் சமீப காலங்களில் மற்றவர்களுடன் பேசிப் பழகவும், சொந்த பந்தங்களின் வீடுகளுக்கு வந்து போகவும் செய்கிறான் என்பது பற்றியும், குடல்வால் அறுவை சிகிச்சையால் ஆளே அடையாளம் தெரியாத அளவுக்கு எலும்பும் தோலுமாக மெலிந்து பலவீனப்பட்டிருந்தவன் மீண்டும் பழையபடி ஆகிவிட்டது பற்றியும் மகிழ்ச்சி தெரிவித்துப் பலரும் பேசிக்கொண்டனர்.

அது கன்னிகாவின் காதில் விழுந்ததுமே அவள் மாதங்கியை அழைத்து வந்து சொந்த பந்தக் கூட்டத்திடையே நிறுத்தி, “இளங்கோ அப்புடி சகஜமா மாறுனதுக்கும், அவனோட ஒடம்பு பளையபடி ஆரோக்கியமா ஆனதுக்கும் காரணம் இந்தப் பொண்ணுதான். இவளைத்தான் இளங்கோவுக்குக் கல்யாணம் பண்ணி வெக்கப் போறோம்” என்று அறிவித்து, அவளை அறிமுகப்படுத்தி வைத்தாள்.

அது அவர்களிடையேயும் ஆச்சரியத்தையும் மகிழ்ச்சியையும் உண்டாக்கி, மண்டபத்தில் கல்யாணக் களையைக் கூட்டியது. நெருங்கிய உறவினர்களும், குடும்பத்துக்கு வேண்டப் பட்டவர்களுமான இளைஞர்கள் சிலர் இளங்கோவிடம்

வந்து கைகுலுக்கி, அவனது காதல் திருமண ஏற்பாட்டுக்கு வாழ்த்துத் தெரிவித்தனர்.

இந்த நிகழ்வுகளால் அவன் பெரிதும் கிளர்ச்சியுற்றிருந்தான். மாதங்கிக்கும் முகம் பொங்கும் பரவசம்.

★★★

வெண்ணிலா திருமணத்துக்குப் பின் வீடு வெறிச்சோடிவிட்டது. அமராவதி, தமிழ்ச்செல்வி போல அவள் வாய் ஓயாமல் அரட்டையடிக்கிறவள் அல்ல என்றாலும், அவள் இருந்தால் அம்மாவுடன் ஏதாவது பேசிக்கொண்டிருப்பாள். பேசக் காசு கேட்கிற கைலாசநாதனிடமும் ஏதாவது வாயைக் கிளறுவாள். மிக சலிப்பாக இருந்தால் இவனிடம் ஏதாவது வம்பிழுக்கத் திட்டமிடுவாள். அமராவதிக்குக் கல்யாணம் ஆகிப் போவது வரையிலும், அவள் இப்போது இங்கு வரும்போதும் கூட, அவளுடன் மல்லுக்கட்டுவது என்றால் அவளுக்கு குஷி. மாதங்கி வரும் நாட்களில், அண்ணி அண்ணி என்று கூடவே ஒட்டிக்கொண்டிருப்பாள்.

அதிகம் பேசாமல் அமைதியாக இருக்கிற ரகம் என்றாலும், பெண் பிள்ளைகள் இருந்தால் வீட்டில் நிலவுகிற களையே தனி. குறும்பு, அடம், அழுகை, கூச்சல், ஆர்ப்பாட்டங்கள் ஆகியவற்றால் குழந்தைகள் வீடுகளை ஆக்கிரமிப்பது போல, பெண் பிள்ளைகள் தமது இருப்பால் ஒளி நிறைக்கிறார்கள். அதுவே ஐஸ்வர்யம் என்றும், லட்சுமி கடாட்சம் என்றும் சொல்லப்படுகிறது. பெண்களே ஐஸ்வர்யத்தின், லட்சுமியின் அம்சம். அதனால்தான் குடும்பத்துக்கு ஒரு பெண் குழந்தையாவது வேண்டும் என்கின்றனர். வீட்டுக்குப் புது மருமகள் வருவதையும் லட்சுமியின் வருகையாகக் கருதுகிறார்கள்.

வெண்ணிலா இல்லாத குறையைக் கன்னிகா அதிகமாக உணர்ந்து, வீட்டிலும், அண்டை அயல்களிலும் அங்கலாய்த்துக் கொண்டிருந்தாள். கைலாசநாதனும், “புள்ளை இல்லாம வீடே விறோச்சுன்னு இருக்குது” என்று அவ்வப்போது சொல்லிக்கொண்டிருந்தார்.

மாதங்கி வரும்போது மட்டும் வீடு சிறிது உற்சாகம் காணும். அது இரண்டு - மூன்று வாரங்களுக்கு ஒரு முறைதான் எனினும், அவளது வருகையே கன்னிகாவுக்கு ஆறுதலாகவும், வடிகாலாகவும் இருக்கும். மாதங்கியுமே வெண்ணிலா இல்லாததை இழப்பாக உணர்வாள்.

ஒரு முறை அவள் வந்திருந்த சமயம் இவன் பொழுதுபோக்குக்காக வரைந்துகொண்டிருந்த ஓர் ஓவியம் மேஜையில் கிடந்தது. அதைப் பார்த்தவள், “பென்சில் ட்ராயிங் உனக்கு ஓரளவுக்கு நல்லா வருதே. என்னோட போர்ட்ரைட் வரைஞ்சு குடேன். நான் வேண்ணா மாடலுக்கு உக்காந்துக்கறேன்” என்றாள்.

“நானே அமெச்சூர்; நீயே ஓரளவுக்குன்னுதான் சொல்ற. உனக்கு அது புடிக்காதே. கச்சிதமா இருக்கணும்பியே. டீச்சருகளுக்கும், விமர்சகருகளுக்கும் தப்புதான் பளிச்சுன்னு கண்ணுக்குத் தெரியும். நீ ரெண்டும் சேந்தவளாச்சே.”

“விமர்சகர்க குறைகள சுட்டிக் காட்டறது, படைப்பாளிக திருத்திக்கறக்கும், மேம்படுத்திக்கறக்காகவும்தான். அவங்களை மட்டம் தட்டறக்கில்ல. மத்தபடி, நூறு சதவீதம் நிறைவான படைப்புன்னு எதுவும் இருக்காது. நீ சிறந்த ஓவியன்னு ஒண்ணும் நான் உங்கிட்ட வரையச் சொல்லுல.”

“அப்புடின்னா சரி. அடுத்த தடவை வரும்போது, நல்லா க்ளாரிட்டியா இருக்கற, உன்னோட ஆஃப் சைஸ் போட்டோ ஒண்ணு கொண்டு வா. போஸ்ட் கார்ட் சைஸ் இருந்தாலும் போதும். பெருசா இருந்தா இன்னும் நல்லது.”

“போட்டோ எதுக்குடா? நாந்தான் இங்கயே இருக்கறனே. பாத்து வரைய வேண்டீதுதானே.”

“நேர்ல பாத்து வரையறக்கு எனக்குத் தெரியாது. அதுக்குத் தனி ட்ரெய்னிங் வேணும். போட்டோவ வைச்சு, கட்டம் போட்டு, என்லார்ஜ் பண்ணி வரையறக்குத்தான் எனக்குத் தெரியும்.”

“ஜீவா ஸார், சினிமா ஸ்டில் போட்டோவைப் பாத்துத்தான அவ்ளோ பிரம்மாண்டமான சினி பேனரை, நம்மகிட்டப் பேசீட்டே, இருபது நிமிஷத்துல, எவ்ளோ அனாயாசமா வரைஞ்சாரு. உன்னால ஒரு சின்ன சைஸ் போர்ட்ரைட் - நேர்ல பாத்து வரைய முடியாதா?”

சித்திரக் கூடத்துக்கு அண்மையில், கண்ணம்மா மெஸ் அருகே உள்ளது, கோவையின் பிரபல திரைத் துறை ஓவியக் கூடமான சினி ஆர்ட்ஸ். திரையரங்குகளின் முன்பு வைக்கப்படும் பெரிய, பிரம்மாண்டமான பேனர்கள், கட்-அவுட்கள் ஆகியவற்றைச் செய்பவர்கள் அவர்கள். அதன் உரிமையாளரும் ஓவியருமான ஜீவானந்தனைப் பற்றித்தான் மாதங்கி சொல்கிறாள். அவர் கோவை நுண்கலை ஓவிய அமைப்பான சித்ரகலா அகாடமிக்குத் தலைவர். இலக்கிய ஈடுபாடு கொண்ட அவருக்கு இலக்கியவாதிகளோடு பழக்கம் உள்ளதோடு, இலக்கிய நூல்களுக்கு அட்டைப் படம் வரையவும் செய்வார். அவர் அட்டை ஓவியம் வரைந்த நூல் ஒன்றின் வெளியீட்டு விழாவில் அவருடன் அறிமுகமாகியிருந்த மாதங்கி, அடுத்த முறை இங்கு வந்தபோது சினி ஆர்ட்ஸ் பணிமனைக்குச் சென்று பார்க்க விரும்பி, இவனையும் அழைத்தாள்.

இளங்கோ சாதாரணமாக மற்ற ஓவியக்கூடங்களுக்குப் போக மாட்டான். ஆனால், சினி ஆர்ட்ஸ் பேனர்கள் மீதான ஆர்வத்தால் அவளுடன் சென்றான்.

அது ஒரு வியாழக்கிழமை, முற்பகல். மறுநாள் வெளியாகவிருந்த திரைப்படத்துக்கான பேனர் ஒன்றை அப்போதுதான் ஜீவா வரையத் தொடங்கியிருந்தார். வழக்கமாக இதுபோன்ற பேனர்களை, இரவில் இருட்டு அறைக்குள் வைத்து ஸ்லைட் போட்டு வரையும் மேஜிக் லேன்டர்ன் முறைப்படி ஸ்கெட்ச் எடுத்துக்கொண்டு, பிறகு வெளிச்சத்தில் வரைவார்கள். இந்த பேனர் இன்று காலையில்தான் ஆர்டர் கொடுக்கப்பட்டு, இரவுக்குள் வேலை முடித்துத் தந்தாக வேண்டியிருந்த அவசரப் பணி. எனவே, லேன்டர்ன் ஸ்கெட்ச் எடுக்க வாய்ப்பில்லை. அதனால், திரைப்படக் காட்சிப் புகைப்படங்களைப்

பார்த்து, நேரடியாக பெரிய அளவில் உருவங்களை வரைந்துகொண்டிருந்தார், ஜீவா. இவர்களிடம் பேசிக்கொண்டே வேலை அதிவேகமாக நடந்துகொண்டிருந்தது. முதலில் சாக்பீஸால் தோராயமான புறக்கோடுகள், பரபரப்பான வேகத்தில் சிறு சிறு தீற்றல்களாக அடையாளப்படுத்தப்பட்டன. ஓரிரு நிமிடங்களில் அந்த வேலை முடிந்துவிட்டது. அடுத்ததாக, சற்றுக் கவனத்தோடும், வேகமாகவும், பென்சிலில் துல்லியமான வரைவுகள். அப்போது அங்கங்கள் முழுமையாக அடையாளப்படுத்தப்பட்டு, உருவங்கள் தெளிந்தன. இதற்கு சுமார் பத்து நிமிடங்கள். மூன்றாவதாக, சிறிய பட்டைத் தூரிகையில், பழுப்பு நிறச் சாயத்தால், பென்சில் கோடுகளை ஒட்டியே, இன்னும் திருத்தமாக, புறக்கோடுகளை வரைந்து முடித்தார். இப்போது அந்தந்த நடிகர் நடிகையரின் உருவம் கச்சிதமான புறக்கோடுகளோடு அமைந்திருந்ததன. இந்தப் பூர்வாங்கப் பணியைச் செய்து முடிக்க அவருக்குச் சுமார் இருபது நிமிடங்களே ஆகின.

பிறகு உதவியாள இளைஞரிடம் டார்க் அன்ட் லைட் வைத்துவிடு என்றார். சருமப் பகுதிகளில் அதற்கேற்ற நிறங்களில் ஒளி, நிழல் பகுதிகளை அவர் இரு அங்குல பட்டைத் தூரிகையில், இரு நிறச் சாயங்களைப் பூசிவிட்டார். அது காய்ந்ததும் மேலே பல வண்ணச் சாயங்களோடு ஜீவாவால் ஓவியம் உரியபடி பூர்த்தியாக்கப்படும்.

“ஜீவா சாருக்கு அபாரத் திறமை. சிறப்பா வரையக் கூடிய ஓவியர்களாலயே அவுரோட அளவுக்கு வேகமாவோ, அனாயாசமாவோ வரைய முடியாது. அவுங்கல்லாம் திமிங்கலம், சுறான்னா, நான் நெத்திலிக் குஞ்சு” என்றான் இளங்கோ.

“இருந்தாலும், நீ ட்ரை பண்ணிப் பாரேன். நல்லாவோ, ஓரளவுக்குத் திருப்தியாவோ வந்தா வெச்சுக்கலாம். இல்லாட்டி மறுபடியும் ட்ரை பண்ணுனாப் போகுது. சித்திரமும் கைப் பழக்கம்னு சும்மாவா சொன்னாங்க?”

பிறகென்ன? அவனுக்கு ஓவியம் வரையக் கசக்குமா? உடனே, உருவப்படம் வரையத் தக்கதாக 14க்கு 11 அங்குல அளவில்,

சார்ட் பேப்பரின் கால்வாசித் துண்டு ஒன்றை எடுத்து, பேடில் பொருத்திக்கொண்டான். ஓவியப் பென்சில்கள், உபகரணங்கள் ஆகியவையும் எடுத்து வைக்கப்பட்டன. ஜன்னல் வெளிச்சம் நன்றாக விழுந்து, அழகிய ஒளி நிழல் ஜாலங்களை ஏற்படுத்தும் வகையிலான இடத்திலும், கோணத்திலும் அவளை நாற்காலியில் அமர்த்திக்கொண்டான். அவளுக்கு எதிர்வசமாக அமர்ந்துகொண்டு அவளைப் பார்த்துப் பார்த்து வரையலானான்.

உருவச் சித்திரங்களை போட்டோக்களில் கட்டங்கள் போட்டு, அளவெடுத்து, அதே அளவிலோ, பெரிது அல்லது சிறிதுபடுத்தியோ வரைவதே கடினம். தாமதமும் ஆகும். நுண்கலை ஓவியர்கள்தான் துல்லியமான உருவப் படங்களுக்காக அந்த அளவுக்கு மெனக்கெடுவார்கள். அவர்களது அத்தகைய ஓவியங்களுக்கு உயர்ந்த கட்டணமும் கிடைக்கும். இவனைப் போன்ற தொழில்துறை ஓவியர்கள் விளம்பரத்துக்காக வரையும் படங்களுக்கு - அவை உருவப் படங்களாகவே இருந்தாலும் - அத்தகைய கட்டணம் கிடைக்காது. எனவே, நகல் எடுப்பு, லேண்டர்ன் ஸ்கெட்ச் போன்ற குறுக்குவழிகளில் எளிதாகப் புறக் கோடுகளை வரைந்துகொண்டு, பின்னர் தக்கபடி விரைவாக வரைந்து முடிப்பார்கள். இவனுக்கு அதிலுமே அனுபவம் மிகக் குறைவு. எப்போதாவது வீட்டில் பொழுதுபோக்குக்காக வரைவதிலேயே அமெச்சூர்த்தனம் இன்னும் போகவில்லை. மாடலை இருத்தி நேரில் பார்த்து வரைவதிலோ, இதுதான் முதல் முயற்சி. அதனால் வரைவதற்கு மிகச் சிரமப்பட்டான். எனினும், அது ஒரு சவாலாகவும், பயிற்சியாகவும் இருக்குமே என்பதால் கடும் பிரயத்தனங்களை மேற்கொண்டு வரைந்துகொண்டிருந்தான்.

“ஆடாம உக்காரு - அசையாம இரு சும்மா அந்தப் பக்கம் இந்தப் பக்கம் திரும்பீட்டு இருந்தீன்னா எப்புடி வரையறது அட... அதுக்குள்ள லைட்டிங் மாறீருச்சே...” என்றெல்லாம் சொல்வதைக் கேட்டு, கைலாசநாதன் கூடத்திலிருந்து கதவுக்கு நேரே வந்து பார்த்தார். இவன் வரைந்துகொண்டிருப்பதைப் பார்த்துவிட்டு உள்ளே வந்தார்.

அவர் பொதுவாக இவனது அறைக்குள் வருவதில்லை. இவனும் பெற்றோர் அறைக்குள் செல்ல மாட்டான். எனவே, தந்தையின் வருகையைக் கண்டு மரியாதை நிமித்தம் எழ முயன்றான்.

“இரு இரு! எதுக்கு எந்திரிக்கற? எப்புடி வரையறேன்னு பாக்கலாம்னு வந்தேன்” என்றவர் பின்னால் கைகளைக் கட்டியபடி அவனுக்குப் பக்கமாக நின்றுகொண்டு மேற்பார்வையிட்டார்.

அவன் அப்போது தாளைப் படுக்கைவசமாகத் திருப்பி, கூந்தல் நெளிவு, காதுப் பகுதி, கம்மல் ஆகியவற்றை வரைந்துகொண்டிருந்தான்.

“பேப்பரை நேரா வெச்சு வரை. கை, சோல்டர், மொழங்கை, மணிக்கட்டு, வெரல் இதெல்லாம்தான் திரும்பியும் வளைஞ்சும் வரையணுமே தவுத்து, பேப்பரைத் திருப்பக் குடாது. செவுத்துலயோ, ஹோர்டிங்லயோ வரையும்போது அதுகளை இப்புடித் திருப்பி வெப்பயா?”

மாதங்கி சிரித்தாள். அவன் வெட்கத்தோடு தாளை செங்குத்து வசமாக்கி வரையலானான்.

அவன் வரைந்துள்ள அவளது முகத்தை, அவளது முகத்தின் கண், மூக்கு, வாய், காது, நெற்றி, தாடை என ஒவ்வொரு அம்சங்களோடும் ஒப்பிட்டுப் பார்த்தவர், அவற்றின் நுணுக்கமான வித்தியாசங்களைச் சுட்டிக் காட்டினார்.

“முகத்தை வரையும்போது நூலிழை அளவு மாறுனாலும் சாயலோ, உணர்ச்சியோ மாறிடும். இயற்கையோட நுணுக்கமே, அந்த நூலிழை அளவு வித்தியாசத்துலதான் இருக்குது. உலகத்துல மனுசங்க உண்டானதுலருந்து இன்னிவரைக்கும் கோடானு கோடி மனுசங்க இருந்திருப்பாங்க. இனியும் கோடானு கோடானு கோடிப் பேர் பொறக்கவும் செய்வாங்க. ஆனா, ஒருத்தர் மாதிரி இன்னொருத்தர் இருக்க மாட்டாங்க. ஒரே சாயல்ல இருக்கற விதிவிலக்குகளைத் தவுத்துட்டுப் பாத்தம்னா, கோடானு கோடி முகங்களும் ஒண்ணுக்கொண்ணு மாறுபட்டுத்தான் இருக்கும். எல்லாருக்கும் ரெண்டு கண்ணு,

ரெண்டு காது, ஒரு மூக்கு, ஒரு வாயிதான். ஆனா, இந்த ஒரு பேட்டனை வெச்சுட்டே, அதுல இத்தனை வித்தியாசம்! அதை நல்லா கவனிச்சுப் பாத்தா, நூலிழை வித்தியாசத்துலதான் இயற்கையோட அந்தப் படைப்பு மேதைமை இருக்குதுங்கறது தெரியும்.”

சொல்லிவிட்டுப் போய்விட்டார்.

அவர்கள் இருவரும் அது பற்றி ‘ஆமால்ல…?’ என வியந்து, சிந்தித்துக்கொண்டிருந்தனர்.

அதற்குப் பிறகும் அவரது அந்தக் கூற்று அவனுள் ரீங்கரித்துக்கொண்டே இருந்தது. அதிலிருந்து, எதிர்ப்படும் மனித முகங்களையெல்லாம் சில விநாடிகளுக்கேனும் கூர்ந்து கவனிக்கிற பழக்கமும் உண்டாகிவிட்டது.

இரண்டு மாதங்களில், மூன்று நான்கு அமர்வுகளுக்குப் பிறகே மாதங்கியின் உருவ ஓவியத்தைப் பூர்த்தியாக்க முடிந்தது. கச்சிதமாக வரவில்லை. தொழிற் திறன் குறைபாடுகளும் இருந்தன. ஆனால், அவனது முந்தைய ஓவியங்களையும், நடிகர் – நடிகையர்களை வரைந்து பழகிய உருவச் சித்திரங்களையும் விட இது மேம்பட்டிருந்தது.

“ஜாடைல வித்தியாசம் இருந்தாலும், மாதங்கிதான்ங்கறது நல்லாவே தெரியுது” என கன்னிகாவும் சொன்னதே இவர்களுக்குத் திருப்தி.

சுருக்கமோ, ஒடுக்கங்களோ விழுந்துவிடக் கூடாது என்பதால் அகலமான கெட்டி அட்டைகளுக்கு இடையே அந்த ஓவியத்தை வைத்து பத்திரப்படுத்தி மாதங்கிக்குக் கொடுத்தான்.

★★★

சமீப காலமாகவே கோவையில் ஃப்ளக்ஸ் பேனர் தொழில் பரவிக்கொண்டிருந்தது. வெளிநாடுகளிலும், இந்தியாவின் பெருநகரங்களிலும் சில வருடங்களாகவே அத் தொழில் இருந்தது. கோவையில் இல்லை. மாநில, இந்திய அளவிலான

நிறுவனங்களில் விளம்பர ஃப்ளக்ஸ் பேனர்கள், சென்னையிலும், பிற பெருநகரங்களிலும் அச்சிடப்பட்டு இங்கும் வரும். உள்ளூர் நிறுவனங்கள் தங்கள் விளம்பரத்துக்குத் தேவை எனில் அந்தப் பெரு நகரங்களில் அச்சிட்டுத் தருவித்துக்கொள்வர்.

ஓரிரு வருடங்களுக்கு முன்பு கோவையில் முதல் முறையாக, பணம் படைத்த ஓவியக் கூடம் ஒன்றில் ஃப்ளக்ஸ் பேனர்கள் அச்சிடும் இயந்திரம் வாங்கப்பட்டு, தொழில் துவங்கப்பட்டது. கையால் வரையும் பேனர்கள், பெயர்ப் பலகைகள் ஆகியவற்றுக்காக வரும் வாடிக்கையாளர்கள் ஃப்ளக்ஸ் பேனர், ஃப்ளக்ஸ் போர்டு வாடிக்கையாளர்களாக மாற்றப்பட்டனர். ஃப்ளக்ஸ் பேனர்களை அச்சு விளம்பரங்கள் போலவே கவர்ச்சிகரமாகப் பல வண்ணத்திலும், வித விதமான அழகிய வடிவமைப்புகளிலும் செய்யலாம், அதில் புகைப் படங்களைத் தத்ரூபமாக இடம் பெற வைக்கலாம், பணி துரிதமாகச் செய்து கொடுக்கப்படும். இதனால் மற்ற ஓவியக்கூட வாடிக்கையாளர்களும் அங்கு சென்று ஃப்ளக்ஸ் பேனர்கள், போர்டுகளுக்கு மாறுவதாயிற்று.

விளைவாக, கையால் எழுதும் ஓவியக்கூடங்களுக்கும், ஓவியர்களுக்கும் வேலை குறைந்து, தொழில் நலியத் தொடங்கியது.

பழையபடியே இருந்தால் முடியாது, ஃப்ளக்ஸ் பேனர் தொழிலை நாமும் செய்ய வேண்டியதுதான் என்று, பணம் படைத்த மேலும் சில ஓவியக்கூடங்கள் அந்தத் தொழிலில் இறங்கின. நகரில் எங்கெங்கும் ஃப்ளக்ஸ் பேனர்கள், போர்டுகள் தென்படலாயிற்று. இந்தத் தொழிலில் நல்ல வருமானம் என்று கண்டுகொண்ட வியாபாரிகள், தாமும் களத்தில் இறங்கினர். அப்படியாக, ஓவியர்களால் செய்யப்பட்டு வந்த தொழிற்துறை ஓவியம், கணினி வரைகலைஞர்களாலும், அச்சுப் பணியாளர்களாலும் செய்யப்படுவதாக மாறியது. ஓவியத் தொழில், முதலாளிகளின் கைகளிலிருந்து வியாபாரிகளின் கைகளுக்குச் சென்றுகொண்டிருந்தது.

சிறிய, பெரிய ஓவியக் கூடங்களில் பணி செய்யும் ஓவியர்கள் உடனடியாகவும், முதன்மையாகவும் பாதிக்கப்பட்டனர்.

அவர்கள் தொழில் இழந்து, ரோட்டு சுற்றி ஓவியர்களாக ஆகவோ, வேறு வேலைகளுக்குச் செல்லவோ வேண்டியதாயிற்று. ஓவியக்கூட முதலாளிகளைப் பொறுத்தவரையில், பணம் படைத்தவர்கள் தாமும் ஃப்ளக்ஸ் பேனர் அச்சு எந்திரம் வாங்கி, வரைகலையாளர்களையும் அச்சுப் பணியாளர்களையும் வேலைக்கு வைத்துக்கொண்டு, தொழில் மாறிவிட்டனர். சிறிய ஓவியக்கூட முதலாளிகள், தாமே முதலாளியாகவும் தொழிலாளியாகவும் இருக்கும் ஓவியர்கள் போன்றோருக்கு அதற்கான வசதி இன்றி அல்லாடிக்கொண்டிருந்தனர்.

இளங்கோவுக்கும் படிப்படியாக வேலை குறைந்துகொண்டிருந்தது. அதனால் முன்பு போல வருமானம் இல்லை.

"இப்புடியே போச்சுன்னா ஒண்ணு ரெண்டு வருசத்துல தொழிலே இல்லாமப் போயிரும். கடைய விட்டற வேண்டீதுதான். மத்த ஆர்ட்டிஸ்ட்டுகள மாதிரி ரோடு சுத்திப் பெய்ன்ட்டராவோ, வால் பெய்ன்ட்டராவோ ஊரு ஊரா சுத்தி, கெஞ்சிக் கூத்தாடி வேலை செஞ்சு பொழப்பு நடத்தறக்கு என்னால முடியாது. இந்த வேலைய உட்டுட்டு வேற வேலைக்குப் போலாம்னா, எனக்கு வேற வேலையும் தெரியாது. படிப்பும் இல்ல. எட்டாங் க்ளாஸ் படிப்புக்கு, மரியாதையான எந்த வேலை கெடைக்கும்?" மாதங்கியிடம் கவலைப்படுவான்.

"அப்படியே உனக்கு வேலை போனா என்ன? நான் இருக்கறனல்லடா? நான் பி.ஹெச்.டி. முடிச்சுட்டு வேலைக்குப் போனா, அந்தச் சம்பாத்தியம் நமக்குப் பத்தாதா? அப்ப நீ வேண்ணா வேற பிஸினஸ் ஏதாச்சும் பண்ணிக்கலாம். அதைப் பத்தி இப்பக் கவலைப்படாத. வரும்போது பாத்துக்கலாம்" என ஆறுதல் கூறுவாள்.

★★★

மில்லேனியம் ஆண்டில் இன்னும் மோசமாயிற்று. மிச்சமிருந்த மற்ற ஓவியக் கூடங்கள் போலவே இளங்கோவுக்கும் தொழில் மென்மேலும் நலிந்தது. ஆனால், கையால் எழுதும் ஓவியத்

தொழிலை ஃப்ளக்ஸ் பேனர்களால் முற்றாக நீக்கிவிட இயலவில்லை. துணி பேனரை விட ஃப்ளக்ஸ்ஸுக்கு இரண்டு - மூன்று மடங்கு விலை கொடுக்க வேண்டியிருந்ததால் அது இயலாத வாடிக்கையாளர்கள் பழைய முறையிலான பேனர்கள், பெயர்ப் பலகைகளையே விரும்பினர். தவிர, ஃப்ளக்ஸ் போர்டுகள் அனைத்துத் தலங்களுக்கும் பொருந்தாது. அதோடு, அவை தகர போர்டுகள் போல நீடித்து நிற்காதவை. எனவே, நீடித்த பயன், தலப் பொருத்தங்களால் அதற்குரிய வாடிக்கையாளர்களின் ஆர்டர்கள் தொடர்ந்து கிடைத்துக்கொண்டிருந்தன. சில கடைகள், அலுவலகங்கள், நிறுவனங்கள் ஆகியவற்றில் பெயர்ப் பலகைகளுக்கு மாறாக, சுவர்களிலேயே எழுதுவதாக இருக்கும். அப்படிப்பட்ட ஆர்டர்கள் கையால் எழுதும் ஓவியர்களுக்கே கிடைக்கும். ஹோர்டிங்குகளிலும் இன்னும் கையால் எழுதும் முறை நீடித்துவந்தது. இத்தகைய பணிகளால் இளங்கோவுக்கு தொழில் சுமாராக நடந்துகொண்டிருந்தது. முன்பு போல வேலை மும்முரம், எப்போதும் வேலை என்பது இராது. ஏதோ, ஒன்றோ அரையோ வருகிற வேலைகளை உருட்டிக்கொண்டும், இடையிடையே ஈ ஓட்டிக்கொண்டும் இருக்க வேண்டியதுதான்.

செப்டம்பரிலிருந்து மாதங்கி சித்திரக் கூடத்துக்கு வருவதும், வீட்டுக்கு வருவதும் குறைந்தது. “தீசிஸ் வேலை ரொம்ப இருக்குது. இனிமே முன்ன மாதிரி அடிக்கடி வர முடியாது” என்றவள் ஒன்றரை மாதம் கழித்து ஒரு முறை மட்டுமே தலை காட்டிவிட்டுச் சென்றாள்.

நவம்பரில் ஒரு நாள், சித்திரக்கூடத்துக்கு அஞ்சலில் மாதங்கியின் திருமணப் பத்திரிகை வந்தது. 2001 ஜனவரியில் திருமணம். நிச்சயிக்கப்பட்ட மாப்பிள்ளை: உளவியல் பேராசிரியர் லோகேஷ்.

மாதங்கி இது தொடர்பாக எந்த ஒரு தகவலையும் முன்பு தெரிவித்திருக்கவில்லை. திருமணப் பத்திரிகை இருந்த உறையிலும் எந்தத் தகவலோ, குறிப்போ இல்லை. இளங்கோ, தலையில் இடி விழுந்தது போல நிலைகுலைந்துவிட்டான்.

★★★

அத்தியாயம் 19

நாங்க இருக்கறோம் சப்போட்டுக்கு!

திருமணப் பத்திரிகையைப் பிடித்திருக்கும் அவனது கைகள் மெலிதாக நடுங்கிக்கொண்டிருந்தன. நெஞ்சை அடைப்பது போல் உணர்வு. பதற்றத்தில் உடல் முழுதுமே வெப்பத்தோடு ரத்த ஓட்டம் பாய்வதையும் உணர முடிந்தது. என்ன செய்வது, என்ன நடக்கிறது, நடந்திருப்பது நிஜமா தனது விபரீதக் கற்பனையா என ஒன்றும் புரியவில்லை.

வாழ்வில் எதற்கும் அவன் அதிகமாகக் கவலைப்பட்டதோ, பதற்றப்பட்டதோ கிடையாது. எனவே, இத்தகைய நிலைகுலைவோ, பதற்றமோ அதிகமாக உண்டானதும் இல்லை.

அவனுக்கு நினைவு தெரிந்து, இதற்கு முன், கடந்த வருடம் நிகழ்ந்த குண்டுவெடிப்பின்போதுதான் இதுபோன்ற நிலைக்கு ஆளாகியிருந்தான். ரயில் நிலையத்திலும், அடுத்துள்ள அரசுப் பொது மருத்துவமனையிலுமாக அடுத்தடுத்து குண்டு வெடித்தபோது அவனும் மாதங்கியும் கே.ஜி. திரையரங்கில், அன்றைய காதலர் தினக் கொண்டாட்டத்தின் ஓர் அங்கமாக, திரைப்படம் பார்த்துக்கொண்டிருந்தனர். நகரின் பற்பல

இடங்களில் தொடர் குண்டுகள் வெடித்ததின் காரணமாக நகரம் ஸ்தம்பித்தது. இயக்கங்கள் நிறுத்தப்பட்டன. போக்குவரத்து தடைபட்டது. தொலைத் தொடர்புகள் துண்டிக்கப்பட்டன. குண்டு வெடிப்புத் தலங்களில் கலவரச் சூழல். பிற பகுதிகளில் அதன் எதிரொலிகள். கடை கண்ணிகள், பல்வகை வியாபாரத் தலங்கள், நிறுவனங்கள், அலுவலகங்கள் யாவும் பூட்டப்பட்டு, மக்கள் அவரவர் வீடு, வசிப்பிடம் அல்லது ஊர் திரும்புவதற்கான முனைப்புகளில் இருந்தனர். சொந்த வாகனங்கள் இருப்பவர்கள் அதில் செல்லலாம். பொதுப் போக்குவரத்து வாகனங்கள் எதுவும் இயங்காததால் மற்ற பெருவாரியான மக்கள் பெருங்கூட்டம் சாலைகளில் சாரி சாரியாக எதிரெதிர்த் திசைகளில் பீதியோடு சென்றுகொண்டிருந்தது. எப்படியாவது அவரவர் வீடு திரும்பவோ, இந்த நகரத்தை விட்டுச் சென்றுவிடவோ வேண்டும். இல்லாவிட்டால் உயிருக்கு உத்தரவாதம் இல்லை. எந்த நேரத்திலும் எங்கிருந்தும் குண்டுகள் வெடிக்கலாம்.

இளங்கோவுக்கு தனது உயிர் குறித்த பயமோ, கவலையோ இல்லை. மாதங்கியை பத்திரமாக வீட்டுக்கு அனுப்பி வைக்க வேண்டும் என்கிற பதற்றமும், நகரத்தின் வெவ்வேறு பகுதிகளில் அலுவலகத்தில் இருக்கும் அப்பாவும், வாடகை வீட்டில் தனித்திருக்கும் அண்ணனும் பத்திரமாக இருப்பார்களா என்ற கவலையும்தான். ரயில் நிலையத்தின் குண்டுவெடிப்புச் சிதைவுச் சூழல், நகர் மண்டபம் பகுதியில் எரிந்துகொண்டிருந்த கடைகள், சாலையில் சிதறிக் கிடந்த செருப்புகள் ஆகியவற்றைக் கண்டபடியே, மாதங்கியின் கையை இறுகப் பற்றியபடி, பீதியுடன் நடந்துகொண்டிருக்கும் மக்கள் கூட்டத்தினிடையே நடக்கையில் இருந்தது போன்ற உணர்வுக் கொந்தளிப்புதான் அவனுக்குள் இப்போதும்.

மாதங்கிக்கு என்ன ஆயிற்று? ஏன் இப்படிச் செய்தாள்? எப்படி இந்தத் திருமணத்துக்குச் சம்மதித்தாள்? ஏன் இதுவரை இது குறித்து ஒரு தகவலும் சொல்லவில்லை? திடீரென இப்படி தலையில் வெடிகுண்டைத் தூக்கிப் போட என்ன காரணம்?

கட்டாயத் திருமணம் என்பது வெளிப்படை. அதுவும், அவளது

அம்மா செய்ததாகவே இருக்கும். ஆனால், திருமண ஏற்பாடு பற்றியோ, பெண் பார்க்க வந்தது பற்றியோ மாதங்கி ஒன்றுமே சொல்லவில்லையே.

அதுவும், மாப்பிள்ளை அவளது இணைப் பேராசிரியர் லோகேஷ். இது எப்படி நடந்தது? லோகேஷுக்கு அவள் மீது விருப்பமோ, ஒருதலைக் காதலோ உண்டாகி, பெண் கேட்டு வந்தாரா? அப்படியானால், முன்னதாக அவளிடமே அதைத் தெரிவித்திருப்பாரே. குறைந்தபட்சம், தன் மீதான அவரது விருப்பமோ, காதலோ, ஆசையோ - அவரது பேச்சு, பார்வை, செயல்கள் ஆகியவற்றில் - அவளுக்கு சூசகமாகவாவது தெரிந்திருக்குமே. அப்படி எதுவும் அவள் சொன்னதே இல்லையே. இருந்தும் சொல்லவில்லையா, அல்லது சொல்லாமல் மறைத்துவிட்டாளா? லோகேஷை அவளுக்கு அவ்வளவாகப் பிடிக்காதே. அதுவும், அவரது ஜாதி பார்க்கும் குணம், தனது ஜாதி என்பதால் இவளுக்கு உதவுவதாகச் சொன்னது ஆகியவற்றை அவள் அடியோடு வெறுக்கவும் செய்தாளே. பிறகு எப்படி அவரைத் திருமணம் செய்துகொள்ளப்போகிறாள்?

இந்தத் திருமண ஏற்பாடு, லோகேஷ் அவளை விரும்பி, அவளிடமே அதைத் தெரிவிக்காமல், நேரடியாக அவளது வீட்டுக்குச் சென்று அவளது பெற்றோருடன் பேசிச் செய்ததாக இருக்குமோ? அவளுக்கு எ ப்யூட்டிஃபுல் மைண்ட் புத்தகத்தைக் கூட அவளிடமே தெரிவிக்காமல் சர்ப்ரைஸாக அன்பளித்திருந்தாரே. அதேபோல் சர்ப்ரைஸ் அட்டாக் செய்துவிட்டாரா?

அல்லது ஒருவேளை, அது காதலாக இல்லாமல் - சுய ஜாதிக்காரி, தனது துறையைச் சேர்ந்தவள், பிற்காலத்தில் அவளும் பேராசிரியை ஆகப்போகிறவள், எனவே அவளை மணந்துகொண்டால் கணவன் மனைவிக்குள் ஒரே துறை இணக்கம், புரிதல் ஆகியவை இருக்கும், அவளுக்கும் கைநிறையச் சம்பளம் என்பதால் பொருளாதாரத்தில் மிகவும் மேம்படலாம் என்பவற்றைக் கணக்கிட்டு அவர் முயன்றதாக இருக்குமோ?

அல்லது அவர்களின் குடும்பத்தார் அவருக்குப் பெண் பார்க்கும் படலத்தில் இருந்தபோது, ஜாதி வாயிலாக இவளைப் பற்றி வேறு யாராவது சொல்லி, அப்படி வந்திருக்கலாமோ.

எப்படியாயினும், மாதங்கி எப்படி அதற்குச் சம்மதித்தாள்?

இந்தத் திருமண ஏற்பாடு எந்த வகையில் வந்திருந்தாலும், உடனடியாக ஒரு வாரம் பத்து நாளில் நடந்ததாக இராது. சில மாதங்களுக்கு முன்பாகவே தொடங்கியிருக்க வேண்டும். குறைந்தபட்சம் ஓரிரு மாதங்களுக்கு முன்பாகவாவது. அப்படி இருந்தும் அவள் ஏன் அதைத் தன்னிடம் தெரிவிக்கவில்லை?

அவளது முனைவர் படிப்பு முடிந்த பிறகு இவர்கள் திருமணம் செய்துகொள்வதாக இருந்தது. வேறொருவரைத் திருமணம் செய்வதாயினும், இன்னும் படிப்பு முடியாத நிலையிலேயே அதைச் செய்யக் காரணம் என்ன? இவனுடன் ஓடி வந்துவிடுவாள் என அவளது அம்மாவுக்கு பயம் காரணமாக கட்டாய அவசரத் திருமணம் செய்விக்க இருக்கிறார்களா? ஒருவேளை, இவர்களின் காதல் விவகாரம் தெரிந்து, அவளது பெற்றோரின் வரன் தேடலில் லோகேஷே தற்செயல் ஒத்திசைவாகக் கிடைத்துவிட்டாரா?

எது எப்படியோ ஆகட்டும்; இத்தனை ஆண்டு காலமாக நீடித்த அற்புதமான காதலை அர்த்தமற்றதாக்கி, தனது இதயத்தை மிதித்து நசுக்கிவிட்டுச் செல்வதோடு, தனது குடும்பத்தாரின் நேசம், எதிர்பார்ப்பு ஆகியவற்றையும் குப்பைத் தொட்டியில் போடுவது போலத் தூக்கியெறிந்துவிட்டுப் போகிறாளே என வெம்பிக் குமைந்தான்.

அப்போது சுத்தப்படுத்தல் பணிகளில் ஈடுபட்டிருந்த கோபி இவனது நிலைகுலைவைக் கண்டு, “என்னங்ணா ஆச்சு?” எனக் கேட்க, எதுவும் சொல்லாமல் பத்திரிகையை நீட்டினான்.

கை துடைத்துக்கொண்டு வந்து வாங்கியவன், உறையில் மணப்பெண் பெயர் பார்த்ததுமே, “ஐயோ...” என அலறி விட்டான். “என்னங்ணா இது? என்னாச்சு?”

“எனக்கும் ஒண்ணும் புரியலடா” இரு கைகளிலும் தலையைப் பற்றி அழுத்தியவாறு, மேஜையில் முழங்கைகளை ஊன்றிக்கொண்டு, தலை கவிழ்ந்துகொண்டான்.

கோபிக்கும் என்ன சொல்வது, ஏது செய்வது எனத் தெரியவில்லை. “ஜெகண்ணனைக் கூட்டீட்டு வருட்டுங்ளாங்ணா?”

தலையாட்டவே, பத்திரிகையை மேஜை மேல் வைத்துவிட்டு, டேஸ்ட் டீ தேநீரகத்துக்குச் சென்று அவரை அழைத்துவந்தான். அவரும் திகைப்போடு வந்து, பத்திரிகையை எடுத்து உறையிலும், உள்ளே உள்ள அட்டையிலும் விபரங்களை ஒரு பார்வை பார்த்துவிட்டு, “முன்னையாட்ட அந்தப் புள்ளை அடிக்கடி வராம இருக்கறப்பவே எனக்கு லேசா சந்தேகம். கடைசியாப் பாக்கறப்பவும் அது மூஞ்சீல கெளுத்தியே இல்ல. ஏதாச்சுப் பிரச்சனையோ, ஒடம்புக்கு செரியில்லயோன்னு நெனைச்சேன். இந்த அளவுக்கு இருக்கும்னு நெனைக்குல” என்றார்.

கோபி இந்த முறை அனுமதியே கேட்காமல் சென்று ரப்பர் ஸ்டாம்ப்காரார், ரெக்ஸின் முதலாளி ஆகியோரையும் அழைத்து வந்துவிட்டான்.

இப்படி இருக்கலாம், அப்படி இருக்கலாம் என ஆளாளுக்கு ஒவ்வொரு யூகங்கள்.

பெரியவர்கள் அதைப் பேசிக்கொண்டிருக்க, “இந்தக் கல்யாணத்தை நடக்க விடக் குடாது. அண்ணி மேஜரு. இவுங்க வீட்டுலயும் சம்மதம். அப்பறம் என்ன? பொண்ணத் தூக்கீட்டு வந்தற வேண்டீதுதான்” என்றான் கோபி, ஆவேசமாக.

ஜெகன், “டேய், கரடீ... நீ சித்த சும்மா இர்றா. பொண்ணத் தூக்கறம், கடத்தறம்னுட்டு! அதென்ன வெளையாட்டுக் காரியமா? சின்னப் பையன்கறது செரியாத்தான் இருக்குது” என அதட்டினார்.

“அவன் சின்னப் பையன்னாலும் சொன்னது கரெக்டுத்தானுங்ளே. இது ஊரு உலகத்துல நடக்காதது ஒண்ணும் அல்லவே. லவ் பண்றவங்க ஓடிப்போறது, கட்டாயக் கல்யாணத்துலருந்து தூக்கீட்டு வர்றது, முகூர்த்த நேரத்துல பொண்ணுப் புள்ளை

எஸ்கேப்பாகறது எல்லாம் சகஜம்தானே. அவ்வளவு ஏன்,... கல்யாணம் ஆனதுக்கப்பறம் கூட புருசனை விட்டுட்டு பளைய காதலன் கூட ஓடிவர்ற கேசுக இருக்குதே" என்றார் ரெக்ஸின் முதலாளி.

"கரடியும் மொதலாளியும் சொல்றதுதான் செரி. நாம இதைய சும்மா உடக் குடாது. நீ ஒண்ணும் கவலைப்படாத இளங்கோ. இப்பவேன்னாலுஞ் செரி, நாளைக்குன்னாலுஞ் செரி. நாம காரோட போறோம்; பொண்ணத் தூக்கறம். அடிதடிக்கு ரவுடிப் பசங்க நாலு பேர்த்த வேண்ணாலும் கூப்டுக்கலாம். எங்க ஏரியாவுலயே பசங்க இருக்கறாங்க. அதுவும், லவ்வுக்குன்னா காசே வேண்டாம்; கோட்டரும் பிரியாணியும் மட்டும் போதும்னு வருவானுக. அவனவன் அஞ்சாறு லவ் ஃபெய்லியராயி, நெஞ்சுல லவ்வரு பேரு பச்சை குத்துனது, கைல ப்ளேடுல கிளிச்ச காயம், பீடில சூடு வெச்ச தளும்போட இருக்கறவனுக." ரப்பர் ஸ்டாம்ப்காரர் அதிரடி செயலுக்கு அடிக்கல் நாட்டினார்.

இளங்கோவுக்கு அது சரிவரும் என்று தோன்றவில்லை. "எதுக்கும் நான் வீட்டுக்குப் போயி அப்பாகிட்ட தகவல் சொல்றேன். அவரு என்ன சொல்றாரோ அதுப்படித்தான் செய்யணும்" என்றான்.

"ஆமாமா... அது முக்கியம். நாம பாட்டுக்கு எடுத்தம் கவுத்தம்னு பண்ணீறக் குடாது. அப்பறம் பெரியவங்களுக்கும் கெட்ட பேராயிரும். அதுலயும் உங்கப்பா எதுலயும் இம்மி பெசகாதவரு. உங்க லவ்வுக்கு அவுரு அவ்வளவு சப்போட்டுன்னாலும், கேக்காம நாம பாட்டுக்கு ஏதாச்சுப் பண்ணி வெச்சம்னா, நாளைக்கு அப்பறம் உன்னையும் உங்கண்ணனையாட்ட ஊட்ட உட்டு வெளிய போகச் சொன்னாலும் சொல்லீருவாரு." ரெக்ஸின் முதலாளியும் எச்சரிக்கைப்படுத்தினார்.

அப்போது பிற்பகல் சுமார் நான்கு மணிதான் ஆகியிருந்தது. கடை சாத்துகிற நேரம் அல்ல. எனவே, சாவியையும் அண்டை வீட்டுத் தொலைபேசி எண்ணையும் கோபியிடம் கொடுத்துவிட்டு, "நைட்டு கடையப் பூட்டிட்டு சாவிய நீயே

கொண்டு போய்க்க. காலைல வந்து கடையத் தெறந்துக்க. நாளைக்கு நான் வர முடியுமா, எப்ப வருவேன்னு தெரியாது. அதுவரைக்கும் நீ வந்து கடையத் தெறந்துட்டு இரு. ஆர்டர் வந்தா வாங்கி வெய்யி. எதுக்கும், இன்னைலருந்து நாலஞ்சு நாளுக்கப்பறம்தான் வேலை செய்ய முடியும்கற மாதிரி கணக்கு வெச்சுப் பேசிக்க. ஏதாவது முக்கியமான தகவல்னா மட்டும் இந்த நம்பருக்கு ஃபோன் பண்ணு" என்றுவிட்டுக் கிளம்பினான்.

"நீ ஒண்ணும் கவலைப்படாத, இளங்கோ. எதுன்னாலும் சப்போட்டுக்கு நாங்க இருக்கறோம். தைரியமாப் போயிட்டு வா" என வழியனுப்பினார் ஜெகன்.

★★★

உலகத்தின் கடைசி மனிதனின் தனிமை எப்படியிருக்கும்? அப்படித்தான் இருந்தது அவனுக்கும். இந் நகரத்தில் லட்சக் கணக்கான மனிதர்கள் உள்ளனர். ஆனால், அவர்கள் யாருமே இல்லாமல் போய், இந் நகரமும், நாடும், உலகமுமே வேற்று மனிதர் யாருமற்ற தனிமைக் கிரகமாகி, அதில் தான் மட்டுமே தனித்திருப்பதான வெறுமை.

முன்பு அவனுக்கு இந்த உலகம் ஒரு பொருட்டல்ல. அவனது குடும்பத்தார், உறவினர்கள், ஊர்க்காரர்கள் யாரும் முக்கியமாக இல்லை. அவனும் அவனது உலகமும் மட்டுமே போதும் என இருந்தான். பிற்பாடு மாதங்கி சொல்லித்தான் மெல்ல மெல்லத் தனது அகவுலவாசத்திலிருந்து வெளியேறி, குடும்பத்தாரோடும், அண்டை அயலாரோடும், சொந்த பந்தங்களோடும் பழகி வருகிறான். அதிலிருந்து இந்த உலகமும் அவனுக்குச் சொந்தம் என்பதான உணர்வு இருந்துவந்தது. ஆனால் இப்போது, அவனது அகவுலகம் வெறுமையாகிவிட்டது போலவும், இந்தப் புற உலகம் மீண்டும் அன்னியமாகிவிட்டது போலவும் உணர்ந்தான்.

ஐந்து முக்குப் பகுதியில் பேருந்துக்காகக் காத்து நிற்கும்போது, அந்தப் பகுதியின் வாகனப் போக்குவரத்து, நடமாட்ட

மனிதர்கள், சூழலின் இருப்பு ஆகியவை கண்ணுக்குப் பட்டாலும் கவனத்தில் பதியவில்லை. இதயத்தைக் கவ்வி இறுக்கும் துக்கம், மண்டைக்குள் கொதிக்கும் வெம்மை ஆகியவற்றிலிருந்து விடுபட மது அருந்தலாமா என்ற யோசனை.

பொதுவாகவே அவன் குடிப்பது, போதையில் கிடைக்கும் மிதப்பு உணர்ச்சிக்காகத்தான். எதார்த்த வாழ்வின் சாதாரண மனநிலையும், உணர்ச்சிகளும் அவனுக்குப் போதுமானதாக இல்லை. மனம் கட்டற்று மிதந்து திளைக்கிற அனுபவம் வேண்டியிருக்கிறது. அதுவே தனது இயல்பு நிலை எனவும், அத்தகைய தருணங்களே தனக்கானவை எனவும் அவனுக்குத் தோன்றும். அன்றாட வாழ்வில் அத்தகைய உணர்வை அவனுக்கு தினமும் தரக் கூடியவை அவனது கற்பனை உலக சஞ்சாரங்கள். ஒரு கட்டத்தில் அவனுக்கு அதிலும் போதாமை தோன்றியது. சாதாரண நிலையில் அமைதியாகவும், சோர்வாகவும் காணப்படுகிற ஆண்கள் குடித்துவிட்டு போதையில் கலகலப்பாகவும், உற்சாகமாகவும் இருப்பதைக் கண்டு, தானும் அதுபோலச் செய்து பார்க்க எண்ணம் கொண்டான். அவனே சென்று குடித்துப் பழகினான். குடிக்குத் துணையாக புகைப் பழக்கமும் வந்து சேர்ந்தது. கற்பனை சஞ்சாரங்களைக் காட்டிலும் போதையின் சஞ்சாரம் நூறு மடங்கு மேலாகவும், அலாதியாகவும் இருந்தது.

அவ்வாறு இதுவரை தனது உற்சாகத்துக்காக மட்டுமே பயன்படுத்திய குடியை இப்போது துக்கத்தை ஆற்றுவதற்காகப் பயன்படுத்துவது சரியல்ல. மேலும், மாதங்கியின் திருமணப் பத்திரிகை வந்திருப்பது தொடர்பாக அப்பாவிடம் பேசி, என்ன செய்வது என முடிவெடுக்கவும் வேண்டும். குடித்துவிட்டு அவருடன் பேச முடியாது. அது அவரை அவமதிப்பதாகிவிடும். எனவே, குடி எண்ணத்தை விடுத்து, மதுக்கரை மார்க்கெட் பேருந்தில் ஏறிக்கொண்டான்.

★★★

ஐந்து மணிக்குத் தகவல் அறிந்ததிலிருந்தே கன்னிகாவுக்கு ஒரு வேலையும் ஓடவில்லை. நெருங்கிய உறவினரின் அகால மரணச் சேதியைக் கேட்டது போல பேரதிர்ச்சியும் பெருந்துக்கமும் நெஞ்சை அடைத்துக்கொண்டிருந்தன. சைக்கிள் பூக்காரனிடம் பூ வாங்கவில்லை, தீபம் ஏற்றி வழிபடவில்லை, வாசலையே பெருக்கவுமில்லை. இருள் கவிந்து, அண்டை வீடுகளெங்கும் வெளி விளக்கு எரிந்ததைக் கண்டுதான் அவசர அவசரமாக வீட்டையே கூட்டி விளக்குப் போட்டாள். அதன் பிறகும் முன் போலவே கூடத்துச் சுவரில் சாய்ந்தபடி கால் நீட்டி அமர்ந்து, கிழவிகள் போல ஆவலாதி பாடிக்கொண்டிருந்தாள். எட்டு மணியாகியும் நிற்கவில்லை. மாதங்கி வந்தது, இருந்தது, செய்தது, பேசியது என ஒவ்வொன்றையும் சொல்லிச் சொல்லி அரற்றிக்கொண்டிருந்தாள். வீடே துக்க வீடாகத் தோற்றமளித்தது.

கைலாசநாதன் வந்தபோதும் எழாமல், அரற்றலை மட்டும் இடை நிறுத்தம் செய்து, அப்படியே இருந்தாள். அவளது அந்தக் கோலத்தைப் பார்த்த அவர், அவளது உறவுத் தரப்பில் ஏதோ இழவு சேதியாக இருக்கும் என்றே கருதி, “யாரு? எப்ப?” என்று கேட்டேவிட்டார். இளங்கோவிடம் திரும்பி, “நீ நேரத்துலே வந்துட்டயா? உனக்கும் தகவல் தெரிஞ்சா வந்தே?” எனவும் விசாரித்தார்.

“இது எளவு சேதியவிடப் பெரிய காரியம். நீங்க போயிட்டு வாங்க சொல்றேன்” என்றாள் கன்னிகா.

அவர் வீட்டுடைக்கு மாறி, கை கால் முகம் கழுவிக்கொண்டு வந்து, தன் சிம்மாசனத்தை விரித்து அமர்ந்துகொண்டார்.

இளங்கோ தகவல் தெரிவித்து, பத்திரிகையையும் கொடுத்தான். மாலையிலும் இரவிலும் மட்டும் தேவைப்படுகிற சாளேஸ்வரக் கண்ணாடியை அணிந்துகொண்டு பொறுமையாக வாசித்து, பெயர்கள், நாள், இடம் ஆகியவற்றை மனதில் பதித்துக்கொண்டார்.

“நம்ப வெச்சுக் கழுத்தறுத்துட்டாளே...! சிங்காரிச்சு மூக்கறுத்துட்டாளே...! என்னாச்சு, ஏதாச்சுன்னு ஒரு விகரமுந்

தெரியிலயே! இவ்வளவு தூரம் பளகி, இந்தளவுக்கு ஆகி, கல்யாண ஏற்பாட்டைப் பத்தி ஒரு வார்த்தை சொல்லாம, திடீர்னு பத்திரிகைய அனுப்புனா என்ன அருத்தம்?"

கன்னிகாவின் பின்புல அரற்றல் தொடர, அவளைக் கையமர்த்திவிட்டு, "உங்களுக்குள்ள ஏதாவது சண்டை சச்சரவு நடந்துச்சா?" என்று இளங்கோவிடம் கேட்டார்.

அவரின் முன்பு அமராமல் இன்னும் பவ்யமாக நின்றுகொண்டிருந்த அவன், "இல்லீங்ப்பா. அப்புடியெல்லாம் ஒண்ணும் இல்ல" என்றான்.

"நீ எப்பவும் யாரு கூடவும் வம்புதும்புக்கோ, சண்டை சச்சரவுக்கோ, விவாதத்துக்கோ போக மாட்டேன்னு தெரியும். மாதங்கி குணவதின்னாலும் கொஞ்சம் கோவக்காரி. அறிவாளின்னாலும், ஆத்தரத்துல யோசிக்காம வெடுக்குன்னு ஏதாவது பேசீருவேன்னு அவளே சொல்லியிருக்கறா. அதனாலதான் கேட்டேன். அவளுக்குப் புடிக்காத மாதிரி நீ வேற ஏதாச்சும் தப்புத் தண்டாப் பண்ணுனயா?"

"இல்லீங்ப்பா. அப்படி எதுவுமே இல்ல."

"அப்புடீன்னா இது அவுங்கம்மாவோட வேலையேதான். பணத்தாசை புடிச்சவ, ராச்சசின்னு மாதங்கியே சொன்னாளே, ஆசுவத்திரில இருக்கும்போது" என்றாள் கன்னிகா.

"செரி. எதுக்கும் காலைல ஒரு ஏழு மணிக்கு நேரா மாதங்கி வீட்டுக்கே போயி, என்ன ஏதுன்னு விசாரிச்சர்லாம்."

"கட்டாயக் கல்யாணமா இருந்தா, பொண்ண வீட்டை விட்டு வரச் சொல்லி கல்யாணம் பண்ணி வெக்கறக்கு நாங்க சப்போட் பண்றம்னு பக்கத்துக்குக் கடைக்காரங்க சொன்னாங்களாமா" என்று இவன் சொன்னதைத் திருத்தி, பக்குவமாக அவரிடம் தெரிவித்தாள்.

"நேர்ல போயிப் பாத்து, என்ன ஏதுன்னு விசாரிச்சுட்டு, அதைப் பத்தி அப்பறம் யோசிக்கலாம்."

★★★

அத்தியாயம் 20

இரண்டு பேச்சுவார்த்தைகளுக்கு இடையே

விடியற்காலப் புகைப் பனி, மதுக்கரை மலைத் தொடரையே விழுங்கிவிட்டிருந்தது. மதுக்கரையிலிருந்து மேற்கு நோக்கிப் பயணித்து, கேரளாவுக்குள் செல்லும் அந்தக் கம்பீரமான தொடர்ச்சி மலைகளின் அடிவாரத் துவக்கப் பகுதியாக அமைந்த சிற்சிறு குன்றுகளில் ஒன்றை ஒட்டியே பி.கே.புதூர் அமைந்துள்ளது. இப்போது பனிப் படர்வோடு அந்த ஊரைப் பார்க்கையில் உதகை, கொடைக்கானல், ஏற்காடு போன்ற மலைவாசஸ்தலங்களில் உள்ள கிராமம் போன்ற தோற்றம். மெல்லிய பனிக் குளிர், ஈரக் காற்றோடு உடலை மோதிச் சென்றது. கைலாசநாதன் காதுகளோடு சேர்த்து தலைக்கு மப்ளர் கட்டிக்கொண்டிருந்தார். கன்னிகா வற்புறுத்தியும் இளங்கோ குரங்குக் குல்லாயோ மப்ளரோ வேண்டாம் என்றுவிட்டான். பற்றி எரிந்துகொண்டிருக்கும் தலையில் சளி பிடிக்கவா போகிறது?

மாதங்கியின் வீட்டைக் கண்டுபிடிப்பதில் சிரமம் ஒன்றும் இருக்கவில்லை. பத்ரகாளியம்மன் கோவிலுக்குப் போகும்

வழியிலேயே அவளது வீடு என்று சொல்லியிருக்கிறாள். பேச்சு வாக்கில் அவள் சொல்லியிருந்த பாட்டியம்மா பெட்டிக் கடை, குல்மோஹர் மரம், தண்ணீர்த் தொட்டி போன்றவையும் என். சி.சி., வழிகாட்டுதல் அடையாளங்கள் போலத் துணை புரிந்தன.

"மார்களி மாசந்தான் மரத்துலருந்து எலை பளுத்து உதுரும்,... இந்த வருசமென்னுமோ கார்த்திகைலயே உதுர ஆரம்பிச்சிருச்சா...?!" என தனக்குத் தானே பேசியபடி, மரத்தடி வாசலைப் பெருக்கிக்கொண்டிருந்த இளம் மூதாட்டியிடம் மாதங்கியின் வீட்டைக் கேட்க, நிமிர்ந்து நின்று, பெருக்கிக் கொண்டிருந்த ஈர்க்குமாரை இடது கைக்கு மாற்றிக்கொண்டு, வலது கையை நீட்டிச் சுட்டிக் காட்டினாள்.

"நாங்க குனியமுத்தூர்லருந்து வர்றோம். எம் பேரு கைலாசநாதன். இது என் மகன், இளங்கோ" என அறிமுகப்படுத்திக்கொண்டார், மாதங்கி வீட்டுப் படிக்கட்டோரம் வாசலில் நின்றிருந்த கைலாசநாதன்.

நிலைவாயிலில் நின்றிருந்த - சீரியல் மாமியார் போன்ற தோற்றத்தில் இருந்த - மாதங்கியின் அம்மா, "ஓ..!" என்றாள் இளக்காரமாக.

அதிலிருந்தே இன்னார் என்பது தெரிந்துவிட்டது என்பதைப் புரிந்துகொள்ள முடிந்தது.

"என்ன விசியம்?"

"வீட்டுக்குள்ள வந்து பேசலாமா?"

"தேவையில்ல. வெளிய இருந்தே சொல்லுங்க."

"மாதங்கியோட கல்யாண விஷயமாப் பேசணும்."

"எம் பொண்ணுக்கு, அவளோட படிப்புக்கும், எங்க அந்தஸ்து - கௌரவத்துக்கும் ஏத்த மாதிரி, எங்க ஜாதிலயே மாப்பளை பாத்து நிச்சயம் பண்ணியாச்சு. வேற ஏதாவது சொல்றக்கு இருந்தா சட்டுப் புட்டுன்னு சொல்லிட்டு எடத்த காலி பண்ணுங்க."

அப்போது அந்த அம்மாளின் பொண்டாட்டியான கணவர் உள்ளிருந்து வந்து, அவளின் பின்னால் அரண்மனைச் சேவகன் போல நின்றார்.

“நீங்க மாதங்கியக் கூப்புடுங்க. நாங்க அவகிட்டப் பேசிக்கறோம்.”

“அவகிட்டல்லாம் பேச முடியாது. எதைப் பேசறதுன்னாலும் எங்கிட்டத்தான் பேசணும்.”

“ஏம்மா பேச முடியாது? இவங்க ரெண்டு பேரும் உயிருக்குயிராக் காதலிச்சுட்டு இருக்கறாங்க. அதுவும், அறியாத வயசுல இருந்து, பதிமூணு வருசமா. எங்க வீட்டுல இவங்க காதலுக்குச் சம்மதம் தெரிவிச்சு, மாதங்கியத்தான் இவனுக்குக் கல்யாணம் பண்ணப் போறதா சொந்த பந்தங்களுக்கெல்லாம் கூட சொல்லீட்டோம்.”

“நீங்க சொல்லீட்டா ஆச்சா? எம் பொண்ணு கல்யாணத்தை என் இஷ்டப்படிதான் நடத்துவேன்.”

பொண்டாட்டிக் கணவர் பின்னாலிருந்து பனைமரத்து ஓணான் மாதிரி யாங்கு யாங்குன்னு தலையாட்டிக்கொண்டிருந்தார்.

“உங்க பொண்ணா இருந்தாலும் உங்க இஷ்டப்படி நடத்த முடியாதும்மா. பொண்ணோட இஷ்டப்படிதான் நடத்த முடியும். சட்டப்படி...”

“அந்தச் சட்டவிட்டமெல்லாம் எங்குளுக்கும் தெரியும். அதை நாங்க பாத்துக்கறம். நீங்க கௌம்பலாம்.”

“சுமுகமாப் பேசித் தீக்கலாம்னு பாத்தா நீங்க ஒத்து வர மாட்டீங்கறீங்க. ரைட். அப்ப அடுத்த வழியப் பாக்க வேண்டீதுதான். நாங்க நேரா போலீஸ் ஸ்டேஷன் போயி, பொண்ணோட விருப்பத்துக்கு எதிரா நீங்க கட்டாயக் கல்யாணம் பண்ணி வெக்கறதா புகார் குடுத்து, போலீஸோட வர்றோம். அவங்க வந்து விசாரிக்கைல உங்க பொண்ணு வந்து பதில் சொல்லித்தான ஆகணும்?”

போலீஸ் என்றதும் அந்த அம்மாள் தணிந்தாள்.

“போலீஸு, கேஸுன்னா நான் ஒண்ணும் பயப்பட மாட்டேன். அதையெல்லாம் சமாளிக்கறதுக்கு பண பலம்,

அரசியல் சப்போட்டு எல்லாம் எங்களுக்கு இருக்குது. தேவையில்லாம இங்க போலீஸ் வந்தா எங்குளுக்கு மரியாதை இல்லியேங்கறதுக்காகப் பாக்கறேன். இருங்க, எம் பொண்ணு வாயாலயே, இது அவ விருப்பபடி நடக்கற கல்யாணம்தான்னு சொல்ல வெக்கறேன். அதுக்கப்பறம் ஒரு செக்கண்டு என் வீட்டு வாசல்ல நீங்க நிக்கக் குடாது.”

கனத்த சரீரத்தை நகர்த்திக்கொண்டு சென்றவள், உள்ளே எங்கோ மறைந்தாள். அவள் அடிக்குரலில் ஏதோ பேசுவது மெதுவாகக் கேட்டது. இன்னதெனப் புலப்படாவிட்டாலும், இன்னதாகத்தான் இருக்கும் என்பதை யூகிக்க முடிந்தது. இரண்டு நிமிடங்களுக்குப் பிறகு மாதங்கியோடு வந்தாள்.

மாதங்கியா அது?

முகம் கருவழிந்து, உடல் மெலிந்து, நடை தளர்ந்து, நிமோனியாக் காய்ச்சலில் படுத்திருந்தவள் போல இருந்தாள். இடைக் காலத்தில் என்னவெல்லாம் நடந்திருக்கிறது என்பதை அந்தத் தோற்றமே தெரிவித்துவிட்டது.

கூடுதலாக, இப்போது அம்மா சொல்லிக் கொடுத்ததையும் ஒப்பித்தாள்.

“என்னோட விருப்பப்படிதான் எனக்குக் கல்யாணம் நடக்குது. எங்க அம்மா அப்பாவை மீறி, நான் எதுவும் செய்ய மாட்டேன். என்னால அவங்க ரெண்டு பேரும் தற்கொலை பண்ணிட்டா, அப்பறம் அந்தக் குற்ற உணர்ச்சியோட என்னாலயும் வாழ முடியாது. தயவு செஞ்சு நீங்க இங்க கலாட்டாப் பண்ணாமப் போயிருங்க.”

எங்கோ பார்த்துக்கொண்டு அவள் சொல்ல, கைலாசநாதன் இளங்கோவின் முகம் பார்த்தார்.

அவன் தலைகுனிந்தபடி வாசலை விட்டு நகரத் தொடங்க, அவரும் பெருமூச்சோடு நகர்ந்தார்.

அண்டை வீடுகள், எதிர் வீடுகள் ஆகியவற்றிலிருந்து சில வேடிக்கை முகங்கள் தென்பட்டன.

"ஒரு நிமிஷம்."

மாதங்கியின் குரல் கேட்டு இருவரும் நின்றனர்.

"நீங்க யாரும் என்னை மன்னிக்க மாட்டீங்கன்னு தெரியும். மன்னிக்கவும் வேண்டாம். உங்க வீட்டுலயும், சொந்த - பந்தம் எல்லார்த்துகிட்டயும் சொல்லுங்க. எல்லாரும் சேந்து, என்னை எவ்வளவு சபிக்க முடியுமோ அவ்வளவு சபிங்க. நான் நல்லாவே இருக்கக் கூடாது. நாசமாப் போகணும். வாழ்க்கைல நிம்மதியே இருக்கக் கூடாது. ஏன்டா, பொண்ணாப் பொறந்தோம் அதுவும் இந்த வீட்டுல வந்து பொறந்தோம்னு நெனைச்சு நெனைச்சு, வெந்து வெந்து சாகணும்; அதைப் பாத்து எங்கம்மாவும் அப்பாவும் ஆனந்தப்படட்டும்னு சபிங்க."

ஆற்றாமையோடும் ஆவேசத்தோடும் அவள் சொல்ல, கைலாசநாதன் கையறுநிலையோடு பார்த்துவிட்டு விடுவிடுவென நடக்கலானார்.

இளங்கோ இன்னும் ஒரு கணம் நின்று துயரத்தோடு அவளைப் பார்த்துவிட்டு, அப்பாவைத் தொடர்ந்தான்.

★★★

கைலாசநாதன், இளங்கோ இருவரின் தளர்வான நடையையும், துக்க முகங்களையும் பார்த்தபோதே காரியம் கைகூடவில்லை என்பது கன்னிகாவுக்குத் தெரிந்துவிட்டது.

வீட்டுக்குள் வந்து தனது சிம்மாசனமான மடக்கு நாற்காலியில் அமர்ந்துகொண்டவர், நடந்த சம்பவத்தைத் தெரிவித்தார். கன்னிகாவின் புலம்பல் படலம் தொடங்கி நீண்டது. கைலாசநாதனும் தாங்கொணாத் துயரத்தோடு இருந்தார்.

இளங்கோ சற்றுத் தள்ளி, சுவரில் சாய்ந்து நின்றுகொண்டிருந்தான். முகத்தில் துக்கம் இருப்பினும், வெடித்துக் கதறி அழவேண்டிய அளவுக்குப் பாசம் கொண்ட நெருங்கிய உறவினரின் மரணத்தில், துளி கண்ணீர் கூட உகுக்காமல் இறுகியிருக்கும் உறைநிலையில் அவன் இருப்பதைப் புரிந்துகொள்ள முடிந்தது.

"ஸ்கிஸாய்டுகளுக்கு உணர்ச்சியே இல்லையோன்னு தோணும், மாமா. ஆனா, அவங்களுக்குள்ள வலுவான உணர்ச்சிகள் இருக்கும். அதை வெளிப்படுத்தமாட்டாங்கங்கறதுதான் உண்மை. அவங்களுக்கும் அன்பு, பாசம், நேசம், நட்பு, நேயம், பரிவு, இரக்கம், கருணை எல்லாமே இருக்கும். இன்னும் சொல்லப்போனா, சராசரிகளான நமக்கு இருக்கறதை விட, அவங்களுக்குக் கூடுதலா இருக்கறக்கும் வாய்ப்பு இருக்கு. ஏன்னா, அவங்க ரொம்ப சென்ஸிட்டிவ் டைப். ஆனா, அவங்களுக்குத் தங்களோட உணர்ச்சிகளை வெளிப்படுத்தத் தெரியாது. அதுவும், அவங்களால கோபத்தைக் காமிக்கவே முடியாது. சில சமயம், கோபத்துக்குப் பதிலா ரொம்பக் கூலா ரியாக்ட் பண்ணுவாங்க. சுருக்கமா சொல்லப் போனா, உள்ளுக்குள்ள குமுறிட்டே வெளிய அமைதியாத் தெரியற எரிமலை மாதிரித்தான் அவங்க. அழுத்தம் கூடுனா எப்பவாவது வெடிக்கலாம். ஆனா அப்பவும் வெளிய வெடிச்சு சிதறாம, உள்ளுக்குள்ளயே வெடிச்சு, அதோட பாதிப்புக்கு உள்ளாவாங்க..."

மாதங்கி எப்போதோ சொன்னது அவருக்குள் எதிரொலித்தது.

இளங்கோவை உள்ளூர அச்சத்தோடு பார்த்தார். அடிவயிற்றிலிருந்து பளீரென கிலி படர்ந்து உச்சந்தலையைத் தாக்கியது.

இல்லை... ஒருபோதும் அவ்வாறு நடந்துவிடக் கூடாது. 'நடக்க விடமாட்டேன்' என்று தன்னுள் சொல்லிக்கொண்டார்.

ஐந்து விநாடி யோசனை.

பிறகு தொண்டையைச் செருமியபடி நிமிர்ந்து உட்கார்ந்தார்.

"அந்தப் பொம்பளை என்ன பேச்சுப் பேசிட்டா. அவ புள்ளை அவளுக்குப் பெருசுன்னா, நம்ம பையன் நமக்குப் பெருசில்லயா? கல்யாணம் பண்றாளாமா கல்யாணம். பண்ணுட்டுமே. நமக்கு ஊருல வேற பொண்ணே கெடைக்காதா? மாதங்கியவிட அழகா, நல்ல குடும்பத்துப் பொண்ணா, குணவதியாத் தேடிப் புடிச்சு நான் உனக்குக் கல்யாணம் பண்ணி வெக்கறேன்.

அதுவும், மாதங்கி கல்யாணத்துக்கு முன்னாடியே அதை நடத்தியாகணும். நீ என்ன சொல்ற, இளங்கோ?"

இளங்கோ திகைத்து, சுவர்ச் சாய்விலிருந்து நிமிந்து, "செரிங்ப்பா." என்றான்.

★★★

மதியம் வரை இளங்கோவுக்கு வேறு எந்த நினைவுகளும் இல்லை. அவன் பாட்டுக்கு வேலையில் ஆழ்ந்திருந்தான்.

மதிய உணவு சாப்பிடும்போது வீட்டு ஞாபகம் வந்து, காலையில் வீட்டில் நிகழ்ந்த சம்பவமும், அப்பாவின் கட்டளையும் மண்டைக்குள் சுழல ஆரம்பித்துவிட்டன. அதன் பின் சாப்பிடப் பிடிக்கவில்லை. உணவை வெளியே கொட்டுவதற்காக எடுத்துக்கொண்டு எழுந்தான்.

உடன் அமர்ந்து சாப்பிட்டுக்கொண்டிருந்த கோபி, "ஏனுங்ணா?" என்று கேட்டான்.

"ஒண்ணும் இல்லடா. சாப்படறக்குப் புடிக்கல."

"அண்ணா… பேசாம உக்காந்து சாப்புடுங்ணா" குரல் அதட்டலாகவே வந்தது. "மனசு செரியில்ல, சாப்படப் புடிக்கலன்னு எப்பப் பாத்தாலும் சாப்பாடக் கொண்டு போயிக் கொட்டீட்டு. பத்தாததுக்குக் குடி வேற. ஏற்கனவே அப்ரண்டிஸ் வந்து ஆப்பரேசன் பண்ணுன வயிறு. மத்தியானம் பட்டினி போட்டு, ராத்திரி கோட்டர்லயும் ஊற வெச்சாக் கொடலு என்னத்துக்கு ஆகும்? புடிக்குதோ, புடிக்குலயோ ஒளுங்கா உக்காந்து சாப்புடுங்க. இல்லாட்டி நான் வீட்டுக்கு போன் பண்ணி, அண்ணன் ஆறு மாசமா மத்தியானம் சாப்படறதே இல்லன்னு அம்மாகிட்ட சொல்லீருவேன்."

அவனது அன்பும் அக்கறையும் இவனுக்குப் பிடித்திருந்தன. இருந்தாலும் இப்போது சாப்பாட்டில் மனம் செல்லவில்லை. ஆனால், கோபி சொன்ன மாதிரியே செய்தாலும் செய்துவிடுவான். இருக்கிற பிரச்சனை போதாது என்று அது வேறா?

“ஆத்தர அவசரத்துக்குன்னு உங்கிட்ட பக்கத்து வீட்டு போன் நம்பரு குடுத்தது தப்பாப் போச்சுடா. அதைய வெச்சு ப்ளாக் மெய்ல் பண்றயே” என்றபடி திரும்பி வந்து, வேண்டா வெறுப்பாகச் சாப்பிட்டு முடித்தான்.

புகைப் பழக்கம் உள்ளவர்கள் பானங்கள் அருந்தியதற்கும், உணவுக்கும் பிறகு புகைப்பது வழக்கம். இவனும் அப்படியே. இப்போது தனது முதலாளி இருக்கையில் அமர்ந்தபடி இரவு குறித்த தீவிர யோசனையோடே சிகரெட் புகைக்கலானான்.

விருப்பமே இல்லாமல், கோபியின் அன்புக் கட்டளைக்கும் மிரட்டலுக்கும் பணிந்து இப்போது உணவு உண்டதைப் போலத்தான், அப்பாவின் கட்டளையால் சாமுத்ரிகாவுடன் தாம்பத்தியத்தில் ஈடுபட வேண்டியிருக்கும். அதை நினைக்கவே அவனுக்கு மனம் கசந்தது. விருப்பம் இல்லாமல் சாப்பிடுவதே எவ்வளவு வெறுப்பாக இருக்கிறது! தாம்பத்தியத்தில் ஈடுபடுவதென்றால்…?

மனதில் காதலரின் நினைவைச் சுமந்துகொண்டு, கட்டாயத்தாலோ வேறு காரணத்தாலோ மணக்க நேர்ந்தவருடன் வாழ நேர்வது பெருந்துயரம். அதுவும், தான் மாதங்கியுடன் கனவுக் குடித்தனம் நடத்தி. இரு கற்பனைக் குழந்தைகளோடும் வாழ்ந்துகொண்டிருந்த நிலையில் இப்படியொரு கொடுமை.

அவனுக்கு மாதங்கியின் நினைவு வந்தது. அங்கே அவள் என்ன பாடுபட்டுக்கொண்டிருப்பாளோ? அவளும் இப்படித்தான் விலகி இருப்பாளா? இருக்கலாம்; இல்லாமலும் இருக்கலாம். எப்படியாயினும், நீண்ட காலத்துக்கு அவள் விலகி இருக்க முடியாது. அவள் பெண். கணவனுக்குக் கட்டுப்பட்டே ஆக வேண்டும். அது மட்டுமல்ல. ஆணோ பெண்ணோ, விருப்பமற்ற திருமணம் எனினும், அதைச் செய்துவிட்டால் அதற்கு இணங்கி தாம்பத்தியத்தில் ஈடுபட்டுத்தான் ஆகவேண்டும். பெண்களுக்கு இன்னுமே தம்பதியருக்கு இடையிலான அந்தரங்கத்திலும் உரிமைகள் குறைவு என்பதால், மாதங்கி இவ்வளவு காலம் தள்ளிப்போட்டிருக்க முடியாது என்றே அவனுக்குத் தோன்றியது. அல்லது அவள் மறுப்பேதும் சொல்லாமல் கணவனோடு

தாம்பத்தியத்தில் ஈடுபட்டுக்கொண்டிருந்தாலும் இருக்கலாம். யார் கண்டார், இப்போது அவள் கர்ப்பவதியாகவும் இருக்கக் கூடும்.

ஆனால், இவனுக்கு சாமுத்ரிகாவுடன் தாம்பத்யம் கொள்ள மனம் இன்னும் தயாராகவில்லை. மனம் இணையாமல் உடல் இணைவது எப்படி? சாமுத்ரிகாவுடன் மனம் இணைய வேண்டுமென்றால் மாதங்கியை மறந்தாக வேண்டும். அவளை எப்படி மறக்க முடியும்? உடலில் மட்டும்தான் கலக்கவில்லை. மற்றபடி, அறியாப் பருவத்திலிருந்து உணர்வில், அறிவில், உயிரில் கலந்த உறவல்லவா அவள்.

அவளை நினைத்ததுமே கடைசியாக அவளது வீட்டில் பார்த்த உருக்குலைந்த கோலம்தான் ஞாபகம் வருகிறது. முகம் பொலிவிழந்து, உடல் மெலிந்து, நடை தளர்ந்து, நிமோனியாக் காய்ச்சலில் படுத்திருந்தாற் போன்ற தோற்றம். கடைசியாகப் பார்த்தது என்பதாலா, முந்தைய கம்பீரத் தோற்றத்துக்கு மாறானது என்பதாலா, அல்லது அந்தக் கணத்தோடு அவளுடனான உறவு முடிந்துவிட்டது என்பதாலா அந்தத் தோற்றமே மனதில் அழுத்தமாகப் பதிந்திருக்கிறது? அவளை எப்போது நினைத்தாலும் அந்தத் துன்பியல் உருவமே தோன்றி நெஞ்சை அரிக்கிறதே. ஒருவேளை, திருமணத்துக்குப் பின் சுய வதையால் அவள் இன்னுமே சிதைந்திருந்தால்…? கடைசியாக அவள் சொன்னதும், தான் நன்றாக இருக்கக் கூடாது, நாசமாகப் போக வேண்டும் என்பதுதானே…! அதற்காக அவள் தன்னைத் தானே அழித்துக்கொண்டிருந்தால்…?

அதை எண்ணிப் பார்க்கவே அவனுக்கு அகவதையாக இருந்தது.

★★★

நிலைப்படியோரம் அம்மாவுடன் நிற்கும் மாதங்கியின் நலிந்த தோற்றம் நினைவுக்கு வரும்போதெல்லாம், அந்த நிலைக்கு இப்பால், படிக்கட்டுக்குக் கீழே நின்று தனக்காக இறைஞ்சும் தந்தையின் உருவமும் சேர்ந்தே நினைவில் எழும். இப்போதும் எழுந்தது.

செருக்கு மிகுந்த அந்த அம்மாவால் வீட்டு வாசலிலேயே நிறுத்தப்பட்ட அவர், அவளுடன் நடத்திய பேச்சுவார்த்தையையும், இன்று காலையில் தன்னிடம் அவர் நடத்திய பேச்சுவார்த்தையையும் எண்ணிக்கொண்டான்.

அவரது வார்த்தைகள் இன்னமும் அவனைச் சுட்டன. அவர் தனக்குச் சிறுவயது முதல் செய்த பெரும் நன்மைகளை எல்லாம் நினைத்து மருகினான்.

“உனக்கு இவ்வளவு காலம் நான் செஞ்ச உதவிக்கு நீ எனக்கு நன்றிக் கடன் செய்யணும்கற எண்ணம் இருந்தா...”

அந்த வார்த்தைகள் அவனுள் ஏற்படுத்திய வலி, ரணம், வதை கொஞ்சநஞ்சமல்ல. மரண அடி என்பார்களே,... அப்படி வாழ்வில் அவனுக்கு ஏற்பட்ட இரண்டாவது மாபெரும் தாக்குதல், இன்று அப்பா கொடுத்தது. எனவே, பாதிப்பும் அவ்வாறே இருந்தது. அவனது இதயத்தில் பேரிடி விழுந்தது போல, உடைந்து சுக்குநூறாக ஆகியிருந்தான். ஒன்பது மாதங்களுக்கு முன்பு, கடந்த வருடத்தின் நவம்பர் மாதத்தில் ஒரு நாள், திடுதிப்பென்று மாதங்கியின் திருமணப் பத்திரிகை அஞ்சலில் வந்தபோது எப்படி அவனது இதயமே நின்றுவிடும் அளவுக்கு அது கடும் அதிர்ச்சிக்கு உள்ளானதோ, அதே போன்ற அதிர்ச்சிதான் இப்போதும்.

அப்பா தனக்குச் செய்த உதவிகளுக்கு நன்றிக் கடன் தீர்க்க வேண்டுமென்றால், முற்காலத்தில் சொல்கிறபடி, தனது தோலை உரித்து அவருக்கு செருப்பாகத் தைத்துப் போட்டால்தான் ஈடாகும்.

மாதங்கி அவனைக் கைவிட்டுச் சென்றதுமே அவன் நடைப் பிணமாக ஆகிவிட்டான். அவனது வாழ்வு அர்த்தமற்றதாகிவிட்டது. அவனுக்கு உயிராக இருந்தது மாதங்கியும் அப்பாவும் மட்டும்தான். இனி மாதங்கி இல்லை; அப்பா மட்டுமே. அவர் தன்னிடம் இப்படிச் சொல்லிவிட்டாரே...!

காலையில் அவர் சொல்லிய ஒவ்வொன்றுமே அவனுக்கு

நினைவில் இருந்தன. எப்போதும் போல் எந்தச் சலனமும் அற்ற முகத்தோடுதான் அவற்றைக் கேட்டுக்கொண்டிருந்தான். ஆனால், உள்ளுக்குள் உணர்வுகளும் உணர்ச்சிகளும் குமுறிக் கொந்தளித்துக்கொண்டிருந்தன.

சிறு வயதிலிருந்து தன்னை ஒவ்வொரு கண்டத்திலும் அவர் காப்பாற்றியதை நினைத்துப் பார்த்தான்.

- எட்டாம் வகுப்பு தோல்வியுற்றதோடு படிக்கப் போக மாட்டேன் என்றபோது அவர் அதற்காகக் கோபிக்கவோ, கண்டிக்கவோ செய்யாமல், மிரட்டியோ அடித்தோ மீண்டும் பள்ளிக்கு அனுப்ப முற்படாமல், இவனது குணத்துக்கு ஏற்றதும், இவனிடமிருந்த திறமைக்குத் தக்கதுமான ஓவியத் தொழிலில் சேர்த்துவிட்டார்.
- மாதங்கியைக் காதலிக்கிற தகவல் அறிந்ததும், வேறு எந்தத் தகப்பனும் சொல்லாதபடி, உங்கள் சந்திப்புகளை நம் வீட்டிலேயே வைத்துக்கொள்ளுங்கள் என்று சொல்லி அனுமதித்தார்.
- அவளது திருமணப் பத்திரிகை வந்த விபரம் அறிந்ததும், அவளது வீட்டுக்கே சென்று பேச்சுவார்த்தை நடத்தி, அது ஒத்துவரவில்லை என்றதும், அவளது திருமணத்துக்கு முன் இவனது திருமணத்தை நடத்தியாகவேண்டும் என வைராக்கியம் கொண்டு, ஒரு நல்ல மணப்பெண்ணைத் தேடிப் பிடித்து, திருமணம் செய்து வைத்தார்.

இந்த மூன்றுமே பெரிய கண்டங்கள். முதல் கண்டத்தில் அவர் அவ்வாறு செய்யாமல் மிரட்டி, அடித்து பள்ளி செல்ல நிர்ப்பந்தித்திருந்தால் அவன் வீட்டை விட்டு எங்கேனும் ஓடிப்போயிருப்பான். அப்படித்தான் அப்போது திட்டம். இரண்டாவது கண்டத்தில், இவனது காதலை அனுமதிக்காமல் இருந்திருந்தால் கடுமையான உளவியல் சிக்கல்களுக்கு ஆளாகியிருப்பான். மூன்றாவது கண்டத்தில் அவர் காப்பாற்றியிராவிட்டால் இவனுக்கு புத்தி பேதலிக்கவோ, தற்கொலை செய்துகொண்டிருக்கவோ கூடும். இதுபோன்ற ஆபத்துகளை முன்னுணர்ந்தே அவற்றைத் தடுத்து, இவனைக் காப்பாற்றியிருக்கிறார் என்பது தெளிவு.

அதைப் பற்றியெல்லாம் யோசிக்காமல், சாமுத்ரிகா, குடும்பத்தார் ஆகியோரின் சங்கடங்களையும் உணர்ந்துகொள்ளாமல், தனது காதல் தோல்வியின் துக்கம் மட்டுமே பெரிதென இருந்தது தவறுதான். 'கெடைக்காத வாழ்க்கைக்காகக் கவலைப்பட்டுட்டு இருக்காம, கெடைச்ச வாழ்க்கைய நல்லபடியா வாழப் பாரு' என இறுதியாக அப்பா கூறிய அறிவுரை சரியானதே என்பதிலும் மாற்றுக் கருத்தில்லை. ஆனால், இன்னும் இதயம் முழுக்க மாதங்கியின் மீதான காதலும், மனம் முழுக்க அவளைப் பற்றிய தனது கற்பனைகளும், கனவுகளும், நினைவுகளுமாகவே இருக்கையில், எப்படி சாமுத்ரிகாவுடன் குடித்தனம் நடத்த முடியும்?

நினைக்க நினைக்க அவனுக்கு மூளை சூடாகி, உடனடியாக ஒரு கோட்டர் அடிக்க வேண்டும், அல்லது கட்டிங்காவது போட்டால் தேவலாம் என்றிருந்தது. ஆனால், அப்பா அதற்கும் ஆப்பு வைத்துவிட்டாரே என நொந்துகொண்டே, புண்பட்ட மனதை ஆற்ற இன்னொரு சிகரெட்டைக் கொளுத்திக்கொண்டான்.

★★★

அத்தியாயம் 21

காத்திருப்பின் நிமிடங்களுக்கு ஆயிரம் நொடிகள்!

சாயங்காலம் தீபம் ஏற்றி வழிபடுவது சாமுத்ரிகாவின் பிறந்த வீட்டிலும் வழக்கம். ஆனால், வேலை நாட்களில் அந்த நேரத்தில் சாமுத்ரிகாவோ, யவனிகாவோ தீபம் ஏற்ற இருக்க மாட்டார்கள் என்பதால், தெய்வாத்தாளே சாமி படங்களுக்கு முன்னால் உள்ள காமாட்சி விளக்கை மட்டும் ஏற்றி, ஊதுபத்தி கொளுத்தி, சூடம் காட்டி வழிபடுவாள். கைம்பெண்கள் குத்துவிளக்கு ஏற்றக்கூடாது என்பது சாஸ்த்திரமோ இல்லையோ, தெய்வாத்தாள் ஏற்றுவதில்லை. விடுமுறை நாட்களில் சாமுத்ரிகாவும், யவனிகாவும் வீட்டில் இருக்கும்போது அவர்களில் யாராவது ஒருவர் அதை ஏற்றுவார்கள். பெரும்பாலும் சாமுத்ரிகாவே அதைச் செய்வாள். யாரேனும் விலக்காகி உள்ள நாட்கள், அப்பாவின் வருடாந்திர நாள் உள்ளிட்ட தீட்டு நாட்களில் குத்துவிளக்கு ஏற்றப்படமாட்டாது.

இங்கே வந்த பின் இவளே அந்திக் கருக்கிருட்டின்போது சாமி படங்களை வழிபட்டு, குத்துவிளக்கு ஏற்றி, கூடத்தில்

வைத்திருந்து, இருட்டிய பின் எடுத்துவைப்பது வழக்கமாயிற்று. ஏற்கனவே அது கன்னிகா பரமேஸ்வரியால் செய்யப்பட்டுக் கொண்டிருந்ததுதான். விளக்கேற்ற மருமகள் வந்தவுடன் பொறுப்பு கைமாறிவிட்டது.

கன்னிகா பக்தி, நம்பிக்கைகள், ஆச்சார அனுஷ்டானங்கள் ஆகியவற்றை உப்பைப் போலத் தேவையான அளவுக்கே பயன்படுத்துவாள் எனினும், உணவறையில், உணவு மேஜைக்கு மேபுறமாக, கிழக்கு நோக்கியுள்ள சுவர் அடுக்கறையின் மூன்று அடுக்குகளிலும் கொங்குக் கடவுள்கள், பிற மாவட்டக் கடவுள்கள், மாநிலக் கடவுள்கள், தேசியக் கடவுள்கள் ஆகியோரை ப்ரேம் செய்த படங்களாகவோ, பதுமைகளாகவோ சிறை வைத்து அருள் பாலித்து, பக்கவாட்டுச் சுவரில் அதிர்ஷ்டச் சக்கரத் தகடுகளை அலங்காரப் பொருள்களாக மாட்டி அழகுபடுத்தி, வாழும் கடவுள்களான சாமியார்கள் – சாமியாரிணிகள் – சாமியாடிகள் ஆகியோரின் படங்களை ஒட்டி வைத்து பூஜைகளால் மிரட்டி, ஒரே வசன ராகத்தோடு அனைத்து ப்ரார்த்தனைப் பாடல்களையும் பாடி ஜீவாத்மாக்களையும், தப்பும் தவறுமான மந்திர உச்சாடனங்களால் பரமாத்மாக்களையும் வதைப்பதோடு, சமூக விஞ்ஞானிகள் புதிதாக எந்தக் கடவுளைக் கண்டுபிடித்தாலும், ஊழல்களை உய்விக்க எந்தச் சாமியார் சாமியாரிணி சாமியாடி ரகங்கள் அவதரித்தாலும், உடனே தனது பக்தியால் அவர்களைக் கட்டி, பிம்பங்களாகத் தொங்கவிடவும் செய்து, அனுதின வழிபாடு, சிறப்பு தின வழிபாடு, பண்டிகை வழிபாடு ஆகியவற்றால் குடும்பத்துக்கு நன்மைகளைத் தருவிக்கும் முயற்சியில் ஈடுபட்டிருப்பாள்.

மாலையில் வரும் சைக்கிள் பூக்காரனிடம் அன்றைக்கு மல்லிகை விடுபூவை அவள் கூடுதலாகவே வாங்கினாள். அதை சாமுத்ரிகாவுடன் சேர்ந்து தொடுக்கும்போது “மல்லிகப் பூ உனக்குன்னுதான் ஜாஸ்தி வாங்குனேன். இப்ப அளவா வெச்சுக்கொ. நைட்டு படுக்கப் போகீல முளுசா, தலை நெறக்கா வெச்சுட்டுப் போ” என்றாள்.

“இன்னைக்கு சாந்தி மூர்த்தத்துக்கு நல்ல நேரம் இருக்குதா என்னன்னு தெரியில. அதுக்காகத் தாமசிச்சுட்டிருந்தா செரியாகாது. இப்பவே ஏளு மாசம் வீணாப் போச்சு. நாம நல்ல நேரம் பாக்கில அவனுக்குக் கெட்ட நேரம் தொடங்கீருச்சுன்னா, மறுக்காவும் முரங்க மரம் ஏறுனாலும் ஏறீருவான். நல்லவீகளுக்கு நாளும்மில்ல கோளும்மில்லன்னு, சாமி மேல பாரத்தப் போட்டு, நடத்தீர வேண்டீதுதான். எல்லா சாமீகளையும் வேண்டீட்டு, தீபத்தைப் பருத்து.”

மாமியாரின் அக்கறையையும், கவனத்தையும் கருத்தில் கொண்டு சாமுத்ரிகா வழக்கம் போல மாலை நேர அலங்காரத்தைச் செய்துகொண்டு, கருக்கிருட்டு விழும் முன் கடவுள் படங்கள், பதுமைகளுக்கு தீப - தூபம் கொளுத்தி, கூடத்தில் குத்துவிளக்கையும் ஏற்றி வைத்துவிட்டு வந்து, கண் மூடி, அனைத்துக் கடவுள்களிடமும் இன்று கூடுதலாகவே மனமுருகி, தன்னைப் பற்றிய அம்மாவின் கவலைகள் தீர வேண்டும், மாமனார் மாமியார் விருப்பங்கள் நிறைவேற வேண்டும், கணவன் இனிமேல் குடிக்கவே கூடாது, மாமனாரின் நிபந்தனைப்படி அடுத்த வருடமே இவர்களுக்குக் குழந்தை பிறக்க வேண்டும், கணவன் பழைய காதலை மறந்து தன்னிடம் அன்போடு இருக்க வேண்டும் என நீண்ட கோரிக்கை மனுவோடு வேண்டிக்கொண்டாள்.

கை கால் முகம் கழுவிவிட்டு, சேலைத் தலைப்பாலேயே முகம் துடைத்தபடி வந்த கன்னிகாவும் தொழுகையில் இணைந்து, ஈச்சனாரி விநாயகர், பழனி முருகன், பண்ணாரி மாரியம்மன், ஆனைமலை மாசாணியம்மன், மேல்மருவத்தூர் ஆதிபராசக்தி என வரிசை பிடித்து ஒவ்வொரு தெய்வங்களையும் அழைத்து, “ஏம் மகனைப் புடிச்சிருந்த சனி, இந்த சனிக்கெளமையோட ஒளிஞ்சு போயரோணும். இன்னைக்கு ராத்திரிலருந்து இவுங்க வாள்க்கை நல்லபடியா நடந்து, அவுரு சொன்ன மாறயே அடுத்த வருசம் எங்குளுக்கு ஒரு பேரனோ, பேத்தியோ பொறக்கோணும். நெனைச்ச காரியத்தை நெறைவேத்திக் குடுத்தீங்கன்னா, கொளந்தைய எடுத்துட்டு, குடும்பத்தோட

உங்க எல்லார்த்து கோயலுக்கும் வர்றோம்" என்று வாய்விட்டே வேண்டிக்கொண்டு, அனைத்துக் கடவுள் உருவங்களையும் தனித் தனியே தொட்டு வணங்கிக்கொண்டாள்.

அப்படியே செய்கிறோம் என சாமுத்ரிகாவும் வழிமொழிந்து, கடவுள் உருவங்களுக்குப் பொதுக் கும்பிடு போட்டு வணங்கி, நெற்றியில் திருநீறு குங்குமம் தீற்றிக்கொண்டாள்.

★★★

காலையில் இளங்கோ சென்ற பின் கைலாசநாதன் இவளிடம் சில முக்கிய விஷயங்களைப் பற்றிப் பேசினார்.

"உறவுகள்லயே மேலானது புருசன் - பொண்டாட்டி உறவு. ஆயுள் முழுக்க நீடிக்கக் கூடிய உறவு அது. நீ பாதி - நான் பாதின்னு, ஒருத்தர்ல ஒருத்தர், பாதியாக் கலந்து, ஒடம்பாலயும், மனசாலயும், உசுராலும் ஒண்ணுக்குள்ள ஒண்ணா ஆயிடற உறவு. புருசன் பொண்டாட்டி ரெண்டு பேரும் அதைப் புரிஞ்சு, உணர்ந்து, ஒருத்தரை ஒருத்தர் அட்ஜஸ்ட் பண்ணிப் போகணும், விட்டுக் குடுக்கணும்கறது மட்டும் இல்ல; ஒருத்தர்கிட்ட ஏதாவது குறை இருந்தா, மத்தவங்க அதை ஃபில் பண்ணணும். இளங்கோகிட்ட நெறைய குறைகள் இருக்குது. என்னென்னங்கறது உனக்கே தெரியும். அதையெல்லாம் நீதான் ஈடுகட்டணும்."

மாபெரும் பொறுப்பு ஒப்படைக்கப்பட்டதாகத் திகைத்து அவள் தயக்கத்தோடு தலையாட்டினாள்.

அப்போது அவர் ஒரு சம்பவத்தைக் குறிப்பிட்டார்.

சுமார் 25 வருடங்களுக்கு முன்பு, கிராமத்தில் அவர் கண்ட காட்சி அது. அவ்வூரில் ஒரு வீட்டினர் எங்கிருந்தோ இரு வாத்துக் குஞ்சுகளை வாங்கி வந்து வளர்த்துக்கொண்டிருந்தனர். அது தவறான தெரிவு, தவறான ஆசை. ஏனெனில், வாத்துகள் நீர் நிலை விரும்பிகள்; சேற்றுயிரிகளைத் தின்று வாழ்பவை. ஆனால், அது வறண்ட கிராமம். வாத்துக் குஞ்சு வளர்ப்பு

வீட்டினர் அவற்றுக்கு ஒரு தண்ணீர்த் தொட்டியேனும் ஏற்பாடு செய்யவில்லை. ஒரு வாத்துக் குஞ்சை மொசலடிப் பெராந்து (சிறிய வகைப் பருந்து) தூக்கிச் சென்றுவிட்டது. இன்னொரு குஞ்சு ஒற்றையாக வளர்ந்துகொண்டிருந்தது. அப்போது கோடை காலம். வெக்கை அதிகமாக இருந்த ஒரு நாளின் பிற்பகலில் திடீரென தூறல் போட்டது. ஓரிரு நிமிடங்கள் பெய்து ஓய்ந்தும் விட்டது. பெய்த தூறல், மண் உறிஞ்சவே போதவில்லை. பிறகு எங்கே நீர் ஓடவும், தேங்கவும் செய்யும்? அப்படி இருந்தும், வாசலில் பராத்தல் அளவுள்ள சிறு குழிவில், விரற்கடை ஆழத்தில் செந்நீர் தேங்கியிருந்தது. வாத்துக் குஞ்சு அதைக் கண்டதும் ஆலாப் பறந்தபடி ஓடி வந்து, அந்த விரற்கடையளவு நீர்த் தேக்கத்தில் அமர்ந்துகொண்டு, க்வாக் க்வாக் என உற்சாகமாகக் கத்தியபடி சிறகடித்தது. அதற்கு உள்ளூர இருக்கிற நீந்தும் ஆசையையும், அதன் நிராசையையும் வெளிப்படுத்திய இந்தக் காட்சி, அவரது மனதை விட்டு இன்னும் அகலவில்லை.

“இளங்கோவும் அப்படித்தான்” என்றுவிட்டு எழுந்து சென்றுவிட்டார்.

பகலில் பல தடவை அவளுக்கு அந்த ஞாபகம் வந்தது. விரற்கடையளவு மழை நீரில் அமர்ந்துகொண்டு, நீந்த இயலாமல் சிறகடித்துத் தவிக்கும் வாத்துக் குஞ்சு.

கைலாசநாதன் கண்டது ஒரு நிஜக் காட்சி. எனினும், அதை அவர் இளங்கோவுக்குக் குறியீடாக ஆக்கிவிட்டார். இளங்கோ அந்த வாத்துக் குஞ்சு என்பது தெரிகிறது. சிறிதளவு கோடை மழை நீர் என்பது என்ன? மாதங்கியின் காதலா? அல்லது அவனுக்கு இந்த உலகில் ஒட்டுமொத்தமாகக் கிடைத்த அன்பே அவ்வளவுதானா?

இரண்டும்தான் என்று அவளுக்குத் தோன்றியது.

அவனுக்கு அன்பு கிடைக்காத பிரச்சனை அல்ல. அவன் மீது அன்பு செலுத்த உற்றார் உறவினர் அனைவரும் தயாராகவே இருந்தனர். செலுத்தவும் செய்தனர். அவன்

அதைப் புறக்கணித்துவிட்டான். எவ்வளவு அன்பான, அனுசரணையான குடும்பம் இது. இங்கேயும் அவன் தன்னைத் தானே தனிமைப்படுத்திக்கொண்டல்லவா இருந்திருக்கிறான்; இன்னமும் இருக்கிறான். அவன் மற்றவர்களின் அன்பிலிருந்து விலகியிருக்க விரும்புவது ஏனோ?

நேற்று அம்மா மாமியாரிடம் சொன்னாளே... எங்கள் சொந்தத்திலும் இவனைப் போலவே ஓர் இளைஞன் இருக்கிறான் என்று - வெள்ளைக்கிணறு சுரேந்திரன் - அவனும் இப்படித்தான். அவன் இவளுக்குச் சுற்றி வளைத்து தூரத்து சொந்தம். வீட்டுக்கு ஒரே மகன். அதனால் அவனது பெற்றோர் அவனை அளவுக்கு அதிகமாகப் பொத்திப் பொத்தி வளர்த்தனர். மற்ற சிறுவர்களோடு விளையாட விட்டால் ஓடியாடி விழுந்து காயம் படும், வெளியே அதிக நேரம் ஊர் சுற்றினால் படிப்பு கெடும் எனறு சிறுவயதில் அவனை வெளியே விடவில்லை. அதனால் ஊர் உலகம், நாட்டு நடப்பு, பொது அறிவு தெரியாதவனாகவே வளர்ந்தான். விடலைக் காலத்திலும், கல்லூரியிலும் நட்பு சேர்ந்தால் புகை, மது, போதைப் பொருள் என கெட்டுப் போவான் என்று கடும் கட்டுப்பாடு. அதனால், கிட்டத்தட்ட வீட்டுச் சிறை போலவே வாழ்ந்து பழகி, இப்போது அவனுக்கு அதுவே பழக்கப்பட்டுவிட்டது. நட்பு, விளையாட்டு, உல்லாசம் எதுவும் கிடையாது. யாருடனும் அவனாகப் பேசுவதில்லை. மற்றவர்கள் ஏதாவது பேசினாலோ, கேட்டாலோ ஓரிரு வார்த்தைகள், அல்லது ஒற்றை எழுத்தில் பதில். முகத்தில் எப்போதுமே இறுக்கம், சோகம். அவன் சிரித்தோ, புன்னகைத்தோ இவள் பார்த்ததே இல்லை.

இளங்கோவும் அந்த மாதிரியோ என முதலில் நினைத்திருந்தாள். பிற்பாடுதான் இவன் அந்த அளவுக்கு மோசமில்லை என்பது தெரிந்தது. மாமியார் அவனைப் பற்றி, சிறுவயது முதல் இப்போது வரை அனைத்தையும் இவளிடம் சொல்லிவிட்டாள். கடந்த ஏழு மாதங்களாக, பகல் பொழுதில் இவர்கள் தனித்திருக்கும் சமயங்களில், வீட்டு வேலைகள் செய்துகொண்டோ, அல்லது

ஓய்வெடுத்துக்கொண்டோ இருக்கையில் துண்டு துண்டாக அவள் சொல்லிய அனைத்தையும் இணைத்தால், அவனைப் பற்றி ஒரு மெகா தொடரே எடுக்கலாம் எனும் அளவுக்கு இப்போது இவளுக்கு அவனைப் பற்றிய விபரங்கள் தெரியும். ஆனாலும், அவன் இன்னும் புரியாத புதிராகவே இருந்தான்.

மாமியாரிடம் அதைச் சொல்கையில், “அவனைப் பெத்து வளத்தி, இத்தனை வருசமாயும் எனக்கே இன்னும் அவனைப் புரிஞ்சுக்க முடியில. அவுங்கப்பாவுக்கும், மாதங்கிக்கும் மட்டும்தான் அவனைப் பத்தி நல்லாத் தெரியும். அவனும் அவுங்க ரெண்டு பேர்த்துக்கும்தான் கட்டுப்படுவான். மத்தவீக சொல்றதை நானே ஆனாலும் காதுலயே போட்டுக்க மாட்டான்” என்றாள்.

மாதங்கியின் காதல் அவனுக்கு ஏராளமாகக் கிடைத்திருந்தது. அதை மட்டுமே அவன் எடுத்துக்கொண்டான். மற்றவர்களின் அன்பை அவன் ஏற்கவில்லை. கைலாசநாதன் அவனிடம் புரிதலோடு நடந்துகொண்டார் என்பதால் அவர் மீது அவனுக்கு அளவிலா மதிப்பு இருந்ததே தவிர, பாசம் இருந்ததாகச் சொல்ல முடியாது. மாதங்கி தவிர மற்ற சிலரிடம் பற்றற்ற அன்பே கொண்டிருந்தான் எனலாம். ஏன் என்பது அவனுக்குத்தான் தெரியும். முரடர்களாகவும், இறுக்கமானவர்களாகவும் உள்ள சிலர் அன்பு செலுத்தவும், அன்பை ஏற்கவும் பயப்படுவார்கள். காரணம், அன்பு தன்னை பலவீனப்படுத்திவிடும் என அவர்கள் கருதுவது. இவனுக்கும் அப்படி ஏதேனும் கருத்துகள், காரணங்கள் இருக்கலாம். ஆனால், யாருடைய பாசமும், அன்பும், நட்பும் தேவையில்லை என்று ஒதுங்கித் தனித்திருக்கும் அவனையும் மாதங்கி கைக்குள் போட்டுக்கொண்டுவிட்டாளே. பெரிய சாமர்த்தியக்காரிதான்.

இவர்களின் திருமணத்துக்கு முன், அவனது காதல் தோல்வி பற்றிய தகவல் அறிந்தபோது, சமீபமாக ஒரு சில வருடங்களில் ஏற்பட்ட காதலாக இருக்கும் என்றே எண்ணியிருந்தாள். திருமணத்துக்குப் பிறகே அது எட்டாம் வகுப்பு முதலான காதல் என்று தெரிந்தது. மாதங்கி முனைவர் படிப்புப் படிக்கிறவளாக

இருந்தும் அவனை மணந்துகொள்ள இருந்ததே எல்லோரையும் போல் இவளையும் வியக்கச் செய்தது. அவள் இவனுக்காக செய்த காரியங்களை நினைக்கையில் அவள் மீது மிகுந்த மதிப்பும் உண்டாயிற்று.

சாதாரணமாகக் காதலித்தவர்களுக்கே காதல் தோல்வியைத் தாங்க முடியாது. இப்படிப்பட்ட ஆழமான, உண்மையான காதல் என்றால் அது எவ்வளவு வேதனைப்படுத்தக் கூடும் என்பதை அவளால் புரிந்துகொள்ள முடிந்தது.

அந்த வகையில் பார்த்தால் இளங்கோ தன்னிடம் காட்டுகிற விலக்கம் இயல்பானது; நியாயமானது. ஆனால், அதைத் தொடர விட முடியாதே. எப்படியோ, மாமனார் அதற்கு ஒரு முற்றுப்புள்ளி வைத்துவிட்டார் என்பதில் பெருத்த ஆசுவாசம். இனி நடக்க வேண்டியது நடந்தால் சரி.

★★★

இவளின் பெண் பார்த்தல் சமயம், "லவ் ஃபெய்லியருன்னு தெரிஞ்சும் நீ எதுக்குக்கா அந்த மாப்பளைக்கு ஒத்துக்கிட்ட? உனக்கென்ன லூசா?" என்று கேட்டாள் யவனிகா.

"லவ் பண்ணாதவங்க யாருடீ இருப்பா? சொல்றாங்களோ இல்லையோ, ஒருதலையோ ரெண்டுதலையோ, டீன் ஏஜ்லருந்து கல்யாணம் வரைக்கும், ஒவ்வொருத்தரும் யாரோ ஒருத்தரையாவது, மனசுக்குள்ளயாவது லவ் பண்ணாம இருக்க மாட்டாங்க. சிலருக்கு அது இன்ஃபாக்சுவேஷன், அஃபேர்ங்கறதோட போகும்; சிலருக்கு அது காதலா வளரும். லவ்வே பண்ணாதவங்களைத்தான் கல்யாணம் பண்ணனும்னா ரொம்ப சிரமம்."

"அது சரிதான். ஆனா, டீன் ஏஜ்ல வர்ற இன்ஃபாக்சுவேசன், மனசுக்குள்ள மட்டுமே இருந்த சொல்லாத காதல் இதெல்லாம் வேற. அது அப்பவே மறைஞ்சு போயிரும். ஆனா, ரெண்டு பேரும் வெளிப்படையா, தீவிரமா லவ் பண்ணிட்டிருந்து,

கல்யாணம் பண்ணிக்க இருந்த சமயத்துல அது முடியாமப் போயிருந்தா, அந்த லவ் ஃபெய்லியர் கேஸுகளைக் கல்யாணம் பண்ணிக்கறது சிக்கலாச்சே. பளைய லவ்வர் ஞாபகத்துலயே இருப்பாங்களே.”

“கொஞ்ச நாளைக்கு அப்படி இருக்கும்; அப்பறம் சரியாயிடும். எத்தனை பேர்த்தப் பாத்திருக்கறோம். அது மட்டுமில்ல. லவ் பண்ணுனவங்களோட மனசு மென்மையா இருக்கும். மொரடர்களா, முசுடுகளா, சிடுமூஞ்சிகளா இருந்தாலும், லவ் பண்ணுனதுக்கப்பறம் சாஃப்ட் ஆயிடுவாங்க. அதுக்கப்பறம் அவங்க மத்தவங்களையும் நேசிப்பாங்க. அவங்க லவ் ஃபெய்லியரே ஆனாலும், அவங்க மனசு சாஃப்ட்டா இருக்கும். ஒருத்தரைக் காதலிச்ச இதயத்துல இன்னொருத்தருக்கு எடமில்லன்னு சில பேரு வைராக்கியமா இருக்கறதுமே, தன்னோட காதல்ல அவங்களுக்கு இருக்கற அதிகமான பற்றுனாலதானே தவிர, இன்னொருத்தரை நேசிக்கக் கூடாதுங்கற பிடிவாதமோ, வெறுப்போ இல்ல” என்று திரைப்படங்களில் பார்த்த ஞாபகங்கள், தனது யூகங்கள், கற்பனைகள் ஆகியவற்றைச் சேர்த்துக் கூறினாள்.

“அதைவிட, அவுரு ஒரு ஓவியர். கலைஞர்களோட மனசு பூ மாதிரித்தான் இருக்கும்” என்றும் நம்பிக்கையோடு சொன்னாள்.

பெண் பார்ப்பதற்காக வந்திருந்த இளங்கோவைப் பார்த்தபோதும் அவன் காதல் தோல்வி தாடியோடோ, சோகத்தோடோ இருக்கவில்லை. அன்றைக்கு சவரம் செய்த முகத்தில், சிறப்பு உணர்ச்சிகள் எதுவுமின்றி சாதாரணமாகவே இருந்தான். அவனது ஓவியத் தொழில் குறித்து இவர்களின் வீட்டுத் தரப்பில் இருந்த பெரியவர்கள் கேட்ட கேள்விக்கு சகஜமாக பதில் சொன்னான். அவனுக்கு அப்படியொன்றும் பலத்த காதல் தோல்வியல்ல போலும்; கைலாசநாதன் மிகைப்படுத்திவிட்டார் போலும்; அவர் அதைப் பற்றி சொல்லியிருக்கவே வேண்டியதில்லை என்று இவளுக்குத் தோன்றியது.

திருமணத்துக்குப் பிறகுதான் தெரிந்தது, அவனது முகம் எந்த

உணர்ச்சிகளையுமே வெளிக்காட்டாது என்றும், அவனது காதல் தோல்வியின் ஆழம் எத்தகையது என்றும்.

★★★

மாலையில் தீபம் ஏற்றி, தொழுகை முடிந்தால் பிறகு ஏழரை எட்டு மணி வரை வேலை எதுவும் இராது. இரவுச் சமையலை அதன் பிறகு செய்தால் போதும். எட்டரைக்கு மேல்தான் சாப்பிடுவார்கள்.

கைலாசநாதன் எட்டு மணிக்கு வருவார். இளங்கோ குடிக்காமல் வந்தால் எட்டரைக்கு வருவான். குடித்துவிட்டு வந்தால் ஒன்பதரை முதல் பதினொரு மணி வரையிலும் ஆகலாம்.

சாமுத்ரிகாவும் கன்னிகாவும் வழிபாட்டை முடித்துக்கொண்டு கூடத்துக்கு வரும்போது ஆறே முக்கால். வெளியே இருள் கவிந்துவிட்டது.

அண்டை அயலுக்குக் கேட்டுவிடக் கூடாது என்பதால் கன்னிகா குரலைத் தணித்து, “ராத்திரி சமையல் நானே பாத்துக்கறேன். அவன் இன்னி எப்ப வர்றானோ தெரியில. எட்டரைக்கு வருவானோ, முன்னயே வர்றானோ! அவன் வந்தா நீ அவன் கூடப் போயி ஏதாச்சுப் பேசீட்டிரு. அவன் ஊமமாங்கெடாயாட்டத்தான் இருப்பான். நாமளா வாயப் புடுங்குனாத்தான் பதில் சொல்லுவான். அப்பறம் ஒவ்வொருக்காலைக்குப் பேச ஆரம்பிச்சா நல்லாப் பேசுவான். ஆனா, அவனுக்குப் புடிச்ச ஆளாவும், புடிச்ச விசியமாவும் இருக்கோணும். இல்லாட்டி ஆஃப் ஆயிருவான். காலைல மாமா சொன்னது ஞாவகமிருக்குதல்லோ? புருசன் பொண்டாட்டில ஒருத்தருக்குப் பத்துலீன்னா இன்னொருத்தருதான் அனுசரிச்து, நேந்து கலந்து போயிக்கோணும். ‘எல்லா’ விசியத்துலயும் அப்புடித்தான். சொல்றது புரியுதா? மண்டைய மண்டைய ஆட்டீட்டு, காரியத்துல கோட்டையுட்டறாத. ஏளு மாசமா எத்தனை பக்குவம், பண்டுவம் சொல்லிக் குடுத்தேன்; எத்தனை மந்தரம் ஓதிக் குடுத்தேன். ஒண்ணாச்சும் யூஸ் பண்ணியிருந்தா

இந்நேரம் வயித்துல புள்ளை பாதி வளந்திருக்கும். செரி... போச்சாது, போ. இன்னைக்குத்தான்னு உனக்கு எளுதி வெச்சிருந்தா என்ன பண்ண முடியும்? அவன் வர்ற வரைக்கும் இங்க இருக்கறதுன்னாலும் இரு; ரூமுல போயி இருக்கறதுன்னாலும் இரு" என்றுவிட்டு தொலைக்காட்சியை இயக்கி தொடர் பார்க்கலானாள்.

சாமுத்ரிகாவுக்குத் தொடரில் நாட்டமில்லை. இப்போது காத்திருப்பின் ஆவலோடு, தனித்திருக்க வேண்டும் என்றும் இருந்தது. அறைக்குள் வந்து விளக்கைப் போட்டு, கதவைச் சாத்திக்கொண்டு, சுவரில் சாய்ந்தபடி கட்டிலில் அமர்ந்துகொண்டாள்.

நீண்ட கால இடைவெளிக்குப் பிறகு மனதுக்குள் மகிழ்ச்சி. அதுவும் இத்தனை மாத வருத்தம், வேதனை, காத்திருப்பு, கவலை ஆகியவற்றுக்குப் பிறகு, இன்றுதான் முதல் இரவு நடக்கப் போகிறது. அதை நினைக்கையில், ஒவ்வொரு பெண்ணுக்கும் அப்போது உண்டாகக் கூடிய ஆர்வமும் குறுகுறுப்பும். ஆனால், அதை விட அதிகமாக, 'அப்பாடா,... ஒரு வழியாக இன்றைக்காவது நடக்க இருக்கிறதே' என்னும் நிம்மதி. இளங்கோவின் குணம், நிலவரத்தை இப்போது நன்கு அறிந்திருந்ததால், 'ஒழுங்காக நடந்து முடிய வேண்டுமே' என்கிற கவலையும் இருந்தது.

எல்லாம் நல்லதாகவே நடக்கும் என்று சொல்லிக்கொண்டாள். ஏதேதோ நினைத்தபடி, சுவர்க் கடிகாரத்தை அடிக்கடி பார்த்துக்கொண்டாள். நேற்று இரவு காத்திருந்ததற்கும், இப்போதைய காத்திருப்புக்கும் இடையே எவ்வளவு மாறுதல் என்பதை எண்ணும்போது உதட்டில் யாரும் காணாப் புன்னகை அரும்பியது.

நேரமே நகரவில்லை. கடிகாரம் மெதுவாக ஓடுகிறதோ? இப்போதும் ஒரு நிமிடத்துக்கு அறுபது நொடிகள்தானா, அல்லது ஆயிரம் நொடிகள் ஆகின்றனவா?

★★★

அத்தியாயம் 22

மல்லிகைக்கு இன்று புது வாசம்!

காத்திருந்து சலித்தது. பேசாமல் எழுந்து சென்று மாமியாருடன் சேர்ந்து தொடர் பார்க்கலாமா என யோசித்தாள். அது அதைவிட சலிப்பூட்டக் கூடியது. எனவே, சற்று நேரம் ஏதாவது புத்தகங்களைப் புரட்டலாம் என்று சுவர் அடுக்கறையில் உள்ள நூல்களைப் பார்வையிடலானாள்.

முன்பு அவளுக்கு வாசிப்பில் பழக்கமோ, ஆர்வமோ இருந்ததில்லை. இங்கே வந்தபின், இளங்கோவின் விருப்பங்களைத் தெரிந்துகொள்ளவும், ஓய்வுப் பொழுதுகளைப் போக்கவுமாக அவனது சேகரிப்பில் இருந்த நூல்களை வாசித்தாள். அவள் எப்போதாவது எங்காவது ஜனரஞ்சகப் பத்திரிகைகளைப் புரட்டிப் பார்ப்பதுண்டு. இலக்கிய வாசிப்பு கிடையாது. அதனால் அவளுக்கு அந்த நூல்கள் கடுமையாகவே இருந்தன. எனினும் அவற்றில் வெற்றுப் பொழுதுபோக்குக்கு மாறாக, வாழ்க்கைக்குப் பயன்படக் கூடியதாக எதார்த்த வாழ்வின் அம்சங்கள் இருப்பதை அறிந்துகொண்டாள். அதனால் அவற்றை ஒரே மூச்சில் வாசிக்க இயலாவிட்டாலும் கொஞ்சம்

கொஞ்சமாக வாசித்துப் பூர்த்தியாக்கியிருந்தாள். கவிதைகள் அவளுக்குப் புரியவோ, ஈர்க்கவோ இல்லை. கதைகள்தான் ஈர்த்தன. சிறுகதைகளை வாசிப்பது எளிதாக இருப்பினும், நாவல்களே முழு வாழ்க்கைக் கதையையும் சொல்கிற திருப்தி தந்தன.

அதிக நூல்கள் இல்லை. மேல் அடுக்கில் கொஞ்சமும், கீழ் அடுக்கில் கொஞ்சமுமாக முப்பது சொச்சம். கவிதைகள் தவிர மற்ற அனைத்தையும் வாசித்து முடித்துவிட்டாள்.

இளங்கோவுக்கு அவனது பொருட்களை யாரும் எடுப்பது பிடிக்காது. எடுத்தால், எடுத்த இடத்தில், அது இருந்த மாதிரியே வைக்க வேண்டும். அவனது புத்தகங்களையும் கேஸட்டுகளையும் நேர்த்தியாகவும், குறிப்பிட்ட வரிசையிலும், அவனுக்கு ஏற்ற விதமான வகைமை பிரித்து அடுக்கி வைத்திருப்பான். அவற்றை எடுத்துப் பார்க்கவோ, பயன்படுத்தவோ செய்கிறவர்கள் மாற்றி வைத்துவிட்டால் எரிச்சலுக்கும் கோபத்துக்கும் உள்ளாவான். அதை வெளிக்காட்ட மாட்டான். “யாரு எடுத்தது? ஏன் இருந்த எடத்துல, இருந்த மாதிரி வெக்கல? அது எனக்கு டிஸ்டப்பா இருக்குதல்ல? அதனாலதான நான் அதை யாரும் எடுக்க வேண்டாங்கறேன்?” என்று முகத்தைத் தூக்கிவைத்துக்கொள்வான். அது பற்றி கன்னிகா சொல்லியிருந்ததால் சாமுத்ரிகா அவனிடம் அனுமதி கேட்டுவிட்டே நூல்களை வாசித்தாள். எதை எங்கிருந்து எடுத்தாளோ, அதை அங்கு அப்படியே வைத்துவிடுவாள். எனவே, அவனுக்கு அவள் நூல்களை எடுத்தாளா என்பதே தெரியாது. அது பற்றி அவன் கேட்கவும் இல்லை.

இப்போது எதை வாசிக்கலாம் எனப் பார்வையிட்டவள், இளங்கோவுக்குப் பிடித்த நாவலாக இருக்கக் கூடிய - ஏனென்றால், அதில் மட்டுமே அவன் அடிக்கோடிட்டும், குறிப்புகள் எழுதியும் வைத்திருந்தான்; மேலும், அந்த வரிகள் அவனைப் பிரதிபலிப்பதாகவே தோன்றின - வெண்ணிற இரவுகள் நாவலை எடுத்தாள். முழுமையாக வாசிக்க இப்போது அவகாசம் இராது. அடிக்கோடிட்ட வரிகளை மட்டுமாவது

வாசித்துப் பார்க்கலாம் என்று பட்டது. அவ்வாறே செய்தாள்.

- நான் கனவு காண்கிறவன். மெய்யான வாழ்க்கை அதிகம் இல்லாதவன். இப்பொழுது கிடைத்துள்ள இதுபோன்ற தருணங்கள் எனக்கு வாய்ப்பது அரிது. ஆகையால் என் கனவுகளில் இவற்றை நான் திரும்பத் திரும்ப வாழ்ந்து மகிழ்ந்துகொண்டுதான் இருப்பேன். இரவு முழுதும் நான் உன்னைப் பற்றிக் கனவு காண்பேன். வாரம் முழுதும், ஓராண்டு பூராவும் உன்னைப் பற்றிக் கனவு காண்பேன்.

(பக்கம் 17)

- இரண்டே நிமிடங்களில் நீ என்னை என்றென்றைக்குமாக இன்பம் அடையச் செய்துவிட்டாய். ஆம், இன்பத்தில் திளைக்கச் செய்துவிட்டாய்! ஒருகால் என்னுடன் எனக்கு இணக்கம் உண்டாக்கி வைத்துவிட்டாயா, அறியேன் நான். அல்லது எல்லாம் என் கற்பனைதானா?

(பக்கம் 19)

- கனவு காண்கிறவன். இவனுடைய கறாரான இலக்கணத்தை நீ தெரிந்துகொள்ள வேண்டும். இவன் மெய்யான மனிதப் பிறவியல்ல. ஒருவித அஃறிணைப் பிறவி. பகலின் வெளிச்சத்திலிருந்து பதுங்குகிறவனைப் போல இவன் எளிதில் அணுக முடியாத ஒரு முடுக்காகப் பார்த்து ஒண்டிக்கொண்டுவிடுகிறான். இப்படி ஒரு கூட்டைத் தேடிப் பிடித்து அதனுள் புகுந்துகொண்டதும் அந்தக் கூட்டில் இருந்து பிரிக்க முடியாதபடி அதனுடன் ஒட்டிக்கொண்டுவிடுகிறான் - நத்தை போல.

(பக்கம் 26)

- அவன் மதிமயங்கிய மந்த நிலையில் இருக்கிறான். நீயும் நானும் அத்தனை ஆவலாகச் சுவைக்க விரும்பும் வாழ்க்கையைப் பற்றி அவன் கவலைப்படுகிறவன் அல்ல. இந்த வாழ்க்கையைச் சோபையற்றது, அவலமானது என்று நினைக்கிறான்.

(பக்கம் 34)

- *அவனுக்கு விருப்பம் ஏதும் இல்லை, எல்லா ஆசைகளுக்கும் அப்பாற்பட்டவன் அவன் - ஏனெனில் யாவும் கிடைக்கப் பெற்றுள்ளான். அவன் வேண்டிய மட்டும் சுவைத்துவிட்டுச் சலிப்படைபவன், தானே தனக்கு வேண்டியதைப் படைத்தளிக்கும் கலைஞனாக இருக்கிறான்.*

(பக்கம் 35)

- *என் காதலால் உனக்கு எவ்விதத் தொல்லையும் உண்டாகாத வண்ணம் உன்னை நான் அப்படிக் காதலிப்பேன்; இணை பிரியாது எந்நேரமும் உன்னுடன் ஒட்டிக்கொண்டு ஓர் இதயம் இயங்குகிறது என்பதைத் தவிர (.......) வேறு எதுவும் உனக்குத் தெரியாதபடி, நீ எதையும் உணர முடியாதபடி உன்னைக் காதலிப்பேன்.*

(பக்கம் 82)

- *தனிமையான, நன்றி நிறைந்த ஓர் இதயத்துக்கு கணப்பொழுதுக்கு ஆனந்தமும் இன்பமும் அளித்தாய் அல்லவா, அதற்காக என்றென்றும் இறைவன் உனக்கு அருள் புரிவாராக! என் தெய்வமே! முழுதாய் ஒரு கணப்பொழுதுக்கல்லவா ஆனந்த இன்பம் கிட்டிற்று! அது போதாதா. ஓர் ஆயுட்காலம் முழுமைக்கும் அது போதாதா...?*

(இறுதி வரிகள்)

தனக்குள்ளிருந்தே விலகிவிட்ட ஒருவனின் தீராத் தனிமை எழுதிய துயர்மிகு வரிகளாகவே அவை அவளுக்குத் தோன்றின. அதற்கு மேல் அவளுக்கு அந்த நாவலை வாசிக்கத் தோன்றவில்லை. எடுத்த இடத்தில், அது இருந்த மாதிரியே வைத்துவிட்டாள். மீண்டும் கட்டிலில் அமர்ந்துகொண்டு, அந்த வரிகளைப் பற்றிச் சிந்திக்கலானாள்.

அந்தத் தனிமையின் அவலம்; அதனால் வெளிப்படும் அதி மனோகரக் காதல்; அதில் உள்ள பேரானந்தம்... இவை யாவும் இளங்கோவுக்குள்ளும் இருந்ததா? அப்படியெனில்

அந்தத் தனிமை எவ்வளவு இனிமையானதாகவும், எவ்வளவு கொடுமையானதாகவும் இருந்திருக்க வேண்டும்! ஆனால், ஏன் அவன் அப்படித் தன்னைத்தானே தனிமைப்படுத்திக் கொண்டிருக்கிறான்?

இந்தக் கேள்விகள் ஒரு புறம் இருக்க, இளங்கோ மாதங்கி காதல் பற்றி நினைக்கும்போதெல்லாம் எழுகிற அந்தக் கேள்வியும் அவளுக்குள் எழுந்தது. இந்தக் காலத்தில் இப்படியொரு காதலா?!

20ஆம் நூற்றாண்டின் இறுதிக் கட்டமான 90-களின் பிற்பகுதியிலேயே இந்தியக் கலாச்சாரம், தமிழ்ப் பண்பாடு என்பதெல்லாம் கேள்விக்குரியதாகிவிட்டது. நாகரிகம் பெண்களின் ஆடைக் குறைப்பில் கொண்டு வரும் முன்னேற்றம், அடுத்ததாக உடல் விஷயத்துக்கும் பற்றிப் பரவுவது போல, நவீன யுகத்தின் அடையாளமான கணினி, இணையம், ப்ரௌஸிங் சென்ட்டர் ஆகியவை இந்திய, தமிழக இளைஞர்களைக் காதலின் அடுத்த கட்டத்துக்குக் கொண்டுவந்துவிட்டது. பாய் ஃப்ரண்ட், கேர்ள் ஃப்ரண்ட், டேட்டிங் என்பதெல்லாம் கல்லூரி வட்டாரங்களில் புதுப் பரிமாணத்தில் புழங்குகின்றன. சுதந்திரப் பாலியல் என்பதைப் பெண்ணியவாதிகள் பேசிக்கொண்டிருந்தது போல, திருமணத்துக்கு முன்பே, விருப்பப்பட்ட எந்த ஆணுடனும் பாலுறவு வைத்துக்கொள்ளலாம் என இளைஞிகள் - குறிப்பாக கல்லூரி இளைஞிகள் - ஆவலோடு ஈடுபடும் காலம் ஆகிவிட்டது. இணையம் அதற்கு வெகுவாக உதவி புரிகிறது. கல்லூரி முடித்துவிட்டு பெருநகரங்களில் தங்கி வேலைக்குச் செல்லும் இளைஞிகள், திருமணம் செய்துகொள்ளாமல் லிவிங் டுகெதர் ஆக ஆண் நண்பனுடன் வாழும் மேலைக் கலாச்சாரத்தைப் பின்பற்றி வாழத் தொடங்கிவிட்டனர். இப்படிப்பட்ட இந்தக் காலத்தில் இளங்கோ மாதங்கி காதல் இவளுக்கு அதிசயமாகவே இருந்தது. 20ஆம் நூற்றாண்டின் இறுதியான காவியக் காதல் அதுவாகவே இருக்கக் கூடும் எனவும் எண்ணிக்கொண்டாள்.

★★★

பெருநகரங்கள் அளவுக்கு மாநகரங்களோ, நகரங்களோ வளர்ந்துவிடவில்லை. அதனால் அங்கு இன்னும் கலாச்சாரங்கள் மிச்சம் இருந்தன. பாய் ஃப்ரண்ட், கேர்ள் ஃப்ரண்ட் என்பதெல்லாம் இங்கும் வந்துவிட்டாலும் டேட்டிங் இன்னும் நடைமுறைக்கு வரவில்லை. ஒருவேளை இளைஞர் – இளைஞிகளுக்கிடையே ரகசியமாக அதைச் செய்கிறார்களோ என்னவோ, வெளியில் கேட்க முடிவதில்லை. லிவிங் டுகெதர் கலாச்சாரத்தை இப்போதைக்கு இங்கு நினைத்துப் பார்க்க முடியாது என்றே தோன்றுகிறது. ஏனெனில், கோவை மாநகரத்தையே ஒரு பெரிய கிராமம் என்றுதான் உள்ளூர்வாழ் சிந்தனையாளர்கள் சொல்கிறார்கள். இணைந்து வாழ்தல் என்ற முறையில் இளைஞ இளைஞிகள் இங்கே வாழ்ந்தால் அதற்கு இங்கே துளி கூட மரியாதை இருக்காது என்பது மட்டுமல்ல; அந்தப் பெண்ணுக்குப் பலவித அவமதிப்புகளும் நேரும். ஆனால், கூடிய விரைவில் ஓரிரு பத்தாண்டுகளிலாவது – அத்தகைய ‘வாழும் முறைமை’ – இங்கும் புழக்கத்துக்கு வந்துவிடலாம். பாய் ஃப்ரண்டுகளுடன் சல்லாபம், ப்ரௌசிங் சென்ட்டர்களிலேயே பாய் ஃப்ரண்டுடன் சேர்ந்து பாலியல் படங்கள் பார்ப்பது என்கிற அளவுக்கு இளைஞிகள் முன்னேறிவிட்டனர். கற்பு என்ற சொல் மில்லேனியத்துக்கு முன்பே வழக்கொழிந்துவிட்டது. 21ஆம் நூற்றாண்டில் இந்தியக் கலாச்சாரமும், தமிழ்ப் பண்பாடும் புரட்சிகர முன்னேற்றத்தில் அடியெடுத்து வைத்துள்ளன.

பெண்ணுரிமை, பெண் விடுதலை, பெண்ணியம் என்ற பெயர்களில் சிந்தனைத் தரப்பாளர்கள் பெண்ணுக்கும் பாலியல் சுதந்திரம் வேண்டும் என குரல் கொடுப்பது ஒரு புறம் இருக்க, தற்கால இளைஞிகள் தன்னிச்சையாகவே திருமணத்துக்கு முன் பாலுறவு என்பதில் ஆர்வம் காட்டி வருகின்றனர். முன்பெல்லாம் அது காதலனுடன்தான் நடக்கும். இப்போது ஒன்று அல்லது ஒன்றுக்கு மேற்பட்ட பாய் ஃப்ரண்டுகளுடன் நடக்கிறது. இதைப் பற்றி கடந்த வருடம் முன்னணி வார இதழில் கல்லூரி இளைஞிகளிடம் கணக்கெடுப்பு நடத்தி சிறப்புக் கட்டுரை வெளியிட்டிருந்தனர். திருமணமாகாத இளைஞிகளில்

கணிசமானோர், தாம் கன்னிமை இழந்துவிட்டோம் என்பதை உவகையோடு தெரிவித்ததாக அக் கட்டுரை கூறியது.

சாமுத்ரிகாவுக்கு பாய் ஃப்ரண்டுகளோ, காதல், பாலியல் அனுபவங்களோ கிடையாது. ஆனால் அவளது தோழிகள், அவள் பணிபுரிந்துகொண்டிருந்த பஞ்சாலை சக பணியாளிகள், குடியிருப்புப் பகுதியில் இருந்தவர்கள், சொந்த பந்தங்கள் ஆகியோரில் உள்ள திருமணம் ஆகாத இளைஞிகளில் பலர் காதலிலும், சிலர் பாலியலிலும் அனுபவம் கொண்டவர்கள். இவர்களில் சிலருக்கு காதல், பாலியல் ஆகிய இரண்டிலுமே சிறிதோ பெரிதோ ஆன பிரச்சனைகள் வந்து கைகலப்பு, கருக்கலைப்பு, ஓடிப்போவது, துரத்திப் பிடித்து வேறு திருமணம் செய்விப்பது, போலீஸ் கேஸ், பணம் கொடுத்து செட்டில்மென்ட், கட்டாயத் திருமணம், கர்ப்ப வயிற்றோடு திருமணம் ஆகிய பலவிதச் சம்பவங்களும் நேர்ந்துள்ளன. அப்படியிருந்தும் காதல் பெண்களிடையே இவளுக்கு, 'லைஃபை எஞ்சாய் பண்ணத் தெரியாதவ' என்கிற ஏளனம் நிலவியது.

சுமாரான லட்சணமோ, கவர்ச்சிகரமான முகமோ உள்ள இளைஞிகளுக்கே பல தரப்பிலிருந்து காதல் வலைகள் விழும். இவள் சிவப்பாகவும், நடிகைகள் போன்ற அழகாகவும் இருந்ததால் எட்டாம் வகுப்பிலிருந்தே ஏராளமான தொல்லைகள். அம்மாவின் கவனம், எச்சரிக்கை, கண்காணிப்பு, அறிவுரை ஆகியவற்றால் அவற்றிலிருந்தும், தன்னுள் தீ மூட்டும் பருவ உணர்ச்சிகளிலிருந்தும் தப்பித்திருந்தாள்.

"ஏய்... உனக்கு ஆசையே இல்லையாடீ...?" என்று தோழிகள் கேட்பர். "இல்லாம இல்ல. ஆனா, அதுக்குன்னு முறை இருக்கில்ல? ஆசை இருக்குதுங்கறதுக்காகக் கண்டவன் கூடப் போக முடியுமா? ஒளுக்கமாக் கல்யாணம் பண்ணிட்டு, புருசனோட அனுபவிக்கணும். கட்டுப்பாடில்லாம, கல்யாணத்துக்கு முன்னாடி கெட்டுப் போயி சீரளியறக்கோ, எங்க குடும்ப மானத்தை சந்தி சிரிக்க வெக்கறக்கோ நான் தயாரில்ல" என சுருக்கென்று பதில் சொல்லிவிடுவாள்.

★★★

புது மாப்பிள்ளை, புது மணப்பெண் ஆகியோரிடம் அவர்களது முதலிரவு எப்படி நடந்தது என்று அவர்களின் தோழர்கள் தோழிகள் விசாரிப்பது மரபுதானா, நவீன வழக்கமா என்று தெரியவில்லை. ஆனால், இது பல தரப்பிலும் நடைமுறை. அது மட்டுமல்ல, திருமணமாகி பல வருடங்களாகிவிட்ட தம்பதிகளுக்கிடையேயும் தாம்பத்தியம் எப்படி நடைபெறுகிறது என்பதைப் பெண்கள் தங்களுக்குள் பச்சையாகப் பகிர்ந்துகொள்வதை சாமுத்ரிகா சிறுவயதிலேயே அக்கம் பக்கங்களில் அரசல் புரசலாகக் கேட்டிருக்கிறாள்.

கணவன் மனைவியருக்கிடையிலான பாலியல் லீலைகளைப் பற்றிக் கேட்பதும், சொல்வதும் அசிங்கமானது, இழிசெயல் என்பது இவளது கருத்து. பாலியல் தொடர்பாக ஏதேனும் பிரச்சனை ஏற்பட்டால், அது குறித்து ஆலோசனை கேட்பதோ, சொல்வதோ நிச்சயம் தவறல்ல. அப்போது அது குறித்து உடற்கூறு தொடர்பாகவோ, மருத்துவ ரீதியாகவோ, பாலியல் நுட்பங்கள் சம்பந்தப்பட்டோ பச்சையாகப் பேசுவதும் தவறாகாது. ஆனால், கணவன் மனைவி பாலியலை எப்படி அனுபவிக்கிறார்கள் என்பதைப் பற்றிக் கேட்பதும், சொல்வதும் அருவருப்பானதல்லவா.

பஞ்சாலையில் சக தொழிலாளிப் பெண்களில் யாருக்குத் திருமணம் ஆகி வந்தாலும், திருமணம் ஆனவர்களும் ஆகாதவர்களுமான பிற பெண்கள் ஆவலோடு குழுமி, முதல் இரவு எப்படி நடந்தது, என்னவெல்லாம் செய்தார்கள் என்று கேட்டு, ரசித்து மகிழ்வார்கள். பொதுவாகச் சொன்னால் போதாது. நடந்த ஒவ்வொன்றையும் படம் பார்ப்பது போல சித்தரிக்க வேண்டும். புது மணப் பெண் அதைச் சொல்ல வெட்கப்பட்டாலும் விடாமல் துளைத்தெடுப்பார்கள். திருமணமான பெண்களை விட, திருமணம் ஆகாத இளைஞிகளுக்கு அதைக் கேட்பதில் ஆவல் மிகுதி. திருமணம் ஆகி சில மாதங்களோ, வருடங்களோ ஆன பெண்களில் சிலர், நேற்று இரவு கணவனுடன் எத்தகைய பாலியல் லீலையில் ஈடுபட்டார்கள் என்பதை, கூச்ச நாச்சம் இல்லாமல், மிக இயல்பாகச் சொல்வதும் உண்டு. சாமுத்ரிகா இத்தகைய

பேச்சுகளைக் கேட்டால் அருவருப்புடன் ஒதுங்கிவிடுவாள். தோழிகளிடம், "என்னடீ இந்த மாதிரி அசிங்கமாப் பேசிட்டும், கேட்டுட்டும் இருக்கறீங்க? அதுவும், புருசன் – பொண்டாட்டிக்குள்ள நடக்கற அந்தரங்கத்தை இப்படியா அடுத்தவங்ககிட்ட சொல்றது?" என்று கண்டனங்களைத் தெரிவிப்பாள்.

"நமக்குத் தெரியாததை, தெரிஞ்சவங்ககிட்டக் கேட்டுத் தெரிஞ்சுட்டாத்தானே, நாமளும் நாளைக்கு அதே மாதிரி எஞ்சாய் பண்ண முடியும்? இல்லாட்டி, நமக்கு வரப்போற புருசனுக்காவது இதெல்லாம் முளுசாத் தெரிஞ்சிருந்தாப் பரவால்ல. அவனுக்கும் ஒண்ணும் தெரியாம, நமக்கு ஒண்ணும் தெரியாம, ரெண்டு பேரும் முளிச்சுட்டிருந்தா என்னாகறது? இன்னும் சொல்லப்போனா, பெரும்பாலான ஆம்பளைகளும் அரைகுறைகதான். கல்யாணத்துக்கு முன்னாடியே பொம்பளைத் தொடர்பு இருந்த அனுபவஸ்தர்களுக்கு வேண்ணா என்ன, ஏது, எப்படிங்கறது தெரிஞ்சிருக்கும். மத்தவங்க ஃபர்ஸ்ட் நைட்ல பேந்தப் பேந்த முளிக்கறவங்களாவோ, குருட்டுப் பூனை விட்டத்துல பாஞ்ச மாதிரிப் பாயறவங்களாவோதான் இருக்கறாங்க. நம்ம கம்பனில வேலை செய்யற பொம்பளைக சொன்ன ஒவ்வொரு கதையையும் கேட்டிருந்தா உனக்கு அந்த விபரம் தெரியும். வேடிக்கையான, வேதனையான, கொடுமையான விஷயங்கள் எல்லாம் இருக்குது. அதையெல்லாம் கேட்டீன்னாத்தான், நாங்க ஏன் இதைப் பேசறோம்கறது உனக்குப் புரியும்" என இவளின் நெருங்கிய தோழியான லாவண்யா சொல்லிவிட்டு, சிலரின் கதைகளைச் சொன்ன பிறகு, தோழிகளுக்குள் அப்படிப் பேசிக்கொள்வது ஒரு வகையில் தவறல்ல என்று தோன்றியது. இருப்பினும் லீலைகளை விவரிப்பதில் இவளுக்கு உடன்பாடில்லை.

திருமணத்துக்கு இரு வாரம் முன்பே சாமுத்ரிகா வேலையை விட்டுவிட்டாள். அதனால், திருமணத்துக்குப் பின் பஞ்சாலைக்குச் செல்ல வேண்டி இருக்கவில்லை. அப்படியே இவள் வேலைக்குப் போய்க்கொண்டிருந்தாலும், இவளுக்கு அது பிடிக்காது என்பதால், பஞ்சாலைப் பெண்கள் இவளிடம்

முதலிரவு குறித்துக் கேட்டிருக்க மாட்டார்கள் என்பது நிச்சயம். பிற தோழிகளுமே கேட்கவில்லை. லாவண்யா மட்டுமே - அவர்களின் வீட்டுக்கு புதுமண விருந்துக்காகப் போயிருந்தபோது - எச்சரிக்கையோடு, திருப்திகரமாக முடிந்ததா என்று மட்டும் கேட்டாள். இருவருக்கும் திருப்தி என புன்னகையோடு பொய் சொன்னதும் நம்பி விட்டுவிட்டாள். மேற்கொண்டு மூக்கை நுழைக்கவில்லை.

ஆனால் இவளது ஓரகத்தி தமிழ்ச்செல்வியிடம் வசமாக மாட்டிக்கொண்டாள். பஞ்சாலைப் பெண்களிடம் தப்பித்து, அவளது உருக்காலை வாயில் சிக்கிக்கொண்டதாக ஆகிவிட்டது. தமிழ்ச்செல்வி ஓயாத தொணதொணப்புப் பேச்சுக்குப் பேர் பெற்றவள். மாமியாரே அவளைப் பற்றி ஏழு ஊர் வாய், இந்திர வாய் என்றெல்லாம் சொல்வாள். வாயாடிப் பெண்களைப் பற்றி ஏழு ஊர் வாய் என்று சொல்லப்படுவது தெரியும். அது என்ன இந்திர வாய் என்று மாமியாரிடம் கேட்டபோது, இந்திரனுக்கு சாபமாக ஆயிரம் கண்கள் உடம்பெல்லாம் அமைந்தது போல தமிழ்ச்செல்விக்கு உடம்பெல்லாம் ஆயிரம் வாய் என்றாள். அது சரிதான் என்பது, இவர்களின் திருமணத்திற்குப் பிறகு மூன்று மாதங்கள் கழித்து, ஒரு வார நாளில் அவள் இங்கே வந்திருந்தபோது அனுபவப்பட்டது. அவளது முதல் குழந்தையான ஆறு வயது மகன் அரசுப் பள்ளியில் முதல் வகுப்பு பயின்றுகொண்டிருந்தான். அவனை அனுப்பிவிட்டு, இரண்டாவது குழந்தையான மூன்றரை வயதுப் பெண் குழந்தையை எடுத்துக்கொண்டு அவள் மட்டும் இங்கு வந்திருந்தாள்.

சரிவர வேலைக்குப் போகாத மச்சான்டார் அவ்வப்போது இங்கு வந்து இவர்களின் மாமியாரிடம் செலவுக்குப் பணம் வாங்கிச் செல்வது வழக்கம். இப்போது வீட்டில் இவளும் இருப்பதால் இவள் முன்பு வந்து காசு கேட்க வெட்கப்பட்டுக்கொண்டு அவர் தமிழ்ச்செல்வியை அனுப்பியிருக்கிறார். வந்தவள் குழந்தையை மாமியாரிடம் கொடுத்துவிட்டு, இவளை அழைத்துக்கொண்டு அறைக்குள் வந்து குசலம் விசாரிக்க ஆரம்பித்தாள். சற்று நேரம் பொதுவாகப் பேசிக்கொண்டிருந்துவிட்டு, ஒரு முக்கியமான

விஷயம் என்று கதவை சாத்திவிட்டு வந்தாள். கணவனின் பொறுப்பின்மை குறித்து ஏதேனும் புலம்பப் போகிறாள் என்று பார்த்தால், இவர்களின் அந்தரங்க வாழ்க்கை பற்றிப் பேசவும் கேட்கவும் தொடங்கிவிட்டாள்.

"உங்க வீட்டுக்கார்ரு யாரு கூடவும் சரியாப் பேசாம, பளகாம இருந்தாரு. மாதங்கினால எடைல கொஞ்ச நாளு நல்லபடியா சிரிச்சுப் பேசிப் பளகீட்டிருந்தாரு. குடியுமே கொறைஞ்சிருந்துது. பாவம், லவ் ஃபெய்லியரானதும் மறுக்காவும் பளையபடி உம்மணாமூஞ்சியாயி, இப்ப குடியுமே ஜாஸ்தின்னு வீதீல எல்லாரும் சொல்றாங்களே. பாவம், உனக்குக் கஷ்டம்தான்" எனப் பரிதாபப்பட்டவள், "மேற்படி விசியத்துல அவுரு எப்புடி?" என்று ஆரம்பித்து, எத்தனை நாளைக்கு ஒரு முறை, நாளுக்கு எத்தனை தடவை, என்னென்ன முறையைப் பயன்படுத்துவீர்கள், கருத் தடுப்புக்கு இயற்கை, செயற்கை வழிகளைப் பின்பற்றுவதுண்டா என்றெல்லாம் துளைத்தெடுத்தாள்.

இவளுக்கு உலக மகாக் கடுப்பு. அவள் அவ்வாறு கேட்டது பிடிக்கவில்லை. தவிர, திருமணம் ஆகி மூன்று மாதங்கள் ஆகியும் இவளுக்கு சாந்தி முகூர்த்தமே நடக்கவில்லை. எரிகிற தீயில் பெட்ரோல் ஊற்றுகிற மாதிரி இவள் வேறு புதிரா - புனிதமா கேள்விகளைக் கேட்டுக்கொண்டு.

இவர்களின் படுக்கையறைக் காரியம் மாமியாரைத் தவிர யாருக்கும் தெரியாது. அம்மாவிடமே உண்மையைச் சொல்லவில்லை. அப்படியிருக்க, இந்த ஏழூர் வாய்க்காரி இப்படிப் படுத்துகிறாளே. ஓரகத்தியானதால் தவிர்க்கவும் முடியவில்லை.

கேள்விகளை முடித்தவள் புளகாங்கிதத்தோடு தனது பாலியல் லீலைகளை விவரிக்கத் தொடங்கிவிட்டாள்.

"எங்க வீட்டுகார்ரு ஒளுங்கா வேலைக்குத்தான் போக மாட்டாரு. ஆனா, மேற்படி விசயத்துல கில்லாடி. அதுல அவுருக்கு பயங்கர இன்ட்ரஸ்ட்டு. 'செவப்பா, சூப்பர் ஃபிகரா, நல்ல ஸ்ட்ரெக்சராப்

பாத்துக் கல்யாணம் பண்ணனும்கறதுதான் என்னோட ஆசை. அதே மாதிரி நீ அமைஞ்சுட்டே. எனக்கு இதைவிட வேறென்ன வேணும்? நீதான் என்னோட சொர்க்கம்'ம்பாரு. கல்யாணமான புதுசுல நாங்க இங்கதான் இருந்தோம், இதே ரூமுதான் எங்குளுக்கு. அப்ப, கூட்டுக் குடும்பமா இருந்ததுனால, இஷ்டப்படி, சுதந்தரமா நாங்க ஜாலியா எஞ்சாய் பண்ண முடியல. இவரு சரியா வேலை வெட்டிக்குப் போறதில்லன்னு அப்பா எங்களைத் தனிக் குடித்தனம் அனுப்புனது அவுருக்கு சவுரியமாப் போச்சு. இருவது நாள் வேலைக்குப் போவாரு, பத்து நாள் மட்டம் போட்டுருவாரு. ராத்திரி பகல் ஒரே ஜாலிதான். அவருக்கு வித்தியாச வித்தியாசமான மெத்தேடுல ஆசை. அதுக்கு வேண்டியே காமசூத்ரா புக்கு வாங்கி வெச்சிருக்கறாரு. அதுல அப்புடி அப்புடியே பச்சையாப் படமே போட்டிருக்குது தெரியுமா? ஒவ்வொரு நாளைக்கு ஒவ்வொரு மெத்தேடு யூஸ் பண்ணுவோம். பெட்ரூம்ல மட்டும் இல்ல; பாத்ரூம்ல, சமையல்கட்டுல கூட பூந்துருவாரு. சந்து கெடைச்சா சிந்து பாடீருவாரு. அவுரு பளக்கப்படுத்தியுட்டு, எனக்கும் அதுல செம இன்ட்ரஸ்ட்டாயிருச்சு. தொண்ணூத்தி ரெண்டுல எங்க கல்யாணம். அப்ப அவுருக்கு இருவத்தஞ்சு, எனக்கு இருவத்தி ஒண்ணு. 'யாரு என்ன சொன்னாலுஞ் செரி; மூணு வருசத்துக்கு நாம கொளந்தை பெத்துக்கக் கூடாது. ஃபுல்லா எஞ்சாய்தான்'னுட்டாரு. யப்பப்பா.....! தெகட்டத் தெகட்ட, மூணு வருசம் வீட்டுக்குள்ளயே ஹனிமூன்தான். தொண்ணூத்தஞ்சுல பையன் பொறந்தான். தொண்ணூத்தேளு நவம்பர்ல புள்ளை. அதோட நான் கருத்தடை ஆப்பரேசன் பண்ணிட்டனா... அவுரு கொளுத்தி எடுக்கறாரு போ!"

கணவனுடன் அவள் சுகித்த, இன்னும் சுகிக்கிற களியாட்டங்கள் குறித்து அவள் சொல்லச் சொல்ல இவளுக்கு வெட்கம், கடுப்பு, வெறுப்பு யாவும் கலந்த உணர்ச்சி. கணவனுடன் பிரச்சனை ஏற்பட்டு, தாலியைக் கழற்றி அவனது முகத்தில் வீசிவிட்டுப் போனவளா இவள் என்கிற பேராச்சரியமும்.

அப்போது அவள், "இவுரே இப்புடி. உங்காளு ஓவியக் கலைஞரு வேற. ரசிக்கறக்குச் சொல்லவா வேணும். அதுவும் நீ அளகு

ராணியா இருக்கற. அதை ரசிக்கறக்கு சாதாரண ஆள் பத்தாது. உங்க வீட்டுக்கார்ரு மாதிரி ஓவியராவோ, இல்லாட்டி கவிஞராவோ இருக்கோணும். உன்னோட அளகுக்கு அந்த விதத்துல தக்க ஜோடிதான் உனக்குக் கெடைச்சிருக்குது” என்று சொல்ல, உச்சபட்ச எரிச்சலாகியது.

ஆனால், அது பற்றி பிறகு யோசிக்கையில், தமிழ்ச்செல்வி எதார்த்தமாக இருக்கிறாள், அந்தந்தத் தருணங்களுக்கு ஏற்ப நடந்துகொள்கிறாள் என்பதும், தனது ஆற்றாமையினாலும், பொறாமையினாலும்தான் அவள் மீது எரிச்சல் கொண்டிருக்கிறோம் என்பதும் தெளிவுபட்டது.

இவள் யார் மீதும், எதற்காகவும் பொறாமை கொள்பவள் அல்ல. பொறாமைக்காரர்களைப் பிடிக்கவும் செய்யாது. அப்படியிருந்தும் அன்று ஓரகத்தியின் மேல் தன்னையறியாமலே பொறாமை வந்துவிட்டதே. அதுவும் அவளது காமக் களியாட்டங்களைக் கேட்டு. அதைப் பற்றிப் பேசுவதே தனக்குப் பிடிக்காதே. அப்படி இருக்கையில் ஏன் அந்தப் பொறாமை? இயல்பாக வாய்த்திருக்க வேண்டிய தாம்பத்தியமே தனக்கு வாய்க்காதபோது, ஓரகத்தி பாலியல் களியாட்டத்தில் கொண்டாடிச் சுகிக்கிறாளே என்றுதானே.

தனது ஆற்றாமையினால் அவள் மீது பொறாமை கொண்டதற்காக இப்போது வருந்தினாள்.

★★★

குடிக்காமல் இருந்தால் எட்டரை வாக்கில் வந்துவிடக் கூடிய இளங்கோ, அன்று அந்த நேரத்துக்கு வரவில்லை. கைலாசநாதன் காலையில் விதித்த நிபந்தனைகளை மீறி, குடிக்கச் சென்றுவிட்டானோ என்ற சந்தேகம் கன்னிகாவுக்கு. ஆனால், எட்டே முக்காலுக்கு இரண்டு காலிலேயே வந்துவிட்டான்.

சாமுத்ரிகாவுக்கு - மாமியார் சொல்லிக்கொடுத்தபடி - அவனிடம் ஏதேனும் பேச்சுக் கொடுக்கலாமா என்று தோன்றினாலும் நா எழவில்லை. அவனிடம் ஏதேனும் மாற்றம்

தெரிகிறதா என முகத்தைப் பார்த்தபடி நின்றாள். எந்த மாற்றமும் இல்லை, எந்த உணர்ச்சியும் இல்லை. எப்போதும் போல உடை மாற்றிவிட்டு, வெளியே சென்று முகம் கழுவி வந்தான். "சாப்படறக்கு ஆயிருச்சாம்மா?" என்று கன்னிகாவிடம் கேட்டு, இவள் பரிமாறிய - அவனுக்குப் பிடித்தமான - பணியாரத்தை ரசித்துச் சாப்பிட்டான். அவனுக்கு நல்ல மனநிலையை ஏற்படுத்துவதற்காகவே இப்போது அவனுக்கு விருப்பமான அந்தச் சிற்றுண்டியை மாமியார் செய்திருக்க வேண்டும் என்று பட்டது.

மாமனாரும் அவனோடே இருந்து சாப்பிட்டுவிட்டு, நேரத்தோடே படுக்கச் சென்றுவிட்டார். இவர்களுக்கு வசதியான சூழலை ஏற்படுத்த, அதுவும் ஒரு நாசூக்கான ஏற்பாடு என்பது புரிந்தது.

இளங்கோ சாப்பிட்டுச் சென்றதுமே மாமியாரும் அவளும் சாப்பிட்டனர்.

"பாத்தரங்களையெல்லாம் நான் களுவி வெச்சுக்கறேன்" என்ற மாமியார், எடுத்து வைத்திருந்த, நீண்ட மல்லிகைப் பூச் சரத்தை மடித்து அவளின் கூந்தலில் சூடிவிட்டாள். குப்பென்று ரம்மியமான நறுமணம் சூழ்ந்தது. பல காலமாகப் பழக்கப்பட்ட அந்த வாசனை, இப்போது புதிதாக, புது அர்த்தத்தோடு நாசியில் நிறைந்து, புத்துணர்வையும், இதத்தையும், இன்பக் கிளர்ச்சியையும் ஏற்படுத்தியது.

ஏலக்காயும், கல்கண்டும் போட்ட பால் தம்ளரைக் கொடுத்து, "சொன்னதெல்லாம் ஞாபகமிருக்குதல்ல?" என்றுவிட்டு, அவளை அறை வரைக்கும் அழைத்து வந்து உள்ளே தாட்டிவிட்டுத் திரும்பினாள்.

★★★

இவள் எதிர்பார்த்த மாதிரியோ, கற்பனை செய்தது மாதிரியோ அது நடக்கவில்லை. இளங்கோ எதையும் பேசாமல், கேட்காமல், இரவு விளக்கின் ஒளியில், இயங்கி ஓய்ந்தான். அதில் காதல்

இல்லாதது மட்டுமல்ல; வெறும் காம உணர்வு கூட இல்லை என்பதாக இவள் உணர்ந்தாள்.

கணவன் மனைவிக்கு இடையிலான முதல் இரவு எவ்வளவு முக்கியமானது! அதைப் பற்றி ஒவ்வொரு ஆணும், பெண்ணும் எவ்வளவு ஆசையும், கற்பனையும், கனவுகளும் கொண்டிருப்பார்கள்! ஆயுட்காலம் முழுக்க நினைத்து நினைத்து மகிழக் கூடிய இனிமையான அனுபவமாக அல்லவா அது இருக்க வேண்டும்! மனதின் பொக்கிஷ அறையில் பாதுகாக்கப்பட வேண்டிய தருணமாக அல்லவா அது நிகழ்த்தப்பட வேண்டும்! ஆனால், இளங்கோ நடந்துகொண்ட முறை...

அதை அவளால் தாங்கவே இயலவில்லை.

அவன் எழுந்து, விளக்கைப் போட்டுக்கொண்டு, சுத்தப்படுத்திக் கொள்வதற்காக வெளியே உள்ள பாத்ரூமுக்குச் சென்று வந்தான். அப்போது சாமுத்ரிகா கட்டில் மீது கால்களை முட்டுக்குத்தி, அதன் மீதே முகம் புதைத்து விசும்பிக்கொண்டிருந்தாள்.

இளங்கோவுக்குத் திகைப்பு. "ஏன், என்னாச்சு? வலிக்குதா? சொல்லியிருக்கலாமல்ல?" என்று கேட்டான்.

கண்ணீரோடு நிமிர்ந்தவள், "நீங்க எங்கிட்ட நடந்துட்டது, ஒரு புருசன், பொண்டாட்டிகிட்ட நடந்துக்கற மாதிரியோ, இது நம்ம ஃபஸ்ட் நைட்டுங்கற மாதிரியோ இல்ல. தொழு நோயாளிக்கு, எட்டி நின்னு பிச்சை போடற மாதிரித்தான் இருந்துச்சு" என்றாள்.

உணர்ச்சி வெளிப்படாத அவனது முகத்திலும் பலத்த குற்ற உணர்ச்சி.

★★★

அத்தியாயம் 23

இரண்டாவதுதான் உண்மையில் முதல்!

வைகறை ஐந்தரை மணிக்கு சாமுத்ரிகாவும் கன்னிகாவும் விழித்துவிடுவர். சில சமயம் இவள் சற்று முன்னதாகவும் எழுவாள். கோடை காலத்தில் அந்த நேரத்துக்கே கருக்கலாக விடிந்துவிடும். எனவே, தைரியமாக தானே வெளியேறி, காலைக் கடன்களை முடித்துவிட்டு, வாசல் பெருக்கிக் கோலமிடும் பணியைச் செய்துவிடுவாள். கோடை கடந்த பின் விடியலுக்குத் தாமதமாவதால், இருட்டில் வெளியே தனியே செல்ல அஞ்சி, மாமியார் விழித்தெழும் வரை காத்திருப்பாள். அவள் விழித்தெழுந்து வந்து கூடத்து விளக்கைப் போட்டதும் இவளும் எழுந்து சென்றுவிடுவாள். அந் நேரத்துக்கு இளங்கோ ஒருபோதும் விழித்ததில்லை. ஆறரை - ஏழு ஆகாமல் அவன் விழித்ததே கிடையாது.

அன்றும் அவள் ஐந்தரைக்கு விழிப்புற்று எழுந்தபோது அவன் நாற்காலியில் அமர்ந்துகொண்டிருந்தான். அவனும் நேரத்திலேயே விழித்துவிட்டானா என்ற ஆச்சரியத்தோடு அவள் குழல் விளக்கை எரியவிட்டு, இரவு விளக்கை அணைத்தாள்.

அவனைத் திரும்பிப் பார்க்கையில் அவனும் இவளைப் பார்த்தான். கண்களும் முகமும் வீங்கியிருந்தன. முகத்தில் உறக்கம் போதாமை தென்பட்டது.

அருகே சென்று, *“நேரத்துலயே எந்திரிச்சுட்டீங்களா? தூக்கம் பத்தலயாட்ட இருக்குதே”* என்றாள்.

“நான் தூங்கவே இல்ல.”

“என்னது! தூங்கவே இல்லையா?! ஏன்?”

“நைட்டு நீ அப்படிச் சொன்னது ரொம்ப சங்கடமா இருந்துச்சு. தூக்கமே வர்ல. ஸாரி...! நான்... நான் அப்புடி நடந்துட்டிருக்கக் கூடாது. ஆனா,... நான் வேணும்னு அப்படிப் பண்ணல. எனக்கு... எனக்கு...” என்று அவன் திணற, அவளுக்கு உடலெங்கும் ஒரு சிலிர்ப்பு. மனதுக்குள் ஏதோ ஒரு பரவசம். அந்தக் கணத்தில் அவனை அவளுக்கு அவ்வளவு பிடித்தது. அப்படியே நகர்ந்து, அவனது முகத்தைத் தன் நெஞ்சில் சேர்த்து அணைத்துக்கொள்ள வேண்டும் போலிருந்தது.

“அய்யோ... அதுக்காகத் தூங்காம முளிச்சிருந்தீங்களா?!”

“நான் யாரையும் திட்ட மாட்டேன், யாரோடயும் சண்டைக்குப் போக மாட்டேன், யாரையும் அடிக்க மாட்டேன். யாரையும், எந்த உயிரையும் தொந்தரவோ, இம்சையோ பண்றது எனக்குப் புடிக்காது. உங்கிட்ட நான் நடந்துகிட்டது, உன்னை அந்தளவுக்கு சங்கடப்படுத்தியிருக்குதுன்னா, அது எவ்ளோ பெரிய தப்பு. அதை நெனச்சுத்தான் தூக்கமே வர்ல.”

அவள் இப்போது நெருங்கி அவனது தோள் மீது கை வைத்தாள். *“நீங்க இந்த அளவுக்கு ஃபீல் பண்ணுவீங்கன்னு தெரியல. ஸாரி... நாந்தான் தப்புப் பண்ணிட்டேன். என்ன இருந்தாலும் நான் அந்த மாதிரிப் பேசியிருக்கக் கூடாது. ஸாரி...!”*

“இல்ல,... நாந்தான்...”

“அதை விடுங்க. இனிமேலாச்சும் படுத்துத் தூங்குங்க.”

அவன் எழுந்து வந்து பாயை எடுத்துக் கீழே விரிக்கப் போக,

அவள் அதைப் பிடுங்கிக்கொண்டு, “கட்டில்ல படுத்துத் தூங்குங்க” எனச் செல்லமாக அதட்டினாள்.

அவன் அவளை ஆச்சரியமாகப் பார்த்துவிட்டு, கட்டிலில் படுத்துக்கொண்டான்.

★★★

ஞாயிற்றுக்கிழமைகளில் இளங்கோ வழக்கத்தை விடத் தாமதமாக எழவும், சாவகாசமாகக் குளித்துவிட்டு ஒன்பது – ஒன்பதரைக்கு காலைச் சிற்றுண்டி அருந்தவும் செய்வான். அன்று ஒன்பதரை ஆகியும் விழித்தெழுந்து வராமல் இருக்கவே, “என்ன, இன்னும் தூங்கீட்டிருக்கறான்?” என்றாள் கன்னிகா.

“இல்லீங்த்தே. அவரு ராத்திரி முளுக்காத் தூங்கவே இல்ல” படாரென உண்மை இவளது வாயிலிருந்து வெளிவந்துவிட்டது.

கன்னிகா நமுட்டுச் சிரிப்பைக் கையால் மறைத்துக் கொள்ளவும்தான், தான் செய்த தவறு புரிந்து, “இல்லீங்த்தே,... நான் பத்து மணிக்கே தூங்கிட்டேன்; அவருதான் தூங்கல. ராத்திரி முளுக்க சேருலயே உக்காந்து, சிவராத்தியாட்ட முளிச்சுட்டிருந்திருக்கறாரு. அஞ்சரை மணிக்கு நான் எந்திரிச்சதுக்கப்பறம் பாத்துட்டு, படுத்துத் தூங்குங்கன்னதுக்கப்பறம்தான் தூங்கறாரு” என்றாள் விளக்கமாக.

“பளைய ஞாபகமா இருக்கும். ஹ்ம்ம்...!” பெருமூச்சொரிந்த கன்னிகா, “போகப் போக சரியாயிரும்” என்றும் சொன்னாள்.

காலையில் இவளைப் பார்த்ததுமே இவளது கலைந்த தலை, கசங்கிய சேலை, நெகிழ்ந்த உடல், தலை குனிந்து மறைக்க முற்படும் வெட்கம், நடையில் மெல்லிய மாற்றம் ஆகியவற்றைக் கவனித்து, முதலிரவு நடந்துவிட்டது என்பதைக் கண்டுகொண்டாள். அவளுக்குப் பெரும் திருப்தி. ஆறு மணிக்கு கைலாசநாதன் எழுந்து வந்தவுடன், “நேத்து நீங்க போட்ட போடுக்கு பலன் கெடைச்சிருச்சு. மயிலே மயிலேன்னா எறகு போடாதுங்கறது செரியாத்தான் போச்சு” என்று அவரிடமும்

தகவல் தெரிவித்துவிட்டாள்.

அதைக் கேட்டதில் அவருக்கும் நிம்மதி. கடந்த நவம்பரில் வீட்டுக்குள் நுழைந்த துக்கம், ஒன்பது மாதம் கழித்து இன்றுதான் விலகியது போலிருந்தது.

பத்தரை மணி வாக்கில் கன்னிகா அவரிடம், "அவன் என்னுமோ இன்னும் தூங்கீட்டிருக்கறான். நீங்களே போயி மட்டன் எடுத்துட்டு வந்துருங்களேன்" என்றாள்.

ஞாயிறு மதியம் அசைவம் எனும் வழக்கம் இளங்கோ திருமண விவகாரம் சமயத்திலிருந்தே தவறிவிட்டது. திருமணம் முடிந்த பின்னும் அவன் இயல்புக்கு வராததோடு, மீளாச் சோகம், முன்னிலும் அதிகமாக குடி, மீண்டும் பழையபடி தனிமையில் ஒடுக்கம், சாமுத்ரிகாவிடமிருந்து விலக்கம் என இருந்ததால் இவர்களுக்கும் நிம்மதியில்லை. சாதாரணமாகச் சாப்பிடுவதே சில சமயம் வேண்டா வெறுப்பாக ஆகிவிடும். இதில் அசைவம் ஒரு கேடா என்று அப்படியே விட்டுவிட்டார்கள். இடையில் அவ்வப்போது அமராவதி குடும்பமோ, வெண்ணிலா குடும்பமோ வந்திருந்தால் அதையொட்டி அசைவம் எடுப்பதோடு சரி. மற்றபடி தங்களுக்காக எடுக்கும் வழக்கம் விடுபட்டிருந்தது. மகிழ்ச்சியும் உற்சாகமுமாக இருக்கிற சமயங்களில்தானே சிறப்பான எதையும் செய்யத் தோன்றும். இன்றைக்கு வீட்டில் இயல்பு நிலை திரும்பிவிட்டதை கன்னிகாவின் கோரிக்கை உணர்த்தியது.

கைலாசநாதன், "அதுக்கென்ன, போயிட்டு வந்தர்றன். அவனுக்குத் தலைக்கறின்னா ரொம்பப் புடிக்குமே. அதையவே எடுத்துட்டு வந்துருட்டா?" என்று கேட்டார்.

ஆட்டிறைச்சியை இவர்களின் வீட்டில் சில சமயம் பொதுவாக வாங்குவர். சில சமயம் தொடைக் கறி, நெஞ்சுக் கறி, குடலும் ஈரலும், கறியும் ரத்தமும் என தனியாகவும் வாங்கப்படும். இளங்கோவுக்காக அவ்வப்போது தலைக் கறி வாங்குவர். தலைக் கறியை எல்லோரும் விரும்ப மாட்டார்கள். அதனால், "சாமுத்திரிகா சாப்புடுவாளோ என்னுமோ தெரியலையே"

என்ற கன்னிகா, அவளிடம் கேட்டாள்.

“நான் அதைச் சாப்ட்டதில்லீங்த்தே. எங்க வீட்ல அதை வாங்க மாட்டாங்க. கசாப்புக் கடைல அறுத்து வெச்சிருக்கற ஆட்டுத் தலை, கண்ணு சிமிட்டாம முளிச்சிட்டுக்கறதைப் பாத்தாலே பாவமா இருக்கும்.”

“கோவில்ல கெடா வெட்டும்போது பாத்தா இன்னும் கஷ்டமா இருக்கும். என்ன பண்றது, ஜீவகாருண்யம் பாத்தா நான்வெஜ்ஜே சாப்பட முடியாது” என்றாள் கன்னிகா.

“தலைக்கறி கொஞ்சம் மொக்கை வாசமடிக்கும். அதனால நெறையப் பேருக்குப் புடிக்காது. ஆனா, சில பேருக்கு அந்த வாசத்துனாலயே அதையப் புடிக்கும். கிராமங்கள்ல ஒவ்வொருத்தருக்கு தலைக் கறின்னா உசுரு. எங்கய்யனும் அப்புடித்தான். அரை பாட்டல் பட்டைச் சாராயம் - ஒரு தலைக் கறி, அவுருக்கு மட்டும் வேணும். அவுருக்குப் பட்டப் பேரே ‘அரை பாட்டல் ஒரு தலை’தான்” என கைலாசநாதன் சொல்ல, சாமுத்ரிகா ஆர்வமானாள்.

“ம்க்–க்ம்! அவுருக்கு வாரிசாத்தான் அப்புடியே வாய்ச்சிருக்கறான் உங்க எளைய புத்தரன். எதுக்கும் நீங்க அரைக் கிலோ கறியும் எடுத்துக்குங்கொ. சாமுத்திரிகாவுக்குத் தலைக் கறி வாசமோ, டேஸ்ட்டோ புடிக்கிலீன்னா என்ன பண்றது?” என்றாள் கன்னிகா.

மதியம் பனிரெண்டரை மணிக்கு விழித்து எழுந்து வந்த இளங்கோ, “தலைக்கறி வாசம் எழுப்பி விட்டுருச்சு. பட்டை - கிராம்போட ரெண்டு ஏலக்காயும் பொடிச்சுப் போடும்மா. அப்ப, மொக்கை வாடை அவ்வளவாத் தெரியாது” என்று கூடத்திலிருந்து சமையல்கட்டை எட்டிப் பார்த்துச் சொல்லிவிட்டு குளிக்கச் சென்றான்.

“பாத்தையா… சொன்னனல்ல? இவனையாட்டவேதான் தன்வந்த்தும் கறி வேகற வாசம் கேட்டா எங்கிருந்தாலும் மோப்பம் புடிச்சுட்டு ஓடி வந்துருவான்” என்றாள் கன்னிகா, உடன் இருந்த சாமுத்ரிகாவிடம்.

குளித்துவிட்டுத் தலை துவட்டியபடியே வந்தவனிடம் தேநீர் வேண்டுமா என்று கேட்பதற்காக சாமுத்ரிகா அறைக்குள் சென்றாள்.

"சாப்படற நேரம் ஆயிருச்சல்ல? இனி எதுக்கு; டீ வேண்டாம்" என்றவன், "ச்சே! தலைக் கறிச் சோறை எந்த மூஞ்சிய வெச்சுட்டுத் திங்கறது?" என தனக்குத் தானே புலம்பிக்கொண்டான்.

"ஏன், தலைக் கறி சாப்படணும்னா அதுக்குத் தனி மூஞ்சி வேணுமா?" என்று ஆச்சரியமாகக் கேட்டாள். (அவளுக்கு எல்லாமே ஆச்சரியம்தான்).

துவட்டிக்கொண்டிருந்த துண்டை எடுத்துவிட்டு அவனும் அவளை ஆச்சரியமாகப் பார்த்தான். (அவனுக்கு அவள் இன்றுதான் ஆச்சரியமாகியிருந்தாள்).

திருமணமாகி இங்கு வந்ததிலிருந்து அவள் அவனிடம் இவ்வாறு பேசுகிற முதல் பேச்சு இது. அவர்களுக்குள் இப்படிப் பேசிக்கொள்வதற்கான வாய்ப்பே இதுவரை ஏற்பட்டதில்லை. அவள் அவனிடம் அன்றாடம் பேசக் கூடியதெல்லாம் சாப்பிட வாங்க, இன்னொரு இட்லி வெக்கட்டுமா, சட்னியா சாம்பாரா என்பது போன்ற பேச்சுகள் மட்டுமே. அதைக் கடந்து அவளும் வந்ததில்லை; அவன் அவளை வர விட்டதுமில்லை.

"இல்ல... நான்வெஜ் சாப்படறக்கு முன்னாடி ஒரு கட்டிங் போட்டுட்டு சாப்புட்டா நல்லா இருக்கும். நெறையவும் சாப்படலாம். அப்பாதான் இனிமே சரக்கடிச்சுட்டு வீட்டுக்கு வரக் குடாதுன்னுட்டாரே" என்றான் நிராசையாக.

அவளுக்கு அதைக் கேட்க இரட்டிப்பு மகிழ்ச்சி. குடியை விட்டுவிட்டான் என்பது ஒன்று; தன்னிடம் அவன் சகஜமாகப் பேசுகிறான் என்பது இன்னொன்று.

இன்னும் அவனோடு பேச்சுக் கொடுக்க வேண்டும் போல் இருந்தது.

ஆனால், என்ன பேசுவது என்று தெரியவில்லை. எதையாவது பேச வேண்டுமே என்பதற்காக, "உங்க தாத்தாவும் உங்களை

மாதிரித்தான்னு மாமா சொன்னாரு...” என்றாள், சேலைத் தலைப்பை விரல் நுனியில் சுற்றிக்கொண்டே.

அவனுக்கு அவள் ராத்திரியில் அழுதபடி சொன்னது ஞாபகம் வந்தது. ஆனால், இப்போது அந்தச் சுவடு கொஞ்சம் கூட இல்லாமல் எப்படி இவ்வளவு உவகையோடு இருக்கிறாள்!

ஈரத் துண்டை நாற்காலி முதுகில் விரித்துக் காயப் போட்டுவிட்டு, “எங்க தாத்தா ஆஃப்; நான் கோட்டர். அதுவும் அவரு பட்டை சாராயத்தையே ராவாக் கமுத்துவாரு. சோடா தண்ணி இல்லாம நம்மனால ஸ்மாலே அடிக்க முடியாது. ஏன் நிக்கற? உக்காரு” என்றான்.

“இல்ல... அத்தை தனியா சமையல் பண்ணிட்டிருக்கறாங்க. போகணும்...” என இழுத்தபடியே அவள் கட்டில் விளிம்பில் உட்கார்ந்துகொண்டாள்.

★★★

சமையல் தயாரானதுமே கன்னிகா, கைலாசநாதனையும் இளங்கோவையும் சாப்பிட அழைத்தாள். தொலைக்காட்சி பார்த்துக்கொண்டிருந்த கைலாசநாதன், “நான் அரை மணி நேரம் கழிஞ்சு சாப்டுக்கறேன். நீ அவுங்க ரெண்டு பேர்த்துக்கும் சாப்படக் குடு. அவன் வெடியாலயும் சாப்புடுல” என்றார்.

இளங்கோ வந்து அமர்ந்ததும் கன்னிகா, சாமுத்ரிகாவையும் அவனோடு அமரச் சொன்னாள்.

“இல்லீங்த்தே. நான் அப்பறம் உங்க கூட சேந்து சாப்டுக்கறேன்.”

“நாமதான் எப்பவும் சேந்து சாப்படறமாச்சு. இப்ப நீங்க ரெண்டு பேரும் சாப்புடுங்க” என்றதும், “சரி, நானே பரிமாறிக்கறேன்” என்று இளங்கோவுக்குப் பரிமாறிவிட்டு, தனக்கும் பரிமாறிக்கொண்டாள். மாமியாரைத் தனக்குப் பரிமாறச் செய்வது அவளுக்கு சங்கோஜத்தை ஏற்படுத்தியது. ஆனால், இன்று புது ஐட்டங்கள் இருந்ததால் எது எதை எப்படிப் பரிமாற வேண்டும் என அவளுக்குத் தெரியவில்லை.

அதனால் அவளை இருத்தி, கன்னிகாவே பரிமாறினாள்.

தலைக் கறி, தொடைக் கறி ஆகியவற்றின் வறுவல்கள் தனித் தனியே வைக்கப்பட்டு, ஆட்டு மூளை வறுவலும் தனியே வைக்கப்பட்டது. சமையல் தொடங்கும் முன், இறைச்சியைப் பிரித்துக் கழுவிக்கொண்டிருக்கையில் மூளையைக் காண்பித்த கன்னிகா, "ஆட்டுக்கு அறிவில்லேங்கறாங்க. ஆனா, மூளை எவ்வளவு இருக்குதுன்னு பாரு" என்றது ஞாபகம் வந்தது. இப்போது அவள், "மூளைய சாப்புட்டுப் பாரு. வெண்ணெயாட்ட இருக்கும்" என்றாள். சாமுத்ரிகா சுவைத்துப் பார்த்தாள். பச்சையாகப் பார்க்கையில் வெண்ணெய் போலவே தோற்றமளித்த அது, இப்போது அளவான காரத்தோடு, வாயில் போட்டதுமே கரைந்தது. "ம்ம்...! சூப்பரா இருக்குதுங்த்தே" என்றாள்.

"தலைக் கறி எப்புடி இருக்குதுன்னு பாரு. உனக்குப் புடிக்குமோ இல்லியோ."

அதில் ஒரு துண்டு எடுத்துச் சுவைத்துப் பார்த்தாள். உடல் இறைச்சி போல கவுச்சி வாசமாக இல்லாமல், கைலாசநாதன் சொன்னது போலச் சற்று மொக்கை வாடையாகவே இருந்தது – பட்டை, ஏலம் வாசனையை மீறி. சுவையிலும் வித்தியாசம். உடல் இறைச்சி போலச் சிறந்த வாசமோ, சுவையோ அல்ல. ஆனால், இதில் ஏதோ ஒரு கவர்ச்சி இருந்தது. சைவ உண்ணிகளுக்கு மீன் நாற்றம், இறைச்சி வாடை ஆகியவை குமட்டும்; அதுவே அசைவப் ப்ரியர்களுக்கு ரசிக்கும். இதுவும் அப்படித்தான் என்று தோன்றியது.

இவளுக்கு தலைக் கறியைப் பிடிக்காமல் போகவில்லை. ஆனால், உடல் இறைச்சி போலச் சிறந்த சுவையாகத் தோன்றவில்லை. ஆனால், இளங்கோ அதைத்தான் ருசித்துச் சாப்பிட்டான்.

இருந்தாற்போல ஞாபகம் வந்தவனாக, "அம்மா, கண்ணு...?" என்றான்.

"அதை மறந்துட்டனா...?" என்றவள், வறுவல் பாத்திரத்தில் தேடிக்கொண்டே, "ஆட்டுத் தலைல கண்ணும் ஸ்பெசல். அது

நொங்காட்ட இருக்கும். அதனால கொளந்தைகளுக்கு – நெகு நெகுன்னு இருக்கற ஈரலாட்ட, மூளையாட்ட – இதையும் ரொம்பப் புடிக்கும். சிறுசா இருக்கீல அமரு, சக்கரைக்குட்டி, மோகன் மூணு பேரும் ஆளுக்கொரு கண்ணு வேணும்னு ஓரியாடுவாங்கொ. மூணு கண்ணுக்கு எங்க போறது? ஆட்டுக்கு இருக்கறது ரெண்டு கண்ணுதானாச்சு. ஆராச்சு ரெண்டு பேரு பங்கு போட்டுக்குங்கோன்னா, அதுக்கும் கேக்க மாட்டாங்கொ. எனக்கு முளுசாவேதான் வேணும்னு ஒரே ரவுசா இருக்கும். அதுக மூணும்தான் அப்ப அடிச்சுக்குமே தவுத்து இவன் அதுக்குப் போக மாட்டான். குடுத்தா சாப்புடுவான். இல்லீன்னாலும் பிரச்சனை இல்ல" என்றவள் கண் கிடைத்ததும் கரண்டியில் அவனது தட்டில் போட வந்தாள்.

"எனக்கில்லம்மா... சாமுத்ரிகாவுக்குக் குடு" என்றான்.

"அவளுக்குக் கேட்டயா? அது செரி" என்றவள், அதை இவளின் தட்டில் போட்டுவிட்டு, "அதுதான் ரெண்டு கண்ணு இருக்குமே. ஆளுக்கு ஒண்ணு எடுத்துக்குங்கொ" என்று இன்னொன்றைத் தேடிக் கண்டுபிடித்து அவனுக்கும் கொடுத்தாள்.

கண்ணும் சாமுத்ரிகாவுக்குப் பிடித்திருந்தது. மூளையைப் போலவே அதுவும் எவ்வளவு ம்ருது!

ஆனால், அவளுக்கு அவற்றைக் காட்டிலும் அப்போது இளங்கோவும் தானும் ஒன்றாக இருந்து சாப்பிடுகிறோம் என்பதும், மாமனாரும் மாமியாரும் தங்களை ஜோடியாக இருந்து சாப்பிட வைக்கத் திட்டமிட்டே அதைச் செய்திருக்கிறார்கள் என்பதும், அந்தச் செயலுக்கும் இன்றைய அசைவ விருந்துக்குமான காரணம் இவர்களின் நேற்றைய இணைவால் அவர்களுக்கு ஏற்பட்ட மகிழ்ச்சி என்பதுமே அதிகமாகப் பிடித்திருந்தது.

★★★

அன்று இரவும் சாப்பிட்டு முடித்ததுமே, சீக்கிரமாகப் பாத்திரங்களைக் கழுவி முடித்துவிட்டு, மாமியார் இவளை

அனுப்பிவிட்டாள். இளங்கோ கட்டிலில், தலையணை மீது இடது முழங்கையை ஊன்றிய வாக்கில், ஏதோ புத்தகத்தைப் புரட்டிக்கொண்டிருந்தான். பார்க்கும்போதே அவன் வாசிக்கவில்லை என்பதும், இவளின் வருகைக்காகக் காத்திருக்கிறான் என்பதும் புரிந்தது. அவளுக்கு அது மிக்க சந்தோஷமாக இருந்தது. இன்றுதான் அவன் அவளுக்காக முதல் முறையாகக் காத்திருக்கிறான்.

கதவைத் தாழிட்டுவிட்டுச் சென்றவள், கட்டில் விளிம்பில் அமர்ந்துகொண்டதும் அவன் புத்தகத்தை மூடி வைத்தான்.

இவளுக்கு என்ன பேசுவது என்று தெரியவில்லை. மௌனமாகத் தலை குனிந்து, கட்டில் விளிம்பில், மெத்தை மீது இடது கை ஆட்காட்டி விரல் நுனியால் எதையோ கிறுக்கிக்கொண்டிருந்தாள். அவன் அவளையே பார்த்துக்கொண்டிருந்தான். அவள் அமர்ந்திருக்கும் விதம், அவளது முகத்தில் இருந்த உணர்ச்சி, விரல் அளையும் செயல் யாவும் செவ்வியல் ஓவியம் போல இருந்தன.

அவன் அவளையே வைத்த கண் வாங்காமல் பார்த்துக் கொண்டிருப்பது தெரிந்து அவளுக்குள் குறுகுறுப்பு. அளையும் விரல் ஸ்தம்பித்தது. கடைக் கண்ணை ஒரு தரம் ஓட்டி மீட்டுக்கொண்டாள்.

“யார் உனக்கு சாமுத்ரிகான்னு பேர் வெச்சது?”

அவள் அவனைத் திரும்பிப் பார்த்து, “எங்கப்பாவோட ஃப்ரண்ட் ஒருத்தர். அவரும் உங்களை மாதிரி, மாமா மாதிரி, புக்ஸெல்லாம் படிப்பாரு. நல்ல ரசிகர். எனக்கும், யவனிகாவுக்கும் பேர் வெச்சது அவருதான்.”

“உனக்குப் பொருத்தமான பேரு வெச்சிருக்கறாரு. அவருக்கும் சாமுத்ரிகா லட்சணம் தெரியும்னு நெனைக்கறேன்.”

அவள் அந்தப் பாராட்டில் மகிழ்ந்து, ஆவலாகி, “உங்களுக்கும் தெரியுமா?” என்று கேட்டாள்.

“பழைய காலத்துல சிற்பிகளுக்கும், ஓவியர்களுக்கும்

கண்டிப்பா சாமுத்ரிகா லட்சணம் தெரிஞ்சிருக்கணும். அந்த அடிப்படைலதான் அவுங்க சிலைகளையும், சிற்பங்களையும், ஓவியங்களையும் படைச்சாங்க. அதனாலதான் அதெல்லாம் அவ்வளவு அழகா, ஆயிரக் கணக்கான வருசத்துக்கப்பறம் இன்னமும் ரசிக்கற அளவுக்கு இருக்குது. இப்பவும் கோயில் சிலை வடிக்கற சிற்பிகளுக்குக் கண்டிப்பா சாமுத்ரிகா லட்சணம், சிற்ப சாஸ்த்ரம் எல்லாம் தெரியும். அவங்களுக்கு அது கட்டாயம். ஆனா, ஓவியர்களுக்கு அது கட்டாயமில்லங்கறதுனால யாரும் அதைக் கண்டுக்கறது கெடையாது. நான் சொல்றது, என்னை மாதிரி போர்டு, பேனரு எழுதற சைன் போர்ட் ஆர்ட்டிஸ்ட்டுக, வால் பெய்ன்ட்டருக, தஞ்சாவூர் பெய்ன்ட்டிங் பண்றவங்க, ட்ராயிங் மாஸ்டருகன்னு மட்டும் இல்ல. ஃபைன் ஆர்ட்டிஸ்ட்டுகளே அப்படித்தான். ஃபைன் ஆர்ட்டிஸ்ட்டுக அதைக் கத்துக்கிட்டா, அவங்களுக்கு அது ரொம்ப யூஸ்ஃபுல்லா இருக்கும். எங்களை மாதிரி விளம்பர வகை ஓவியர்கள், தஞ்சாவூர் பெய்ன்ட்டிங், மதுபானி, கலம்காரி மாதிரி ட்ரடிஷனலான கைவினை ஓவியர்களுக்கெல்லாம் அதுல ப்ரயோஜனம் இல்ல. இருந்தாலும் நான் ஓவியங்கறதுக்காக இல்லாம, வேற ஒரு காரணத்துக்காக, ஒரு ஆர்வத்துல சாமுத்ரிகா லட்சணம் புக்கு வாங்கிப் படிச்சிருக்கறேன். அதுல கொஞ்சம் கொஞ்சம் ஞாபகம் இருக்கும்.”

“எனக்கு சாமுத்ரிகான்னு பேருதான்; ஆனா, சாமுத்ரிகா லட்சணம் படிச்சதில்ல. அந்த புக்கு உங்ககிட்ட இருக்குதா? செல்ஃப்ல இல்லையே...!?”

“அதைக் கடைல வெச்சிருந்தேன். ரெக்ஸின் மொதலாளி வாங்கிட்டுப் போனாரு. இன்னும் திருப்பித் தரவே இல்ல.”

“சாமுத்ரிகா லட்சணம் தெரிஞ்சா, ஒருத்தரோட முகத்தைப் பாத்தே அவங்களப் பத்துன எல்லா விசயங்களையும் சொல்லிர்லாம்கறாங்களே... அப்படியா?”

“சாமுத்ரிகா லட்சணம்கறது அங்க அமைப்பு அடிப்படைல பொம்பளைக, ஆம்பளைகளை நாலு வகையா, மூணு வகையாப் பிரிச்சு, அவங்களோட குணம், கேரக்டர் இப்படியிருக்கும்னு

சொல்ற உடற்கூறு சாஸ்திரம். அது மட்டுமில்லாம, நிக்கறது, உக்கார்றது, நடக்கறது, பேசறது, பாக்கறது இது மாதிரி செயல்களை வெச்சும், ஒருத்தரோட குணம், நடத்தை, அவங்களுக்கு அமையக் கூடிய வாழ்க்கைத் துணை, எதிர்கால வாழ்க்கை இப்படியிப்படி இருக்கும்னும் சொல்லுது.”

“அது உண்மைதானா? உருவத்துக்கும் குணத்துக்கும் சம்பந்தம் இருக்குதா? அங்க லட்சணங்களுக்கும் கேரக்டருக்கும் என்ன சம்பந்தம்?”

வெகு நேரமாக தலையணையில் முழங்கையை ஊன்றியிருந்ததால் அவனுக்குக் கையில் லேசான குடைச்சலும், அசௌகரியமும் ஏற்பட்டிருந்தது. எனவே, எழுந்து, கட்டில் மீதே சம்மணமிட்டு அமர்ந்துகொண்டான். சாமுத்ரிகாவும் அதற்கேற்ப அவனைப் பார்க்கும் வசமாகத் திரும்பி அமர்ந்துகொண்டாள்.

“ஒவ்வொரு அங்க அடையாளங்களுக்கும் குணத்துக்கும் சம்பந்தம் இருக்குது. சாமுத்ரிகா லட்சணத்துல, முடி முதல் அடி வரை, அதை விளக்கமா சொல்லியிருக்கறாங்க. இயற்கைல எல்லா உயிர்கள்லயும் பொருள்கள்லயும், அதோட உருவத்துக்கும் குணத்துக்கும் சம்பந்தம் இருக்குதுன்னு அப்பா சொல்லுவாரு. தாவரங்கள், விலங்குகள், பிராணிகள், உலோகங்கள் எல்லாத்துலயுமே அப்புடித்தான்” என்றவன் அதற்கான விளக்கங்களையும் சொன்னான்.

அவளுக்கு அதைக் கேட்கக் கேட்க வியப்பு. நமக்குத் தெரிந்த பொருட்களில் தெரியாத விஷயங்கள் இவ்வளவு உண்டா? அது ஒருபுறம் இருக்க, இவனுக்கு இவ்வளவு விஷயங்கள் தெரியுமா? அதைவிட, பொதுவாக ஓரிரு வாக்கியங்களில் மட்டுமே பேசக் கூடிய அவன் இப்போது பத்தி பத்தியாகப் பேசுகிறானே! அவனுக்குப் பிடித்தமான பேசுபொருள் என்பதாலா? அல்லது அவனுக்குத் தன்னைப் பிடித்துவிட்டதா?

அவளுக்குள் ஒருபுறம் இந்த எண்ணங்கள் ஓடிக் கொண்டிருக்க, அவன் பேசுவதையும் முக்கால் மனதாகக் கவனித்துக்கொண்டிருந்தாள்.

“சாமுத்ரிகா லட்சணம் உண்மைங்கறதுக்கு நானே சாட்சி. என்னோட லைஃப்ல நடந்த ரெண்டு சம்பவம் அதுக்கு ஆதாரம்” என்றதும் முழு மனதோடு கவனிக்கலானாள்.

முதல் சம்பவம், இளங்கோவுக்கு ஒன்பதோ - பத்தோ வயதாக இருந்தபோது, அவர்களின் கிராமத்தில் நடந்தது. ஒரு சமயம் உள்ளூர் ஜோதிடர் கைலாசநாதனைச் சந்திக்க வந்திருந்தார். இருவரும் திண்ணையில் அமர்ந்து அரட்டையடித்துக்கொண்டிருந்தனர். இளங்கோ சற்றுத் தள்ளி திண்ணையிலேயே சாக்பீஸால் படங்கள் கீறிக்கொண்டிருந்தான். அப்போது குல்பர்க்காவில் பணிபுரியும் சிதம்பரம், தனது மனைவி - கைக் குழந்தையோடு, இவர்களின் வீட்டுக்கு இரண்டு வீடுகள் தாண்டி உள்ள அவரது வீட்டுக்கு வந்துகொண்டிருந்தார். இவர்கள் வீட்டு வாசல் வழியாகத்தான் அவர்கள் போயாக வேண்டும். அவரிடம் கைலாசநாதன் குசலம் விசாரிக்க, அவரும் நின்று பதில் சொல்லிக்கொண்டிருந்தார். அவரது கைமடக்கில் இருந்த குழந்தையின் தலையைக் கம்பளிக் குல்லா முழுக்க மூடியிருந்தது. அதன் முகம் பார்த்த ஜோதிடர், “கொளந்தைக்கு ரெட்டைச் சுளியா இருக்கணுமே” என்றார்.

அந்தக் குழந்தையை சிதம்பரம் குடும்பத்தார் உட்பட இவ்வூரில் உள்ள யாருமே அதுவரை பார்த்தது கிடையாது. முக்கியமான விஷயம் அல்ல என்பதால் இரட்டைச் சுழி விஷயத்தைக் குடும்பத்தாருக்குமே சிதம்பரம் தெரிவித்திருக்கவும் இல்லை.

“எப்படிங்ணா கரெக்ட்டாக் கண்டுபுடிச்சீங்க?” சிதம்பரமும் மனைவியும் வியந்தனர்.

“கொளந்தையோட மூக்கைப் பாத்துத்தான். இந்த அமைப்புல மூக்கு இருந்தா தலைல ரெட்டைச் சுளிதான். சாமுத்ரிகா லட்சணம்.”

கம்பளிக் குல்லாயை எடுத்துவிட்டு குழந்தையின் பின்னந் தலையைக் காண்பிக்க, இரட்டைச் சுழியை இளங்கோவும் பார்த்தான்.

சாமுத்ரிகா அதைக் கேட்டு, “ஒரு அங்க அடையாளத்தை

வெச்சு இன்னொரு அடையாளத்தையும் சொல்ல முடியுமா?” என வியந்தாள்.

“ஆமா. எனக்கே அது நடந்துச்சு.”

அந்த இரண்டாவது சம்பவம் ஓரிரு வருடங்களுக்கு முன்பு கோவை நகர்மண்டபம் பகுதியில் உள்ள ஒரு பெட்டிக் கடையில் நிகழ்ந்தது. இளங்கோ அங்கே சிகரெட் வாங்கியபோது நடுத்தர வயதுக் கடைக்காரர், “தம்பி... தப்பா நெனைச்சுக்காதீங்க. உங்களுக்கு மர்ம ஸ்தானத்துல மச்சம் இருக்குமே” என்றார்.

இளங்கோ திடுக்கிட்டான். அவனுக்கு அங்கே மச்சம் இருப்பது வாஸ்தவம்தான்.

“எப்படி உங்களுக்குத் தெரிஞ்சுது?”

“சாமுத்ரிகா லட்சணம். உங்களோட முக அமைப்புல அது தெரிஞ்சுது. கன்ஃபாம் பண்ணிக்கறதுக்காகக் கேட்டேன்.”

சாமுத்ரிகா வாய் பொத்திச் சிரித்தாள். தனது மச்ச இடத்தை நினைத்துத்தான் என்பது புரிந்து அவனுக்கு வெட்கமாகிவிட்டது.

ஆண்கள் வெட்கப்படும்போது தனி அழகு என்று அவள் அதை ரசித்தாள்.

பிறகு, “சாமுத்ரிகா லட்சணப்படி எனக்கு என்ன பலன்?” என்று கேட்டாள்.

“நாலு வகைப் பெண்கள்ல நீ பத்மினி – அதாவது, தாமரை – ஜாதி. இவுங்க, கடவுள்களோட உலகத்துல படைக்கப்பட்டவங்க; அனாஹத சக்ரத்துக்கு உரியவங்க. அழகான முகம், மென்மையான உடல், தங்க நிறம், பட்டு மாதிரி சருமம், பிரகாசமான கண்கள், அன்ன நடை, இனிமையான குரல் – இதெல்லாம் இவங்களோட அடையாளம். இறைவிகளோட சிலைகளுக்கு பொதுவா இந்த ஜாதி இலக்கணத்தைத்தான் பயன்படுத்துவாங்க. மத்தபடி அங்க லட்சணங்களுக்கு பலன் சொல்லணும்னா, முடில இருந்து அடி வரைக்கும் ஒவ்வொண்ணாப் பாத்துத்தான் சொல்லணும்.”

"அப்படிப் பாத்துத்தான் சொல்லுங்களேன்!"

"அது நெறைய இருக்குமே. எனக்கு அதெல்லாம் ஞாபகம் இல்ல."

"ஞாபகம் இருக்கற வரைக்கும் பாத்துச் சொல்லுங்க."

"கேசாதி பாதம் சொல்றதா; பாதாதி கேசம் சொல்றதா?"

"உங்களுக்கு எது விருப்பமோ, அப்படி!"

கேசாதி பாதமாக ஒவ்வொரு அங்கங்களையும் பார்த்து பலன் சொல்லத் தொடங்கினான். ஆனால், பாதியிலேயே பலன் சொல்வது நின்றுவிட்டது.

ஒன்றானவர்கள் இரண்டாக மீண்ட பின், "இதுதான் நம்ம உண்மையான ஃபஸ்ட் நைட்" என்று அவள் பூரிப்போடு அவனது கன்னத்தில் முத்தமிட்டாள்.

அதில் அவன் காதலுக்கு அப்பாற்பட்டவற்றையும் உணர்ந்தான்.

★★★

அத்தியாயம் 24

என்ன வேகம்; என்ன மாயம்!

மறுநாள் காலையில் சாமுத்ரிகா குழாயடியிலிருந்து தண்ணீர் சுமந்து சென்று, இளங்கோவுக்குக் குளிக்க குளியலறைத் தொட்டியில் நிரப்புவதை, சமையற்கட்டு ஜன்னல் வழியே கன்னிகா ஓரஞ்சாரமாகப் பார்த்தாள். முதுகு தேய்க்கப் போன மாதிரியும் இருந்தது.

அவன் குளித்து முடித்து வரும் முன்பு அவள் வந்துவிட்டாள். அவன் அணிவதற்கான உடைகளை எடுத்து, இஸ்திரி போட்டு வைத்திருந்து, வந்ததும் நீட்டினாள்.

“இந்த ட்ரஸ் நான் வெளிய எங்காவது போகும்போது, விசேச சமயத்துல போட்டுக்கறது. வேலைக்குப் போகும்போது போடறதுக்குப் பழைய ட்ரஸ் தனியா இருக்கும்.”

“அதெல்லாம் ரொம்பப் பளசு. பெய்ன்ட்டு சிந்தியிருக்கும். அயர்ன் பண்றதும் இல்ல. இனிமே வேலைக்குப் போகும்போது அப்படிப் போக வேண்டாம். இந்த மாதிரி ஓரளவுக்காவது புதுசா இருக்கற ட்ரஸ்ஸைப் போட்டுட்டுப் போங்க. பளைய

ட்ரஸ்ஸ வொர்க்கிங் ட்ரஸ்ஸா வெச்சுக்கலாம். இல்லாட்டி, வீட்டுல இருக்கும்போது யூஸ் பண்ணிக்குங்க. வெளிய போறதா இருந்தா, அயர்ன் பண்ணுன நல்ல சட்டை - பேன்ட்டை மட்டும் போட்டுட்டுப் போங்க. மீதி ட்ரஸ்ஸையும் நான் இன்னைக்கு அயர்ன் பண்ணி வெச்சர்றேன். விசேச சமயத்துல போட்டுக்கறக்கு, புதுசா அஞ்சாறு செட் எடுத்து வெச்சுக்கலாம்."

மறுபேச்சின்றி அந்த உடைகளை வாங்கி அணிந்துகொண்டான்.

கன்னிகா சொல்லாமல் சாமுத்ரிகா தானாகவே அவனுக்கு தோசை ஊற்றிப் பரிமாறினாள். அவன் போதும் என்றதற்குப் பிறகும், "சாப்பிடுங்க" என்று கூடுதலாக ஒரு தோசையைத் தட்டில் போட்டாள்.

அவளது இந்தப் புது வழக்கங்களையும், அன்னியோன்னியத்தையும் கன்னிகா கவனித்தாலும் அதை அவர்களிடம் காட்டிக் கொள்ளவில்லை. கைலாசநாதனிடம் மட்டும் ஜாடை காட்டினாள். அவரும், நானும் கவனிச்சேன் என்பதாகத் தலையாட்டிக்கொண்டார்.

★★★

இளங்கோவுக்கும் சாமுத்ரிகாவின் திடீர் நெருக்கம், உரிமையெடுப்பு யாவும் வியப்பாக இருந்தது. ஒரே நாளில் எப்படி மாறிவிட்டாள்! இது என்ன மாயம்!?

நேற்று காலையிலிருந்து இன்று காலைக்குள் இந்த மாற்றம்.

முந்தா நாள் இரவில், இவர்களின் முதல் இரவு உறவு முடிந்ததும் அவள் அழுதபடி சொன்னதற்கும், நேற்றைய இரவின் உறவுக்குப் பின் கன்னத்தில் முத்தமிட்டுச் சொன்னதுக்கும் எவ்வளவு வித்தியாசம்!

காலைக்கும் காலைக்கும், இரவுக்கும் இரவுக்கும் சுமார் 24 மணி நேர இடைவெளிகளில் நிகழ்ந்த தலைகீழ் மாற்றங்கள்.

தன்னிடம் பேசவே தயங்கி, ஏழு மாதங்களாக எட்டி

நின்றுகொண்டிருந்தவள், நேற்று மதியம் சகஜமாகப் பேசத் தொடங்கி, ராத்திரியில் முன்னேறி, இன்று காலையில் குளியலறையில் அன்னியோன்னியங்கள் காட்டி, சாப்பிடும்போது தன் உரிமையை நிலைநாட்டி அடேங்கப்பா! என்ன வேகம்; என்ன மாயம்!

அதை நினைக்கையில், தானும் அப்படித்தான் ஆகிவிட்டோம் என்பது உறைத்தது. அது எப்படி என்று அவனுக்கே தெரியவில்லை. அவள்தான் அப்படி மயக்கிவிட்டாளா? அல்லது நாம்தான் மயங்கிவிட்டோமா?

நினைக்கையில் இன்னும் ததும்புகிறதே! என்ன அழகு, என்ன மென்மை, என்ன இனிமை, என்னவொரு இன்பம்! இத்தனை நாள் கையருகில் இருந்தும் தெரியாமல் போய்விட்டதே! இதையா வேண்டாமென்று இவ்வளவு காலம் ஒதுக்கி வைத்திருந்தோம்?!

ஒரு கணம் அதை நினைக்கையில் வியப்பு; மறுகணம், நாமா இப்படி என்ற திகைப்பு.

காதலின் கட்டுறுதியோடு இருந்தவன் இப்போது காமத்தால் கட்டறுந்தவனாகிவிட்டேனே என எண்ணினான். சிகரத்திலிருந்து பாதாளத்துக்குச் சரிந்த வீழ்ச்சி அது என்று தோன்றியது. ஆனால், அதற்காக அவனது மனம் வருந்தவில்லை என்பது அவனுக்கே ஆச்சரியமாக இருந்தது.

அப்பாவின் நிபந்தனைக்கு முன்புவரை இருந்த தானும், இப்போது உள்ள தானும் வேறு வேறு என்பதை உணர்ந்தான். முந்தைய இறுக்கம், எதிர்மை, கடுமை, வன்மம், துக்கம், விரக்தி, பற்றின்மை யாவும் காணாமல் போய்விட்டன. அதற்கு மாறாக மிகுந்த தளர்வு, இணக்கம், மென்மை, மகிழ்ச்சி, உற்சாகம், உல்லாச மனநிலை, பற்று.

அப்படியானால் இது சரிவல்லவா? உயர்வா? உண்மையில், பாதாளத்திலிருந்து சிகரத்துக்குத்தான் வந்திருக்கிறேனா?

ஒரு நாள் பாலியல் உறவில் இவ்வளவும் நடந்துவிட்டதா? பாலியலுக்கு இவ்வளவு ஆற்றல் உண்டா?

அந்தக் காதல் தோல்வி சோகம் எங்கே? அது இருந்த இடத்தையே காணோமே. அப்படியானால்... அவ்வளவுதானா எனது காதல்?

அவனுக்கு அதை நினைக்கையில் ஏமாற்றம், இழப்புணர்வு, குற்ற உணர்ச்சி. தனது காதல் உண்மையல்ல, அல்லது நூறு சதவீதம் உண்மையானதோ, மேன்மையானதோ அல்ல என எண்ணி மருகியவாறே பேருந்தில் பயணித்துக்கொண்டிருந்தான்.

காமமும் பாலியலும் காதலை விடப் பெரிதா என்ற கேள்வி எழுந்தது. தேவாதி தேவர்களாலும், தேவேந்திரனாலும், அவர்களது தெய்வீக ஆற்றல்களைப் பயன்படுத்தியும் கலைக்க முடியாத தவமா முனிவர்களின் தவத்தை, அப்சரஸ்கள் தன் மோக வலையால் கலைத்துவிடுகிறார்களே. வேறெதற்கும் பணியாத, சபலப்படாத மாமுனிகளே, காமத்தால் தடுமாறி தவம் கலைந்துவிடுகிறார்களே. சாமான்ய மனிதர்கள் எம்மாத்திரம்?

ஒப்பனக்காரவீதி பைசன் கார்னரில் இறங்கியவன், எப்படியோ, காதல் தோல்வியால் தனக்குள் இருந்த துக்கம், கடுமை, விரக்தி உள்ளிட்ட எதிர்மறைகள் போய், இப்போது இயல்புநிலைக்கும் கொண்டாட்ட மனநிலைக்கும் வந்துவிட்டோமே; குடும்பமும் மகிழ்மே எனத் தன்னைத் தானே சமாதானப்படுத்திக்கொண்டு சித்திரக்கூடத்தை நோக்கி நடந்தான்.

★★★

டேஸ்ட் டீ தேநீரகத்திலிருந்து ஜெகன் 'ஹாஆஆய்ய்...' என உற்சாகமாகக் கூவியழைத்து, மேலே கை உயர்த்தி ஆட்டி வணக்கம் தெரிவித்தார். உற்சாகப் பேர்வழியான அவர் இளைஞர்கள், விடலைகள், தன் வயதொத்த சில நடுத்தர வயதினர்களிடம் எப்போதும் இப்படி ஆர்ப்பாட்டமாக வணக்கம் தெரிவிப்பது வழக்கம். இவன் தனது வழக்கப்படி அமைதியாகப் பதில் வணக்கம் தெரிவித்தான். ஜெகனின் உயர்ந்த கரம் கீழே இறங்காமல், அங்கே வருமாறு சைகை

காட்டியது. சென்றான். உள்ளே பெஞ்சில் அமர்ந்து நாளிதழ் புரட்டிக்கொண்டிருந்த ரப்பர் ஸ்டாம்ப்காரரும் முகம் உயர்த்திப் பார்க்க, அவருக்கும் வணக்கம் வைத்தான்.

“என்ன இளங்கோ... வீட்ல விசேசமா?” ஜெகன் புன்முறுவலோடு கேட்டார்.

முந்தா நாளும் நேற்றும்தான் காரியமே நடந்திருக்கிறது, அதற்குள் விசேஷமா என எண்ணிக்கொண்டவன், “இல்லீங்ஙேண்ணா...?” என்றான், புருவச் சுழிப்பில் ஏன் எனும் கேள்வியோடு.

“முகத்துல சந்தோசம் தெரிஞ்சுது. அதனாலதான் கேட்டேன்.”

“ஆமாப்பா. உன்னோட கல்யாண விவகாரத்துலருந்து ஏளெட்டு மாசமா உம் முகமே கருவளிஞ்சிருந்துச்சு. இன்னைக்குத்தான் பிரகாசம் தெரியுது” என்றார் ரப்பர் ஸ்டாம்ப்காரரும்.

தனது மகிழ்ச்சி முகத்திலேயே தெரிகிற அளவுக்கு இருக்கிறது என்பதை அவனுக்கே நம்ப இயலவில்லை. காரணத்தை அவர்களிடம் சொல்லவேண்டும் என்றும் இருந்தது.

மறுநொடியே, சொல்லலாமா வேண்டாமா எனும் தயக்கம்.

இவர்களிடம் சொல்வதில் தவறில்லை. மாதங்கியின் திருமணப் பத்திரிகை வந்த சமயம், அதை நடக்கவிடக் கூடாது, பெண்ணைத் தூக்கி வந்து திருமணம் செய்வதற்கும் நாங்கள் துணை இருக்கிறோம் என்றவர்கள் ஜெகன், ரப்பர் ஸ்டாம்ப்காரர், ரெக்ஸின் முதலாளி ஆகிய மூவரும்தானே. இவர்களை விட்டால் தனக்கு நட்பென்று சொல்லிக்கொள்ள வேறு யார் உண்டு? தனது துன்பத்தில் துணை நிற்கும் அவர்களிடம் இன்பத்தையும் பகிர்ந்துகொள்வதுதானே முறை. இப்போதுதான் கடைகள் திறக்கப்படுகிற நேரம் என்பதால் தேநீரகத்தில் வேறு வாடிக்கையாளர்கள் யாரும் இல்லை. தேநீர் நேரமான பதினொன்றரைக்கு, வடை போண்டா போடுகிறபோதுதான் வாடிக்கைகள் வருவார்கள். இப்போது வேற்றாட்கள் இல்லாததால் தாராளமாக அந்தரங்கங்களைச் சொல்லவும் முடியும். அதனால் சித்திரக்கூடத்தின் முன்பு - ‘கேரம்போர்டு விளையாடு பாப்பா; உன் வீட்டில் கேரம் போர்டு

இல்லாமல் இருக்கலாமா பாப்பா?' என்று விளம்பர வாசகங்கள் சொல்லியபடி - நின்றுகொண்டிருந்த கோபியை அழைத்து, கடை திறக்க சாவியைக் கொடுத்துவிட்டு இளங்கோவும் தேநீரகத்துக்குள் சென்றான். ஏழு மாதங்களாக மனைவியுடன் நிலவிய விலகலையும், கடந்த இரு நாள் சம்பவங்களையும், தனது தற்போதைய உணர்வுகளையும் அவர்களிடம் சுருக்கமாகத் தெரிவித்தான்.

ஜெகன், "இதுல சங்கடப்படறக்கோ, தப்பு சொல்றக்கோ ஒண்ணும் கெடையாது. இது இப்புடித்தான் நடக்கவும் வேணும். அதுதான் எல்லார்த்துக்கும் நல்லது. மாதங்கி சமாச்சாரம் அப்புடி ஆயிப்போச்சு. இன்னும் அதையே நெனச்சு நீ ஃபீல் பண்ணீட்டிருந்தா என்ன பிரயோஜனம்? அந்தப் பொண்ணும் வேறொருத்தரைக் கல்யாணம் பண்ணி செட்டிலாயிருச்சு. அது அதோட லைஃபப் பாத்துட்டிருக்கும். அதுக்கு முன்னாடியே உனக்குக் கல்யாணம் பண்ணோணும்னு பண்ணி வெச்சாரு பாரு உங்கப்பா... அவுருதானப்பா தகப்பன். அதுக்கப்பறமும் நீ இத்தனை மாசம் சம்சாரத்துக்கிட்ட தாம்பத்யத்த விடு பேசாமப் பளகாம இருந்திருக்கறீன்னா... என்ன ஆளப்பா நீயி. லவ் ஃபெய்லியர் ஞாவகத்துல நீ வெசனப்பட்டுட்டு இருக்கறேங்கறது தெரியும். ஆனா, சம்சாரத்துக்கிட்ட இந்தளவுக்குக் கொடுமையா நடந்திருப்பேன்னு நெனைக்கவே இல்ல. தெரிஞ்சிருந்தா அப்பவே நானும் கண்டிச்சிருப்பேன். செரி, எப்புடியோ பிரச்சனை முடிஞ்சு இப்ப நல்லது நடந்திருக்குது. இனியும் எல்லாம் நல்லதாவே நடக்குட்டும்" என்றார்.

"அது சரிங்ணா. எனக்கு ரெண்டு விசயம் உறுத்தீட்டே இருக்குது. முக்கியமா, மாதங்கிக்குக் கல்யாணம் ஆயிருச்சே தவுத்து, அவ சந்தோசமாவோ, நார்மலாவோ இருக்க மாட்டாங்ணா. அவுங்க அம்மா, தற்கொலை பண்ணீருவேன்னு எமோசனல் ப்ளாக்மெய்ல் பண்ணுனதுனாலதான் கல்யாணத்துக்கு ஒத்துக்கிட்டா. அப்பவே உருக்கொலைஞ்சு போயிருந்தா. அதுக்கும் மேல எங்ககிட்ட, 'நான் நல்லா இருக்கக் கூடாது; நாசமாப் போகணும். அதுக்கு நீங்க, சொந்த பந்தம் எல்லாம்

சேந்து என்னை சபிங்க'ன்னென்னாம் பொலம்புனா. புடிவாதக்காரி. இன்னும் அதே மாதிரி இருப்பாளோ என்னமோ. ஆனா, நான் பாட்டுக்கு..."

"அதெல்லாம் ஒண்ணும் ஆயிருக்காதப்பா. வாழ்க்கைல ஒவ்வொருத்தரும் அந்தந்தச் சந்தர்ப்பத்துல உணர்ச்சிவசமாப் பேசறதுதான், இருக்கறதுதான். அதுக்காகக் காலம் பூரா அப்புடியேவா இருப்பாங்க? சொந்தத்துக்குள்ளயே பகையாகி, செத்தாலும்மில்ல, பொளைச்சாலும்மில்லன்னு இருக்கறதுண்டு. அப்பறம் அவுங்க சேந்துக்கறதில்லையா? பையனோ புள்ளையோ தன்னை மீறி ஓடிப்போயி லவ் மேரேஜ் பண்ணீட்டாங்கன்னு, பெத்தவங்க கொஞ்ச காலம் சேத்திக்காம இருப்பாங்க. ஏன், சில தகப்பனுக, என் பையன் செத்துப்போயிட்டான்னு பேரூரு போயிக் கருமாதியே பண்றதில்லையா? காலப்போக்குல மனசு மாறி, பேரன் பேத்தி பொறந்ததும் சேத்திக்குவாங்க. இதுவும் அப்புடித்தான். நீயே ஏளு மாசம் சோகம் கொண்டாடிக் குடிச்சுத் தீத்து, சம்சாரத்தைத் தொடாம இருந்து, இப்ப சரியாகுலயா?"

ரப்பர் ஸ்டாம்காரர், "ஆம்பளைகளை விட பொம்பளைக சீக்கரம் மனசு மாத்திக்குவாளுகப்பா. ட்ரஸ்சு மாத்திக்கறதை விட வேகமா மனசை மாத்திக்கறவளுகளாச்சே. நாம நாலு வேட்டி, நாலு பேன்ட் வெச்சிருப்போம். அவளுக கொறைஞ்சது அம்பது அறுவது சீலை வெச்சிருப்பாளுக. அதுக்கு டபுள் மடங்கா மனசும் இருக்கும். கள்ட்டிக் கள்ட்டி வீசீட்டுப் போயிட்டே இருப்பாளுக" என்றார்.

"எல்லாப் பொம்பளைகளையும் அப்புடி எடை போடாத ரப்பரு. ஆம்பளைக எப்புடி வேண்ணாலும் இருக்கலாம். அவுங்க லவ் ஃபெய்லியருன்னோ, மத்த காரணத்துக்காகவோ காலம் பூரா ப்ரம்மச்சாரியாவே இருக்க முடியும். பொம்பளைக அப்படி இருக்க முடியாது. ஆயரெத்துட்டு நூணாயம் வரும், பிரச்சனைகளும் வரும். அதனால, மனசைக் கல்லாக்கிட்டு, குடும்பத்துக்காகவும், மத்த காரணங்களுக்காகவும் அவுங்க வேற லைஃப்ல செட்டில் ஆயிக்கறாங்க."

“எனக்கு இன்னொரு கேள்விங்ணா. காதலை விடக் காமம் பெருசா?”

“அது ஆளப் பொறுத்து, எடம் பொருள் ஏவலைப் பொறுத்து, சந்தர்ப்பத்தைப் பொறுத்து மாறுமப்பா. பேசுனாக் கதை கதையாப் பேசலாம். மத்தபடி, காதலும் காமமும் வேறன்னாலும், ரெண்டுக்கும் நெருங்குன கனெக்சன் இருக்குதே. அதனால, அதையப் பத்தி ரொம்ப அலட்டிக்கத் தேவையில்ல. ஆனா, ஒண்ணு நல்லாப் புரிஞ்சுக்கொ. புருசன் – பொண்டாட்டிக்குள்ள இருக்கறது காமம் மட்டுமில்ல. நீ வேற ஏதாவது பொம்பளைகிட்டயோ, விபச்சாரிகிட்டயோ போயிருந்தீன்னா இப்ப இருக்கற ஃபீலிங் உனக்கு இருக்குமா? அவளுக உனக்காகக் கஷ்டத்தைத் தாங்கிட்டு, இதெல்லாம் செய்வாளுகளா? பொண்டாட்டி புருசனுக்கு எடைல இருக்குது பாரு... அதுதானப்பா உண்மையான லவ்வு.”

அவனுக்குக் குழப்பம் விலகி மனம் தெளிந்துகொண்டிருக்கையில், ரப்பர் ஸ்டாம்ப்காரர், “லவ்வு என்னத்தை லவ்வு? உருகி உருகி ஃபீல் பண்றதெல்லாம், லவ் பண்றவங்க படுக்காம இருக்கற வரைக்கும்தான். நீயே மாதங்கிகிட்ட ஒருக்கான்னாலும் படுத்திருந்தீன்னா, அந்தப் புள்ளை வேற கல்யாணம் பண்ணிப் போனதப் பத்தி உனக்கு ஒரு ஃபீலிங்கும் இருந்திருக்காது” என்றார் அலட்சியமாக.

இவன் திகைத்து நின்றான்.

★★★

ரப்பர் ஸ்டாம்ப்காரர் சொன்ன கருத்து நாள் முழுக்க நெருடிக்கொண்டே இருந்தது. வேலை இருந்தால் அதைச் செய்யும் நேரத்தில் மற்ற எதையும் நினைக்க மாட்டான். பெரும் கவலைகளையும் வேலையில் மறந்துவிடுவான். அந்த அளவுக்குத் தொழிலில் கவனமும், நேசமும். மாதங்கியே, “நான் உனக்கு ரெண்டாவது காதலிதான். உன்னோட தொழில்தான் உனக்கு முதல் காதலி! இல்லையா?” என்று

சொல்லியிருக்கிறாள். இப்போது வேலை குறைவாக இருப்பதால் இன்று கிட்டத்தட்ட பாதி நேரம் சும்மாதான் இருந்தான். அப்போது ரப்பர் ஸ்டாம்ப்காரரர் சொன்னதே மண்டைக்குள் வட்டமடித்துக்கொண்டிருந்தது.

“நீ சொல்றது உன்னோட கருத்து. பொதுக் கருத்துன்னு சொல்ல முடியாது. சிலருக்குப் பொருந்தும்; சிலருக்குப் பொருந்தாது” என்று ஜெகனே அதற்குப் பதில் சொல்லியிருந்தார். இருப்பினும் தனக்கு அது பொருந்துமா, பொருந்தாதா என்ற கேள்வி இவனைச் சுற்றிக்கொண்டே இருந்தது.

மாலை ஐந்து மணிக்குத் தேநீர் கொண்டு வந்த ஜெகனிடம் அதைச் சொல்லவும் செய்தான்.

“செத்த புள்ளைக்கு எதுக்கப்பா ஜோசியம் பாக்கற? இப்ப அதைத் தெரிஞ்சு நீ என்ன பண்ணப் போற?”

“இல்ல... என்னோட காதல் உண்மையா இல்லையான்னு...”

“உண்மைன்னா உனக்கு டௌனால் ஜங்சன்ல செலை வெச்சுருவாங்களா? வேலை இருந்தாச் செய்யி. இல்லாட்டி டீயக் குடிச்சுப் போட்டு, பை எடுத்துட்டுக் கெளம்பு. நேரா லாலா கடைக்குப் போயி காக் கிலோ அல்வா; பூக்காரிகிட்ட ரெண்டு மொளம் மல்லியப் பூ வாங்கிட்டு வீடு போய்ச் சேரு. வீட்டுல மொட்டை மாடி இருக்குதா?”

★★★

அஸ்தமன நேரம், மொட்டை மாடியில் இளங்கோ மேற்கு நோக்கியும், சாமுத்ரிகா அவனை நோக்கியும் அமர்ந்துகொண்டிருந்தனர். அவளது கூந்தலில் இரண்டு முழம் மல்லிகை. அவள் லாலா கடை அல்வாவை விண்டு அவனுக்கு ஒரு வாய் ஊட்டிவிட்டு, தானும் சுவைக்கலானாள்.

மனைவிக்கு குறிப்பாக, புது மனைவிக்கு கணவன் மல்லிகையும் அல்வாவும் வாங்கி வருவது தமிழ்நாட்டு வழக்கம் மட்டுமா, மற்ற மாநிலங்களிலும் அப்படி இருக்குமா என்ற கேள்வி

அவளுக்குள் எழுந்தது. அது ஏன் மல்லிகையும் அல்வாவும் காம்பினேஷன் என்பது பற்றியும் யோசித்தாள். அந்த இரண்டுமே பெண்களுக்கு மிகப் பிடித்தமானவை என்பதால் அவற்றை வாங்கிக் கொடுத்து மனம் கவரத்தான் கணவர்கள் அதைச் செய்கிறார்களோ? மாலையிலோ முன்னிரவிலோ வீடு திரும்பும் கணவன், மனைவிக்கு இவற்றை வாங்கி வந்து தருவது, அவளை குஷிப்படுத்தி, இரவுப் படுக்கைக்குத் தயார்படுத்துவதற்காகத்தான் என்று பஞ்சாலைப் பெண்கள் சொல்லக் கேள்விப்பட்டிருக்கிறாள். எப்படியும் இது அன்றாட நடைமுறை அல்ல. அவ்வப்போது நடப்பது. கணவன் அல்வாவும் மல்லிகையும் வாங்கி வந்து கொடுப்பது ஒரு சமிக்ஞை. மனைவியும் அதை ஏற்று, ஆயத்தமாகிவிடுவாள். கணவன் மனைவியர்களுக்கு இடையே சிற்சிறு பிணக்கங்கள் ஏற்பட்டிருக்கும்போது கணவன் அல்வாவும் மல்லிகையும் வாங்கி வந்து கொடுப்பது, அவளைத் தாஜா செய்து சமாதானப்படுத்துவதற்கான ஏற்பாடு. காலையில் கணவன் கிளம்பும்போது, ‘இன்னைக்கு அல்வாவும் மல்லிகைப் பூவும் வாங்கிட்டு வாங்க’ என்று மனைவி சொன்னால், அது அவனுக்கான இரவு விருந்துக்கு அழைப்பு. மாப்பிள்ளை அன்றைக்கு மத்தியானத்திலிருந்தே கிடை கொள்ளாமல் தவித்து, இரவில் எவ்வளவு சீக்கிரம் முடியுமோ அவ்வளவு சீக்கிரமாக வீடு திரும்பிவிடுவான். இதெல்லாமே மூத்த பெண்கள் சக இளம் ஊழியைகளிடம் சொல்ல இவளின் காதில் விழுந்தவை.

ப்ளஸ் ஒன் படிக்கும்போது பொங்கலுக்கு வெளியாகி, குடும்பத்தாரோடும் அண்டை அயலாரோடும் கூட்டமாகச் சென்று பார்த்த அமைதிப்படை திரைப்படத்தில் சத்தியராஜ் கஸ்தூரிக்கு அல்வா கொடுத்துக் கவிழ்ப்பதும், பழைய படமான வைதேகி காத்திருந்தாளில் இடம்பெறும் ரெண்டு மொழம் மல்லிகை காலே கால் கிலோ அல்வா நகைச்சுவையும் நினைவுக்கு வந்தன.

இளங்கோவும் இந்த வகைதானா? அதற்குத்தான் அல்வாவும் மல்லிகையும் வாங்கிக்கொண்டு வந்தானா?

அவன் அப்படிப்பட்ட ரகம் அல்லவே. தன்னுடைய மகிழ்ச்சியையும், இன்பத்தையும் பார்ப்பானே தவிர, மற்றவர்களை மகிழ்ச்சிப்படுத்த வேண்டும் என நினைக்கிற ரகம் அல்ல. நிச்சயமாக மற்றவர்களுக்குத் தொந்தரவு, துன்பம், வலி, வருத்தம், சங்கடம் ஆகியவற்றை உண்டாக்க மாட்டான். அதே சமயம், தன்னால் மற்றவர்கள் இன்பமோ, சந்தோஷமோ, உற்சாகமோ அடைய வேண்டும் என நினைப்பதும் இல்லை.

சம்பாதிக்கிற பணத்தில் தனது செலவுக்கும் தேவைக்கும் போக மீதியை அம்மாவிடம் கொடுத்துவிடுவான். வீட்டுக்கு வேண்டியதை அவள்தான் வாங்கிக்கொள்ள வேண்டும். அல்லது எதையாவது வாங்கி வரச் சொன்னால் செய்வான். தனக்கு வேண்டியதை அவனே வாங்கிக்கொள்வான். மற்றபடி, வீடு திரும்பும்போது தின்பண்டங்களோ, நகரிலிருந்து நல்ல காய்கறிகளோ வாங்கி வருகிற வழக்கம் கிடையாது. கைலாசநாதன்தான் அதைச் செய்வார். அதேபோல, எட்டரைக்கு முன்பு அவன் வீடு திரும்புவதும் இல்லை. இன்று ஆறு மணிக்கே வந்துவிட்டான்.

அதைக் கண்டதுமே கன்னிகா புருவம் சுருக்கி, "என்ன, நேரத்துலயே வந்துட்ட? உடம்பு சரியில்லையா?" என்று கேட்டாள்.

"இல்லம்மா. வேலை இல்ல. அதனால வந்துட்டேன்" என்றவன் பையிலிருந்து அல்வாவையும் மல்லிகையையும் எடுத்து சாமுத்ரிகாவிடம் நீட்ட, கன்னிகா அர்த்தபூர்வமாக, "ம்ம்...!?" என்றாள். அவனுக்கு அதன் ஜாடை தெரியாததால் அவன் பாட்டுக்கு அறைக்குள் சென்றுவிட்டான். அதன் பிறகு கன்னிகா இவளிடம், "அட,... இந்தப் பூனையும் பாலைக் குடிக்குதே" என்று சொல்லவும் இவளுக்கு ஒரு மாதிரியாகிவிட்டது.

"உனக்கும் சாமார்த்தியம் இருக்குதாட்டத்தான் தெரியுது. ரெண்டே நாள்ல அவனை மாத்திப் போட்டயே" என இவளைப் பாராட்டிவிட்டு, "எப்புடியோ வளிக்கு வந்துட்டிருக்கறான். கவுத்த கெட்டியாகப் புடிச்சுட்டு, வளைச்சுக் கட்டப் பாரு. இல்லாட்டி, மோகம் முப்பது நாளு, ஆசை அறுவது நாளுன்னு

– மூணு மாசம் முடிஞ்சதுக்கப்பறம் பளையபடி ஆனாலும் ஆயிருவான். குடிகாரக் குப்பனுக எல்லாருமே அப்புடித்தான். புருசன் புது மயக்கத்துல இருக்கும்போதே பொண்டாட்டி வசியப்படுத்தி வெச்சுட்டா, காலம் பூரா தாக்காட்டிக்கலாம். அப்ப ஏமாந்துட்டாப் போச்சு; புடி உட்டுப் போயிரும். பளகப் பளகப் பாலும் புளிக்கும்கற கதைதான். மாசமாயிருச்சு, கொளந்தை பொறந்துருச்சுன்னாலும் அப்புடித்தான்... நைசா அப்புடியே ரிவர்ஸெடுப்பாங்கொ. நாமதான், அவுங்க எதனால வெலகறாங்களோ, அந்தக் கருவையும், கொளந்தையுமே வெச்சு அவுங்களை இளுத்துப் புடிச்சு, நம்ம கட்டுத்தாரைலயே கட்டி வெக்கோணும். அதுக்கெல்லாம் அந்தச் சமயத்துல பக்குவம் சொல்றேன். இப்ப நீயி அவங்கிட்ட, நாலு பேர்த்து கூடப் பளகோணும் – புடிக்கோணும், நாலு பேரு மதிக்கற மாற வாளோணும்கறதைச் சொல்லி ஏற்பாடு பண்ணுனீன்னாலே போதும். மாதங்கி சொல்லி, அவனும் அப்புடித் திருந்தீட்டிருந்தவன்தான். அதுக்குள்ள இப்புடி ஆயிப்போச்சே. இனி அவன் உங் கையில. அதை மட்டும் எப்பவும் மறந்தறாத" என அறிவுரைத்து அனுப்பி வைத்தாள்.

கன்னிகாவின் பாராட்டும் அறிவுரையும் அவளுக்கு ஊக்கமூட்டலாக இருந்தன. இளங்கோவின் தற்போதைய மாற்றமும் நடவடிக்கைகளும் நம்பிக்கை கொள்ள வைத்தன. அம்மாவோ தானோ பயந்த மாதிரி தனது வாழ்க்கை மோசமாகிவிடவில்லை என்கிற ஆசுவாசம் ஏற்பட்டிருந்தது.

அவளுக்கு வாழ்வில் பெரிய ஆசைகள் எதுவும் இல்லை. கீழ் நடுத்தர வர்க்கத்தில் பிறந்து, ஏழ்மையும் வறுமையுமான வாழ்க்கை வாழ்ந்து பழக்கப்பட்ட அவளுக்கு, எந்த நிலையிலும் கௌரவமான, சராசரியான வாழ்க்கையை வாழ்ந்தால் போதும் என்கிற ஒரு கொள்கை மட்டுமே. சொத்து சுகம், ஆடம்பரம், நவீன வசதிகள், ஆடை ஆபரணங்கள் போன்ற எதற்கும் ஆசைப்பட மாட்டாள். இளம் பெண்களுக்கு இருப்பது போல, தனக்கு இப்படியிப்படிப்பட்ட கணவன் வேண்டும் என்ற ஆசைப் பட்டியலும் இருந்ததில்லை. நல்ல கணவன் வாய்க்க வேண்டும், நல்ல குடும்பத்தில் வாழ்க்கைப்பட வேண்டும்

என்ற எண்ணம் மட்டுமே. அது நடந்துவிட்டது. இத்தனை காலம் இளங்கோவால் நீடித்த துன்பமும் தீர்ந்துவிட்டது. மாமியார் கவனப்படுத்தியது போல, இப்போது அவன் வழிக்கு வந்துகொண்டிருக்கிறான். கொஞ்சம் கொஞ்சமாக அவனைச் சரிப்படுத்தினால் முற்றிலுமே மாறி, அனைவரும் பாராட்டும்படியான மனிதனாக ஆகிவிடுவான்.

தனக்கு வாய்த்த மாமனாரும் மாமியாரும் எவ்வளவு நல்லவர்கள், அவர்கள் அப்படியிராவிட்டால் இதெல்லாம் நடந்திருக்குமா என்று யோசிக்கையில், "இந்த மாதிரி மாமனாரும் மாமியாரும் அமையறதுக்கு நான் குடுத்து வெச்சிருக்கணும்" என்ற வார்த்தைகள் தன்னிச்சையாக அவளது வாயிலிருந்து வெளிப்பட்டுவிட்டன.

அந்திவானத்தின் அழகையும், கூடு திரும்பும் பறவைகளையும் ரசித்துக்கொண்டிருந்த இளங்கோ அவளைத் திரும்பிப் பார்த்துப் புன்னகைத்தான். எதுவும் சொல்லவில்லை. ஆனால், அவளுக்கு இன்னும் சொல்லவேண்டும் போல் இருந்தது.

"மாமனாருக பெரும்பாலும் பிரச்சனை இல்ல. ஒரு சிலர்தான் மோசமா இருப்பாங்க. ஆனா, மாமியார்ல தொண்ணூறு - தொண்ணூத்தஞ்சு சதவீதம் பேரு கொடுமைக்காரிகளாவோ, மருமகளுக்கு எதிராவோ, மருமகளைப் புடிக்காதவங்களாவோதான் இருப்பாங்க. ஆயிரத்துல ஒரு மாமியார் நல்லவங்களா இருக்கலாம். என் மாமியார் மாதிரி, மருமகளுக்கு மந்தரமே ஓதிக் குடுக்கற மாமியார், உலகத்துல வேற எங்கயுமே இருக்க மாட்டாங்க."

"மந்தரமா... என்ன மந்தரம்?"

அவன் கேட்ட பின்புதான், உணர்ச்சிவயத்தில், சொல்லக் கூடாததை - அதுவும் யாருக்காக மந்திரம் ஓதப்பட்டதோ அவனிடமே கட்டுப்பாடு தவறி சொல்லிவிட்டதை உணர்ந்தாள்.

உடனே சுதாரித்துக்கொண்டு, "இல்ல... அது லேடீஸ் பூஜை செய்யற மந்தரம்" எனச் சமாளித்துவிட்டாள்.

"வெளக்குப் பருத்தற நேரமாச்சு; இன்னும் என்ன

பண்ணீட்டிருக்கற, சாமுத்திரிகா? வந்து வெளக்குப் பருத்தி வெச்சுட்டுன்னாலும் போயிப் பேசீட்டிரு” என்று மொட்டை மாடிப் படிக்கட்டுகளின் கீழே இருந்து கன்னிகாவின் குரல் கேட்டது.

அவள் எழ, அவனும் எழப் போனான்.

“நீங்க இங்கயே இருங்க. அஞ்சே நிமிசத்துல வந்தர்றேன்” என்றபடி நகர்ந்தாள். அவள் படியிறங்கிச் சென்ற பின்னும் மல்லிகை வாசம் அவன் அருகிலேயே அமர்ந்துகொண்டிருந்தது.

★★★

அத்தியாயம் 25

செப்டம்பரில் சில நாட்கள்

மாதங்கியை மறந்துவிட்டோம் என்பதை இளங்கோவுக்கே நம்ப முடியவில்லை. எப்படி மறந்தோம் என்பதை எண்ணி வியக்கவும் செய்தான்.

சாமுத்ரிகாவுடனான முதலிரவன்றுவரை மாதங்கியின் நினைவு அவனை ஆக்ரமித்திருந்தது. முதலிரவன்று அவளின் நினைவுகளும், அவற்றின் அழுத்தமும் பல மடங்கு அதிகமாவே இருந்தன. முதலிரவு தொடங்கும் முன்போ, அவை ஆக்ரோஷமாக அவனைத் தாக்கவும் செய்தன. அதோடு போராடித்தான் அவன் சாமுத்ரிகாவை அணுக வேண்டியிருந்தது. மனதுக்குத் துளியும் பிடிக்காமல், நிர்ப்பந்தத்தால் செய்ய வேண்டியிருந்த அந்தச் செயலின் மீது உண்டான வெறுப்பு, அச் செயலிலும் வெளிப்பட்டுவிட்டது அவனுக்கே தெரியவில்லை. சாமுத்ரிகா பிற்பாடு அது குறித்து, தொழுநோயாளிக்குப் பிச்சை போடுவது போல இருந்தது என்று சொன்னபோதுதான் தனது தவறு புரிந்தது.

அவளது அந்தச் சொல்லால் நிலைகுலைந்து, அன்று இரவு

முழுக்க உறக்கம் வராமல் வருந்திக்கொண்டிருந்தபோதும் மாதங்கியின் நினைவுகள் ஆர்ப்பரித்து அரிக்கவே செய்தன. பிறகு எப்படியோ அடுத்த நாளிலிருந்து அவளின் நினைவு அவ்வளவாக இல்லை. நெஞ்சில் சுமக்க மாட்டாத பெரும் பாரமாக கனத்துக்கொன்டிருந்த காதல் தோல்வி உணர்வு காணாமல் போனது போலவே, மாதங்கியின் ஓயாத நினைவுகளும் ஓய்ந்துவிட்டன.

அவளை அடியோடு மறந்துவிட்டான் என்றோ, அவளின் ஞாபகம் துளியேனும் வரவில்லை என்றோ இதற்கு அர்த்தமல்ல. நினைவுகளின் ஆக்ரமிப்பும், காதல் தோல்வித் துயரமும் போய்விட்டது. எப்போதாவதுதான் அவளின் நினைவுகள் வந்தன. அப்படியே வந்தாலும் அவை எட்ட நின்று எட்டிப் பார்த்துவிட்டுச் சென்றுவிடும். அவனுக்கும் இப்போது அவற்றின் மீது முந்தைய பற்று இல்லை. அதனால்தான் அந்த நினைவுகள் அண்டுவதில்லையோ என்றும் எண்ணிக்கொண்டான்.

ஆம், பற்றுடன் இருக்கும்போது அற்பப் பொருளும் மகத்தானதாக ஆகிவிடுகிறது இவன் ட்ரங்க் பெட்டியினுள் பொக்கிஷங்களாக பத்திரப்படுத்தியிருக்கும் குன்றிமணி, பலகரப் பாசி, சாக்லெட் தாள்கள் முதலானவற்றைப் போல. பற்று போய்விட்டால் உயிர்க் காதலும் அந்நியமாகிவிடுகிறது.

சண்டை போட்டோ, வேறு காரணங்களால் ஒத்துவராமலோ பிரிய நேர்கிற காதலர்களைப் போல அன்பளிப்புகள், நினைவுப் பொருள்கள், இரவல் கொடுத்த புத்தகங்கள் எதையும் மாதங்கி கேட்கவும் இல்லை; இவன் கொடுக்கவும் இல்லை. அவை இன்னும் பழையபடியே பத்திரமாக இருந்தன. அவற்றை என்ன செய்ய வேண்டும் தொடர்ந்து பாதுகாப்பது முறையா; அல்லது குப்பைத் தொட்டியில் போடவோ, எரித்து அழித்துவிடவோ செய்வது முறையா? அவனுக்குத் தெரியவில்லை. ஆனால், அவற்றைக் குப்பையில் போடவோ, அழிக்கவோ அவனால் முடியாது. எனவே, இருக்கிறவரை அவை அப்படியே இருக்கட்டும் என விட்டுவிட்டான்.

மாதங்கி திருமண விவகாரத்திலிருந்தே அவன் தனது கற்பனை

உலகில் சஞ்சரிப்பதில்லை. அந்தப் பழக்கம் அவனிடமிருந்து தானாக விலகிவிட்டது. முன்பெல்லாம் அவனாக எண்ணிக்கொண்டு கற்பனையில் ஆழ்வது தவிர, பற்பல சந்தர்ப்பங்களிலும் அவனை மீறியே அவனது கற்பனைகள் தன்னிச்சையாகச் செயல்படத் தொடங்கிவிடும். மேற்படி சம்பவத்துக்குப் பிறகு இந்த இரு வகையுமே இல்லை. மாதங்கி இனி அடுத்தவன் மனைவி என்கிற உணர்வே, அவளைக் கற்பனை மனைவியாகக் கொண்டு வாழும் அவனது அக வாழ்க்கைக்கு முற்றுப்புள்ளி வைத்தது போலும். கற்பனை மனைவி, கற்பனைக் குழந்தைகள் தவிர வேறு பகற்கனவுகள் எதுவும் அவனுக்கு இருந்திருக்கவில்லையாதலால் அவனது கற்பனை உலகமே அதோடு அவனுள்ளிருந்து மறைந்துவிட்டது.

ஓவியாவையும் காவியனையும்தான் அவனுக்கு மறக்க இயலவில்லை. தனது கற்பனையினால் உருவான குழந்தைகள்தானே என்று அவர்களை நினைத்துக்கொள்வான். திருமணத்துக்கு முன்னும் பின்னுமாகச் சில மாதங்களில் அவர்களே அவனுக்கு ஆறுதலாக இருந்தனர். ஆனால், தாய் கைவிட்டுச் சென்ற அக் குழந்தைகளிடமும் முன்பு போல மகிழ்ச்சி, உற்சாகம், குதூகலம் எதுவும் இல்லை. அவர்களும் சோக முகங்களோடு, விளையாடவும் செய்யாமல் துக்கித்திருந்தனர். அவர்களுக்கு ஆறுதல் சொல்ல முற்பட்டு அவன் தனக்கு ஆறுதல் தேடவோ, துக்கத்தை அதிகப்படுத்திக்கொள்ளவோ செய்வான்.

ஒருநாள் கனவில், மாதங்கி, “ஏற்கனவே இருக்கற பிரச்சனை பத்தாதுன்னு இதுக வேற. இந்த சனியனுகனாலதான் அவன் இன்னும் என்னை நெனைச்சு துக்கப்பட்டுட்டிருக்கறான். இல்லாட்டி அவன் என்னை எப்பவோ மறந்துட்டு ஜாலியா இருந்திருப்பான்” என குழந்தைகளைத் திட்டிக்கொண்டிருந்தாள். இன்னொரு நாள், “நீ மேல வந்து விழுந்ததுனாலதான்டா உங்கப்பாவுக்கு குடல்வால் வெடிச்சு செத்துட்டாரு” என்று காவியனை ஆத்திரத்தோடு அடித்துக்கொண்டிருக்க, இளங்கோவுக்கு வயிறு பூதாகரமாக வீங்கி வெடித்தது. அதிலிருந்து வாணவேடிக்கைகள் பீறிட்டு, ஆயிரக் கணக்கான

பட்டாம்பூச்சிகள் வெளிப்படவே, குழந்தைகள் கைதட்டிக் குதூகலித்தன. வேறொரு நாள், பசியால் வாடியிருக்கும் குழந்தைகளிடம், “அப்பனையே தின்னும் பசியடங்கலயா உங்குளுக்கு?” என ஏசிக்கொண்டிருந்தாள். குழந்தைகள் இவனைத் தேடி அறைக்குள் வந்து பார்த்தன. காணவில்லை. காட்டுக்குள் போயிருப்பான் என்று தேடிச் சென்றன. அதன் பின் கனவிலும் அவை வரவே இல்லை.

மாதங்கியின் இழப்பு அவனது வாழ்வில் வெற்றிடத்தையும், கற்பனை உலகின் இழப்பு, அவனுள் வெறுமையையும் ஏற்படுத்தியிருந்தது. இதனிடையே, வேலை குறைவு, வேலை இன்மை ஆகியவற்றால் ஆன சிரமங்கள் வேறு. அப்படி இருக்கையில்தான் கைலாசநாதனின் இரட்டை நிபந்தனைகளும், அதைத் தொடர்ந்து இவனுக்கும் சாமுத்ரிகாவுக்கும் இடையே நடந்துவரும் நிகழ்வுகளும்.

கைலாசநாதனின் நிபந்தனைகள் ஆரம்பத்தில் அவனுக்கு மிகுந்த இக்கட்டை ஏற்படுத்திவிட்டன. சாமுத்ரிகாவுடனான உறவும் அப்படியே. அதில் அவளுமே பாதிக்கப்பட்டு, எவ்வளவு துயருற்றிருந்தாள். ஆனால், எவ்வளவு அதிவேகத்தில் அப்படியே மாறிவிட்டாள். அதுதான் பெண்மையா அல்லது மனைவி எனும் ஸ்தானத்தின் வலிமையா?

சாமுத்ரிகா மிக சாது. அழகு, அமைதி, மென்மை, இனிமை போன்ற சொற்களின் மொத்த உருவம். அச்சம், மடம், நாணம் வகையறா. வறுமைத் தாயின் வளர்ப்பு. குடும்பப் பாங்கான குண நலன்கள். உரத்துப் பேசக் கூட மாட்டாள். அந்நியர்களிடம் பேசவே தயங்குவாள். ஆனால், இரண்டே நாட்களில் அவள் இவனிடம் கொண்டுவிட்ட உரிமையும், ஒட்டுறவும், மென்மையான உறுதியும் அவனுக்கு வியப்பூட்டி, அவளிடம் ஈர்ப்பையும் ஏற்படுத்தின. ஒட்டுறவு, உரிமை ஆகியவற்றின் மூலம் அவள் நான் உன்னுடையவள், நீ என்னுடையவன் என்பதை உணர்த்துவதாகப் பட்டது. அதற்காகத்தான் அவ்வாறு செய்கிறாளோ இல்லையோ, அவனுக்கு அதில் அந்த அம்சம் புலப்பட்டது. இனி அதுதானே சரி, அதுதானே முறை என

தனக்குள் சொல்லிக்கொண்டான்.

உடல் ரீதியாக அவர்களுக்குள் உறவு ஏற்பட்டுவிட்டது என்பதற்கு அப்பால், தனது மனதுக்குள்ளும் அவள் வந்துவிட்டதை உணர்ந்தான். ஏழு மாதங்களாகக் கதவருகே காத்திருந்தவள், கதவு திறந்தவுடன் சரேலெனப் பாய்ந்து நுழைந்து, இருக்கையைப் பிடித்துக்கொண்டது போலிருந்தது. அவனுள் ஏற்பட்டிருந்த கனத்த வெறுமை, மெதுமெதுவே விலகுவது போன்ற ஆசுவாசம்.

★★★

இளங்கோ அடிக்கடி நேரத்திலேயே வீடு திரும்பிக்கொண்டிருந்தான்.

“கடைல சரியா வேலை இல்ல. ஒண்ணோ அரையோ வந்திட்டிருக்குது. அதை வெச்சு அப்புடியே உருட்டீட்டிருக்கறோம். ரெண்டு வருசம் முன்னாடி வரைக்கும் வேலை மும்முரமா இருக்கும். டீ டயம், லஞ்ச் டயம் தவுத்து மத்த நேரத்துல ரெஸ்ட்டே இருக்காது. ஓயாம வேலை செஞ்சுட்டிருப்போம். ஆடித் தள்ளுபடி, தீபாவளி, பொங்கல் சமயத்துல சீஸன் வேலைக குமியும். ஃப்ளக்ஸ் பேனருக வந்ததுலருந்து எங்குளுக்கு செரியான அடி. அதையவே பேனராவும் யூஸ் பண்ணிக்கறாங்க, சில பேரு ஃப்ரேம் அடிச்சு போர்டாவும் யூஸ் பண்ணிக்கறாங்க. அதனால எங்குளுக்கு பேனர் வேலைகளே சுத்தமா வர்றதில்ல. தகர போர்டு வேலை, ஹோர்டிங் வேலை, வால் பெய்ன்ட்டிங்னு ஏதாச்சு வந்துச்சுன்னா உண்டு. அவுட்டோர் வேலைன்னா எப்பவும் மாதிரி ஸ்பீடா செஞ்சுருவோம். இன்டோர் வொர்க்குன்னா, வேலை கம்மிங்கறதுனால மெதுவா, பொறுமையா செஞ்சு பொழுதுபோக்குவோம். அதை முடிச்சுட்டா அப்பறம் வெட்டியா உக்காந்து, ரோட்டை வேடிக்கை பாத்து சலிக்கணும். எத்தனை நேரம் அப்புடி உக்காந்துட்டிருக்கறது? முன்னயாச்சும் போரடிச்சாப் போயி ஒரு கட்டிங் போட்டுட்டு வருவேன். இப்ப அதுக்கும்

வழியில்ல. அதனாலதான் சாயங்காலம் நாலு அஞ்சு மணி வரைக்கும் எப்புடியோ கஷ்டப்பட்டுப் பொழுதை நெம்பித் தள்ளீட்டு, கோபிகிட்ட ஏழு மணிக்கு கடையச் சாத்திட்டுக் கெளம்பிக்கன்னுட்டு வந்தர்றன். இங்க வந்தாலாச்சும் உங்கிட்டப் பேசீட்டிருக்கலாம். உன்னை வெளிய எங்காச்சும் கூட்டிட்டுப் போறதுன்னாலும் போலாம்...” என அவளிடம் சொன்னான்.

அவன் தன்னைக் காண நேரத்திலேயே வருகிறான் என்பதில் சாமுத்ரிகாவுக்கு உவகை. அதன் மூலம் அவள் அவனிடம் நிறையப் பேசவும், அவனைப் பற்றி இன்னும் தெரிந்துகொள்ளவும் முடிந்தது. செவ்வாய், வெள்ளி, விசேஷ தினங்கள் எனில் அவனோடு அருகில் உள்ள கோயில்களுக்குச் சென்று வருவாள். மற்ற நாட்கள் எனில் மாலை உலா சென்று வரவோ, மொட்டை மாடியில் அமர்ந்து ஏழரை எட்டு மணி வரை பேசிக்கொண்டிருக்கவோ செய்வார்கள்.

வேலை இன்மையாலேயே நேரத்தோடு வருகிறான் என்பதும், அதனால் மனச் சோர்வு, வேதனை, கவலை ஆகியவற்றுக்கு ஆளாகிறான் என்பதும் அவளை வருத்தம் கொள்விப்பதாகவும் இருந்தன. இயன்ற அளவு ஆறுதல் கூறவும், நம்பிக்கையூட்டவும் முற்படுவாள். ஆனால், அவை வீண் முயற்சிகள் என்பது அவளுக்கே தெரியும். ஓவியத் தொழில் நலிந்தது நலிந்ததுதான். அதைச் சரிசெய்ய எந்த வழியும் இல்லை.

“முழுகீட்டிருக்கற டைட்டானிக் மாதிரி நெலைமை. திடீர்னோ, வேகமாவோ முழுகீடாது. சுமார் ரெண்டு வருசமாவே அங்குலம் அங்குலமா முழுகீட்டிருக்குது. இன்னும் சில மாசத்துலயோ, ஒண்ணு ரெண்டு வருசத்துலயோ முழுசா முழுகிடும். அது வரைக்கும் இந்த ஓட்டைக் கப்பல் ஓடும். உடனடி உயிர் ஆபத்து இல்லைங்கறதுனால, அதுவரைக்கும் இதுல ட்ராவல் பண்ணலாம். அப்பறம் என்ன பண்றதுன்னு தெரியில” என அவளிடம் கவலை தெரிவித்தான்.

முன்பு அவனுக்கு ஓவியத் தொழிலில் வருமானம் எந்த அளவு இருந்தது, இப்போது எந்த அளவு இருக்கிறது என விசாரித்தவள், “ஓவியத் தொளிலே நலிவடைஞ்சுட்டிருக்குது, உங்குளுக்கும்

வேலை கொறைச்சல், வருமானம் கம்மி, இன்னும் கொஞ்ச காலத்துல இந்தத் தொளிலே இருக்காதுன்னா, அப்பறம் ஏன் இன்னும் அதைப் பண்ணீட்டிருக்கணும்? அதை விட்டுவிட்டு வேற ஏதாவது தொளில் பண்ணவோ, வேலைக்குப் போகவோ செய்யலாமே. நெறைய ஓவியர்கள் அப்படி இந்தத் தொளிலை விட்டுப் போயி, வேற ஏதாவது செஞ்சுட்டிருக்கறதா நீங்களே சொன்னீங்களே" என்றாள்.

"எனக்கு பேனரு, போர்டு எழுதறதைத் தவுத்து வேற ஒண்ணும் தெரியாதே."

"எல்லாரும் எல்லா வேலையவும் தானாத் தெரிஞ்சேவா செய்யறாங்க? கத்துக்கிட்டுத்தான செய்யறாங்க? நீங்களுமே ஓவியத்தைக் கத்துக்கிட்டுத்தான செஞ்சீங்க?"

"அது சரிதான். ஆனா, எனக்கு ஓவியம் சின்ன வயசுலருந்தே படிஞ்சுபோச்சு. அது எனக்குத் தொழிலா ஆகறதுக்கு முன்னாடியிருந்து என்னோட பொழுதுபோக்காவும், ஆத்மார்த்தமான விருப்பமாவும் இருக்குது. எனக்கு அது சம்பாத்தியத்துக்கான தொழில் மட்டும் இல்ல. நான் அதை அந்த அளவுக்கு நேசிக்கறேன். அதனாலதான் என்னால அதை விட்டுப் போக முடியல. நிச்சயமா இதைக் கைவிட வேண்டிய காலம் வரும். அப்ப, கைவிட்டுத்தான் ஆகணும். ஆனா, அது வரைக்குமாவது இதுலயே இருக்கணும்கறது என்னோட விருப்பம்" என்றவன், "நம்மளைப் பெத்து வளத்துன தாய்க்கு வயசாயிருச்சு, அவங்களால நமக்கு எதுவும் செய்ய முடியில, அவங்களுக்கு வியாதி, கூடிய சீக்கரம் சாகப் போறாங்கன்னா என்ன பண்ணுவோம்? அந்த மாதிரி நெலைமைலதான்" என்றதும் ஓவியத் தொழிலுடனான அவனது பிணைப்பையும், உணர்ச்சிகளையும் புரிந்துகொள்ள முடிந்தது.

கலைஞர்கள், தம் பணியையும், தொழிலையும் நேசிப்பவர்கள் ஆகியோருக்கு, தொழிலில் வருமானத்தைக் காட்டிலும் தொழில் நேசமே பெரிதாக இருக்கும். அத்தகையவர்கள் தமது தொழிலில் எவ்வளவோ கஷ்டப்படவும், இழக்கவும் நேர்ந்தாலும் அதை விட்டுக்கொடுக்க மாட்டார்கள்.

இளங்கோவும் அவர்களில் ஒருவன் என்பதால் அவள் அது குறித்து மாற்றுக் கருத்தோ, எதிர்ப்போ தெரிவிக்கவில்லை. அப்போதைக்கு இதனால் பெரிய பிரச்சனை ஒன்றும் இல்லை என்பதால், அப்படி ஆகும்போது பார்த்துக்கொள்ளலாம் என விட்டுவிட்டாள்.

★★★

கணவன் மனைவியரில் ஒருவர் குறைகளை இன்னொருவர் சரிக்கட்ட வேண்டும் என மாமனார் சொன்னது அவளுக்குள் ஆழமாக விழுந்துவிட்டிருந்தது. இளங்கோவின் குறைகளைத் தன்னால் இயன்றவரையில் ஈடுகட்டவேண்டும் என உறுதி பூண்டிருந்தாள். வழிக்கு வந்துகொண்டிருக்கும் இளங்கோவை வளைத்துக் கட்டப் பார் என மாமியார் சொன்னதும் இதேபோன்ற காரியம்தான் எனினும், அதில் இவளுக்கு மாற்றுக் கருத்து இருந்தது. அதை மாமியாரிடம் சொல்லாமல் தனக்குள்ளேயே வைத்துக்கொண்டாள். இளங்கோ இவளிடம் மோக வயப்பட்டிருப்பதான கண்ணோட்டத்திலேயே மாமியார் தனது அறிவுரையைக் கூறியிருந்தார். முன்பு அவள் அவனிடம் சரசமாடி மயக்கும்படியாக தலையணை மந்திர ஆலோசனைகள் கூறியிருந்ததும் அவ்வாறே. ஆனால், இளங்கோ மோகவயப்பட்டோ, காமத்துக்காகவோ இவளிடம் நெருங்கவில்லை என்பது இவளுக்குத் தற்போதைய நாட்களில் உறுதியாகியிருந்தது.

அவனுக்கு இவளிடம் காமம் இருக்கவே செய்தது. இவளின் அழகைக் கலைஞனின் ரசனையோடு ரசிக்கவும் செய்தான். ஆனால், அவன் இவளிடம் நெருங்கிப் பழகுவது அதற்காக அல்ல. இனி இவளே தன் வாழ்க்கைத் துணைவி, தன் மறுபாதி என்னும் உணர்வோடே அவன் இருந்ததை அவள் கண்டுகொண்டாள். மற்றவர்களிடம் பகிர்ந்துகொள்ள முடியாத ஆற்றாமைகளையும், கவலைகளையும் இவளிடம் பகிர்ந்துகொள்ளவும்; மற்றவர்களிடம் கிடைக்காத ஆறுதல், ஊக்கம், நம்பிக்கை ஆகியவற்றை இவளிடமிருந்து பெறவும்

விரும்புகிறவனாகவும் தோன்றினான். இவள் தரும் ஆறுதலால் அவனது மனம் ஆறுவதிலிருந்தே அது தெரிந்தது.

மாமியாரின் அறிவுரை தமிழ்ச்செல்விக்கே பொருத்தமானது எனவும் எண்ணிக்கொண்டாள். அவளது கணவனுக்கு அவள் மீதுள்ள மோகத்தைப் பயன்படுத்தி, அவனைத் தன் வழிக்குக் கொண்டுவரவும், குடும்பத்துக்கு வேண்டியதைச் செய்விக்கவும் முயல்வதை அவள்தான் செய்திருக்க வேண்டும். மாமியார் அதை அவளிடம் சொல்லவில்லையா, சொல்லியும் எடுபடவில்லையா என்று தெரியவில்லை. தமிழ்ச்செல்வியும் காமத்தின் பிடியில் ஆழ்ந்து, அதை அனுபவிப்பதில் மட்டுமாகச் சரிந்துவிட்டாள்.

இளங்கோவுக்கு இவள் மீது ஆசை இருந்தாலும், காமக் களியாட்ட மோகம் இல்லை. எனவே, அவனை வழிக்குக் கொண்டு வர அதைப் பயன்படுத்த வேண்டியதில்லை. அன்பு, அக்கறை, ஆதரவு ஆகியவையே போதும் என்றிருந்தாள்.

ஒருவழியாக அவர்களுக்கிடையே தாம்பத்தியமும், குடும்ப வாழ்வும் தொடங்கிவிட்டதில் அவளுக்குப் பெருமகிழ்ச்சி. அதை தெய்வாத்தாளுக்குத் தெரிவிக்கவும், காண்பிக்கவும், அதன் மூலம் அவளது வேதனையைத் தீர்க்கவும் விரும்பினாள். அதற்காக இளங்கோவுடன் வீட்டுக்குச் சென்று வரலாம் என்று பட்டது.

அவனிடம் சொன்னதும், “அதுக்கென்ன, தாராளமாப் போயிட்டு வரலாம். சனிக்கெழமை சாயங்காலம் போனம்னா, ரெண்டு நைட் அங்க இருந்துட்டு, திங்கக் கெழமை காலைல வந்தாப் போதும்” என்றான்.

செப்டம்பர் பிற்பகுதியில், ஒரு சனிக்கிழமை மாலையில் இருவரும் இவளது பிறந்த வீடு சென்றனர்.

நடந்ததையும் நடப்பதையும் அறிந்து தெய்வாத்தாளுக்கு மிக்க மகிழ்ச்சி.

“சரியா யோசிக்காம, தப்பான முடிவெடுத்து, உன்னைப் பாங்கெணத்துல தள்ளிவிட்டுட்டனோன்னு யாருகிட்டவும்

சொல்லவும் முடியாம எனக்குள்ளயே புளுங்கீட்டு, ராவு பகலாத் தவிச்சுட்டே கெடப்பேன். இப்பத்தான் நிம்மதி” என்று முகம் மலர்ந்தாள்.

பேச்சுவாக்கில், வெள்ளைக் கிணறு சுரேந்திரனுக்கு மனப் பிறழ்வு ஏற்பட்டுள்ளதாகத் தெரிவித்தவள், “அவனை அடைச்சு அடைச்சு வளத்தி, கடைசீல இந்தக் கதிக்கு ஆளாக்கீட்டாங்க அவுங்க அம்மாவும் அப்பாவும்” என்றும் சொன்னாள்.

லாவண்யாவின் வீடு, அண்மையில், தொப்பம்பட்டி பிரிவில்தான். வானம் மந்தாரமாக இருந்த ஞாயிறு பிற்பகலில் அவள் வீட்டுக்குச் சென்றனர்.

“நான் உங்கிட்ட ஒரு பொய் சொல்லிட்டேன்” என்றவள், தனது தாம்பத்திய வாழ்க்கை சமீப காலத்தில்தான் தொடங்கியது என்கிற உண்மையைச் சொல்லிவிட்டு, அவளிடம் பொய் சொன்னதற்காக மன்னிப்புக் கேட்டாள்.

“இது மாதிரி விஷயங்கள்ல பொய் சொல்றது தப்பில்ல. அதே மாதிரி, எல்லா விஷயங்களையும் எல்லார்த்துகிட்டயும் சொல்லணும்கற அவசியமும் இல்ல. க்ளோஸ் ஃப்ரண்டே ஆனாலும், புருசன் பொண்டாட்டியே ஆனாலும், சில விஷயங்களைச் சொல்லாம கேக்காம இருக்கறதுதான் சேஃப்டி.”

திரும்பி வரும் வழியில் அது பற்றியே யோசித்துக்கொண்டிருந்தாள். தனது வாழ்வில் நிகழ்ந்த கசப்பான சில அனுபவங்களை அவள் யாரிடமும் சொன்னதில்லை. இளங்கோவிடமாவது எப்போதாவது அதைச் சொல்ல வேண்டும் என எண்ணியிருந்தாள். அதே போல, மாதங்கியுடனான அவனது காதல் பற்றியும் அவனிடம் பலவற்றைக் கேட்க வேண்டும் என்றிருந்தது. லாவண்யா சொல்கிறபடி பார்த்தால், இந்த இரண்டுமே தேவையில்லை என்று பட்டது. இப்போது அவளைப் பார்க்க வந்தது நல்லதாகப் போயிற்று. இல்லாவிட்டால் இளங்கோவிடம் அவற்றைச் சொல்லியும் கேட்டும் அவனை வீணே சங்கடப்படுத்தியிருக்கக் கூடும்.

★★★

மறுநாள் கிளம்பும்போது, “நீ வேண்ணா ரெண்டு மூணு நாள் இருந்துட்டு வர்றதுன்னா வா” என்றான்.

“இல்ல, நானும் வர்றேன். எனக்கு இங்க என்ன வேலை?” என்று உடன் கிளம்பிவிட்டாள்.

அவன் அவளை வீட்டுக்குக் கொண்டுபோய் விட்டுவிட்டு, திரும்ப சித்திரக்கூடத்துக்கு வருவதாக அவனது திட்டம். ஆனால், அவள் சித்திரக்கூடத்தைப் பார்க்க விரும்பியதால் அங்கே அழைத்துச் சென்றான்.

நேரத்திலேயே வந்ததால் அந்த நேரத்துக்கு பெட்டிக் கடை தவிர அருகில் வேறு எந்தக் கடைகளுமே திறக்கப்படவில்லை. சித்திரக்கூடத்தைத் திறந்து வைத்துப் பேசிக்கொண்டிருக்கையில், தெருவில் இளம் காலை முதிரும் அடையாளங்கள் தென்படலாயின. முதலில் அண்டை அயல்வாசிகளின் நடமாட்டங்கள். அடுத்து, பள்ளி செல்லும் வெவ்வேறு சீருடை மாணவ மாணவிகள். பிறகு வேலைக்குச் செல்பவர்கள், கல்லூரி மாணவ மாணவிகள், பிற வழிப்போக்கர்கள். அதன் பின்னர் ஒன்பதரை மணியிலிருந்து அண்டைக் கடைகள் ஒவ்வொன்றாகத் திறக்கப்படலாயின.

ஜெகன், தனது தேநீரகத்தைத் திறக்கும் முன்பே சித்திரக்கூடம் திறந்திருப்பதைப் பார்த்துவிட்டு இங்கு வந்து, “அட... இதென்ன, மொதலாளியம்மாவும் வந்திருக்கறீங்க. ஏதாச்சும் விசேஷமா?” என்று கேட்டு, குசலம் விசாரித்துவிட்டுச் சென்றார்.

தேநீரகத்தைத் திறந்து வைத்து, வழக்கம் போல தெருப் பார்வையிலும் கண்ணோட்டிக்கொண்டிருந்த அவர், ரெக்ஸின் முதலாளியும், ரப்பர் ஸ்டாம்ப்காரரும் வரும்போதே, அவர்களை அழைத்து, “ஆர்ட்ஸ் கடை மொதலாளியம்மா வந்திருக்கறாங்க” என்று உரக்க அறிவித்துவிட்டார். அவர்களும் வந்து பார்த்து, அவளிடம் குசலம் விசாரித்துவிட்டுச் சென்றனர்.

கோபிக்கு இன்று கடையைக் கூட்டும் வேலை இல்லை. சாமுத்ரிகாவே அதைச் செய்துவிட்டிருந்தாள்.

“போன வாரத்துலயே புதன் கௌமைலருந்து வந்தாக் கடை தெறக்கறது, கடையக் கூட்டறது, பூட்டறது மட்டும்தான் வேலை. இன்னைக்கு அதையும் நீங்களே செஞ்சுட்டீங்களா?” என்றான் அவன்.

இன்றும் வேலை இல்லை. ஒருநாளும் இல்லாமல் வெறுநாளுக்கு வந்த கதையாகிவிட்டது. கோபியும் இவர்களோடு அமர்ந்து பேசிக்கொண்டிருந்தான். பேச்சு வேலை இன்மை பற்றித் துவங்கி, ஃப்ளக்ஸ் பேனர்கள் வரவால் ஓவியத் தொழில் பாதிக்கப்பட்டது பற்றியதாக வளர்ந்தது.

“கஸ்டமர்களைப் பொறுத்தவரைக்கும் அவுங்க தேவை எப்படியோ நிறைவேறிடுது. அவுங்களுக்குத் துணி பேனரோ – ஃப்ளக்ஸ் பேனரோ, தகர போர்டோ ஃப்ளக்ஸ் போர்டோ, கையால எழுதறதோ அச்சடிக்கறதோ; காரியம் ஆனா சரி. ஆர்ட்ஸ் வெச்சிருக்கற பெரிய முதலாளிகளும் ஃப்ளக்ஸ் தொழிலுக்கு மாறித் தப்பிச்சுட்டாங்க. என்னை மாதிரி ஓவியர்களும், சின்னக் கடை முதலாளிகளும்தான் சிக்கீட்டு சீக்கியடிக்கறோம்” என்றான் இளங்கோ.

“செவுரு விளம்பர ஆர்ட்டிஸ்ட்டுகளுக்கு இன்னும் வேலை இருக்குதுங்ணா. ப்ளக்சுனால இன்னும் அவுங்குளுக்கு பாதிக்குல. என்ன... செவுரு விளம்பரம்னா ஊரு ஊரா, பட்டி தொட்டியெல்லாம் அலையணும்...” என்றான் கோபி.

“அது மட்டுமில்ல. அந்த வேலை, அவங்களோட மெத்தேடு, லைஃப் ஸ்டைலு எல்லாமே வேற. அது நமக்கு ஒத்துவராது. அதுக்குப் பேசாம பில்டிங் பெய்ன்ட்டரா, சுண்ணாம்பு, டிஸ்டெம்பரு அடிக்கப் போலாம். அது ஆர்ட்டிஸ்ட்டு வேலையல்லன்னாலும், கௌரவமாவாவது இருக்கும்.”

அவன் அதைச் சாதாரணமாகச் சொன்னாலும், அதில் அவற்றை உள்ளூர எவ்வளவு வெறுக்கிறான் என்பது தெரிந்தது.

★★★

அத்தியாயம் 26

மஞ்சள், சிவப்பு, நீலம்

ஃப்ளக்ஸ் பேனர் தொழில் கோவையில் பெருகிக்கொண்டிருந்ததால், மருந்து நிறுவன விற்பனைப் பிரதிநிதிகள் போல ஃப்ளக்ஸ் பேனர் அச்சு எந்திரங்களுக்கு அவற்றின் நிறுவன விற்பனைப் பிரதிநிதிகள் ஏராளமாக உருவாகி, ஓவியக்கூடங்கள் தோறும் சென்று கேன்வாஸ் செய்தனர். சீனத் தயாரிப்புகளான அந்த இயந்திரங்கள் 4', 6', 8', 10' அகலம் அச்சிடக் கூடியவை. அவற்றின் விலையும் அதற்கேற்ப லட்சக் கணக்கில் இருக்கும். முதலில் பெரிய ஓவியக்கூடங்களை இலக்கு வைத்து முற்றுகையிட்ட விற்பனைப் பிரதிநிதிகள், பிறகு நடுத்தர ஓவியக்கூடங்களிலிருந்து, ஒற்றை ஆள் ஓவியக்கூடங்கள் வரையிலான அனைத்தின் மீதும் போர் தொடுக்கலாயினர்.

அச்சிடுவதற்கான ஃப்ளக்ஸ், மை முதலானவற்றை இறக்குமதி செய்து விற்கும் வியாபாரம் சேட்டுகள் கைக்குச் சென்றது. கண்டெய்னர் கண்டெய்னராகக் கொள்முதல் செய்து, இங்கே அவர்கள் சொல்வதே விலை என விற்று அதிக லாபம் அடைவதாக வியாபாரிகளே பேசிக்கொண்டனர்.

சித்திரக்கூடத்துக்கும் ஃப்ளக்ஸ் பேனர் அச்சு எந்திர நிறுவன விற்பனைப் பிரதிநிதிகள் அவ்வப்போது படையெடுத்தனர். வீடுகளுக்கு வந்து, விடாது நச்சரிக்கும் சேல்ஸ் கேர்ள்கள், சேல்ஸ் மேன்கள் ஆகியோரைக் கண்டாலே இளங்கோவுக்கு ஒவ்வாமை. தொழிலை நலிவடைய வைத்த ஃப்ளக்ஸ் பேனர்காரர்கள் எனில் எப்படி இருக்கும்? உள்ளூர உலக வெறுப்பும் எரிச்சலும் அடைவான். எனினும் அதை வெளிக்காட்டாமல், அந்த அச்சு எந்திரங்கள் பல லட்சம் விலை என்பதால் தன்னால் வாங்க முடியாது என்பதைத் தெரிவிப்பான். விற்பனைப் பிரதிநிதிகள் விடுவார்களா? வங்கியில் தொழில் கடன் கிடைக்கும், தவணை முறையில் கட்டலாம் என்று அவர்களின் ஆயுதங்களை அடுத்தடுத்து பிரயோகிப்பார்கள். சொல்லிக் கேளாமல் அவர்களின் நச்சரிப்பு மிகுந்தால் இளங்கோ கடையிலிருந்து எழுந்து டேஸ்ட் டீ தேநீரகத்துக்கோ, ரப்பர் ஸ்டாம்ப் கடைக்கோ சென்றுவிடுவான். விற்பனைப் பிரதிநிதிகள் முகம் வெளிற வெளியேறுவார்கள்.

அன்று சனிக்கிழமை. விடுமுறையால் கல்லூரி இளைஞர்கள் வராத காரணம், மணீஸ் அமைதியாக இருக்கவே, இளங்கோவும் ஏறிக்கொண்டான். பேருந்தின் பின் சக்கரப் பகுதிக்கு மேலான இருக்கையில் அமர்ந்திருந்த ஷாராஜ், உடன் அமர்ந்திருந்த நபரிடம் உரையாடிக்கொண்டிருப்பது, அருகில் நின்றுகொண்டிருந்த இவனது காதில் விழுந்தது. பணிக் குறைவு பற்றியே அவனும் பேசிக்கொண்டிருந்தான்.

கோவையில் பெரும்பாலான பல வகைக் கடைகளிலும் வாரச் சம்பளம்தான். ஓவியக்கூடங்களிலும் அவ்வாறே. அனேகமான ஓவியக்கூடங்களிலும் பணியாளர்களுக்கு தினக் கூலி அடிப்படையிலான சம்பளமே கொடுக்கப்படும். விடுப்பு நாட்களுக்குச் சம்பளம் பிடித்தம் செய்துவிடுவர். மிகச் சில கடைகளில் மட்டுமே சதுர அடி கணக்கில் சம்பளம். வேலை ரகங்களைப் பொறுத்து, பேனர்கள், போர்டுகள், ஹோர்டிங்குகள் ஆகியவற்றுக்கு ஏற்ப அவற்றின் தொகையும் மாறும். 1994 முதல் 1998 வரை ஷாராஜ் சம்பளத்துக்கு வேலை செய்துகொண்டிருந்தானாம். அதன் பிறகு சதுர

அடி தொகைக்கு வேலை செய்துகொண்டிருக்கிறான். ஓரிரு வருடங்கள் பரவாயில்லை. சம்பளத்துக்கு வேலை செய்ததைக் காட்டிலும் சற்று அதிகமான வருமானம் கிடைத்திருக்கிறது. ஆனால், ஃப்ளக்ஸ் பேனர் வரவால் அவன் பணிபுரிகிற பெரிய ஓவியக் கூடத்திலும் பணிக் குறைவு. பல நாட்களில் வேலையும் இருப்பதில்லை. சம்பளத்துக்கு வேலை செய்கிறவர்களுக்கு வேலை இருந்தாலும் இல்லாவிட்டாலும் சம்பளம் வந்துவிடும். ஆனால், சதுர அடிக் கணக்கில் ஒப்பந்த வேலை செய்கிறவர்களுக்கு வேலை செய்தால்தான் கூலி.

"நாப்பது கிலோ மீட்டர் தூரத்துலருந்து வரப் போக பஸ் சார்ஜ், மத்தியானம் சாப்பாடு செலவு, டீ செலவுன்னு பாத்தா, சில சமயம் கெடைக்கற வருமானம் அதுக்கே பத்தறதில்ல. ஸ்கொயர் ஃபீட் ரேட்டுல வேலை செய்யறவங்களுக்கு பேட்டாவும் கெடையாது. சொந்தக் காசைச் செலவு பண்ணீட்டு வந்து நஷ்டப்பட வேண்டியதா இருக்குது. அதனாலதான் இப்ப தினமும் வர்றதில்ல. ஊர்லருந்து மொதல் நாள் சாயந்திரமே ஃபோன் பண்ணிக் கேட்டுட்டு, கெடைக்கற வேலை கட்டுப்படியாகும்னா மட்டும் வர்றது. இல்லாட்டி வர மாட்டேன்" என்றான் ஷாராஜ்.

அவன் பணிபுரியும் ஓவியக்கூடத்தில் நாலைந்து முதன்மை ஓவியர்கள், ஐந்தாறு துணை ஓவியர்கள், ஓரிரு உதவியாளர்கள் பணிபுரிவர். இது தவிர போர்டு அடிப்பதற்கு தச்சர், ப்ளாஸ்டிக் போர்டுகளில் குழல் விளக்குகள் மாட்டுவதற்கு எலக்ட்ரீஷியன் ஆகியோரும் அங்கு நிரந்தரப் பணியாளர்களாகவே இருப்பர். சகல சௌகரியங்களும் உள்ள அங்கேயே பணிக் குறைவு எனில் சிறிய ஓவியக்கூடங்களுக்குச் சொல்லவா வேண்டும்?

சித்திரக்கூடத்தில் நிலைமை படு மோசமாகிவிட்டது. அக்டோபர் மாதத்தில் கோபிக்கு இரண்டு வாரம் சம்பளம் கொடுக்க முடியாத நிலை. அடுத்த வாரத்தில் சேர்த்துத் தருகிறேன் என்று இழுத்தடிக்க வேண்டியதாகிவிட்டது. தொழிலாளிக்குச் சம்பள பாக்கியை மேலும் இழுத்தடிப்பது முறையல்ல என்றுதான், அடுத்த வாரம் வந்த குறைந்த பட்ச

வருமானத்திலிருந்து அவனுக்கான சம்பளத்தைக் கொடுத்தான். கோபிக்கும் அது தெரியும். சம்பளத்தை வாங்கிக்கொண்டு நகரும்போது, "இதுக்குத்தான் செவுரு விளம்பரத்துக்காச்சும் போலாம்கறேன்..." என முனகிக்கொண்டே போனான்.

★★★

"இளங்கோவுக்குப் போன வருசத்துலருந்தே ஏள்ரை சனி. அதனாலதான் அவனுக்கு ஒண்ணு போக ஒண்ணு கஷ்டம் வந்துட்டே இருக்குது. உங்க கல்யாணத்தும்போது பொருத்தம் பாக்கப் போனமல்ல... அப்பவே சோசியரு சொன்னாரு. ஏள்ரை சனி ஒவ்வொருத்தருக்கும் முப்பது வருசத்துக்கு ஒருக்கா வரும். முப்பது வயிசுக்குள்ள தங்கு சனி, அப்பறம் அறுவதுக்குள்ள பொங்கு சனி, மூணாவதா தொண்ணூறுக்குள்ள மங்கு சனி. அதுக்கு மேல இருந்தா நூத்தி இருவதுக்குள்ள மரண சனி. எந்த ஏள்ரையா இருந்தாலும், அந்தந்த வயிசுக்கு உண்டானபடி, என்னென்ன கஷ்டத்தை உண்டாக்கணுமோ அதைய உண்டாக்கீரும். வயிசுப் பசங்கன்னா லவ் ஃபெய்லியரு; நடுத்தர வயிசுன்னா தொளில் நஷ்டம், குடும்பப் பிரச்சனை; வயிசானவீகன்னா ஏதாச்சு நோவு நொடி. ரெண்டாவது வர்ற பொங்கு சனில, கெடுதல் இருந்தாலும் முன்னேற்றமும் ஏற்படுமாமா. மொதல்ல, முப்பது வயிசுக்குள்ள வர்ற தங்கு சனி, பலவிதமான அனுபவத்தையும், கெடுதலையும், கஷ்டத்தையும் உண்டாக்கும். ஆனாலும் அது மூலமா வாள்க்கைன்னா என்ன, பணத்தோட அருமை என்னன்னு புரிய வெச்சு, படிப்பினையைக் குடுக்கும்னு சோசியரு சொன்னாரு. ஏள்ரைல இப்பத்தான் ஒரு வருசம் முடிஞ்சிருக்குது, இன்னும் ஆறரை வருசம் மிச்சம். என்னென்ன பாடு படுத்துமோ தெரியில" என்ற கன்னிகா பரமேஸ்வரி, "ஆனா, அதுக்காக நீ கவலைப்படாத. ஏள்ரை சனி எல்லாருக்கும் வரும். எப்பேர்ப்பட்ட அதிர்ஷ்ட ஜாதகமா இருந்தாலும் அதுலருந்து தப்ப முடியாது. ஆஞ்சனேயரையும், விநாயகரையும் தவுத்து, மத்த எல்லா சாமிகளையுமே சனி பகவான் புடிச்சிருந்தாருன்னாப் பாத்துக்கொ" என்றும் சொன்னாள்.

சாமுத்ரிகாவுக்கு ஜோதிடத்தில் நம்பிக்கை இல்லை என்று சொல்ல முடியாது. ஆனால், அதைப் பொருட்படுத்துவதில்லை. இவர்கள் வீட்டில் ஜோதிடம் பார்க்கிற வழக்கம் இல்லாததால் அது அவளின் கவனத்துக்கு வரவே இல்லை.

திருமணத்தின்போது ஜோதிடப் பொருத்தம் பார்த்தாக வேண்டும் என்று நெருங்கிய சொந்த பந்தங்கள் வற்புறுத்தினர்.

தெய்வாத்தாள், "நாலு சோசியக்கார்ருகிட்டப் பாத்தா நாலு விதமாச் சொல்லுவாங்க. எதைன்னு எடுத்துக்கறது? சகல பொருத்தம் பாத்து, நல்ல நேரம் பாத்துத்தான் நம்ம மதத்துக்காரங்க கல்யாணம் பண்றாங்க. அதுல எல்லார்த்தோட வாள்க்கையும் நல்லபடியாவா இருக்குது? மாப்பளை செரியில்ல, மாமியார் கொடுமை, வரதட்சணைக் கேஸு, டைவர்சு, பொண்ணோ மாப்பளையோ சாகறதுன்னு எத்தனை குடும்பம் கஷ்டப்படுது? வர்றது வளீல தங்காது. வரும்போது அனுபவிச்சுக்க வேண்டீதுதான்" என்று சொல்லிவிட்டாள்.

இங்கே கைலாசநாதனுக்கும் ஜாதகம், ஜோதிடம், ஆருடம் ஆகியவற்றில் நம்பிக்கை இல்லை. தவிர, இளங்கோவின் இக்கட்டான சூழ்நிலையில் உடனடியாக இப்படியொரு மணப்பெண் கிடைத்ததே பெரிய காரியம்; இதில் ஜாதகம் வேறு பார்க்கணுமா என்றாராம். கன்னிகாவுக்கும் ரெண்டு மனசு. அமராவதி பிடிவாதம் பிடித்து கன்னிகாவைக் கூட்டிச் சென்றுவிட்டாளாம்.

ஏழரைச் சனி இளங்கோவுக்கு என்பதால் அமராவதி விட்டுவிட்டாள். அதுவே இவளுக்கு இருந்திருப்பின் இந்த மணமகள் வேண்டாம் என்றுதான் சொல்லியிருப்பாள் என்று சாமுத்ரிகாவுக்குத் தோன்றியது.

அது ஒரு புறம் இருக்க, இளங்கோவின் தொழில் நலிவுக்கும் காரணம் அவனது ஏழரைதான் என கன்னிகா நம்பியது இவளுக்கு சரியானதாகப் படவில்லை. "அப்படிப் பாத்தா சைன் போர்ட் ஆர்ட்டிஸ்ட்டுக எல்லாருக்கும் ஏக காலத்துல ஏளரையாவா இருக்கும்?" என்று கேட்டாள்.

ஏழரைச் சனி கற்றுக் கொடுத்ததோ, அனுபவங்களிலிருந்து தானாகக் கற்றுக்கொண்டானோ, இளங்கோவுக்குக் கடந்த ஓராண்டு கால அனுபவங்கள் சில படிப்பினைகளைத் தந்திருந்தன. அவற்றை அவனே இவளிடம் பகிர்ந்திருந்தான்.

தனது முந்தைய அகவுலகக் கற்பனை வாழ்வைப் பற்றி சொல்லிவிட்டு, “எதார்த்த உலகத்தையும், நடைமுறை வாழ்க்கையையும் பத்தி சிந்திக்காம, அடிமுட்டாள்தனமா கற்பனைலயே மூழ்கி இருந்துட்டேன். இப்பக் கண்ணு முளிச்சுப் பாக்கும்போதுதான் எவ்வளவு தப்பு பண்ணியிருக்கறேன்கறது தெரியுது” என வருந்தினான்.

“பெரும்பாலான கலைஞர்களும், லட்சியவாதிகளும் அப்படித்தான இருப்பாங்க!”

“என்னை மாதிரி ஆர்ட்டிஸ்ட்டுகளைப் பொதுவா கலைஞர்கள்னு சொல்றமே தவுத்து, இது வெறும் வியாபாரம். காலம் தாண்டி நிக்கற உயர்வான கலைஞர்களோட, எங்களை மாதிரி ஆளுகளைச் சேத்தக் கூடாது” என்றவன், “அவங்க ஒரு லட்சியத்துக்காக அப்படி இருக்கறாங்க. அவங்க ஜெயிக்கலன்னாலும், அவுங்களோட கனவுகளுக்கும், கற்பனைகளுக்கும் அர்த்தம் - நியாயம் இருக்கும். எனக்கு அப்படி எதுவும் இல்லையே. வெற்றுக் கற்பனைகளால வெட்டியாப் பொழுதுபோக்கிட்டிருந்ததைத் தவிர, யாருக்கும் எந்தப் பிரயோஜனமும் இல்லை. மாதங்கி அதை அப்பவே பல தடவை வற்புறுத்திச் சொன்னா. எனக்கு அது ஒறைக்கல. இருவது வயிசுக்கு மேல ஆகியும், வெளையாட்டுப் புள்ளைத்தனமா இருந்திருக்கறேன். இப்பத்தான் வாழ்க்கைன்னா என்ன, எதார்த்தம்னா என்னங்கறதே ஒறைக்குது.”

மாதங்கி பற்றி அவனிடம் எதுவும் பேச்சு எடுக்கக் கூடாது என்றிருந்தவள், அவனே அவளைப் பற்றிக் குறிப்பிட்டதால், “மாதங்கியால நீங்க மாறுனதா சொல்றாங்களே?” என்று கேட்டாள்.

“அது வெளிப் புழக்கத்துல மட்டும்தான். அதுக்காக, எனக்குள்ள இருந்து அப்பப்ப வெளிய வந்து உலாத்திட்டு, மறுபடியும் உள்ளுக்குள்ள போயிடுவேன். மத்தவங்களோட பழக

முன்வந்தனே தவிர, என்னோட கற்பனை வாழ்க்கையை விட்டுக் குடுக்க அப்ப நான் தயாரா இல்ல."

அவன் கற்பனை உலகில் வாழக் கூடியவன் என்பது பற்றி கன்னிகா சொல்லியிருந்தாள். ஆனால், அது எந்த மாதிரி என்பது அவளுக்குத் தெரியவில்லை. இப்போது அவனிடமே கேட்க, அவன் சொன்னான். அழகான, சுவையான கற்பனைகள்தான். ஆனால், அதற்காக தினந்தோறும் சில மணி நேரங்களை இழப்பது, நடைமுறை வாழ்வை விட அந்தக் கற்பனை வாழ்வையே முக்கியமாக நினைப்பது ஆகியவை அபத்தமானது என்பது எளிதாக எவருக்கும் தெரியக்கூடிய நிதர்சனம். அப்படியிருந்தும் அவன் அந்தக் கற்பனை வாழ்வில் இவ்வளவு காலம் மூழ்கியிருக்கக் காரணம், சிறுவயது முதல் தொடர்ந்த பழக்கமா, அவனது மனச் சிதைவா, அல்லது காதலா என்கிற கேள்வி அவளுக்குள் எழுந்தது. இந்த மூன்றுமே காரணமாக இருக்கலாம் என்றும் பட்டது.

இளங்கோ ஒரு மனநோயாளியல்ல; ஆனால், அவனுக்கு உளவியல் ரீதியான பிரச்சனைகள் இருக்கின்றன என்பதை அவளால் புரிந்துகொள்ள முடிந்தது. கற்பனை உலகில், கற்பனைப் பாத்திரங்களோடு வாழும் இந்தப் பழக்கம் அதில் உச்சமான அங்கம். அவனே அதிலிருந்து வெளியேறிவிட்டான் என்பதால் இனி அது பற்றிக் கவலைப்பட வேண்டியதில்லை. ஆனால், அவன் மகிழவும் இன்புறவும் கூடிய வகையில், அவனது கற்பனைகளுக்கு பதிலியாக நிஜங்களை இடம்பெறச் செய்ய வேண்டும் என உணர்ந்தாள்.

எனவே, மாதங்கி பற்றியும் வேறெதையும் கேட்காமல், அவனது கற்பனைக் குழந்தைகள் பற்றி மட்டும் கேட்டாள். அவன் அவர்களைக் குறித்துப் பரவசத்தோடு விவரித்தான்.

"நாம இனி அந்த மாதிரி நெஜமாலுமே குழந்தைகளைப் பெத்துக்கலாமே" என்றுவிட்டு, உங்களுக்குப் பெண் குழந்தை பிடிக்குமா - ஆண் குழந்தை பிடிக்குமா, முதலில் என்ன குழந்தை வேணும் என்றெல்லாம் கேட்க, அவன் குதூகலமடைந்தான்.

★★★

இந்த வருடம் தீபாவளி இவர்களுக்குத் தலை தீபாவளி என்பதால் அண்டை அயலவர்கள் அது பற்றிப் பேச்செடுக்க, சாமுத்ரிகாவும் அது பற்றிய எதிர்பார்ப்பிலேயே இருந்தாள். மேலும், இந்த வருடம் தீபாவளி குழந்தைகள் தினத்தன்று அமைந்திருப்பது பற்றி இளங்கோவிடம் கவனப்படுத்தி, அடுத்த வருடம் தீபாவளிக்கு நமக்கு ஒரு குழந்தை இருக்கும் என நம்பிக்கையும் தெரிவித்தாள். குழந்தை பெற்றுக்கொள்வதில் அவள் மிகுந்த ஆர்வத்தோடு இருப்பது இப்படிப் பல விதங்களிலும் வெளிப்பட்டுக்கொண்டிருந்தது. திருமணம் ஆன பெண்களுக்கு ஏற்படும் இயல்பான ஆசை அது என்பதோடு, பெண்மையின் பூரணமே தாய்மைதான் எனும் கருத்தாக்கமும் அவளுக்குள் வலுவாக இருந்தது. அதைவிட முக்கியமாக, இளங்கோவுக்குக் குழந்தைகளை மிகப் பிடிக்கும் என்பதாலேயே அவனிடம் அது பற்றி அடிக்கடி பேசிக்கொண்டும், தாங்கள் குழந்தை பெற வேண்டும் என்பதை ஏதோ ஒரு வகையில் நினைவுபடுத்திக்கொண்டும், அவன் விரும்புகிறபடியேயான குழந்தைகளைப் பெற்றுத் தருவதாகச் சொல்லிக்கொண்டும் இருந்தாள்.

இளங்கோவுக்கும் குழந்தை பெறுவதில் ஆர்வம்தான். அப்பா அதை ஒரு நிபந்தனையாகவும் வைத்திருப்பதால் ஒரு வருடத்துக்குள் குழந்தை பெற்றே ஆக வேண்டும். ஆனால், தொழில் நிலைமை மோசமாக உள்ள இந்தச் சமயத்தில் குழந்தை தேவையா என்கிற யோசனை.

“அதைப் பாத்தா முடியுமா? போகப் போக நெலமை இன்னும் மோசமாகும். அதுக்காக அப்படியே இருந்துருவமா? வேற ஏதாவது வேலையோ, தொழிலோ பண்ணுவோம்ல்ல? நமக்குக் கையும் காலும் நல்லாத்தான இருக்கு? ரெண்டு பேருமே வேலைக்குப் போகலாம், சம்பாதிக்கலாம். ரெண்டு கொளந்தை என்ன, அரை டஜன் கொளந்தைக வேண்ணாலும் பெத்துக்கலாம்.”

“அய்யோ...! அரை டஜனா?”

“என்னமோ நீங்க செமக்கப் போற மாதிரி ஷாக் ஆகறீங்க? நாந்தான செமக்கப் போறேன்.”

“அது சரி. ஆனா, இந்தக் காலத்துல ஆறு கொழந்தைக பெத்துட்டா சிரிக்க மாட்டாங்க? அதுவுமில்லாம, அத்தனை பேரை நல்லபடியா வளத்தி, பெரிய படிப்பு படிக்க வெக்கணும்னா சிரமம்தானே.”

“சரி, அப்ப ரெண்டோட நிறுத்திக்கலாம். கொளந்தைகள அத்தை பாத்துக்குவாங்க. நாம ரெண்டு பேரும் வேலைக்குப் போகலாம். கொளந்தைகளைக் கலெக்டராவோ, சைன்ட்டிஸ்ட்டாவோ, அவங்க விரும்பற துறைல சாதனையாளராவோ ஆக்கலாம்...”

அவள் இப்படிப் பேசுவதைக் கேட்கும்போது, முன்பு தனது தலைக்குள் குடியிருந்த கனவுகள், இப்போது அவளது தலைக்குப் புலம்பெயர்ந்துவிட்டதோ என அவனுக்குத் தோன்றும். ஆனால், இது வழக்கமாக இளம் பெற்றோர்களும், பெற்றோர் ஆகவிருக்கிற இளம் தம்பதியர்களும் காணக் கூடிய இயல்பான கனவுதான் என்பதை உணர்ந்து, அவன் அதற்கு மறுப்போ மாற்றுக் கருத்தோ சொல்ல மாட்டான். தங்களின் குழந்தைகள் தன்னைப் போல படிப்பு வராதவர்களாகவோ, கற்பனைவாழிகளாகவோ, கலைஞர்களாகவோ ஆகிவிடக்கூடாது என்பது மட்டுமே அவனது ப்ரார்த்தனை.

★★★

தீபாவளி சமயத்தில் சீஸன் வேலை ஓரளவுக்காவது வரும் என எதிர்பார்த்திருந்தான். எதிர்பார்த்ததை விடக் குறைவாகவே வந்தது. ஃப்ளக்ஸ் பேனர்கள் கடந்த வருடத்தைக் காட்டிலும் இந்த வருடம் விலை வெகுவாகக் குறைந்திருந்ததால், மிச்சமிருந்த துணி பேனர் வாடிக்கையாளர்கள் பலரும் அங்கே சென்றுவிட்டனர். பட்டாசுக் கடைகள், துணிக் கடைகள், வீட்டுப் பொருள் விற்பனையகங்கள் எங்கும் வண்ணமயமாக ஃப்ளக்ஸ் பேனர்கள் கோலாகலம் காட்டின.

தீபாவளிக்கே இப்படி வேலை குறைந்துவிட்டதே என கோபி அங்கலாய்த்தான்.

கடந்த வருடம் அளவுக்கே அவனுக்கு போனஸ் கொடுத்தபோது, "இந்த வருசம் சம்பளமே சேத்தித் தரல. போனஸாவது கண்டிப்பா சேத்தி வாங்கிட்டு வான்னு எங்கப்பா அம்மா ரெண்டு பேருமே சொன்னாங்ணா..." என்றான்.

"ஏன்டா, நான் என்ன வெச்சுட்டா வஞ்சகம் பண்றேன்? கடை நெலவரம் உனக்குத் தெரியாதா?"

"அப்புடி இல்லீங்ணா. இருக்கும்போது நீங்க சம்பளம், பேட்டாவுக்கு மேல குடுத்திருக்கறீங்க. எங்கிட்ட வேலைக்காரன்கற மாதிரி இல்லாம, தம்பியாட்டப் பளகறீங்க. அதனாலதான் நானும் சம்பளம் கம்மின்னாலும் உங்களை விட்டுப் போகாம இருக்கறேன். ஆனா எங்கப்பா காசுல குறியா இருப்பாரு. வாரம் நூர்ருவா சம்பளம் சேத்தியிருந்தாலே வருசத்துக்கு என்னாச்சுன்னு கணக்குப் போட்டுப் பேசறாரு. அதனாலதான்..." என்றுவிட்டுப் போனான்.

தலை தீபாவளி மாமியார் வீட்டில் சிறப்பாகவே கொண்டாடப்பட்டது. இளங்கோவுக்கு மோதிரம், சாமுத்ரிகாவுக்கு செயின், இருவருக்கும் உயர் விலைப் புத்தாடை, எக்கச்சக்கமான பட்டாசுகள் என்று அமர்க்களப்படுத்திவிட்டனர். ஆடம்பரப் ப்ரியை யவனிகாவின் ஏற்பாடு. இளங்கோ கம்பித்திரி, புஸ்வாணம், ராக்கெட் என்று கொளுத்திக்கொண்டிருக்க, வெடி ரகங்களை அவள்தான் கொளுத்தினாள் என்பது கிளைக் கதை.

தீபாவளிக்குப் பிறகு மறுநாளும் கடை விடுமுறை. அதன் பிறகு வெள்ளி சனியிலும் கோபி வரவில்லை. திங்களிலிருந்து வருவானாக இருக்கும் என்று பார்த்தால், வியாழன் மாலை வந்தான். பெற்றோர் வேறு இடத்தில் வேலைக்குப் போக நிர்ப்பந்திக்கிறார்கள் என்று இப்போது சுவர் விளம்பர ஓவியத்துக்குச் சென்றுகொண்டிருக்கிறானாம். சம்பளம் இங்கே கொடுப்பதைக் காட்டிலும் நூற்றைம்பது ரூபாய் அதிகம். சொல்லிவிட்டுப் போகலாம் என வந்திருக்கிறான்.

கோபி விட்டுச் சென்றதில் இளங்கோவுக்கு மிகுந்த வருத்தம். சரி, அவனாவது பிழைத்துப் போகட்டும் என ஆறுதல் கொண்டான்.

டிசம்பரில் சாமுத்ரிகா கருவுற்றாள். கன்னிகா பாயசத்தோடு அண்டை அயல்களுக்குச் சேதி தெரிவித்தாள். கைலாசநாதனுக்கு, தனது இரு நிபந்தனைகளையும் இளங்கோ நிறைவேற்றிவிட்டான் என்ற திருப்தி. அவனுக்கும் தந்தையாகப் போகிற பெருமிதம். இருந்தாலும், குழந்தை கஷ்ட காலத்தில் பிறக்கப்போகிறதே என்கிற வருத்தமும் நிலவியது.

★★★

அத்தியாயம் 27

துயரங்கள் ஒரு தொடர்கதை

கர்ப்பம் உறுதியானதிலிருந்தே சாமுத்ரிகாவுக்கு அடிக்கடி வயிற்றைத் தொட்டுத் தடவிப் பார்த்துக்கொள்கிற பழக்கம் வந்துவிட்டது. அங்கே எதையும் உணர இயலவில்லை. ஆனால், வயிற்றுக்குள் கரு இருக்கிறது, அது வளர்ந்துகொண்டிருக்கிறது எனும் எண்ணம், அனிச்சையாக அவ்வாறு தொட்டுப் பார்க்கச் செய்தது. உள்ளிருக்கும் கருவையே தொட முடிவது போலும், அதை வருடிக் கொடுப்பது போலும் அவளுக்குள் நினைப்பு.

வயிறு வீக்கம் தெரிகிறதா என்று தினந்தோறும் பார்த்துக்கொண்டிருந்தாள். அவளுக்கு உறுதியாகத் தெரியவில்லை. மிக லேசாக வீங்கிய மாதிரியும் இருந்தது, அப்படி இல்லாத மாதிரியும் இருந்தது. உறுதிப்படுத்திக்கொள்வதற்காக இளங்கோவிடம் காண்பித்துக் கேட்டாள். "எனக்கொண்ணும் வித்தியாசமே தெரியலையே. இப்பத்தான் ஒன்றரை மாசம் ஆகியிருக்குது. அதுக்குள்ள வயிறு வீக்கம் தெரியுமா?" என அவனும் சந்தேகம் கேட்டான்.

வயிறு வீக்கம் தொடங்கியதிலிருந்து அவளது முகத்தில் பூரிப்பு வெளிப்படையாகவே தெரிந்தது. ஆனால், வயிறு வீக்கம் குறைவாக இருக்கிறதே, மெதுவாக வளர்கிறதே என அங்கலாய்த்துக்கொண்டிருப்பாள்.

"கர்ப்பம் ஆனதுமே வயிறு பெருசா வீங்குமா? கொஞ்சம் கொஞ்சமாத்தானே வளரும்? ஏன் இவ்ளோ அவசரப்படறே?"

"இல்ல... வயிறு பெருசா வீங்கி, அதைத் தூக்கீட்டு நடக்க முடியாம நடந்து, இடுப்புல பின்னாடி தாங்கிப் புடிச்சுட்டு, களைப்பா நிப்பாங்கல்ல... அந்த மாதிரி நடக்கணும், நிக்கணும்னு எனக்கு ஆசை."

"இப்படியொரு ஆசையா? கவலையே படாத. கண்டிப்பா நடக்கும். ஆனா, எட்டாவது மாசம், ஒம்பதாவது மாசம் ஆகணும். பிரசவத்தும்போது கடுமையா வலிக்கணும்கற ஆசையும் உண்டா?"

"அச்சச்சோ - அது வேண்டாம்ப்பா. வலிக்கணும்; வலி இல்லாமக் கொளந்தை பொறக்காதே. ஆனா, ரொம்ப வலிக்கக் கூடாது."

கரு வளரும்போது உண்டாகிற நெஞ்செரிச்சல், குமட்டல், வாந்தி, தலைவலி, மலச்சிக்கல் ஆகிய உடல் உபாதைகள் மூன்று மாதங்கள் வரை தீவிரமாகவே இருந்தன. அதனால் சாப்பிடப் பிடிக்காமல் உணவின் மீது வெறுப்பும் உண்டாயிற்று. கரு உருவாகும் ஆரம்ப கட்டம் என்பதால் உணவைத் தவிர்க்கக் கூடாது என கன்னிகா வற்புறுத்தி, தாய்க்கும் கருவுக்கும் உகந்த சத்தான உணவுகளை உண்ண வைத்துக்கொண்டிருந்தாள். உடல் உபாதைகளால் களைப்பு, மனச் சோர்வு ஆகியவற்றுக்கு ஆளான சாமுத்ரிகாவுக்கு அவ்வப்போது குழப்பம், கவலை, பயம் போன்ற உணர்வுகளும் ஏற்படும். திடீரென அந்த நிலை மாறி தெளிவு, ஊக்கம், நம்பிக்கை, உற்சாகம் கொள்வாள். அவளது இந்த இருமை நிலை இளங்கோவுக்கு வினோதமாகவும், வேடிக்கையாகவும் தோன்றும். அகவுலகிலும் புறவுலகிலுமாக தான் மாறி மாறி வாழ்ந்துகொண்டிருந்தது போல இப்போது

அவளும் ஏதேனும் உளவியல் நோய்மைக்கு ஆட்பட்டுவிட்டாளோ என்கிற சந்தேகமும் அச்சமும் கொண்டான். கர்ப்பக் காலத்தில் மன அழுத்தத்தால் சில பெண்களுக்கு இப்படி ஏற்படுவது இயல்புதான் என கன்னிகா தெரிவித்த பிறகே சமாதானம்.

★★★

கோபி வேலையை விட்டுப் போன பிறகு வேறு எவரையும் உதவியாளராகச் சேர்த்த இளங்கோ முற்படவில்லை. ஒருவர் செய்யவே வேலை இல்லாதபோது உதவியாளர் வேறு தேவையா? அப்படி யாரையாவது சேர்த்தினால் சம்பளம் கொடுக்க இயலாத பிரச்சனை மீண்டும் வரும். எனவே, தவிர்த்துவிட்டான். எடுபிடி வேலைகளுக்கு மட்டுமாவது ஏதேனும் ட்ரௌசர் பொடியன்களைக் குறைந்த சம்பளத்தில் சேர்த்துக்கொள்ளலாம். ஆனால், அப்படி ஒருத்தன் செய்வதற்கான வேலையும் இங்கு இல்லை.

உதவியாளரோ, எடுபிடியோ இல்லாததால் கடை கூட்டுவது, ஓவியப் பொருட்கள் வாங்கி வருவது, தையல் கடைக்குச் சென்று வருவது, போர்ட் அடிக்க தச்சரையும், பேனர்கள் கட்டவும் சாரம் போடவும் அதற்கான பணியாட்களையும் காணச் செல்வது முதலான அனைத்துக் காரியங்களையும் இவன் ஒருவனே செய்ய வேண்டியிருந்தது. அதில் சிரமம் ஒன்றும் இல்லை. எப்போதாவது வேலை வரும்போதுதான் அவற்றைச் செய்யவும் வேண்டியிருந்தது. தனி நபராக வேலை செய்வதும் சிரமம் அல்ல. நூல் பிடிக்க உடன் ஒருவர் இல்லாததுதான் பாடு. அதற்கும் பாதி பாதியாகவோ, ஓரங்களில் சுள்ளாணி அடித்து அதில் நூல் மாட்டியோ மாற்று ஏற்பாடுகள் செய்துகொள்வான். ஒத்தாசைக்கு ஒருவர் இருப்பின் விரைவாகவும் எளிதாகவும் முடியக்கூடிய அந்தச் சிறு செயலுக்குத் தாமதம் ஆகிறதே என்பதுதான் சலிப்பானது.

ஆனால், இப்போது அதுவும் அவனுக்குச் சலிப்பாக இல்லை. எப்படியோ, ஏதாவது வேலைகள் வந்து, மந்த கதியிலேனும்

வேலை நடந்து, பொழுது போனால் போதும் என்றிருக்கும்.

எந்த வேலையும் இல்லாத நாட்களில், வெட்டியாக, பேச்சுத் துணைக்கும் ஆள் இன்றி, தன்னந்தனியாக அமர்ந்து பொழுது போக்குவது பெரும்பாடு. வேலை இல்லாத் திண்டாட்டத்தையும் விட கஷ்டம், துயரம் அதுதான். பகலில் வேலை, இரவில் ஓய்வு; வார நாட்களில் வேலை, ஞாயிறில் ஓய்வு என்று இருக்கும்போது ஓய்வு நேரங்களும், ஓய்வு நாட்களும் சுகமானவை. ஆனால், வேலைப் பொழுதுகளிலும், வார நாட்களிலும், வேலை இன்றி வெட்டியாக இருந்தால் ஏற்படக் கூடிய அலுப்பு, தாங்க முடியாதது. அதுவும், வெளியே வேறு எங்காவது இருந்தாலும் அவ்வளவாகத் தெரியாது. பணியிடத்தில் வெட்டியாக உட்கார்ந்து கொண்டிருப்பதென்றால்...? அதனால் சில நேரங்களில் அவன் டேஸ்ட் டீ தேனீரகத்துக்கோ, ரப்பர் ஸ்டாம்ப் கடைக்கோ சென்று, இங்கேயும் ஒரு கண்ணாகப் பேசிப் பொழுதுபோக்கிக்கொண்டிருப்பான். சில நேரம் கதவருகே ஸ்டூலைப் போட்டு அமர்ந்துகொண்டு, தெரு நடமாட்டத்தை வேடிக்கை பார்த்தல் அல்லது அவனது பேச்சுத் தோழர்களான பிச்சைக்காரர்களோ, தெருப் பைத்தியங்களோ வந்தால் அவர்களோடு அரட்டை. இவை நீங்கலான நேரங்கள் பெரும் பாரமாகக் கனக்கும்.

கற்பனை உலகில் சஞ்சரிக்கும் பழக்கம் இன்னும் இருந்தாலாவது தேவலாம், அப்படியாவது பொழுதைப் போக்க முடியும். இப்போது அதுவும் இல்லை. குடிக்கவும் முடியாது. அண்ணனைப் போல சூதாட்டங்கள், வெட்டியாக ஊரைச் சுற்றுதல் போன்ற பழக்கங்களும் இல்லை. என்னதான் செய்வது?

முன்பு கோபி இருந்தபோது சில நாட்களில் அவனை ஏழு மணி வரை கடையில் இருக்க வைத்துவிட்டு, இவன் ஐந்து மணிக்கே வீட்டுக்குச் சென்றுவிட முடிந்தது. இப்போது அதுவும் இயலவில்லை. அந்த நேரத்தில் யாரேனும் வாடிக்கையாளர்கள் வந்து, இங்கே ஆள் இல்லை என வேறு ஓவியக் கூடத்துக்குப் போய்விட்டால் அந்த வேலையும் போய்விடுமே என்று இலவு காத்திருக்க வேண்டியதாயிற்று.

வருமானம் மிகக் குறைந்திருந்ததால் வீட்டுக்கு முன்பு போல பணம் தர இயலவில்லை. எனினும் அது பொருட்டாக இல்லாமல், வீட்டுக் காரியங்கள் அப்பாவின் சம்பளத்தில் கழிந்துகொண்டிருந்தன. வேலையின்மை மிகுந்து, சில நாட்களில் பேருந்துக் கட்டணத்துக்கும் தேநீர் (மற்றும் சிகரெட்) செலவுக்கும் அம்மாவிடம் பணம் கேட்க நேர்ந்தபோது வார்த்தை வராமல் தொண்டையை அடைத்தது.

★★★

சாமுத்ரிகாவின் வயிறு லேசாக மேடிட்டிருந்தது. நான்காவது மாத இறுதியில் குழந்தையின் அசைவை நன்றாக உணர முடிந்தது. அவளது மனநிலையிலும் நேர்மறையான மாற்றங்கள்; முகத்தில் பொலிவு, பெருமிதம்.

குமட்டல் மட்டுப்பட்டிருந்ததால் நன்றாகச் சாப்பிட முடிந்தது. தனக்குச் சாப்பிட வேண்டும் என்பதன்றி, பசி எழும் முன்பே, குழந்தைக்காகச் சாப்பிடவேண்டும் என்கிற எண்ணமே மேலோங்கியிருந்தது. தனக்குப் பிடித்தமானது, பிடிக்காதது என்றில்லாமல், குழந்தைக்கு எது நல்லது, எது ஆகாது என்பதைக் கன்னிகாவிடம் கேட்டுக்கொண்டு, அதன்படி சாப்பிட்டாள். அவளும் குழந்தை ஆரோக்கியமாக வளர்வதற்கு ஏற்ற சத்தான உணவு வகைகளை இவளுக்கு உண்ணக் கொடுக்கவும், குழந்தைக்கு பட்டினி ஆகிவிடாதபடி சீரான இடைவெளியில் இவளைச் சாப்பிட வைக்கவும் செய்தாள். சில வகை உணவின் ருசிகள், வாசனைகள் இவளுக்கு வெறுப்பாகவும், சில உணவுகளைச் சாப்பிடுவது கடினமாகவும் இருக்கும். எனினும், அது குழந்தைக்கு நல்லது, அவசியம் என்றால் சகித்துக்கொண்டு சாப்பிட்டுவிடுவாள்.

இளங்கோ கூடுதல் நேரம் தன்னோடு இருப்பதை அவள் மிக விரும்பினாள். அவனுக்கு முன்னைக் காட்டிலும் வேலை குறைவு. ஆனால், கடையில் வேறு ஆள் இல்லாததால் முன்பு போல மாலை ஐந்து மணிக்கே வர முடிவதில்லை. எனினும்

ஒரு மணி நேரம் முன்னதாக, ஏழரை மணிக்கெல்லாம் வந்துவிடுவான். அவளது வயிற்றில் கை வைத்து, குழந்தையின் அசைவை உணர்வான். அது பேசுவதைக் கேட்க முற்பட்டு, காது வைத்து கவனம் கூர்வான். அது என்ன சொல்கிறது என அவன் சொல்லும் புனைவுகளை அவளும் ரசிப்பாள்.

அவளது வயிறு வீக்கம் மெல்ல மெல்ல வளர்ந்துகொண்டிருந்தது.

அவனது ஓவியத் தொழிலோ, மென்மேலும் நலிந்து கொண்டிருந்தது.

ஏப்ரல், மே மாதங்களில் கடைக்கு வாடகை கொடுக்கவே பணம் இல்லை. அவனது வங்கிச் சேமிப்பில் இருந்த சிறு தொகையும் சிறுகச் சிறுக எடுத்துத் தீர்ந்திருந்தது. கன்னிகாவிடம் சொல்லி, கைலாசநாதனிடமிருந்து பணம் வாங்கி வாடகை கொடுக்க வேண்டியதாயிற்று.

“வாடகைக்கே வருமானம் இல்லாத அளவுக்கு ஆயிப்போச்சா...? ம்ம்...??” என்றார் அவர் யோசனையாக.

★★★

கர்ப்பிணிகள் நலம், குழந்தை வளர்ப்பு, குழந்தைகளுக்கு சூட்டுவதற்கான பெயர்கள் ஆகியவற்றுக்கான நூல்கள் வேண்டுமென்று சாமுத்ரிகா கேட்டிருக்கவே, அவற்றை வாங்குவதற்காக அருகில் இருக்கும் விஜயா பதிப்பகத்துக்குச் சென்றிருந்தான். அங்கே ஷாராஜ் யாரோ ஒருவருடன் - வாசகரோ, அவரும் எழுத்தாளரோ - பேசிக்கொண்டிருப்பதைக் காணவும், கேட்கவும் நேர்ந்தது. அவன் ஓவிய வேலையையே விட்டுவிட்டானாம். வேறு வேலைக்குப் போகவும் விருப்பம் இல்லை. கைவசம் எழுத்துத் தொழில் இருக்கிறது. முழு நேர எழுத்தாளனாக ஆகலாம் எனத் திட்டமிட்டு, நாவல் முயற்சிகளில் ஈடுபட்டுக்கொண்டிருக்கிறானாம்.

அவன் பணிபுரிந்துகொண்டிருந்த சாமி ஆர்ட்ஸில் இப்போது தச்சர், எலக்ட்ரீஷியன் ஆகியோர் நிரந்தரப் பணியில் இல்லை.

மற்ற ஓரிரு முதன்மை ஓவியர்களும், உதவி ஓவியர்களும் கூட ஆட்குறைப்பாலோ, சம்பளப் பிரச்சனைகளாலோ வேலையை விட்டுச் சென்றுவிட்டதாகத் தெரிய வந்தது.

“எப்பவுமே பத்துப் பன்னெண்டு பேரு அங்க பரபரப்பா வேலை செஞ்சுட்டிருப்பாங்க. கோயமுத்தூர்ல இருக்கற பெரிய ஆர்ட்ஸ் அது. காந்திபுரத்துல அவுங்குளுக்கு ப்ராஞ்சும் இருக்குது. அம்பது அறுவது வருசத்துக்கு மேல இயங்கிட்டு வர்ற பாரம்பரியமான கடை. தொழிற்துறை ஓவியர் சங்கத்துக்கு மாநிலத் தலைமையே அவுங்கதான். அங்கயே நெலைமை இந்த மாதிரின்னா... என்னை மாதிரி ஆளுக என்ன பண்ண முடியும்?” சாமுத்ரிகாவிடம் இளங்கோ ஆவலாதிப்பட்டான்.

★★★

சில தினங்களுக்குப் பின் ஒரு நாள் உக்கடத்தில் சாமுத்ரிகாவுக்குத் தேவையான பொருட்களை வாங்கிக்கொண்டு பேருந்து நிலையத்துக்கு வந்தான். குனியமுத்தூர் மார்க்கமாகச் செல்லும் பேருந்துகள் நிற்கும் இடத்துக்கு வந்தபோது, எதிர்பாராத விதமாக, அங்கே பிறந்த வீடு செல்வதற்காக கணவனுடனும் கைக்குழந்தையுடனும் நிற்கும் மாதங்கியைக் காண நேரிட்டது.

கணவனுக்கு ஆட்டு தாடி இல்லை. மாதங்கிக்கு அது பிடிக்காததால் எடுத்துவிட்டான் போலும். மழுமழுவென சவரம் செய்த உருண்டை முகம், இளம் தொப்பை சகிதம், கனத்த உடலோடு இருந்தான். மாதங்கியும் பூசினாற்போல ஆகிவிட்டாள். மனநிறைவான வாழ்க்கை என்பது தெரிந்தது.

அவளிடமிருந்த கைக்குழந்தைக்கு மூன்றோ நான்கோ மாதங்கள் இருக்கலாம். இவனுக்கு மாதங்கியிடம் பேச வேண்டும் என்றும், அவளின் குழந்தையை எடுக்க வேண்டும் என்றும் இருந்தது.

போய்ப் பேசலாமா கூடாதா; கணவனிடம் தன்னைப் பற்றிச் சொல்லியிருப்பாளா மாட்டாளா; போய்ப் பேசினால் எந்த முறையில் பேசலாம்; பொதுவாக, தெரிந்தவர்கள் என்ற

முறையில் பேச்சுக் கொடுப்பதில் தவறில்லையே... என்றெல்லாம் யோசனை ஓடியது.

தனித்திருந்தால் பிரச்சனை இல்லை. கணவனும் இருக்கிறானே. எப்படி எடுத்துக்கொள்வானோ? எதற்கும் அருகே சென்று பார்க்கலாம். மாதங்கி முகம் கொடுத்தால் பேசலாம் என்று அருகே சென்றான்.

சற்று முன்பாகவே இவனைக் கண்டுகொண்ட மாதங்கி, அருகே செல்லும்போதே முகம் திருப்பிக்கொண்டாள்.

அதன் பிறகு இவனும் அவர்கள் பக்கம் பார்க்கவில்லை. அவர்கள் ஏறிய பேருந்தில் இவனும் செல்லலாம் எனினும், அந்தப் பேருந்தில் ஏறாமல், அடுத்து வந்த பேருந்திலேயே ஏறினான். மாதங்கியின் முனைவர் ஆய்வு முடிந்துவிட்டதா, குழந்தைக்கு என்ன பெயர் வைத்திருப்பாள் என்கிற கேள்விகள் மனதுள் எழவே செய்தன.

★★★

ஜூன் மாதத்தில் சாமுத்ரிகாவின் வளைகாப்பு முடிந்து, பிறந்தவீட்டுக்கு அழைத்துச் செல்லப்பட்டுவிட்டாள். அதிலிருந்து வாரம்தோறும் சனிக்கிழமை இரவு அங்கே சென்று, ஞாயிறு அங்கேயே தங்கியிருப்பதும், வார நாட்களில் குனியமுத்தூர் வந்துவிடுவதும் இவனது வழக்கமாயிற்று.

ஆகஸ்ட்டில் குழந்தை பிறந்தது. சிவந்த நிறமுள்ள அழகிய பெண் குழந்தை. சாமுத்ரிகா தரப்பு உறவினர்கள் அது அவளைப் போலவும், தெய்வாத்தாளைப் போலவும், அதன் காது தந்தை வழி தாத்தாவைப் போல இருப்பதாகவும் கூறினர். இளங்கோ தரப்பு சொந்தங்கள், குழந்தை அச்சு அசலாக கன்னிகாவை உரித்து வைத்திருக்கிறது என்றும், அது வளர்ந்தால் வெண்ணிலாவைப் போலவே இருக்கும் என்றும் சொன்னார்கள். சாமுத்ரிகாவுக்கு வயிறு வீக்கம் சிறிதாக இருந்ததால், குழந்தை பையனாகத்தான் இருக்கும் என்பது

பெரும்பாலான பெரியவர்களின் கணிப்பாக இருந்திருக்க, இவனது விருப்பப்படியே முதல் குழந்தை பெண்ணாகப் பிறந்ததில் இவனுக்கு அதி மகிழ்ச்சி.

பையனாக இருந்தால் என்ன பெயர் வைக்கலாம், பெண்ணாக இருந்தால் என்ன பெயர் வைக்கலாம் என புத்தகங்களில் பல பெயர்களைத் தேர்ந்தெடுத்தும், பலரிடம் அவற்றைக் குறித்து அபிப்ராயம் கேட்டும் வைத்திருக்க, குழந்தை ஆகஸ்ட் பதினைந்தாம் தேதி பிறந்துவிட்டதால், தேச சுதந்திர நாளான அதன் அடையாளமாக சுதந்திரா தேவி என்றே பெயர் வைக்கலாமே என கைலாசநாதன் கருத்துக் கூறினார். இவர்களுக்கும், மற்றவர்களுக்கும் அந்தப் பேர் மிகப் பிடித்திருக்கவே, அப் பெயரே சூட்டப்பட்டது.

பிரசவத்துக்குப் பிறகும் பிறந்த வீட்டில் ஐந்தோ ஏழோ மாதங்கள் இருக்கிற வழக்கப்படி சாமுத்ரிகா அங்கே இருந்தாள். இளங்கோவும் வார விடுமுறையில் அங்கே சென்று வந்துகொண்டிருந்தான். சாமுத்ரிகாவுக்கோ, குழந்தைக்கோ தன்னால் சிறந்த பொருள் எதையும் வாங்கித் தர இயலாத கையறுநிலை அவனை உறுத்திக்கொண்டே இருக்கும். அவளிடம் அதைச் சொல்லும்போது, “நாம எப்பவுமே இப்படியா இருக்கப் போறோம்? சீக்கிரம் இந்தக் கஷ்டம் எல்லாம் தீந்து, நமக்கும் நல்ல வளி பொறக்கும்” என ஆறுதல் சொல்வாள்.

ஆனால், அவனுக்கு எந்த வழியும் தெரியவில்லை. திரும்பிச் செல்ல இயலாத புதிர்வழியின் முட்டுச் சந்தில் முட்டி நிற்பது போல இருந்தது.

“இன்னும் எவ்வளவு காலத்துக்கு நஷ்டத்துக்குத் தொளில் பண்ணிட்டிருப்பீங்க? உங்ககிட்ட இருந்த சேவிங்ஸ் பணம் முளுக்கத் தீந்தாச்சு. வீட்டுல பணம் வாங்கி வாடகை கட்டூட்டு, வீம்புக்குக் கடை நடத்துனா, அது வீட்டுக்கும் இல்ல நஷ்டம்? அவங்களுக்கு சம்பாரிச்சுக் குடுக்கலன்னாலும் பரவால்ல. அவங்க சம்பாரிக்கறதை நீங்க வீணாக்காமயாவது இருக்கணுமில்ல?” என்றாள் சாமுத்ரிகா.

சித்திரக்கூடத்தை விட்டுவிடலாம் என்று பட்டது.

கைலாசநாதனிடம் சொல்ல, அவரும், “நான் எப்பவோ மூடச் சொல்லலாம்னுதான் பாத்தேன். நீ அதுல இன்னும் அட்டாச்மென்ட்டோடயே இருந்ததுனால சொல்லுல. பெரிய அளவுல நஷ்டப்படாம, இப்பவாவது இந்த முடிவுக்கு வந்தது நல்லது” என்றார்.

அக்டோபரில் சித்திரக்கூடம் காலி செய்யப்பட்டது.

★★★

அத்தியாயம் 28

மாற்றங்களுக்கு ஏற்ப நாம் மாறவேண்டும்!

தொழிலை விட்ட பிறகு, அடுத்து என்ன செய்வது என்று தெரியவில்லை.

“வேற ஏதாவது வேலைக்குப் போகணும். என்ன வேலைக்குப் போறதுன்னு தெரியல. எனக்கென்ன படிப்பா இருக்குது, அதுக்குத் தகுந்த வேலை பாக்கலாம்கறதுக்கு? வேற எதையாவது செய்யலாம்னா, எனக்கு வரையறது, பெய்ன்ட் அடிக்கறதை விட்டா வேற வேலையும் தெரியாதே. புதுசா ஒண்ணக் கத்துக்கிட்டு செய்யறதுன்னா, அதுக்கு நாளாகும். பேசாம வீடு - பில்டிங்குகளுக்கு சுண்ணாம்பு - பெய்ன்ட் அடிக்கற பெய்ன்ட்டர் வேலைக்குப் போலாம்னு பாக்கறம்மா. அதுவா இருந்தா, கத்துக்கணும்கற அவசியமே கெடையாது. போர்டுல, ஹோர்டிங்குல பெய்ன்ட் அடிக்கற ஓவியருகளுக்கு செவுத்துல பெய்ன்ட் அடிக்கறது சர்வ சாதாரணம். அதுல நல்ல கூலியும் கெடைக்கும். ஆர்ட்டிஸ்ட் வேலை மாதிரி பில்டிங் பெய்ன்ட்டர் வேலைக்கு ஓதம் எதுவும் வந்தறாது. எந்தக் காலமானாலும் வீடுகளுக்கு, கட்டடங்களுக்கு பெய்ன்ட் அடிச்சுத்தான

ஆகணும்? ஏதாவது பில்டிங் பெய்ன்ட்டருகளைப் பாத்து வேலை கேக்கணும்” என கன்னிகாவிடம் சொல்லிக்கொண்டிருந்தான்.

அதை நேர்மறையாக எடுத்துக்கொண்டே உற்சாகமாகச் சொல்ல முற்பட்டாலும், அதையும் மீறி அவனது குரலில் கழிவிரக்கம் தென்பட்டது.

“பில்டிங் பெய்ன்ட்டர் வேலைக்குக் கூலியே நெறையக் கெடைக்கும். கான்ட்ராக்ட் எடுத்து செஞ்சா நல்ல லாபமும் கெடைக்கும். ஆனா... இத்தனை காலம் ஆர்ட்டிஸ்ட்டா வேலை செஞ்சுட்டு, இனிமே அந்த வேலை செய்யறதுன்னா அவ்வளவு கௌரவமா இருக்காதே...”

“என்னைப் பொறுத்தவரைக்கும், ரோடு சுத்தி ஆர்ட்டிஸ்ட்டுக, செவுரு விளம்பர ஆர்ட்டிஸ்ட்டுகளை விட இது எவ்வளவோ தேவலாம்மா.”

கைலாசநாதன், “அது உனக்கு ஒத்து வராது. மோகனசுந்தரம் வேலைக்கு ஒழுங்காப் போக மாட்டான், எந்த வேலையும் நெலைச்சு நிக்க மாட்டான்னாலும், எந்த வேலையா இருந்தாலும் அலட்டிக்காம செய்வான். உனக்கு, உன்னோட குணத்துக்குத் தகுந்த வேலையாவும் இருந்து, கலைத் தொழில் சம்பந்தமாவும் இருந்தாத்தான் சரி. வருமானம் கம்மியா இருந்தாலும், மனசுக்கு எது புடிச்சிருக்குதோ, அதைச் செய்யி. புடிக்காத பணக்காரிய, பணக்காரனைக் கட்டீட்டுக் காலம் பூரா மனக் கொறையோட வாழறதை விட, புடிச்ச ஏழையக் கட்டீட்டு, கஷ்டப்பட்டாலும் சந்தோஷமா வாழறது நல்லது. உனக்கென்ன தோணுது?” என்றார்.

“அது சரிதானுங்ப்பா.”

“அப்பக் கொஞ்ச நாளைக்கு அமைதியா வீட்டுல ரெஸ்ட் எடு. உனக்குத் தகுந்த ஏற்பாடு ஏதாச்சும் பண்ண முடியுமான்னு நானும் விசாரிச்சுட்டுத்தான் இருக்கறேன். ஏதாச்சும் ஒரு வழி பண்ணிக்கலாம். அதுவரைக்கும் நீ இங்க இருந்தாலும் சரி; சாமுத்ரிகா வீட்டுல போயி கொழந்தையோட இருந்தாலும் சரி. வேலையில்ல, சம்பாத்தியம் இல்லேன்னு ஒண்ணும்

கவலைப்படாத. செலவுக்குக் காசு வேணும்னா, அம்மாகிட்டக் குடுத்து வெச்சிருக்கறன்; எவ்வளவு வேணுமோ வாங்கிக்க.”

மீண்டும் அவரது அக்கறை, கவனம், உதவி ஆகியவை தன் மேல் படிவதை அவன் நன்றியோடு உணர்ந்தான்.

தன் மீதும், குடும்பத்தின் மீதும் அவர் எவ்வளவு அக்கறையோடும், கவனத்தோடும் இருக்கிறார். ஆனால், தனக்கு அந்த மாதிரி பொறுப்புணர்வு வராமல் போய்விட்டதே. திருமணம் வரையிலும் விளையாட்டுத்தனமாகவே இருந்துவிட்டோமே. வேலை செய்தோம், சம்பாதித்தோம், வீட்டுக்குக் கொடுத்தோம் என்பதெல்லாம் சரிதான். ஆனால், அதைக் கடந்து, குடும்பம் மீதான பொறுப்போ, தன் வாழ்வைக் குறித்த அக்கறையோ, தொழில் சூழல் மேல் கவனமோ, எதிர்காலம் பற்றிய கவலையோ இருந்திருக்கவில்லை. அப்படி இருந்திருப்பின் தனது நிலை இந்த அளவுக்கு மோசமாகியிராது. தொழில் சூழலை மாற்ற முடியாது எனினும், அதன் பாதிப்புகளிலிருந்து தப்பித்திருக்கவோ, நஷ்டங்களைக் குறைக்கவோ செய்திருக்கலாம். எதிர்காலத்துக்கான சேமிப்பு என்று சிறு தொகையைக் கூட சேர்த்து வைக்காமலும் போய்விட்டோமே. இப்போது ஒரு சிகரெட் புகைக்க வேண்டுமென்றால் கூட வீட்டில் பணம் கேட்க வேண்டிய நிலை. ஒரு பைசாவுக்கு மதிப்பில்லாதவனாக ஆகிவிட்டோம் என்று நினைக்கையில் அவனுக்குத் தன் மீது கழிவிரக்கம் உண்டாயிற்று.

வாழ்வில் இதற்கு முன் ஒருபோதும் இப்படிப்பட்ட உணர்வை அவன் அடைந்ததே இல்லை.

வீட்டில் சும்மா இருப்பது பெரும்பாடாக இருந்தது. சாமுத்ரிகா வீட்டுக்குச் செல்லலாமா என யோசித்தான். அங்கே சென்றால் அவளிடம் தனது மனக் குமுறல்களைக் கொட்டவாவது செய்யலாம். ஆறுதலாக அவள் எதையாவது சொல்லவும் செய்வாள். அதில் ஆறுதல் அடைய முடியாவிட்டாலும், ஆறுதல் சொல்ல அவள் அருகில் இருக்கிறாள் என்பதே ஆறுதல்தான். மேலும், குழந்தையைப் பார்த்துக்கொண்டும், கொஞ்சிக்கொண்டும் இருப்பதில் சற்றேனும் கவலை மறக்கும்.

ஆனால், மாமியார் வீட்டில் அப்படி அதிக நாள் இருக்க முடியாது. வேலை என்ற ஒன்று, பேருக்காவது இருந்து, அதற்காக வந்து போய்க்கொண்டிருந்தால் தெரியாது. வேலை இல்லாத நிலையில் மாமியார் வீட்டில் தங்கினால் அது மதிப்பல்லவே. அக்கம்பக்கத்தினரும் அது குறித்துக் கேட்கவும், ஏளனமாகப் பார்க்கவும் செய்வர். இங்கே எனில் தன்னுடைய வீடு, சொந்த ஊர். வேலைக்குப் போகாமல் சும்மா இருந்தாலும், ஏளனம் ஏற்பட்டுவிடாது. அதனால் கஷ்டத்தைப் பொறுத்துக்கொண்டு இங்கேயே இருந்தான்.

★★★

வேலையோ தொழிலோ இல்லாததால் செலவுக்குப் பண இருப்போ, வருமானமோ, வேறு வித வழிகளோ இல்லாத கஷ்டம்; செய்வதற்கு வேலை இல்லாததால் பொழுது போகாத கஷ்டம் ஆகிய இரண்டு கஷ்டங்களும் அவனுக்கு இருந்தன.

வெளியே எங்கும் செல்லாமல் வீட்டிலேயே இருந்தான் என்பதால் தற்போது பணப் பிரச்சனை அவ்வளவாக இல்லை. சிகரெட் செலவைத் தவிர வேறு செலவு கிடையாது. ஆனால் அதற்கும் தினம் 10 – 15 ரூபாய் அம்மாவிடம் வாங்கி விரயமாக்குவது உறுத்தியதால், செலவைக் குறைக்க சிகரெட்டை விடுத்து பீடிக்கு மாறினான். அதன் காரலும் கடுமையும் நாற்றமும் அவனுக்கே சகிக்கவில்லை.

கன்னிகாவும், “எதுக்குடா இப்புடி பீடிக் கருமத்தைக் குடிச்சுத் தொலையற? எட்டடிக்கு அந்தப் பக்கம் வரும்போதே ஊளை நாத்தம் நாறுது. இந்த நாத்தத்தோட கொளந்தைகிட்டக் கீது போயறாத” என்றாள்.

அதனால் பீடியை அதோடு விட்டுவிட்டு, செலவுக் கட்டுப்பாடாக சிகரெட்டை மூன்றாகக் குறைத்துக்கொண்டான். கெட்டதிலும் ஒரு நல்லது என்கிறபடி, தொழில் இழப்பால் இந்தச் சிறு நன்மை எனவும் எண்ணிக்கொண்டான்.

பணப் பாடுகள் ஒருபுறம் இருக்க, தொழில் செய்யாமல் இருப்பதுதான் பெரும்பாடாக இருந்தது. அவன் ஓவியத் தொழிலை மிகவும் நேசித்தவன். அதில், வருமானம் என்பது இரண்டாம் பட்சம். அத் தொழிலைச் செய்வதில் கிடைக்கும் மகிழ்ச்சியும், மன நிறைவும்தான் முதன்மையானது. ஓவிய வேலையில் இறங்கிவிட்டால் சொந்தக் கவலையையும் மறந்துவிடுவான். அந்த அளவுக்கு அதில் பிணைப்பு. சித்திரக் கூடத்தில் வேலை இல்லாமல் இருந்தபோதும், அந்தத் தொழில் சூழல் அவனுக்குத் தன் இருப்பை நிலைநாட்டுவதாக இருந்தது. அங்கே நிலவுகிற நீர்ச் சாய – எண்ணெய்ச் சாய வாசங்கள் அவனது சுவாசமாகவே ஆகிவிட்டவை. இப்போது அந்த வாசனை இல்லாமல் பேரிழப்புணர்வு. இப்போது தனக்குள் சுவாசமே ஓடவில்லையோ என்று தோன்றும். சில சமயம் ஏக்கம் மிகுந்து, கடையை காலி செய்து வரும்போது கொண்டு வந்த சாய டப்பாக்களை எடுத்துத் திறந்து பார்த்து, அந்த வாசனையை முகர்ந்துகொள்வான். பரவசமும் துக்கமும் மனதை நிறைக்கும்.

வேறு வேலைகள் ஏதாவது இருந்தாலாவது பரவாயில்லை. சும்மா இருக்கையில் மனதில் பல வித சிந்தனைகள் உழற்றும். நேர்மறையாக எதுவும் தோன்றாமல், எதிர்மறை எண்ணங்களே ஆக்ரமித்து வதைத்தன.

கோனியம்மன் கோயில் வாசலில் அமர்ந்து பிச்சையெடுக்கும் சாமியார் ஒருவர், நடை சாத்தப்படுகிற மதியம், பிற்பகல் பொழுதுகளில் சுற்று வட்டாரப் பகுதிகளெங்கும் உலா வருவார். சித்திரக்கூடத்துக்கும் அவ்வப்போது எழுந்தருள்வார். வேலை இன்றி சும்மா இருப்பது சலிப்பாக உள்ளது பற்றி ஒரு முறை இவன் சொன்னபோது அவர் கூறியது ஞாபகம் வந்தது.

“ஒடம்பு சும்மா இருந்தாலும், மனசு சும்மா இருக்காது. முருகப்பெருமான் அருணகிரிநாதரைத் தடுத்தாட்கொண்டதுமே அருளுன முதல் உபதேசம், ‘சும்மா இரு; சொல்லற’ங்கறதுதான். மனசு, ஓய்வில்லாம, இருவத்து நாலு மணி நேரமும் இயங்கிட்டிருக்குது. நாம முளிச்சிருக்கும்போது நம்ம

எண்ணங்கள், சிந்தனை, நெனப்பு, ஞாபகம், கற்பனைன்னு அதோட செயல் நடக்குது. நாம தூங்கும்போதும் மனசு தூங்கறதில்ல. கனவா செயல்படுது. ஆகையினால, நாம சும்மா இருக்கறம்னு சொல்றது, உண்மைல சும்மா இருக்கறதே அல்ல. மனசு அலையாம, சலிக்காம, எதையும் நெனைக்காம, ஒரு சொல்லாவும் எந்த எண்ணமும் தோணாம, சமாதில ஐக்கியமாகறதுதான் உண்மைலயே சும்மா இருக்கறது...”

இதுபோன்ற தத்துவங்களால் அவனுக்கு எந்த உபயோகமும் இல்லை என்றாலும், மனதின் இயல்பைக் குறித்து ஏதோ சிலவற்றைக் கிரகித்துக்கொள்ள முடிந்தது. சாமியார் சொன்னாரே என்பதற்காக, எந்த எண்ணமும் இல்லாமல் மனதைச் சும்மா வைத்திருக்க முயன்று பார்த்தான். ஒரு நிமிடம் கூட இயலவில்லை. அது எதையாவது நினைத்துக்கொண்டேதான் இருந்தது. எண்ணங்கள் ஒன்றிலிருந்து ஒன்றாகக் கிளைத்து, எங்கெங்கோ தாவிக்கொண்டிருந்தன. மனம் ஒரு குரங்கு என மூதுரை சொல்லப்படுவது எவ்வளவு சரியானது என்பதை உணர்ந்தான்.

அவனுக்கு வீட்டில் இருந்து சலித்தது. இங்கே பேசிப் பொழுதுபோக்க நண்பர்கள் ஒருவரேனும் இல்லை. வெளியே சுற்றித் திரிந்து பொழுதுபோக்குகிற வழக்கமும் அவனுக்குக் கிடையாது. இருக்கிற சொற்ப நூல்களை ஏற்கனவே பல முறை வாசித்தாயிற்று. இப்போதும் அனைத்தையும் ஒரு முறை வாசித்துவிட்டான். இசை கேட்டுப் பொழுதுபோக்கவும் இப்போது வழியில்லை. இரு வருடங்களுக்கு முன்பே டேப் ரெக்கார்டர் பழுதாகி, உதிரிபாகங்கள் கிடைக்காததால் அப்படியே கிடக்கிறது. குறுந்தட்டுக் காலம் வந்துவிட்டது, இனி டேப் ரெக்கார்டுகள் வாங்குவது அவ்வளவு சிலாக்கியமானதல்ல என்பதால் வேறு டேப் ரெக்கார்டரும் வாங்கவில்லை. சி.டி. ப்ளேயரும் வாங்கவில்லை. பழுதான டேப் ரெக்கார்டரும், பழைய கேஸட் தொகுப்புகளும் வீணாகக் கிடக்கின்றன - இனிய நினைவுகளின் ஞாபகச் சின்னம் போல.

இப்போது உண்பது, உறங்குவது, தொலைக்காட்சி பார்ப்பது,

அது சலிக்கையில் பகல் தூக்கம் என அலுப்பு மிக்க சூழற்சியில் அவனது நாட்கள் நகர்ந்துகொண்டிருந்தன.

★★★

சுதந்திராவுக்கு நான்கு மாதங்கள் ஆகிவிட்டன. இப்போது ஆட்களை முகம் பார்த்து அடையாளம் காணத் தொடங்கிவிட்டாள். இளங்கோவைப் பார்த்தால் கையைக் காலை ஆட்டிக்கொண்டு, மெல்லிய ஒலிகளை ஏற்படுத்தியபடி சிரிப்பாள். சாமுத்ரிகா, தெய்வாத்தாள், யவனிகா ஆகியோர் விளையாட்டுக் காட்டும்போது, எப்போதாவது, உதடு பிரியாமல் ஓரிரு நொடி புன்னகையை மட்டுமே வெளிப்படுத்தக் கூடிய அவள், இளங்கோ அவளை எடுத்து மடியில் கிடத்திக் கொஞ்சும்போது மட்டும் பொக்கை வாய் திறந்து சத்தம் எழுப்பி நீண்ட நேரம் சிரிப்பது இவர்களுக்கும் அண்டை அயலவர்களுக்கும் ஆச்சரியம். மூன்று மாதத்திலிருந்தே அவள் அப்படிச் சிரிப்பதைப் பார்த்து, “மூணு மாசக் கொளந்தை இந்தளவுக்குச் சிரிக்கறதை நான் இதுவரைக்கும் எங்கயும் பாத்ததே இல்ல” என்று தெய்வாத்தாள் சொன்னாள். அதைவிட, அவள் ஒரு மாதக் குழந்தையாக இருந்தபோதே, காரணமற்று அழுதுகொண்டிருக்கையில், சாமுத்ரிகா எடுத்தாலும் அழுகையை நிறுத்தாதவள், இவன் எடுத்தால் அழுகையை நிறுத்திவிடுவாள். தந்தை மேல் அதிக பாசமாக வளர்வாள் என்பதற்கு இதுவே அத்தாட்சியாகச் சொல்லப்பட்டுகொண்டிருந்தது.

ஊர் வாய் எப்படியும் பேசுமே. சுதந்திரா சாதாரணப் பிரசவம் எனினும் கொடி சுற்றிப் பிறந்திருந்தாள். அது தந்தைக்கும் பங்காளிக்கும் ஆகாது, கொடி சுற்றி சிக்கலை ஏற்படுத்தியது போலவே அவர்களின் வாழ்விலும் சிக்கல் ஏற்படும் என நம்பிக்கை. அதனால்தான் இளங்கோ ஓவியக்கூடத்தை விடுத்து, தொழிலையே இழக்க நேரிட்டிருக்கிறது எனச் சிலர் கூறினர். தவிர, குழந்தையின் ஜாதகத்திலும் தோஷம். ஒன்பதாம் இடத்தில் சனி, ராகு, கேது இருப்பதால் தந்தைக்கு கஷ்டத்துக்கு மேல் கஷ்டம் ஏற்படுமாம். பொன், பொருள், பூமி அனைத்தையும்

இழக்க நேரிடும். எனினும், பட்ட மரம் துளிர்ப்பது போல, பழைய நிலையையும், உயரிய பலன்களையும் பெறுவார்கள் என ஜோதிடர் சொல்லியிருக்கிறார்.

சாமுத்ரிகாவின் குடும்பத்தில் யாருக்கும் ஜாதகம், தோஷம், பரிகாரம் போன்றவற்றில் நாட்டம் இல்லை. இளங்கோ குடும்பத்தில் முதன்மையாக அமராவதிக்கும், அடுத்ததாக கன்னிகாவுக்கும் அவற்றில் நம்பிக்கை. அவர்கள் இந்த தோஷங்கள் பற்றியும், பரிகாரம் பற்றியும் சொல்வதைக் கைலாசநாதனோ, இளங்கோவோ பொருட்படுத்துவதில்லை.

“நீங்க சொல்ற பரிகாரம் பண்ணுனா அவனுக்குத் தொழில் சீராகி, வருமானம் வந்து, லாபம் கொழிச்சிருமா? ஃப்ளக்ஸ் பேனர் தொழிலை மொதலாளிக நிறுத்தவோ, கவர்மென்ட்டு தடை பண்ணவோ செஞ்சிருவாங்களா?” என கைலாசநாதன் கேட்க, “உங்குளுக்கு நல்லது எதுலயுமே நம்பிக்கை இல்ல. எதைச் சொன்னாலும் விண்ணாடம்” என கன்னிகாவும் அவரது கறுப்புவாதத்துக்குக் கறுப்புக் கொடி காட்டியதோடு, அப்போதைக்கு விட்டுவிட்டாள். சாமுத்ரிகா குழந்தையோடு அங்கே சென்ற பின் பரிகாரங்கள் மேற்கொள்ள அவளுக்குத் திட்டம்.

சாமுத்ரிகாவுக்கும் அதில் அவ்வளவாக நம்பிக்கை இல்லையென்றாலும், ஏதோ ஒரு வகையில் நன்மை நடந்தால் சரி என்பதே அவளது எண்ணம்.

இளங்கோ தொழிலை விட்டு இப்போது இரண்டு மாதங்கள் ஆகிவிட்டன.

“உங்குளுக்குத் தகுந்த வேற வேலை ஏற்பாடு பண்றதா மாமா சொல்லியிருந்தாரே. என்னாச்சு?” என்று கேட்டாள்.

“இன்னும் எதுவும் அமையல. யோசிச்சுட்டிருக்கறேன், பாத்துட்டிருக்கறேன்ங்கறாரு.”

இன்னும் எவ்வளவு காலம்தான் யோசிப்பாரோ? அவர் அனாவசியமாகக் காலம் தாழ்த்தக்கூடியவர் அல்ல. ஆழமாகவும்,

துரிதமாகவும் சிந்தித்து, தீர்க்கமாக முடிவெடுக்கக் கூடியவர். இருந்தும் இந்த விஷயத்தில் ஏன் இவ்வளவு தாமதம் என்று தெரியவில்லை.

அவள் அவனிடம் மாற்று யோசனையை முன்வைத்தாள்.

“நீங்க மில்லு வேலைக்குப் போறதா இருந்தா, இப்ப அம்மா வேலைக்குப் போயிட்டிருக்கற காட்டன் மில்லுலயே, அக்கௌண்டன்ட் வெங்கிடுபதி சார்கிட்டக் கேட்டுப் பாக்கலாம். என்னை அங்க வேலைக்குச் சேத்துவிட்டவரும் அவருதான். நல்ல மனுசன். நம்ம கொளந்தையப் பாக்கறக்கும் ஆஸ்பத்திரிக்கே வந்திருந்தாரு. அப்பவே உங்க தொளில் எப்புடிப் போயிட்டிருக்குதுன்னெல்லாம் கேட்டாரு. நெலவரத்தைச் சொல்லியிருந்தேன். இப்பவும் நீங்க கடையையும், தொளிலையும் விட்டுட்டதைப் பத்தி அம்மா அவுருகிட்ட சொன்னப்ப வருத்தப்பட்டாராமா. கல்யாணத்துக்காக நான் வேலையை விட்டப்பவே, பர்மனென்ட் ஆகப்போற நேரத்துல வேலைய விட வேண்டாம்னு அட்வைஸ் பண்ணுனாரு. ஒரு வருசம் ட்ரெய்னிங் முடிஞ்சு, ரெண்டாவது வருசம் ப்ரொவிசன்ல இருந்த கடைசி நேரத்துலதான் நம்ம கல்யாணம் ஆச்சு. இன்னும் ஆறு மாசம் இருந்திருந்தா வேலை பர்மனென்ட் ஆகியிருக்கும். இப்பவும் ஒண்ணும் கெட்டுப்போகல. வெங்கிடுபதி சார்கிட்ட சொன்னா, ஹெல்ப் பண்ணுவாரு. அந்த மில்லுல இல்லன்னாலும், அவருக்குத் தெரிஞ்ச வேற எங்கயாச்சும் சேத்துவிடுவாரு.”

“எதுக்கும் அப்பாகிட்டக் கேட்டுப் பாக்கலாம். அவுரு என்ன சொல்றாரோ, அப்படித்தான் செய்யணும்.”

அதற்காக எவ்வளவு காலம் காத்திருப்பது?

மனதுக்குள் கேள்வி எழுந்தாலும் அதை அவனிடம் சொல்லவில்லை. இளங்கோ அப்பாவை உயிருக்கு மேலாக மதிப்பவன். அவனிடம் இவ்வாறு பேசுவது சரியல்ல. மேலும், இவளுக்குமே மாமனார் மீது மிகுந்த மரியாதை. ஆனால், இந்த விஷயத்தில் ஏனோ அவர் தாமதப்படுத்துகிறார்

என்றே அவளுக்குத் தோன்றியது. எதனால் என்று யூகிக்க இயலவில்லை. ஆனால், வலுவான காரணமின்றி அவ்வாறு செய்ய மாட்டார் என்பது உறுதி. எனவே, இன்னும் சற்றுப் பொறுத்துப் பார்க்கலாம் என்று பட்டது.

★★★

ஏழாவது மாதம் முடிந்த பின் புகுந்த வீடு செல்லலாம் என்றுதான் தெய்வாத்தாள் சொல்லியிருந்தாள். அவ்வளவு காலம் இங்கே இருக்க முடியாது என்று, பொங்கலுக்குப் பின், ஐந்தாவது மாதம் முடிந்ததுமே சாமுத்ரிகா புகுந்த வீடு வந்துவிட்டாள். இளங்கோவின் வேலை விஷயமாக அதுவரை எந்த முடிவும் எடுக்கப்பட்டிருக்கவில்லை. மில் வேலைக்குப் போகலாம் என்பது குறித்த இவளின் யோசனையை இளங்கோ கைலாசநாதனிடம் தெரிவித்திருந்தும், அவர் அதையும் யோசனையில் வைப்போம் என்றிருந்தார். இளங்கோ வேலைக்குப் போகாமல், கைலாசநாதனின் சம்பாத்தியத்திலேயே தானும் குழந்தையும் வாழ்வது சாமுத்ரிகாவுக்கு உறுத்தலாக இருந்தது.

“உங்குளுக்கு வேலைக்கு அப்பா சொல்லட்டும்னு இன்னும் எதிர்பார்த்துட்டு இருந்தா, இப்போதைக்கு நடக்கும்னு எனக்குத் தோணல” என்றவள், “கல்யாணத்துக்கு முன்னாடி பெத்தவங்க, கூடப் பொறந்தவங்க சம்பாத்தியத்துல வாள்றது சரி. கல்யாணத்துக்கப்பறம் அப்படி இருக்கறது சரியில்ல. அதுவும், நீங்க மட்டும் அப்படி இருந்தாலும் தேவலாம். நானும், கொளந்தையும் உங்க அப்பா சம்பாத்தியத்துல வாளறது எனக்குச் சுத்தமாப் புடிக்கல. கஞ்சியோ கூளோ குடிச்சுட்டுன்னாலும், உங்க சம்பாத்தியத்துல வாளணும்னு நெனைக்கறேன். உங்குளுக்கு மில்லு வேலைக்கோ, வேற வேலைக்கோ போறது புடிக்கல; கௌரவக் கொறைச்சலா இருக்குதுன்னா சொல்லுங்க; நான் போறேன்” என்றாள்.

அவனுக்கும் அது நியாயமாகப்படவே, “இன்னைக்கு அப்பாகிட்டக் கடைசியாப் பேசிப் பாக்கலாம்” என்றான்.

இரவில் அவரிடம், சாமுத்ரிகா சொன்னதை அப்படியே சொல்லாமல், வேலைக்குப் போகாமல் தாமதமாவது தனக்குக் கஷ்டமாக இருப்பதாக மட்டும் சொன்னான்.

“எனக்கு ஒரு யோசனை. அது சம்பந்தமா, மொதல்ல நான் சில தீர்மானங்களை எடுக்க வேண்டியிருந்துச்சு. அதுலதான் தாமதமாயிருச்சு” என்ற கைலாசநாதன், “காலம் மாறும்போது நாமளும் அதுக்குத் தகுந்த மாதிரி மாறிக்கணும். ஃப்ளக்ஸ் பேனர் தொழிலையே நீயும் பண்ணுனா என்ன?” என்றார், இளங்கோவிடம்.

“நான் எப்புடி...?”

“கையால ஓவியம் வரையற மாதிரி, பேனர் போர்டு எழுதற மாதிரி, ஃப்ளக்ஸ் ப்ரிண்ட்டிங்கும் ஒரு கலைதான். பழைய காலத்துல உருவப் படங்களை ஓவியர்களை வெச்சு வரைஞ்சாத்தான் உண்டு. கேமெரா கண்டுபுடிச்சதுக்கப்பறம், உலகம் ஃபோட்டோவுக்கு மாறிடுச்சு. ஃபோட்டோக்ராபியும் ஒரு கலையா ஆயிருச்சு. அந்த மாதிரித்தான் இப்ப ஃப்ளக்ஸ் ப்ரிண்டிங்கும். பிஸினஸாப் பாத்தா, கையால பேனர் எழுதறதுக்கும், ஃப்ளக்ஸ் ப்ரிண்ட்டிங்குக்கும் வித்தியாசமே இல்ல. நீ ஓவியன்ங்கற முறைல, கலையாப் பாத்தாலும், வரையற கலைல இருந்து அச்சுக் கலைக்கு மார்ற; அவ்ளோதான். நீ கையால செஞ்சதுதான், அப்புடியே ப்ரிண்டிங்குக்கு மாறுது. சம்பாத்தியத்துக்காக, பழக்கமில்லாத, புடிக்காத வேற வேலை எதையாவது செய்யறதை விட, இதை நீ செய்யறது பெட்டரா இருக்கும்கறது என்னோட அபிப்ராயம்.”

“அது சரிங்ப்பா. ஆனா, நாம எப்படி அதைப் பண்ண முடியும்? ஃப்ளக்ஸ் ப்ரிண்ட்டிங் மிசினே பன்னெண்டுலருந்து பதினஞ்சு லச்சம் வரைக்கும் ஆகும். கம்ப்யூட்டர், ப்ரிண்டிங் மெட்டீரியல், கடை வாடகை, டிஸைனர் ப்ரிண்ட்டர்க சம்பளம் எல்லாம் சேத்தா, சுமார் இருபது லச்சமாவது முதலீடு போடணும். நம்மனால அது முடியாதுங்கறதுனாலதான் ஃப்ளக்ஸ் ப்ரிண்ட்டிங் மிசின் கம்பெனி ரெப்ரஸன்டேட்டிவ்க பல பேரு நம்ம கடைக்கும் கேன்வாஸ் பண்ண வந்தப்பவே

அது ஆகாதுன்னு சொல்லீட்டேன்.”

“பண ஏற்பாடு நான் பண்ணிக்கறேன். நீ அந்தத் தொழில் பண்ணத் தயாரா? அதைச் சொல்லு.”

“இருவது லச்ச ருவா எப்படிங்ப்பா நீங்க ஏற்பாடு பண்ண முடியும்?”

“பேங்க்ல கொஞ்சம் பணம் இருக்குது. எனக்கு ஆஃபீஸ்லயும் கொஞ்சம் லோன் போட முடியும். இது தவிர வேற ஏற்பாடும் இருக்குது. அதை நான் பாத்துக்கறேன். ஆனா, தொழிலை நீதான் பாத்துக்கணும். அதுக்கு நீ தயாரா?”

“எனக்கு அது சம்பந்தமா ஒண்ணும் தெரியாதேங்ப்பா. கம்ப்யூட்டர் டிஸைனிங் படிச்சவங்கதான் டிஸைனர் வேலை செய்ய முடியும். ப்ரிண்டிங் பண்றதுக்கும் ப்ரிண்ட்டிங் தெரிஞ்சிருக்கணும். அப்படி இல்லன்னா, அதுக்கு சம்பளத்துக்கு ஆள் வெச்சுத்தான் செய்யணும். மொதலாளிக அப்படித்தான் பண்ணுவாங்க.”

“உனக்குப் படிப்பு கம்மி. அதனால கம்ப்யூட்டர் டிஸைனிங் கத்துக்க முடியாது. அதுக்கு வேண்ணா ஆள் வெச்சுக்கலாம். ஆனா, ப்ரிண்டிங் கத்துக்கறதுக்கு உன்னால முடியும் இல்லையா? ஏதாவது ஃப்ளக்ஸ் ப்ரிண்டர்ஸ்ல போயி கொஞ்ச காலத்துக்கு வேலை செஞ்சு, வேலை பழகிட்டா, அதை நீ பாத்துக்கலாமே.”

“அதை வேண்ணா செய்யலாங்ப்பா.”

“அதுல உனக்கு ஆட்சேபணையோ, சங்கடமோ இல்லையே. ஏன் கேக்கறேன்னா... நான் சொல்றனேங்கறதுக்காக நீ அதைப் பண்றதா இருக்கக் கூடாது.”

“இல்லீங்ப்பா. நீங்க சொன்ன மாதிரி, வேற வேலை செய்யறதை விட இது எனக்குப் பொருத்தமா இருக்கும்.”

“அப்ப, டிஸைனிங்குக்கு மட்டும் ஒருத்தரை வேலைக்கு வெச்சுட்டாப் போதும்...”

அப்போது சாமுத்ரிகா குறுக்கிட்டு, “அதுக்கு எதுக்குங் மாமா

இன்னொருத்தருக்கு சம்பளம் குடுத்து வேலைக்கு வெச்சுட்டு? கம்ப்யூட்டர் டிஸைனிங் நானே கத்துக்கிட்டு செய்யலாம். அதுக்கு டி.ட்டி.ப்பி. கோர்ஸ் படிச்சாப் போதும். டிப்ளமோ கோர்ஸ் ஒரு வருசம். ப்ரைவேட்ல ஆறு மாசந்தானுங், மாமா. ஃபீஸூம் நார்மலாத்தான் இருக்கும். அவரு வேலைக்குப் போயி ப்ரிண்ட்டிங் கத்துக்கற சமயத்துல, நான் டி.ட்டி.ப்பி. கோர்ஸ் போயி டிஸைனிங் கத்துக்கறேன். அப்பறம், ரெண்டு பேரும் சேந்து தொளில் செய்யலாம். டிஸைனர் சம்பளம், ப்ரிண்டர் சம்பளம் மிச்சம். ப்ரிண்ட்டிங்க்கு அசிஸ்டென்டோ, ஹெல்ப்பரோ மட்டும் சேத்துட்டாப் போதும்" என்றாள்.

"ரொம்ப நல்லதாப்போச்சு. பாப்பாவுக்கும் அஞ்சு மாசம் ஆயிருச்சே. கன்னிகா பரமேஸ்வரி அவளைப் பாத்துக்கலாம். நீ டிஸைனிங் கோர்ஸ் போ; அவன் ப்ரிண்டிங் வேலைக்குப் போகட்டும். நான் இப்பருந்தே பண ஏற்பாடுகளைக் கவனிக்கறேன்."

★★★

அத்தியாயம் 29

வெற்றிக்குப் பின்னால்

ஃபிப்ரவரி மாதத்திலிருந்து இளங்கோ கோவையில் ஃப்ளக்ஸ் பேனர் அச்சகம் ஒன்றில் அச்சுப் பணிக்குச் செல்லலானான். சாமுத்ரிகா கோவையில் டி.ட்டி.ப்பி. கோர்ஸ் சென்றாள். வாரத்தில் நான்கு நாட்கள் வகுப்பு. இரண்டு நாட்கள் கோட்பாடு; இரண்டு நாட்கள் நடைமுறைப் பயிற்சி. பேஜ்மேக்கர், போட்டோஷாப், கோரல் ட்ரா ஆகிய மூன்றும் கற்றுத்தரப்படும்.

கைக்குழந்தையை விட்டுவிட்டு வகுப்புக்குச் சென்று வருவது ஆரம்பத்தில் சற்றுச் சிரமமாக இருந்தது. குழந்தையும் தாய் ஏக்கத்தில் ஒரே அழுகை. தாய்ப் பால் மறக்கடித்தலின் பாடுகள் தாய்க்கும் சேய்க்கும். ஆனால், சீக்கிரமே குழந்தை கன்னிகாவிடம் அதிக ஒட்டுதல் கொண்டுவிட்டது.

ஜூலை மாதத்தோடு சாமுத்ரிகாவின் கோர்ஸ் முடிந்தது. இளங்கோவும் வேலையிலிருந்து நின்று, தொழில் தொடங்குவதற்கான பணிகளில் ஈடுபட்டான்.

செப்டம்பரில், கோவையில் சுதந்திரா ஆர்ட்ஸ் அன்ட் ஃப்ளக்ஸ் தொடங்கப்பட்டது.

இளங்கோவின் ஆலோசனைகளோடு சாமுத்ரிகா வரைகலை செய்ய, உதவியாளர்களின் துணையோடு அவன் ஃப்ளக்ஸ் அச்சாக்கத்தைக் கவனித்துக்கொண்டான். கையால் எழுதும் பணிகள் வந்தால் அதுவும் அவனால் செய்து கொடுக்கப்படும். கணவன் மனைவி இருவரும் உற்சாகமாகப் பணிபுரிய, தொழில் நல்லபடியாகப் போய்க்கொண்டிருந்தது.

ஓரிரு மாதங்களுக்குப் பிறகு தண்டபாணியை இளங்கோ வழியில் காண நேர்ந்தது. அவர் பணி ஓய்வு பெற்று இரு வருடங்கள் ஆகிவிட்டன. அதன் பின் தற்போது ஒரு ஷாப்பிங் காம்ப்ளக்ஸும் கட்டி வாடகைக்கு விட்டிருப்பதோடு, ட்ராவல் ஏஜென்ஸியும் நடத்திக்கொண்டிருக்கிறார். இவனிடம் தொழில் எப்படிப் போய்க்கொண்டிருக்கிறது என விசாரித்தவர், “நான் சர்வீஸ்ல இருந்த வரைக்கும் உங்கப்பாகிட்ட இருவத்தஞ்சு வருசத்துக்கு மேல ஓயாம சொல்லிப் பாத்தேன். அவன் கேக்குல. அட்லீஸ்ட், நான் இருந்த கடைசி அஞ்சு வருசத்துலயாவது அவன் சம்மதிச்சிருந்தான்னா, இன்னைக்கு உங்க ஸ்டேட்டஸே வேற. நீயி, உங்கண்ணன் எல்லாருமே தனி வீடு, காருன்னு செட்டிலாகியிருக்கலாம். அடுத்த வருசம் ரிட்டயர்டாகப் போற இந்தக் கடைசி நேரத்துலதான் உங்கப்பாவுக்கு புத்தி வந்திருக்குது. நல்ல வேளை, இப்பவாச்சும் வந்துதே. இல்லாட்டி நீயும் இப்போதைக்குத் தொளில் தொடங்கியிருக்க முடியாது...” என்று சொல்லவும்தான் கைலாசநாதன் லஞ்சம் வாங்கும் விஷயம் தெரிந்தது.

அவனுக்கு அது பேரதிர்ச்சி. நம்பவும் முடியவில்லை; சொன்னது தண்டபாணி என்பதால் நம்பாமல் இருக்கவும் முடியவில்லை.

வீட்டுக்கு வந்தவன் கைலாசநாதனிடம் தண்டபாணி சொன்னதைத் தெரிவித்து, “அவுரு சொல்றது நெஜமாங்ப்பா?” என்று கேட்டான்.

ஆம் என ஒப்புக்கொண்ட அவர், “நேர்மை – நாணயம்னு இருந்து என்னத்தைக் கண்டேன்? நாலு பேரு பாராட்டுனாங்க.

வாஸ்தவம்தான். ஆனா, நாப்பது பேரு திட்டவும், நூனூறு பேரு, பொழைக்கத் தெரியாதவன்னு எளக்காரமாப் பேசவும்தான் செய்யறாங்க. அது ஒரு பக்கம் இருக்கட்டும். புள்ளைகளோட நலத்துக்காகப் பெத்தவங்க விட்டுக் குடுக்கறது, தியாகம் பண்றது சகஜம்தானே. அதைத்தான் நானும் செஞ்சிருக்கறேன். இவ்வளவு காலம் நேர்மை நாணயம்னு இருந்து, குடும்பத்துக்குக் கெடைக்க இருந்த வசதி வாய்ப்புகளைத் தியாகம் செஞ்சேன்; இப்ப, குடும்பத்துக்காக என்னோட கொள்கையத் தியாகம் செய்யறேன். இது மூலமா உன்னோட வாழ்க்கைக்கு ஒரு ஏற்பாடு பண்ணியாச்சு. இனி, மோகனசுந்தரத்துக்கும் ஏதாவது பண்ணணும். உங்குளுக்கு எவ்வளவு செலவு பண்றனோ, அதே அளவுக்கு அமராவதிக்கும், வெண்ணிலாவுக்கும் தொகையாக் குடுத்துருவேன்" என்றார்.

"எதுக்குங்ப்பா அதெல்லாம்? நாங்க யாரும் உங்ககிட்ட இது மாதிரி வேணும்னு கேக்கலியே. அதுவும், எனக்காகத்தான் நீங்க உங்க கொள்கைய விட்டு, உங்க கையக் கறைப்படுத்தியிருக்கறீங்கன்னு நெனைக்கறேன். ரொம்ப வேதனையா இருக்குங்ப்பா."

"உனக்காகத்தான் அதைப் பண்ணத் தொடங்குனேன். கையக் கறைப்படுத்திக்கணுமா, வேண்டாமான்னு முடிவெடுக்கறதுக்குதான் எனக்கு மூணு மாசம் அவகாசம் தேவைப்பட்டுது. கடைசியா துணிஞ்சுட்டேன். ஆனா, உனக்காக மட்டும் இல்ல. உங்க நாலு பேர்த்துக்காவும்தான். அதனால, நீ அதுக்காக வருத்தப்பட வேண்டாம்" என்றுவிட்டு, தொலைக்காட்சி செய்தி பார்க்க ஆரம்பித்துவிட்டார்.

அவனுக்கு மனம் ஆறவில்லை. எந்த எதிர்வினையும் காட்டாமல் நின்றிருந்த கன்னிகாவிடம், "என்னம்மா... நீ எதுவுமே பேச மாட்டேங்கற?" என்று கேட்டான்.

"நான் எப்பவோ பேசியாச்சு."

"அப்படின்னா... உனக்கு இது மொதல்லயே தெரியுமா?"

"எனக்குத் தெரியாம அவரு எந்த முக்கிய காரியத்தையும் செய்ய மாட்டாரேடா!"

அவன் தளர்ந்து நின்றான். தான் பெறவிருக்கும் வெற்றிக்குப் பின்னால் விரும்பத் தகாத ஒன்றும் இருப்பது அவனுள் நெருடியது. சில வெற்றிகளுக்குப் பின்னால் சில வலிகள், வேதனைகள், வருத்தம் தரும் விஷயங்கள் இருக்கக்கூடும் என்பதை அப்போது அனுபவப்பட்டான்.

★★★

இளங்கோவின் இயல்பு, எண்ணம், பேச்சு, செயல், பழக்க வழக்கங்கள் யாவும் மாறிவிட்டன. இவன் பழைய இளங்கோவே அல்ல; இவன் வேறு என்று பலரும் சொல்கிறார்கள். சித்திரக்கூடத்தில் இருந்த, அமைதியும், ஒதுக்கமுமான இளங்கோ அல்ல, சுதந்திரா ஆர்ட்ஸ் அன்ட் ஃப்ளக்ஸில் இருக்கும் இளங்கோ. உள்ளே எப்படியிருந்தாலும் சரி; வெளியே மற்றவர்கள் விரும்புகிறபடியும், மற்றவர்களைக் கவர்கிறபடியும் உடை, பேச்சு, பழக்கவழக்கங்கள் ஆகியவற்றை மாற்றிக்கொள்ள வேண்டும் என சாமுத்ரிகா வலியுறுத்தி, வழிநடத்துகிறபடியே அவன் நடந்துகொண்டிருந்தான். அது அனுகூலமாகி அவனுக்கு நற்பெயர், மதிப்பு ஆகியவற்றையும், தொழிலில் பலவித ஆதாயங்களையும் ஏற்படுத்திக் கொடுத்தது. ‘வீட்டுக்குள் நம் விருப்பப்படி; வெளியே மற்றவர்கள் விரும்பும்படி’ என வாழ்வதே புத்திசாலித்தனம் என்பதை அனுபவத்தில் கண்டுகொண்டான்.

அவனுக்கு இப்போதெல்லாம் தேவையற்ற யோசனைகளுக்கு நேரமே இல்லை. எப்போதும் வேலை, வேலை என்று வேலையில் மும்முரமாக இருப்பான். ஓய்வுப் பொழுதுகளில் தொழில், குடும்ப காரியங்கள், எதிர்காலத் திட்டங்கள், பொது விஷயங்கள் உள்ளிட்ட வாழ்க்கைக்குத் தேவையான விஷயங்களில் மட்டும் கவனம் செலுத்தி, அவை தொடர்பாக யோசனைகளில் ஈடுபட்டிருப்பான். வீட்டில் இருக்கையில் சுதந்திராவுடன் பொழுது போவதே தெரியாது. அங்கே அவள்தான் இவனுக்கு மட்டுமன்றி, குடும்பத்தினர் அனைவருக்குமான அற்புத உலகம்.

ஏப்போதோ பேச்சுவாக்கில் சாமுத்ரிகா இளங்கோவிடம் மாதங்கியின் புகைப்படம் இருக்கிறதா என்று கேட்டாள். இல்லை என்றான்.

“அவ்வளவு நெருக்கமாப் பளகியிருக்கறீங்க; வீட்டுலயும் சம்மதம். அப்படியிருந்தும் போட்டோ வாங்கி வெச்சுக்கலையா? ஆம்பளைங்க, பர்ஸ்ல லவ்வரோட பாஸ்போர்ட் சைஸ் போட்டோ வெச்சிருப்பாங்களே.”

“நான் பர்ஸே யூஸ் பண்ண மாட்டேன்.”

“வெண்ணிலா கல்யாண ஆல்பத்துல மாதங்கி ஃபோட்டோ இருக்குமே.”

“அதுல ஒரு சொதப்பல் ஆயிருச்சு. மாதங்கி இருந்த ஃபோட்டோவெல்லாம் ஒரு ரோல்ல இருந்துச்சு. கேமெராமேனோட அசிஸ்டென்ட், அந்த ஃப்லிம் ரோல வெளிய எடுக்கும்போது ஏதோ சிக்கலாகி, நெறைய ஃபோட்டோ வீணாயிருச்சு. மாதங்கி இருந்தது ஒண்ணு கூட கெடைக்கல.”

“மாதங்கிய உக்கார வெச்சு, நீங்க பாத்து வரைஞ்சதா அத்தை சொன்னாங்களே. அது இருக்கும்ல்ல?”

“அது அவ கேட்டான்னு வரைஞ்சது. அவளுக்கே குடுத்துட்டேன்.”

“இப்ப வரைஞ்சு காமிக்க முடியுமா?”

“ம்ம்-ஹூம்! எனக்கு நேர்ல பாத்து வரையறதுக்கே சரியாத் தெரியாது. மாதங்கி கம்ப்பல் பண்ணுனாங்கறதுக்காக அவளை மட்டும்தான் அப்படி வரைஞ்சேன். அதுக்கே நாலஞ்சு சிட்டிங் இருக்க வேண்டீதாப் போச்சு. அப்பவும் பர்ஃபெக்ட்டா வல்ல. இருந்தாலும் ஓரளவுக்கு அடையாளம் தெரியும்ங்கறதுனால ஏத்துக்கிட்டா. பாக்காம ஞாபகத்துல வரையறது என்னால முடியவே முடியாது.”

“எப்படி இருப்பான்னு பாக்கணும்கறதுக்காகத்தான் கேட்டேன். எந்த வகைலயுமே அதுக்கு வளியில்லாமப்போச்சே. ஆனா, ரொம்ப அளகா இருப்பான்னு அத்தை சொன்னாங்க.

அட்ராக்சனா இருப்பான்னு வெண்ணிலா சொன்னா. எந்த மாதிரின்னு கேட்டா அவளுக்குச் சொல்லத் தெரியல. நீங்க ஓவியர், சாமுத்ரிகா லட்சணம் தெரிஞ்சவர். மாதங்கி எந்த மாதிரின்னு சொல்லுங்களேன்."

அவளது தோற்றத்தை வர்ணித்தவன், "சாமுத்ரிகா லட்சணப்படி, ரெண்டாவது எடத்துல இருக்கற சித்ரிணி ரகம். சித்ரிணின்னா, ஓவியம் மாதிரி அழகா இருக்கக் கூடியவள்னு அர்த்தம். சாமுத்ரிகா சாஸ்திரம், இந்த வகையறாவை சொர்க்கலோகத்தைச் சேர்ந்தவங்க, எல்லையற்ற அழகாவும், அறுபத்து நாலு கலைகள்லயும் தேர்ச்சி பெற்றவங்களாவும் இருப்பாங்க, மணிப்பூரா சக்ரத்தோட ஆளுமை கொண்டவங்கன்னெல்லாம் சொல்லுது" என்றான்.

"சரி. நாம வெளிய போகும்போது, எப்பவாவது, எங்கயாவது மாதங்கி தட்டுப்பட்டாக் காமிங்க" என்று கேட்டுக்கொண்டாள்.

அந்தப் பேச்சு அவனுக்குள் மாதங்கி சாமுத்ரிகா குறித்த ஒப்பீட்டை உருவாக்கிவிட்டது.

இருவரும் முரணான இயல்புகளைக் கொண்டவர்கள். இவனுள்ளும் அதே வகையில் இருவித மாற்றங்களை உண்டாக்கியவர்கள். மாதங்கி - அக மீட்சி; சாமுத்ரிகா - புற மீட்சி. இரண்டுமே முக்கியமானவை. அகம் புறம் இரண்டும் சேர்ந்தல்லவா முழுமையாகிறது. அதனால் அவர்கள் இருவருமே தன் வாழ்வில் முக்கிய அங்கம் வகிப்பவர்கள்தான் என எண்ணிக்கொண்டான். அவர்கள் இருவருமே தனது வெற்றிக்குப் பின்னால் இருக்கின்றனர். அவர்கள் மட்டுமல்ல; அவர்களுக்கும் பின்னால் கன்னிகா பரமேஸ்வரியும் இருக்கிறாள். அவளுக்கும் பின்னால், அனைவருக்கும் ஆதாரமாக கைலாசநாதன் இருக்கிறார்.

இந்த நால்வரும் இன்றி நான் இல்லை என இளங்கோ நினைவுகூர்ந்துகொண்டான்.

★★★

சுதந்திராவின் இரண்டாவது பிறந்த நாள், 2004 ஆகஸ்ட் 15 – ஞாயிற்றுக்கிழமையிலேயே வாய்த்ததில் ஒரு சௌகரியம். விடுமுறை நாளானதால், அன்று பகலிலேயே, மதிய விருந்தோடு, உற்றார் உறவினர்களுடன் பிறந்த நாளைக் கொண்டாட இருந்தனர். தொழிலும் லாபகரமாக நடந்துகொண்டிருந்ததால், பிறந்த நாள் வைபவத்துக்கு விமர்சையாகவே ஏற்பாடாகியிருந்தது.

முன்னதாக, காலையில் குழந்தையை எடுத்துக்கொண்டு இளங்கோவும் சாமுத்ரிகாவும் ஏதாவது கோயிலுக்குப் போய் வரலாம் என்றும் தீர்மானமாயிற்று. அருகில் உள்ள பி.கே.புதூர் பத்ரகாளியம்மன் சக்தி வாய்ந்த தெய்வம் என்று அயலகப் பெண்கள் பலரும் சொல்லக் கேட்டிருந்த சாமுத்ரிகா, அங்கே சென்று வர விரும்பினாள். இளங்கோவுக்கு அங்கே செல்வது பற்றிச் சிறிது யோசனையாகவே இருந்தது. மாதங்கியின் பிறந்த வீடு அந்த ஊர்தான் என்பதோடு, பத்ரகாளியம்மன் கோயிலுக்குச் செல்லும் வழியிலேயே அவளது வீடு. அவ் வழியே சென்றால், அவளது பெற்றோர் கண்களில் தட்டுப்பட நேரலாம்; அல்லது அவர்கள் தன் கண்ணிலாவது படக் கூடும்; அதுவும் இல்லையென்றாலுமே, அவ் வழி செல்வதும், மாதங்கியின் வீடு பார்வையில் படுவதுமே பழைய நினைவுகளைத் தன்னுள் கிளறக் கூடியதாக இருக்கும். அதை அவன் விரும்பவில்லை.

ஆனால், அதை சாமுத்ரிகாவிடம் சொல்லவில்லை. சொல்வது சரியும் அல்ல என்று பட்டது. அது நான்கு வருடங்களுக்கு முன்பு நடந்து முடிந்த கதை. இருவரும் பிரிந்து, வெவ்வேறு நபர்களைத் திருமணம் செய்துகொண்டு, குழந்தையும் ஆகிவிட்டது. இனி அந்தப் பழைய நினைவுகளால் யாருக்கு என்ன பாதிப்பு நேர்ந்துவிடப்போகிறது? மேலும், நினைவுகள் அந்த இடத்துக்குச் சென்றால் மட்டும்தான் வருமா? எங்கிருந்தாலும், எப்போதும் வரக் கூடியவைதானே? அதனால் அவன் சாமுத்ரிகாவிடம் மறுப்பு எதுவும் சொல்லாமல் கிளம்பினான்.

பி.கே.புதூர் மாதங்கியின் ஊர் என்பது அவளுக்கும் தெரியும். இருப்பினும் அவள் அது பற்றி எதுவும் கேட்கவோ, சொல்லவோ இல்லை. மாதங்கியின் பிறந்த வீடு அருகே செல்லும்போது

இளங்கோ அந்த வீட்டைச் சுட்டிக் காட்டி, அதுதான் மாதங்கியின் வீடு என்று அவளிடம் சொன்னான். அவளும் ஒரு பார்வை பார்த்துக்கொண்டாள். ஒன்றும் சொல்லவில்லை.

வீட்டின் முன் கதவு திறந்திருந்தும், மாதங்கியின் பெற்றோர் - குறிப்பாக அவளது அம்மா - தென்படாததில் இவனுக்கு நிம்மதி. திரும்பி வரும்போதும் அப்படியே இருக்கவேண்டும் என எண்ணிக்கொண்டான்.

அப்படியேதான் ஆயிற்று.

ஆனால், அந்தப் பகுதியைக் கடந்து, பேருந்து நிறுத்தம் நோக்கி முதன்மைத் தெருவில் இவர்கள் நடந்துவந்துகொண்டிருக்கையில் எதிரே மாதங்கி, வலது தோளில் தோள் பையுடன், இடது கையில் இரண்டரை வயது பாலகனின் கை பிடித்து நடத்தியபடி, மெதுவாக நடந்து வந்துகொண்டிருந்தாள்.

அவளைப் பார்க்கையில் இப்போது இளங்கோவுக்குப் பழைய காதலோ, துக்கமோ ஏதும் இல்லை. சாமுத்ரிகா முன்பு ஒரு முறை கேட்டுக்கொண்டது ஞாபகம் வரவே அவளிடம் அதுதான் மாதங்கி என்று தெரிவித்துவிட்டு நடை தொடர்ந்தான். மாதங்கியும் இவர்களைப் பார்த்தவாறே நெருங்கிக்கொண்டிருந்தாள்.

சாமுத்ரிகா அவளைக் காண நேர்ந்தால் காட்டுமாறு சொல்லியிருந்தாளே. ஒருவேளை அவளுடன் பேச விரும்பினாலும் விரும்பலாம். மாதங்கி அருகில் வரும்போது நின்று அவளிடம் பேசி, சாமுத்ரிகாவை அறிமுகப்படுத்தலாம் என்று நினைத்தான்.

ஆனால், நெருங்க நெருங்க, மாதங்கி இவனைப் பாராமல் இவனுக்குப் பக்கத்தில் நடந்துவந்துகொண்டிருக்கும் சாமுத்ரிகாவையே முறைத்துப் பார்த்துக்கொண்டிருப்பது தெரிந்தது.

என்ன இது, இவள் இப்படி எதிர்வினை செய்கிறாளே என இளங்கோவுக்கு அதிர்ச்சி. சாமுத்ரிகா எவ்வளவு தன்மையாக,

நாம் இருவரும் செல்லும்போது எங்காவது மாதங்கி தென்பட்டால் காண்பியுங்கள் என்று கேட்டுக்கொண்டாள். ஆனால், மாதங்கியோ அவளைக் கண்டதுமே முறைக்கிறாளே. சாமுத்ரிகா ஏதும் தவறாக நினைத்துவிடப் போகிறாள் என்று எண்ணியபடி, இடப்புறம் திரும்பி அவளைப் பார்த்தான். அவளும் மாதங்கியை முறைத்தபடியே வந்துகொண்டிருந்தாள்.

பெண்களின் காதல் எவ்வளவு அழகானது என்பதையும், ஆண்களின் காதல் அந்த அழகுக்கு ஒருபோதும் ஈடாகாது என்பதையும் அவன் உணர்ந்துகொண்ட ஒப்பற்ற தருணம் அது.

(முற்றும்)

ஷாராஜ்

பூர்வீகம் கேரளா. பிறப்பால் மலையாளி எனினும் உணர்வால் தமிழன். தற்போது பொள்ளாச்சியில் வசித்துக்கொண்டிருக்கிறார்.

பன்முகப் படைப்பாளி என அறியப்படுபவர். சிறுகதையாளர், எதிர் கவிஞர் மற்றும் நவீன தாந்த்ரீக ஓவியர். அவ்வப்போது கட்டுரைகள், விமர்சனங்கள் ஆகியவற்றிலும் ஈடுபடுவதுண்டு. சிறுகதைப் போட்டிகளில் நான்கு முதல் பரிசுகள் உட்பட பல பரிசுகளும், சிறுகதைக்கான சில விருதுகளும் பெற்றவர். ஸிதாரா எஸ்-ஸின் ஒரு சிறுகதைத் தொகுப்பை மலையாளத்திலிருந்து தமிழில் மொழிபெயர்த்துள்ளார்.

2011 முதல் இலக்கியத்திலிருந்து ஒதுங்கி நவீன தாந்த்ரீக ஓவியப் பணியில் முழு மூச்சாக இயங்கி வந்தவர், 2019 முதல் மீண்டும் இலக்கியத்திலும் ஈடுபட்டுவருகிறார். அமேஸான் கிண்டிலில் இவரது சில பி.டி.எஃப். நூல்கள் உள்ளன. உலக நாட்டுப்புறக் கதைகள், பிரதேசத்தன்மை மற்றும் கலாச்சார அடையாடங்கள் கொண்ட சிறுவர் கதைகள் ஆகியவற்றில் ஆர்வம் கொண்டு, நூற்றுக்கும் மேற்பட்ட கதைகளை மறுகூறல் முறையில் எழுதியுள்ளார்.

அச்சில் வெளியான நூல்கள்:

- வடக்கந்தறயில் அம்மாவின் பரம்பரை வீடு – சிறுகதைகள் (2004).
- வேலந்தாவளம் உங்களை வரவேற்கிறது – சிறுகதைகள் (2016).
- கௌதம புத்தன் கசாப்புக் கடை – கவிதைகள் (2017).

- அக்னி மற்றும் பிற கதைகள் - மலையாளப் பெண்ணிய எழுத்தாளர் ஸிதாரா.எஸ் அவர்களின் ‘அக்னியும் கதகளும்’ என்ற சிறுகதைத் தொகுப்பின் மொழிபெயர்ப்பு (2006).
- பெருந்தொற்று – நாவல் (2021)
- காலனியின் நான்காவது வீதி – சிறுகதைகள் (2021)
- வெயில் மெல்லத் தாழும் – சிறுகதைகள் (2021)
- பக்கத்து வீடு ஒளியாண்டுகளுக்கு அப்பால் – சிறுகதைகள் (2022)

இணையத்தில் வெளியான நூல்கள்:

- வானவில் நிலையம் – நாவல் (2021) – பிஞ்ச் செயலி.
- கவிதைத் தொகுப்புகள், கட்டுரைகள், உலக சிறுவர் கதைகள், ஆன்மிகக் கதைகள், சமூக ஊடகப் பதிவுத் தொகுப்புகள் என பல நூல்கள் அமேஸான் கிண்டிலில் வெளியிடப்பட்டுள்ளன.

பரிசுகள் மற்றும் விருதுகள்:

- சிறுகதைப் போட்டிகளில் பல பரிசுகள் மற்றும் இலக்கியச் சிந்தனை (இரு முறை), தாஸ்னா, ஜோதி விநாயகம் நினைவு விருது ஆகியவை.
- நுண்கலை ஓவியத்துக்காக கே.எம்.கோபால் நினைவு விருது.
- கவிதைத் தொகுப்புக்காக நெருஞ்சி இலக்கிய விருது.
- தக்கலை இலக்கிய வட்டம் விருது.

www.ingramcontent.com/pod-product-compliance
Ingram Content Group UK Ltd.
Pitfield, Milton Keynes, MK11 3LW, UK
UKHW042137021026
15589UKWH00003B/889

9 789393 882264